மணல்மேல் கட்டிய பாலம்

மணல்மேல் கட்டிய பாலம்

சு.கி. ஜெயகரன் (1946)

தாராபுரத்தில் பிறந்த சு. கிறிஸ்டோஃபர் ஜெயகரன், காரைக்குடி அழகப்பா கல்லூரியில் புவியியலில் இளங்கலைப் பட்டமும் சென்னை மாநிலக் கல்லூரியில் முதுகலைப் பட்டமும் இங்கிலாந்து லஃப்பரோ பல்கலைக்கழகத்தில் நிலத்தடி நீர் ஆய்வு தொடர்பான சான்றிதழ் பட்டமும் பெற்றவர்.

அரசுசாரா நிறுவனம் ஒன்றில் தமிழக நீர்வள ஆய்வுக் குழுவின் தலைவராக எழுபதுகளில் பணியாற்றிவிட்டு தன்சனீய அரசின் நிலத்தடி நீர்வள ஆலோசகப் பணிபுரிந்த பின், காமன்வெல்த் செயலகத்திற்காக மேற்கு ஆப்பிரிக்க நாடான சியராலியோனில் பணியாற்றினார். ஜப்பானிய நிறுவனம் ஒன்றிற்காக பல மேற்கு ஆப்பிரிக்க, தெற்கு ஆப்பிரிக்க நாடுகளில் பணியாற்றி, பின்னர் ஜெர்மானிய நிறுவனம் ஒன்றிற்காக சாம்பியாவில் பணியாற்றி 2011இல் ஓய்வு பெற்று தற்போது பெங்களூரில் வசித்து வருகிறார்.

வரலாற்றுக்கு முற்பட்ட காலத்திய தொல்லியல், ஆதிமனிதக் குடியேற்றம், தமிழின வரலாறு ஆகிய துறைகளில் ஆர்வம் கொண்ட ஜெயகரனின் ஆய்வுக் கட்டுரைகள் இந்திய மற்றும் வெளிநாட்டு ஆய்விதழ்களில் வெளியாகியுள்ளன.

இவர் எழுதிய இதர நூல்கள்: 'மூதாதையரைத் தேடி', 'குமரி நிலநீட்சி', 'தளும்பல்', 'கறுப்பு கிறிஸ்துவும் வெள்ளை சிங்கங்களும்'.

மின்னஞ்சல்: chris.jayakaran@gmail.com
jayakaranchristopher@yahoo.com

முன்னட்டை: தென்னிந்தியா – இலங்கை செயற்கைக்கோள் படம், இடப்புறம் – லெமூரியன், வலப்புறம் – ஹரப்பா முத்திரை

பின்னட்டை: ஆசிரியர் தெற்கு ஆப்பிரிக்கா வனசரணாலயத்தில் சைபீரியப் புலிக்குட்டியுடன்.

சு.கி. ஜெயகரன்

மணல்மேல் கட்டிய பாலம்

காலச்சுவடு பதிப்பகம்

● *அன்பார்ந்த வாசகருக்கு,*
வணக்கம்.

காலச்சுவடு நூலை வாங்கியமைக்கு நன்றி.

நூலின் உள்ளடக்கம், உருவாக்கம், அட்டைப்படம் இன்ன பிற அம்சங்கள் பற்றிய உங்கள் கருத்துகளையும் ஆலோசனைகளையும் காலச்சுவடு வரவேற்கிறது. தகவல், எழுத்து, வாக்கியப் பிழைகள் தென்பட்டால் கட்டாயம் தெரிவித்து உதவுங்கள். நூல் தயாரிப்பில் கடும் குறைபாடு இருப்பின் மாற்றுப் பிரதி உங்களுக்குக் கிடைக்கக் காலச்சுவடு ஏற்பாடு செய்யும்.

மின்னஞ்சல்: publisher@kalachuvadu.com

காலச்சுவடு நாகர்கோவில் தலைமையகத்துக்கும் கடிதம் அனுப்பலாம்.

தங்கள்
எஸ்.ஆர். சுந்தரம் (கண்ணன்)
பதிப்பாளர் — நிர்வாக இயக்குநர்

மணல்மேல் கட்டிய பாலம் ✧ கட்டுரைகள் ✧ ஆசிரியர்: சு.கி. ஜெயகரன் ✧ © சு.கி. ஜெயகரன் ✧ முதல் பதிப்பு: டிசம்பர் 2009, ஆறாம் பதிப்பு: ஜூன் 2023 ✧ வெளியீடு: காலச்சுவடு பப்ளிகேஷன்ஸ் (பி) லிட்., 669, கே. பி. சாலை, நாகர்கோவில் 629001

maNalmeel kaTTiya paalam ✧ Essays ✧ Author: S.Christopher Jayakaran ✧ © S.Christopher Jayakaran ✧ Language: Tamil ✧ First Edition: December 2009, Sixth Edition: June 2023 ✧ Size: Demy 1 x 8 ✧ Paper: 18.6 kg maplitho ✧ Pages: 136

Published by Kalachuvadu Publications Pvt. Ltd., 669 K.P. Road, Nagercoil 629001, India ✧ Phone: 91-4652 - 278525 ✧ e-mail: publications@kalachuvadu.com ✧ Printed at Adyar Students Xexor Pvt. Ltd., No. 275 Habibullah Road, Triplicane high Road, Opp Triplicane Post Office, Tirplicane, Chennai 600005

ISBN: 978-81-89359-81-2

06/2023/S.No. 326, kcp 4449, 18.6 (6) 1k

என்னைப் படிக்கவைத்து ஆளாக்கிய
என் தந்தை
சுந்தரராஜ் வாத்தியாருக்கு

நன்றி

கையெழுத்துப் பிரதியைச் செப்பனிட்ட
தி.அ. ஸ்ரீனிவாசன்

இக்கட்டுரைத் தொகுப்பை வெளிக்கொணர ஊக்கமூட்டிய
கண்ணன்

என் படைப்புகளைப் பிரசுரித்த
காலச்சுவடு, உயிர்மை இதழ்கள்

அட்டைப் படத்தை வடிவமைத்த
சுஜித் சுஜன்

பொருளடக்கம்

நூல் அறிமுகம் 11

1. மணல்மேல் கட்டிய பாலம் 15
2. சரஸ்வதி கலாச்சாரமும் சிந்துவெளி நாகரிகமும் 25
3. குமரிக்கண்டம் – லெமூரியாக் குழப்பம் 37
4. எதிர்வினைகளும் எதிர்கொள்ளப்படாதவையும் 51
5. குமரிக்கண்டத்துப் பாலைவனத்து ஒட்டகம்? 59
6. காம்பே கடலுக்கடியில் ஒரு கட்டுக்கதையா? 66
7. பேரூர் சுடுமண் ஓடுகள் 74
8. ஷேக்ஸ்பியர் வரலாறு எழுதினால் . . . 86
9. ககன வெளியிலிருந்து வந்த கடவுளர் 92
10. நிலை தடுமாறும் பூமி 101
11. தீ வளையத்தினருகில் 111
12. தமிழ்நாட்டில் எரிமலை தோன்றுமா? 117
13. நீர் உயர . . . 123

நூல் அறிமுகம்

கடந்த சில ஆண்டுகளாக நான் தமிழ் எழுத்துலகின் ஓரத்தில் நின்று அவ்வப்போது எழுதிய ஆய்வுக் கட்டுரைகள் சிலவற்றின் தொகுப்பை உங்கள் முன் படைக்கின்றேன். இத்தொகுப்பை மூன்று பிரிவுகளாகப் பகுக்கலாம்.

எளிதில் விளக்கவியலாத இயற்கை நிகழ்வுகளைத் தம் கற்பனையால் அலங்கரித்தும் அறிவியல் விளக்கங்கள் போல் தோற்றமளிக்கும் கூற்றுகளை, பதங்களை உபயோகித்தும், அவற்றிற்கு இன – சமயச் சாயங்கள் பூசியும் விளம்பரம் மற்றும் அரசியல் ஆதாயங்கள் தேடுவது நம் நாட்டில் அவ்வப்போது நடப்பது. அவ்வாறு செய்வோரின் உருவாக்கங்களே அன்று லெமூரியா – குமரிக்கண்டம் தொன்மம், இன்று இராமர் பாலம், சரஸ்வதியாறு பற்றிய புனைவுகள். அவற்றின் ஜோடிப்புகளை நீக்கி அறிவியல் ஆதாரங்களின் அடிப்படையில் மட்டுமே நான் எழுதிய சில கட்டுரைகள் முன்பகுதியில்.

சங்க காலத்தில் சில புலவர்கள் இயற்றிய செய்யுட்களில் சொல் – பொருள் – யாப்பு போன்றவற்றிலிருந்த குற்றங்களைக் கண்டு மனம் நொந்ததாகக் கூறப்படும் சீத்தலைச் சாத்தனார் போல, அறிவியல் ஆதாரங்கள் பற்றிய அறியாமைகளைக் கண்டு அவை அகல வேண்டும் என்ற ஆதங்கத்துடன் நான் எழுதிய கட்டுரைகள் தொகுப்பின் பிற்பகுதியில்.

எரிமலை வெடிப்பு, நிலநடுக்கம் பற்றி ஐரோப்பாவில் ஒரு காலத்தில், கிரேக்க ரோமானிய புராணங்கள் சொல்லியதை நம்பினர். அந்நிலை பல நூற்றாண்டுகள் கழித்தே மாறியது. பதினெட்டாம் நூற்றாண்டின் மத்தியில் போர்ச்சுக்கலில் ஏற்பட்ட பெரிய நிலநடுக்கத்தாலும்,

அதைத் தொடர்ந்து கடற்கரையைச் சாடிய ஆழிப் பேரலையாலும் அழிந்துபட்டவர் நூறாயிரங்களுக்கும் மேலே. அன்று அடிப்படை மதவாதிகள், அந்தப் பேரழிவு சினங் கொண்ட கடவுளால், மக்கள் செய்த பாவங்களுக்குத் தண்டனை யாக உண்டாக்கப்பட்டது எனக் காரணம் காட்டினர்; இயற்கை யின் சீற்றத்தைக் கண்டு மருண்டிருந்த மக்களைத் தம் பிடிக்குள் வைத்துக்கொள்ள மதச்சாயம் பூசப்பட்ட விளக்கங்களை அளித் தனர். அவ்வாறு அவர்கள் செய்ததற்கு மற்றொரு காரணம் நிலநடுக்கம், ஆழிப்பேரலை ஏன் ஏற்படுகிறது என்பது பற்றிய அவர்களின் அறியாமை! அப்போது இயற்கைப் பேரழிவுகள் பற்றிய அறிவியல் உண்மைகளைக் கண்டறிந்து, தடுப்பு மற்றும் தற்காப்புகளை மேற்கொள்ள வேண்டும் என அறிவுஜீவிகள் சிலர் எடுத்தியம்பினர். எடுத்துக்காட்டாக, நிலநடுக்கம் ஏற்படக் கூடிய பகுதிகளை இனங்கண்டு, அப்பகுதிகளில் நகரங்களை உருவாக்குவதைத் தவிர்க்க வேண்டும் என்பது அவர்களின் அறிவுரைகளில் ஒன்று. அது கிறித்தவர்கள் காலங்காலமாக நம்பிக்கொண்டிருந்த இயற்கையின் சீற்றங்கள், உண்மையில் சினம் கொண்ட கடவுள் தரும் தண்டனைகள் என்பது போன்ற நம்பிக்கைகளுக்கு எதிராக மாற்று சிந்தனைகள் மலரவும், எண்ணத்திலும் எழுத்திலும் ஒரு மறுமலர்ச்சி உண்டாகவும் வழிகோலியது. ஆனால் பல அறிவியலாளர்களைத் தந்த தமிழ் நாட்டில் கிரகங்களின் பெயர்ச்சிகளின் பலனாக ஆழிப்பேரலை எழுவதாக வியாக்கியானம் செய்து கொண்டிருப்பதைப் பார்த்து வெதும்பியதுண்டு. கணினி யுகத்தில் தகவல் துறையில் நம்மவர் களின் பங்களிப்பு கணிசமானது. அவர்களில் சிலர் அயல்நாடு சென்றபின் இந்தியாவைக் கண்டுபிடித்து வருகிறார்கள்! இந்தியா வின் வரலாறு, கலாச்சாரம், மதச்சார்புகள் பற்றி அவர்தம் புதிய கண்டுபிடிப்புகளை இணைய தளத்தில் உலவவிடுகின் றனர். அத்தகையோரின் பார்வையில் உருவானவையே அமெரிக்க விண்கலம் கண்டுபிடித்ததாகக் கூறப்படும் இராமர் பாலம், மறைந்த சரஸ்வதியாறு கோட்பாடுகள். கோட்பாடுகளை உருவாக்குபவர்கள் பரந்த அறிவுடன், திறந்த மனதுடன், அகன்ற தேடலுடன், ஆழமாக ஆராய்ந்து தடயங்களைச் சேகரித்துப் பின் அவற்றைப் பரிசீலித்து, ஆய்வுகளின் அடிப் படையில் கண்ட முடிவுகளைத் துறை சார்ந்தவர்களின் பார் வைக்கு அனுப்பி, அவர்களுக்கு ஒப்புதல் இருக்கும் பட்சத்தில் அறிவிக்க வேண்டும். ஊகங்களையே ஆதாரங்களாகக் கொண்டு கோட்பாடுகளை உருவாக்குவது அறிவார்ந்த தேடலுக்கும் அறிவியலுக்கும் ஒவ்வாதவை.

2004, டிசம்பர் 26இல் தமிழக – இலங்கை கடற்கரையோரத் தில் இருந்தவர்கள் கடல் உள்வாங்கியதைப் பார்த்த மாத்திரத்

தில் அங்கிருந்து அகன்றிருந்தால் அன்று ஆயிரக்கணக் கானோர் உயிர் பிழைத்திருப்பார்கள். கடல் உள்வாங்குவது, பேரலைத் தாக்குவதற்கு முன் நிகழ்வது என்ற சுனாமி பற்றிய புரிதல், விழிப்புணர்வு அவர்களுக்கு இல்லாமல்போனது பெரும் குறை. பொதுமக்களுக்கு அதுபற்றித் தெரியாமலிருந்ததற்குக் காரணம் அவர்களுக்கும் அறிவியலாளர்களுக்கும் இடையே உள்ள இடைவெளி. அன்றாட வாழ்க்கைக்கு உதவும் துறை சார்ந்த தகவல்களைப் பறிமாறிக்கொள்ளாததால் ஏற்பட்டுள்ள இந்த இடைவெளி அகற்றப்பட வேண்டியது. அறிவியல் அடிப் படைகள் புரிந்துகொள்ளப்படாததால், ஆழிப்பேரலை எனும் புவியியல் நிகழ்வு பற்றி, வானிலை நிலையத்தவரிடம் விளக்கம் கேட்டுக்கொண்டிருந்தன சில தமிழ் ஊடகங்கள். நிலநடுக்கம், சுனாமி பற்றி விளக்கம் கூறவந்த புவியியலாளர்கள் சிலரும் கடினமான பதங்களைப் பிரயோகித்துப் பாமரர் எளிதில் புரிந்து கொள்ளவியலாத புவி – பொதியியல் கோட்பாடுகளைப் பிரலாபித் தது பொதுமக்களை அடையவில்லை என்பதை உணர்ந்தேன். அன்றாட வாழ்க்கைக்குத் தேவையான அறிவியல் தகவல்களை வெகுஜனங்களுக்கு அளிப்பது அறிவியலாளரின் கடமை யென்று கருதுபவன் நான். அதனால்தான் நான் ‘நெல்லையில் எரிமலை வெடிக்குமா?’, ‘தாராபுரம் அருகே பூமி பிளந்து கருந் திரவம் வெளிவந்ததா?’ என்பது போன்ற கேள்விகளைச் சில பத்திரிகைகள் எழுப்ப, இயன்றவரை புவியியல் விளக்கங்கள் தந்து நான் எழுதிய கட்டுரைகள் சில இத்தொகுப்பில் அடங்கி யுள்ளன. உலகின் பிறபகுதிகளில் ஏற்படுவதைவிட அதிகமாக எரிமலை வெடிப்பு, நிலநடுக்கம், ஆழிப்பேரலை போன்ற புவி யியல் நிகழ்வுகள் ஏற்படும் நாடுகளான பாப்புவா நியூகினி, ஜப்பான் போன்ற நாடுகளில் பணிபுரிந்த காலத்தே நிலநடுக்கங் களை உணர்ந்திருக்கிறேன்; உயிருள்ள எரிமலைகளைப் பார்த்திருக்கிறேன்; அவற்றில் ஒன்று வெடித்துச் சிதறியதைப் பார்க்கும் அரிய அனுபவமும் பெற்றேன். மேற்கூறிய நாடுகள் மட்டுமன்றி உறங்கும் எரிமலைகள் கொண்ட தன்சனீயா, கீன்யா, கேமரூன் போன்ற ஆப்பிரிக்க நாடுகளில் எரிமலை வெடித்து உருவாகிய பாறைக்குழம்பு இறுகிய பகுதிகளில் பணி யாற்றியபோது என் அனுபவத்தில் அறிந்துகொண்ட விஷயங் களின் பிரதிபலிப்புகளை அக்கட்டுரைகளில் காணலாம்.

எளிய அறிவியல் உண்மைகள் புரிந்துகொள்ளப்படாத தால் தமிழகத்தில் இன்றும் லெமூரியா போன்ற புனைவுகள் வலம் வருகின்றன. அம்மரபு உருவாகிய காலகட்டத்தில் அதற்கு முறையான மறுப்புகள் தெரிவிக்கப்படவில்லை; அதன் நம்பகத்தன்மை பற்றி கேள்விகள் எழுப்பப்படவில்லை. இதற்கு முதற்காரணம் உண்மைகளைத் திரித்து, இன, மத, மொழி

உயர்வு பற்றிச் சுவைபட அவர்கள் கூறிய விதம். இரண்டாவது காரணம், தமிழர்களின் அறிவின் மீதுள்ள மரபு – ஐதிகம் – புராணம் ஆகியவற்றின் உடும்புப் பிடிகள். அவையே தொன்மங்கள், புனைவுகள் ஆகியவற்றையும், வரலாற்று உண்மைகளையும் பிரிக்கும் கோட்டை மங்கலாக்கியுள்ளன. தமிழ் இலக்கிய வரலாற்றை எழுதியவர் பலர் இலக்கியங்கள் குறிப்பிடும் அனைத்து நிகழ்ச்சிகளையும் வரலாற்றுக் குறிப்புகள் போல் பாவித்தனர். எடுத்துக்காட்டாக சிலப்பதிகாரத்தை இயற்றிய இளங்கோவடிகள் தன் தமயன் சேரன் செங்குட்டுவன் அரியணையில் அமர்த்த விரும்பித் துறவியானதாகவும், பின்னர் அவனுடன் மலைவனம் காணச் சென்ற இளங்கோவடிகள், கணவனையிழந்த பெண்ணொருத்தி துயருற்று மேலுலகு சென்றது பற்றிக் கேட்டு அந்தக் காவியத்தைப் படைத்தார் என்பதைச் சிலப்பதிகார வரிகளால் அறியலாம். அவற்றில் எவ்வளவு வரலாற்று உண்மைகள், எவ்வளவு புனைவுகள், உயர்வு நவிற்சி மற்றும் கவித்துவ சுதந்திரத்துடன் எழுதப்பட்டவை என்பதை அறிந்துகொள்வது நல்லது. அது பற்றியும் காம்பே கடலுக்கடியில் கண்டெடுக்கப்பட்ட தொல்பொருட்கள் பற்றியும், பேரூரில் அகழ்ந்தெடுக்கப்பட்டதாகக் கூறப்படும் பழந்தமிழ் எழுத்துக்கள் பொறித்த சுடுமண் ஓடுகள் பற்றியும், கொங்குநாட்டு நிலத்தடி நீர்வளத்தின் இருப்புநிலை பற்றியும் கேள்விகள் எழுப்பும் என் ஆய்வுக் கட்டுரைகள் தொகுப்பின் இறுதியில். மாற்றுக் கருத்துக்கள் கொண்டவர்கள் இவற்றைப் படித்தவுடன் மனம் திரும்புவார்கள் என்ற பேராசை எனக்கு இல்லை. என்றாலும் 'இருளைக் கண்டு அதைச் சபிப்பதைவிட ஒரு விளக்கை ஏற்றுவது சாலச்சிறந்தது' என்று யாரோ சொன்னது நினைவுக்கு வருகிறது. இத்தொகுப்பு தமிழ் கூறும் நல்லுலகில் அறிவியல், முக்கியமாகப் புவியியல் மற்றும் தொல்லியல் துறை சார்ந்த விஷயங்கள் பற்றி மக்களிடையே நிலவும் இருள் அகல நான் ஏற்றும் ஒரு சிறிய அகல் விளக்கு!

சு.கி. ஜெயகரன்

1

மணல்மேல் கட்டிய பாலம்

தமிழ்நாட்டின் தென்கிழக்குக் கடற்கரைப் பகுதி யில், பாம்பன் தீவின் கிழக்கு முனையான தனுஷ்கோடி யிலிருந்து இலங்கைத் தீவின் ஒரு பகுதியான தலைமன் னாருக்கு இடையில் அமைந்துள்ளது, 48 கி.மீ. நீள ஆழமற்ற கடற்பகுதி. அங்கு ஆழம் 1 மீட்டர் முதல் – 9 மீட்டரே இருப்பதனால் இவ்வழியாகக் கலங்கள் செல்லவியலாது. மன்னார் மற்றும் பாக் வளைகுடாக்களைப் பிரிக்கும் இப்பகுதியின் மணல், களிமண், பவளத்திட்டுகளால் ஆன 103 கடலடித் திட்டுகளுக்கு ஆடம்ஸ் பிரிட்ஜ் (ஆதாமின் பாலம்) என்று காலனியாதிக்கத்தின்போது பெயரிடப்பட்டது. பாக் வளைகுடா, பாக் நீரிணை என்ற பெயர்கள் மதராஸ் இராஜதானியில் ஆளுநராக (1755 – 63) இருந்த இராபர்ட் பாக் (Robert Palk) நினைவாகச் சூட்டப்பட்டன.

யூதே – கிறித்தவப் புராணங்களின் அடிப்படையில், சிருஷ்டி கர்த்தா, ஆறு நாட்களில் வானத்தையும் பூமியை யும் அதிலுள்ள சகல உயிரினங்களையும் படைத்ததாக விவிலியம் கூறுகிறது. மனித குலத்தின் ஆதிப்பிதா ஆதா மும் ஆதித்தாய் ஏவாளும் கடைசியாக ஆறாவது நாளில் படைக்கப்பட்டதாகக் கூறுவதை எழுத்துக்கு எழுத்து நம்பும் கிறித்துவ அடிப்படைவாதிகள், உலகம் ஆறாயிரம் ஆண்டுகளுக்கு முன்னர் உருவாக்கப்பட்டதாகக் கணக் கிட்டுக் கூறுகிறார்கள். எருசலேமின் அரசன் சாலமோன் (இஸ்லாமிய மரபில் சுலைமான்) ஆலயம் கட்டியது கி.மு.964 என்பது வரலாற்றாய்வாளர் துணிபு. எனவே இதையே முக்கிய காலக்குறிப்பாக வைத்து ஆதாமில் ஆரம்பித்து சாலமோன் வரை, விவிலியத்தில் கூறப்படும், ஆதாம் வழித்தோன்றல்களை வைத்து பின்னோக்கி மேற்கூறிய கணிப்பு செய்யப்பட்டது. கடவுளுக்குக்

கீழ்ப்படியாததால் ஏதேன் வனத்திலிருந்து விரட்டப்பட்ட ஆதாம், இலங்கை வந்ததாலேயே உள்ள மேற்கூறிய பாலத் திற்கும், மலை முகப்பு ஒன்றிற்கும் அவன் பெயரிடப்பட்டதாக சிலர் நம்புகின்றனர். ஏதேன் தோட்டம் டைக்ரிஸ் நதி பாயும் இன்றைய இராக்கில் இருந்ததாக நம்பப்படுகிறது. ஆதாம் அங்கிருந்து எப்படி இலங்கை வந்தான் என்று மதவாதிகளைக் கேட்கமுடியாது. பாதங்கள் செதுக்கப்பட்ட பாறையுள்ள ஆதாம் சிகரம் உண்மையில் புத்தர்களின் திருத்தலம். கிறித்தவர்களோ – இசுலாமியர்களோ ஆதாமின் பாலத்திற்குப் பாத்தியதைக் கொண்டாடாதபோது, சேது சமுத்திரத் திட்டத்திற்கு முட்டுக் கட்டை போட அது இராமன் கட்டிய பாலம் என்று ஒரு சிலரால் உரிமை கொண்டாடப்படுகிறது. இராம ஜென்ம பூமியில் அவர்கள் ஏற்படுத்திய வன்கொடுமையின் புழுதி அடங்கு முன்னர் ஓர் உணர்வுபூர்வமான சர்ச்சை, மதப் பிரச் சினை பாக் நீரிணையில் உருவாக்கப்பட்டுள்ளது. ஆதிக்க வர்க்கத்தினர், கருத்தாக்கங்களைத் தமக்குச் சாதகமாகப் பயன் படுத்துவது காலங்காலமாக நடக்கும் வரலாற்று அநீதி; வல்லான் வகுத்ததே வாய்க்கால் என்பது போல. அந்தக் கருத்தாக்கங் களில் மிகைப்படுத்தப்பட்ட உண்மைகளும் அலங்கரிக்கப்பட்ட பொய்களும் ஜோடிக்கப்பட்ட வதந்திகளும் பின்னிக்கிடக்கும். இதற்கு ஒரு சிறந்த எடுத்துக்காட்டு, இராமர் பாலம் பற்றிய சொல்லாடல்.

அமெரிக்க விண்வெளி ஆய்வு (*NASA*) நாஸாவின் விண் கலம் எடுத்த பாக் நீரிணையின் படம் ஒன்றை வைஷ்ணவா நெட்வொர்க் என்ற இணையம் *2002*இல் வெளியிட்டு, அங்கு தொன்மையான பாலம் ஒன்று கண்டுபிடிக்கப்பட்டுவிட்டதாக வும் அது மனிதரால் கட்டப்பட்டது போலிருப்பதாகவும் கூறியது. இதற்கு மேலும் ஆதாரம் திரட்ட இந்துத்துவ ஆதரவு இணைய தளங்கள், இப்பாலம் *17.5* இலட்சம் ஆண்டுகளுக்கு முற்பட்டது எனவும், அக்காலத்தே இலங்கையில் மனிதர் வாழ்ந்ததற்கான தொல்லியல் தடயங்கள் கிடைத்திருப்பதாகவும், அது இராமன் வாழ்ந்த திரேதாயுகம் என்றும் உறுதியாவதாகக் கூறின. அந்த வதந்தியின் நம்பகத்தன்மை பற்றிச் சிறிதும் ஆலோசிக்காமல் 'இந்துஸ்தான் டைம்ஸ்' போன்ற நாளிதழ்கள், நாஸா, இராமன் கட்டிய பாலத்தைக் கண்டுபிடித்துவிட்டதாகச் செய்திகளை வெளியிட, அது காட்டுத் தீயெனப் பரவியது. அதைத் தொடர்ந்து, இராமாயணம் கூறும் புராணமரபுகள் இந்தப் பாலத்தின் கண்டுபிடிப்பால் நிரூபணமாகிவிட்டது என்று சங்கப்பரிவாரங்கள் கொண்டாடின. அன்று மத்தியில் நிலக்கரி / சுரங்கம் துறைக்கு அமைச்சராக இருந்த உமா பாரதி அப்பகுதியில் அகழாய்வு மேற்கொள்ள வேண்டுமென்றார்.

நாஸாவின் விண்கோளால் எடுக்கப்பட்ட படங்கள் பற்றிய சர்ச்சையையடுத்து, அந்நிறுவனத்தின் சார்பில் பேசிய மைக்கேல் பராகாஸ், *(Michael Brakuss)* இணையத்தில் வெளியிடப்பட்ட மன்னார் வளைகுடாவின் படம் தம் நிறுவனத்தால் எடுக்கப் பட்ட படம் என்றாலும், பரப்பப்படும் (மதச்சாயம் பூசிய) விளக்கங்கள் தம் நிறுவனத்துடையவை அல்ல என்று கூறி பாலம் பற்றிய வதந்திகளை மறுத்தார். மேலும், ஒரு புவியலமைப் பின் காலம், உருவாக்கம், வளைகுடாவின் தொல்லியல் பற்றி அப்படங்களின் அடிப்படையில் எந்த முடிவிற்கும் வரமுடியாது என்பதையும் விளக்கிக் கூறினார். மார்க் ஹெஸ் *(Mark Hess)* என்ற மற்றொரு நாஸா அதிகாரி, மேற்கூறிய இணையதளங்கள் சுட்டிக்காட்டும் பகுதி இயற்கையாக அமைந்த மணற்திட்டுகள் என்று விளக்கினர்.

மேற்கத்திய சதியால் இந்துமதத்தின் மேன்மை, புராதனம் இருட்டடிப்பு செய்யப்படுவதாக அங்கலாய்க்கும் இந்துத்துவ அமைப்புகள், ஏன் மேல்நாட்டவர், அமெரிக்கர் எடுத்த படங் களை ஆதாரங்களாகக் காட்ட வேண்டும்? இந்திய விண்வெளி நிறுவனம் (ISRO) ஆய்வு இப்பகுதியைப் படங்கள் எடுக்க வில்லையா? அதுபற்றி இந்திய அறிவியலாளர்கள் விளக்க வில்லையா? என்ற கேள்விகளுக்குப் பதில் அளிக்குமுன்னர், சேது சமுத்திரத் திட்டத்தைக் கைவிடும்படியாக மத்திய அரசை வற்புறுத்த புனிஷ் தனேஜா என்ற 'விண்வெளி விஞ்ஞானியை' பி.ஜே.பி. முன்னிறுத்திய கூத்தைக் கவனிக்க வேண்டும். தாம் இந்திய விண்வெளி ஆய்வு நிலையத்தில் பணிபுரிவதாகவும் அப்போது விடுப்பில் இருந்ததாகவும், தான் சேது சமுத்திரம் இராமர் பாலம் பற்றிய ஆய்வில் ஈடுபட்டிருப்பதாகவும் அவர் கூறியது புரட்டு என்பதை, அப்பெயர் கொண்ட ஒருவர் என்றுமே தம்மிடம் பணிசெய்யவில்லை என்று கூறி இஸ்ரோ அம்பலப்படுத்தியது.

நிலப்பரப்பினை வானத்திலிருந்து படம் எடுக்கும் முறை, மிதக்கும் பலூன்களில் சென்றவர்களால் 1860 துவக்கம் உருவாக் கப்பட்டது. 1930லிருந்து 70வரை பெரும்பாலும் ஆகாய விமானங் களில் பொருத்தப்பட்ட காமிராக்களால் நிலத்தின் படங்கள் எடுக்கப்பட்டன. விமானங்கள் பறக்கும் உயரத்தைப் பொறுத்து படங்களின் துல்லியம் அமையும். நாஸா 1960ல் வானிலைத் தகவல்களை அனுப்ப Tritvos என்ற செயற்கைக்கோளை, பூமியைச் சுற்றிவர விண்வெளியில் செலுத்தியது. அமெரிக்காவும் ரஷ்யாவும் எழுபதுகளின் துவக்கத்தில் செயற்கைக் கோள்களை வானிலை, இயற்கை வளம், புவியியல் ஆகியவை பற்றி அறிய விண்ணில் செலுத்தின. ஏறத்தாழ 700 கி.மீ. உயரத்தில் நாளொன் றிற்கு 14 முறை பூமியைச் சுற்றிவரும் இந்தச் செயற்கைக்

கோள்கள் பதினெட்டு நாட்களுக்கு ஒருமுறை சுழற்சிப் பாதையை மாற்றிக் கொள்ளுமுகமாக வடிவமைக்கப்பட்டவை. இந்தியா, 1988 முதல் இத்தகைய செயற்கைக் கோள்களை வானில் செலுத்த ஆரம்பித்தது. முதலில் ரஷ்ய விண்கலங்களால் விண் வெளியில் செலுத்தப்பட்டாலும், 1997ல் ஸ்ரீஹரிகோட்டா விலிருந்து ராக்கெட்டுகளால் இந்திய விண்கோள்கள் 900 கி.மீ. உயரத்தில் பூமியை வலம்வர ஆரம்பித்தன. இரண்டு அல்லது நான்கு ஆண்டுகள் செயல்படும் இந்தியச் செயற்கைக் கோள்களில் ஐந்து 2000ல் வான்மண்டலத்தில் வலம் வந்து கொண்டிருந்தன. அவை மன்னார் வளைகுடாவைப் படங்களாக எடுத்துள்ளன. 1994ல் பல்தேவ் சாஹி என்ற ஆய்வாளர், முதலாவதாக செயற்கைக்கோள் எடுத்த படங்களின் அடிப்படை யில் காம்பே வளைகுடா, மன்னார் வளைகுடா உள்ளிட்ட இந்திய எல்லைக்குட்பட்ட பகுதிகளில் உள்ள தீவுகளின், பவளத்திட்டுகளின், பரப்பைக் கணக்கிட்டார்.

நூறாண்டுகளுக்கு மேலாக, இந்தியக் கடற்கரை, இலட்சத் தீவுகள், அந்தமான் நிக்கோபார் தீவுகள், மன்னார் வளைகுடா வில் உள்ள மணற்திட்டுகள், பவளத்திட்டுகள் பற்றிய ஆய்வுகள் நடத்தப்பட்டுள்ளன. தென்னிந்தியாவை ஒட்டிய பவளத்தீவுகள் பற்றி முதலில் எழுதியவர் வால்த்தர் *(Walther)* 1892ல். மண்டபத் திலுள்ள மெரைன் பயலாஜிகல் அஸோசியேஷன் *(Marine Biological Association)* பவளத்திட்டுகள் பற்றிய ஒரு முக்கியமான கருத்தரங்கை 1969இல் நடத்தியது. அதில் மன்னார் வளைகுடா மற்றும் பாக் நீரிணையில் உள்ள திட்டுகள் பற்றிய ஆய்வுக் கட்டுரைகள் வாசிக்கப்பட்டன. கேம்பிரிஜ் பல்கலைக் கழகத்தைச் சார்ந்த ஸ்டோடாட்டும் *(Dr. Stodart)* தமிழகக் கடல் மீன்வளத் துறையின் சி.எஸ். கோபிநாத பிள்ளையும், ஆடம்ஸ் பிரிட்ஜின் மேற்குப் பகுதியில் உள்ள பவளத் திட்டுகள் 4020 ஆண்டுகட்கு முற்பட்டவை என்று அறிவித்தனர். பழம் பவளத்திட்டுகளி லிருந்து எடுக்கப்பட்ட பகுதிகள் மீது கரிமம் 14 முறையில் காலக் கணிப்பு நடத்தப்பட்டது. அப்பவளத்திட்டுகள் மேல் படிந்துள்ள மணல் 500லிருந்து 600 ஆண்டுகளுக்கு முற்பட்டவை என்பது அவர்களது கணிப்பு. 1972ல் ஸ்டோடாட்டும், போஸ் பெர்க் *(Fos breg)* என்ற ஆழியியல் ஆய்வாளரும் எழுதிய ஆய்வறிக்கையில், இராமேஸ்வரம் – தூத்துக்குடிக்கிடையே உள்ள திட்டுகளை மன்னார் பேரியர் *(Mannar Barrier)* என்றழைக்க வேண்டும் என்ற கருத்தைத் தெரிவித்தார். இது, ஆஸ்திரேலியா வின் வடகிழக்கு மாநிலமான குவீன்ஸ்லேண்டின் கடற்பகுதி யில் உள்ள உலகப் புகழ் பெற்ற கடலடிப் பவளத்திட்டுகள் எவ்வாறு தி கிரேட் பேரியர் ரீஃப் *(The Great Barrier Reef)* என்றழைக்கப்படுகிறதோ அதுபோலத்தான்.

விமானங்கள், விண்கலங்கள் அல்லது செயற்கைக் கோள்கள் மூலம் நிலப்பரப்பை எடுக்கும் படங்கள், அப்பகுதியில் புவியியல் ஆய்வு செய்ய உதவும் நில வரைபடம் போன்ற, ஒரு உபகரணம். புவியியலாளர் அப்படங்களை ஆராய்ந்தபின், நிலத்தில் உள்ள பரப்பை நேரில் ஆய்வுசெய்து முடிவு செய்வர். இதை Ground Truthing என்பர். பின்னர், அப்பகுதியில் மேலும் ஆய்வுகள் – அது ஆழ்துளைகளிடுவதாகவும் திட்டுகளை வேதியல் பரி சோதனைகள் செய்வதாகவும் இருக்கலாம் – நடத்தப்படும். எனவே ஆதாமின் பாலம் 17.5 இலட்சம் ஆண்டுகளுக்குமுன் இராமரால் கட்டப்பட்டது என நாஸா கண்டுபிடித்ததாகக் கூறப்பட்டது உண்மைக்கு முற்றிலும் புறம்பானது.

இந்தியப் புவியியல் மதிப்பாய்வு (Geological Survey of India), இந்திய விண்வெளி ஆய்வு நிறுவனம் (ISRO), சில பல்கலைக் கழகத்தைச் சார்ந்த பேராசிரியர்கள், தனிப்பட்ட புவியியல் ஆய்வாளர்களும் ஆதாமின் பாலம், இயற்கையில் உருவான அமைப்பு என்பதை அறிவியல் ஆதாரங்களுடன் தனித்தனி யாகத் தெரிவித்துள்ளனர். அங்கு விரிவாகப் புவியியல் ஆய்வு களுக்காக 2002 டிசம்பர் முதல் 2003 மார்ச் மாதம் வரை மேற்கொள்ளப்பட்ட செயல்திட்டத்தின் பெயர் ப்ராஜக்ட் ராமேஸ்வரம் (Project Ramesvaram). அங்கு மேற்கொள்ளப்பட்ட புவியியல் ஆய்வுகளில், ஆய்வுத்துளைகளிடுவது, கடலடிப் பாறைகளை எடுத்து அவற்றைக் கால நிர்ணயம் செய்தல் போன்ற சோதனைகள் செய்யப்பட்டன. பாம்பன் தீவு ஏறத்தாழ ஒரு இலட்சம் ஆண்டுகளுக்கு முன் உருவாக ஆரம்பித்தது என்றும், கடல் மட்டம் தாழ்ந்திருந்த போது ஆதாமின் பாலம், இலங்கையையும் தென்னிந்தியாவையும் இணைத்த நிலப்பரப் பின் ஒரு பகுதியாக இருந்தது என்றும், இலங்கை ஏழாயிரம் ஆண்டுகளுக்கு முன்புதான் தீவாகப் பரிணமித்தது என்பதையும் அவர்கள் அறிவியல் ஆதாரங்களுடன் அறிவித்தனர்.

ஏறத்தாழ 15 ஆயிரம் ஆண்டுகளுக்கு முன் கடல் மட்டம் இன்றிருப்பதைவிட 100மீ தாழ்வாக இருந்தபோது பாக் நீரிணை உருவாகியிருக்கவில்லை. அது தென்னிந்தியாவை இலங்கை யுடன் இணைத்த ஒரு நிலப்பரப்பாக இருந்தது. அந்நிலப்பரப்பு வடகிழக்காக 250 கி.மீ. நீளம், தென் மேற்காக 150 கி.மீ. அகலமும் கொண்டதாயிருந்த 36,000 சதுர கி.மீ. பரப்புடைய கணிசமான நிலப்பகுதி. எனவே ஆதிமனிதக் குடியேற்றங்கள் அந்நிலப்பரப் பின் வழியாகவே நடந்தேறின.

சில ஆண்டுகளுக்கு முன்னால் இந்தியாவில் களிமண்ணா லான பிள்ளையார் சிலைகள் பால் குடித்தது போலத் தோன்றி யது எப்படி என்பதற்கான அறிவியல் விளக்கங்கள் கொடுக்கப்

பட்டபோது, அந்தப் புரளியைக் கிளப்பிவிட்ட பத்திரிகைகள், அவ்விளக்கங்களைப் புறக்கணித்தன. அதுபோலவே இராமர் பாலம் பற்றிச் செய்திகளை வெளியிட்ட இந்துத்துவா இணைய தளங்கள், அறிவியல் ஆய்வுகளை உதாசீனப்படுத்தின. இராமர் பாலத்திற்கு சேது சமுத்திரத் திட்டத்தால் ஏதேனும் சேதம் ஏற்படுவதைத் தடுக்க வடநாட்டில் முக்கியமாக, தமிழ்நாட்டில் இந்து முன்னணியின் தலைமையிலும் போர்க்கொடி உயர்த்தப்பட்டது, போராட்டம் வெடித்தது. இதில் வேடிக்கை என்னவென்றால் பாக் நீரிணையில் ஆண்டாண்டு காலம் மீன் பிடித்து வாழ்ந்து வந்தவர்களுக்கு அவர்கள் காணும் மண் திட்டுகளுக்கு இராமர் பாலம் என்ற பெயரிருப்பதும் இந்தியாவில் நடக்கும் சச்சரவு தெரியாது. ஏனெனில் இது ஒரு அண்மைக்கால உருவாக்கம். பாரம்பரியமாக ராமநாத புரத்தை ஆண்ட சேதுபதிகளின் ஆட்சிக்குட்பட்டதால் இப்பகுதி சேது சமுத்திரம் என்று குறிப்பிடப்பட்டது.

பாலம் பற்றிய 'கண்டுபிடிப்பு' இந்தியக் கலாச்சாரம் பற்றி அரைகுறையாக அறிந்த, மதப்பற்றுடையோர் மட்டுமே தேசப்பக்தியுடையவர் என நம்பும், சில தகவல் துறையாளர்களால் உருவாக்கப்பட்டது. இந்துப் புராணங்களின் பெருமை பேசுபவர் பக்தியுடையவர்; அதை மறுப்பவர், மேலை நாட்டுச் சதிக்கூட்டத்துடன் ஒத்துப்போனவர் என்று கூறுகிறார்கள். ஆனால் இவர்கள் கூற்றுக்கு ஒத்து ஊதுபவர் ஒரு மேலை நாட்டவரானால் அவரது கருத்துகள் மேன்மையானதாகவும் சுட்டிக்காட்டப்படும். அத்தகைய இருவர் டேவிட் ஃப்ராலி *(David Frawley)* மைக்கேல் கிரிமோ *(Michael Cremo)* (இவர்களுக்கு முறையே பண்டித வாமதேவ சாஸ்திரி என்றும் தூதகர்ம தாஸா எனவும் இஸ்கான் நிறுவனத்தால் நாமகரணம் செய்யப் பட்டுள்ளது) டேவிட் ஃப்ராலி, வேத மற்றும் ஜோதிட ஆய்வுகள் செய்யும் அமெரிக்க நிறுவனம் ஒன்றை நடத்துபவர். மைக்கேல் கிரிமோ, கிருஷ்ணனின் வரலாற்று உண்மை அறிய துவாரகையில் அகழாய்வு நடத்த வற்புறுத்தியவர், ஒரு தொல்லியலாளர் அல்ல. ஆனால் புராணங்கள், வேதங்கள் கூறும் நிகழ்வுகள் முழுவதும் வரலாற்று உண்மை என வாதிடுபவர். இஸ்கான் நிறுவனத்தின் பக்தி வேதாந்த நிலையத்தின் நிழலிலிருந்து, வேதங்கள் கூறும் காலக்கிரமம் உண்மையானது என்று கிரிமோ வாதிடுகிறார். சிந்துவெளி நாகரிகம் ஆரிய நாகரிகம் என்பதை நிரூபிக்க, முத்திரையொன்றின் வரிக்கோட்டுச் சித்திரத்தைக் கணினி மூலம் திருத்தி வெளியிட்ட ஆய்வாளரின் கூட்டாளி டேவிட் ஃப்ராலி. ரேடியோக் கதிர்வீச்சு காலக் கணிப்பின் நம்பகத்தன்மை பற்றியும் இவர்கள் கேள்வி எழுப்பினர்.

இந்தியக் குடியரசின் பன்முகத் தன்மையிலும் மதப் பொதுமையிலும் மக்களாட்சியிலும் கரிசனம் உடையவர் மனங்கொள்ள வேண்டியவற்றை குறிப்பிடும் அ. மார்க்ஸ் "இந்துத்துவவாதிகளின் பிரதான ஆயுதம் வரலாறு; இதன் அடிப்படையில் அவர்கள் எதிரியை அடையாளப்படுத்து கிறார்கள். தங்களின் நிகழ்கால அரசியலுக்குத் தோதாக ஒரு பழங்காலத்தைக் கட்டமைக்கிறார்கள். அதன்மூலம் நிகழ்காலம் மட்டுமல்லாமல் பழங்காலமும் அவர்கள் வசமாகிறது" என் கிறார். *(வெறுப்பை விதைக்கும் வரலாற்றுப் பாடங்கள் 2003).* மேலும் பாடநூல்களில் பாசிசம் நுழைந்துள்ளது பற்றிக் கூறுமுக மாக, வரலாற்றுப் பாடங்களில் காலவரிசை முரண்களின்றி எழுதுவதின் தேவையையும் குழப்பங்களின்றிக் கருத்துகளை முன்வைப்பதின் அவசியத்தையும் வலியுறுத்துகின்றார். ஆதார மற்ற தகவல்களை உறுதிபடச் சொல்லக்கூடாது என்கிறார். ஆனால் இதுதான் தொடர்ந்து நடக்கின்றது.

இராமர் வாழ்ந்ததாகக் குறிப்பிடப்படும் திரேதாயுகம் 17 லட்சம் ஆண்டுகளுக்கு முற்பட்டதென இவர்கள் கூறுகின் றார்கள். மனிதகுலத்தின் காலம் பற்றித் தொல்லியல், மானிட வியல், புவியியல் ஆதாரங்கள் என்ன? இரண்டு இலட்சம் ஆண்டுகளுக்கு முன் ஆப்பிரிக்காவில் தோன்றிய ஆதிமனித இனத்தின் வழித்தோன்றல்கள், ஒரு இலட்சம் ஆண்டுகளுக்கு முன்னர்தான் உலகின் மற்றச்சில இடங்களுக்கும் பரவத் தொடங்கினர். ஆப்பிரிக்க ஆதித்தாயிடம் உருவான மனிதகுலத் தின் மூதாதையர் தங்கள் மரபணுக்களை ஏந்தி உலகின் இதர பகுதிகளுக்குச் சென்றனர் என்ற உண்மை அண்மைக் கால மரபியல் ஆய்வுகளால் தெரியவந்துள்ளது. இந்தியத் துணைக்கண்டத்திலேயே மூத்த குடியினர், அந்தமான் நிக்கோபார் தீவுகளில் வாழும் ஆப்பிரிக்கர் சாயல் கொண்ட ஓங்கே, ஜாரவா, கிரேட் அந்தமானியர் மற்றும் சென்டினல் தீவுக்குடியினர். இவர்கள் மானுடத்தின் தொட்டிலான ஆப்பிரிக்காவிலிருந்து வந்த ஆதிக்குடியேறிகளின் வழித்தோன்றல் கள். ஏறத்தாழ ஐம்பதாயிரம் ஆண்டுகளுக்கு முன்னர் கடல் மட்டம் தாழ்ந்திருந்த காலத்தில், அகன்றிருந்த கடற்கரைகளின் வழியாக, இவர்கள் ஆப்பிரிக்காவைவிட்டு வெளியேறி இன்றைய அரேபியா, பாகிஸ்தான், இலங்கையுடன் இணைந்திருந்த தென்னிந்தியத் தீபகற்பம், இந்தோனேஷியா, ஆஸ்திரேலியா நோக்கிக் குடியேறினர் என்பது தொல்லுயிரியல், மானிடவியல் ஆய்வுகளால் அறியப்பட்டது.

இவ்வாறு, வரலாற்றுக் காலத்துக்கும் முற்பட்ட காலத்தில் *(Prehistoric)* தமிழகத்தில் குடியேறியவர்களின் வழித்தோன்றல்கள்

இருவகைப்படுபவர். மலைக்காடுகளில் வாழும் இருளர், காடர், முதுவர், சோளிகர் போன்ற பழங்குடியினர். இவர்கள் கருத்த நிறத்துடன் குட்டையாகவும், சிலர் சுருட்டை முடியுடன் ஆப்பிரிக்க இனத்தின் அம்சங்களைக் கொண்டவர். அடுத்த குடியினர் திராவிட மொழி பேசும் தொதுவர் போன்ற மலைக் குடியினர். திராவிட மொழிபேசியவர் கிழக்கு மத்திய தரைக்கடல் பகுதி வழியாக அலைஅலையாக கி.மு. 2000 – 1000 ஆண்டு களுக்கு உட்பட்ட காலத்தில் தென்னிந்தியாவில் குடியேறினர். தென்மேற்காசியாவிலிருந்து வந்த திராவிடயினத்தவர் நில வழியாக வந்து சிந்து, கங்கை சமவெளிகளில் குடியேறி பின்னர் தென்னகம் நோக்கியும் பரவினர். கடல் வழியாக வந்தவர், வடமேற்குக் கரையை ஒட்டியவாறு வந்து தென்னிந்தியாவில் குடியேறி அங்கு முன்னரே குடியேறியிருந்த இனத்தவருடன் கலந்து வாழ ஆரம்பித்தனர்.

இலங்கையில் இன்று மலைக்காட்டுப் பகுதிகளில் வாழும் ஆயிரக்கணக்கான வேடர்கள் இலங்கையில் முதலில் குடியேறிய வர்களின் வழித்தோன்றல்கள். மானிடவியலாளர் விர்சோ *(R. Virchow)* வேடர்களின் மண்டையோடுகளின் அமைப்பு தென்னிந்தியாவில் வாழும் பழங்குடியினரின் மண்டையோடு களின் அமைப்பை ஒத்தவை என்கிறார். எனவே இலங்கை வேடர்கள், தமிழகத்திலுள்ள பழங்குடிகளுடன் தொடர்பு கொண்ட இனத்தவர் என்பது உறுதி. இலங்கையில் வாழ்ந்த மற்றொரு ஆதிக்குடியினரான இயக்கர் (வடமொழியில் யக்ஷர்) தென்னிந்தியாவில் வாழ்ந்தவர்கள் எனவும் ஆரியர்களின் எதிரிகள் எனவும் இராமாயணமும் மகாபாரதமும் குறிப்பிடு கின்றன. இயக்கர்களைத் தாழ்வானவர்களாகவும் காட்டு மிராண்டிகளாகவும் ஆரியர் சித்தரித்தனர். இரத்தினம், பொன், தந்தம் ஆகியவற்றைக் கொள்முதல் செய்ய இலங்கைக்கு வந்த மகத, கலிங்க வணிகர்கள் இவர்களைக் கொடூரமானவர்களாகச் சித்தரித்தனர். வடமொழி நூட்கள் போலவே *மகாவம்சம், இராஜவளிய* போன்ற சில பாலி மொழி நூல்களும் இயக்கர் புத்தமதத்தைத் தழுவி நல்வழிப்படுத்தப்பட்டனர் எனக் குறிப்பிடு கின்றன. ஆரியக் குடியேறிகளுடன் போரிட்டு மாண்டும், இனக்கலப்புச் செய்தும் இயக்கர்கள் தம் தனித்தன்மைகளை இழந்தனர். சிங்களவரின் பிதாமகரான விஜயன், இயக்கர் குலப்பெண்ணான குவேணியுடன் வாழ்ந்து இயக்கர்களின் நட்பைப்பெற்று ஆட்சி செய்ததாக மகாவம்சம் கூறுகிறது. பின்னர் விஜயன், பாண்டியப் பெண் ஒருத்தியை மணக்கிறான். கி.பி.277 – 304ல் சிங்கள மன்னன் மகாசேனன் பல இயக்கர் களை அணைகட்டும் வேலையில் ஈடுபடுத்தியது பற்றிய பதிவு,

அவர்கள் ஆரிய நூல்கள் சித்தரித்தவை போன்று காட்டு மிராண்டிகள் அல்லர் என்பதைப் புலப்படுத்துகின்றது.

தென்னிந்தியாவிலும் இலங்கையிலும், இயக்கர்களும் நாகர்களும் இருந்ததாக இராமாயணமும், இலங்கையில் பல நாக நாடுகள் இருந்ததாகவும் மகாவம்சமும் கூறுகின்றன. சங்க இலக்கியங்களிலும், இராமாயணம், மகாபாரதத்திலும் இலங்கையில் இருந்த நாகர்கள் பற்றிய குறிப்புகள் உள்ளன. யாழ்ப்பாணத் தீபகற்பம், பண்டைக்காலத்தில் நாகநாடு என்றும், அங்கு வாழ்ந்தவர்கள் நாகர்கள் எனவும் அழைக்கப்பட்டனர். அதன் மற்றப் பெயர்கள் மணிபல்லவம், மணிப்புரம் என கே.கே. பிள்ளை குறிப்பிடுகிறார். தலைநிலத்திற்கும் இலங்கைத் தீவிற்கும் தொன்று தொட்டு சமூக, சமய, கலாச்சாரத் தொடர்புகள் இருந்திருக்கின்றன. இன்றைய வங்காளத்திலிருந்து கேரளா வரை, முக்கியமாகத் தமிழ்நாடு உட்பட வரலாற்றுக் காலத்திலிருந்து குடியேற்றங்கள், படையெடுப்புகள் பல காலகட்டங்களில் நிகழ்ந்துள்ளன.

கடலியல் ஆய்வுக் கணிப்பின்படி 17,000 ஆண்டுகளுக்குமுன், அதாவது கற்காலத்தில் இலங்கை கடல்மட்டம் தாழ்ந்திருந்ததால் தென்னிந்தியாவுடன் ஒரு குறுகிய நிலப்பரப்பால் இணைக்கப்பட்டிருந்தது. அப்போது அது ஒரு தீவாக இருக்கவில்லை. குடியேற்றங்கள் அப்போது ஆரம்பித்தன என்பதை இலங்கையிலும் தென்னிந்தியாவிலும் கண்டெடுக்கப்பட்ட புதிய கற்கால ஆயுதங்களில் காணும் ஒற்றுமைகளால் அறிகிறோம். வேட்டையாடியும் உணவைச் சேகரித்தும், இலங்கையில் வாழ்ந்த புதிய கற்கால மனிதர், ஏறத்தாழ இன்றைக்கு 10,000 ஆண்டுகளுக்கு முன் வளமான பகுதிகளில் தங்கிப் பயிரிட்டதற்கும் சில விலங்குகளை வளர்த்ததற்கும் தொல்லுயிரெச்சத் தடயங்கள் கிடைத்துள்ளன. பின்னர், இரும்பை உருக்கியதற்கான தடயங்களும் கிட்டியுள்ளன. பொம்மரிப்பு, ரத்னபுரா ஆகிய இடங்களில் மட்பாண்டங்கள் அகழ்ந்தெடுக்கப்பட்டுள்ளன. எனவே, இலங்கையில் 17 இலட்சம் ஆண்டுகளுக்கு முன் மனிதர் வாழ்ந்ததற்கான தடயங்கள் கிட்டியிருப்பதாக இந்துத்துவ இணையதளங்கள் கூறியது அறிவியல் ஆதாரமற்ற கற்பனை.

பூமியின் ஆதிவெப்பம் குறைந்து, அது ஒரு கோளமாக உருவானதற்கும் இன்றைக்கும் உள்ள காலவெளியை 24 மணி நேரம் என்று கணக்கிட்டுக்கொண்டால், அதில் கடைசி 43 வினாடிகளே மனிதர்கள் உருவாகி வாழ்ந்த காலம். மனித இனம் இப்பூவுலகில் தோன்றி இரண்டு லட்சம் ஆண்டுகளே ஆகின்றன. ஒரு லட்சம் ஆண்டுகளுக்கு முன்புதான் மனிதர் ஆப்பிரிக்கக் கண்டத்தை விட்டு மற்றபகுதிகளுக்குப் பரவ ஆரம்பித்தனர் என்பதை நாம் மனதில் கொள்ள வேண்டும்.

சு.கி. ஜெயகரன்

சேது சமுத்திரத் திட்டத்தால் ஏற்படும் சூழல் பாதிப்பு, நன்மைகளை விவாதிக்காமல் புராணங்களின் துணையெடுத்து பாக் நீரிணையில் இன்னொரு அயோத்தியா உருவாக்குவது அச்சத்திற்குரியது. தமிழகத்தில் மதவெறி தலைதூக்காமலிருப்பது சிலருக்குப் பொறுக்கவில்லை போலிருக்கின்றது. இத்தகைய மத வெறிதான் பெயின்ஸ் குடும்பத்தாரை உயிருடன் கொளுத்தியது. குஜராத் இனப்படுகொலைக்குக் காரணமானது. அன்று சமணர்களைக் கழுவேற்றியது.

உயிர்மை, மே 2008

2

சரஸ்வதி கலாச்சாரமும் சிந்துவெளி நாகரிகமும்

நம்நாட்டில் அண்மையில் ஏற்பட்டுள்ள அரசியல் சித்தாந்த இழுபறிப் போராட்டத்தில் ஒரு முக்கியமான சொல்லாடல் சரஸ்வதி நதி பற்றியது. இந்த ஆறு, அதன் கரைகளில் வளர்ந்திருந்ததாகக் கருதப்படும் கலாச்சாரம் பற்றிய கட்டுரைகள், விவாதங்கள், கடந்த முப்பது ஆண்டு களாகப் பல பத்திரிகைகளிலும் இணையதளங்களிலும் வெளியாகியுள்ளன. வேதங்களிலும் வடமொழி இலக்கியங் களிலும் குறிப்பிடப்படும் இந்த நதி, ஒரு காலத்தில் ஓடி இன்று மறைந்துவிட்டதாக நம்பப்படுகின்றது. சரஸ்வதி நதிக்கரையில் வளர்ந்ததாகக் கருதப்படும் நாகரிக மும் சிந்துச்சமவெளி நாகரிகமும் ஒன்றுதான் என்று நிறுவ எடுக்கப்படும் முயற்சியே இந்தச் சொல்லாடல். இது திராவிட – ஆரிய விவாதத்தின் ஒரு பரிமாணம்.

சிந்து, கங்கை, யமுனை ஆற்றுப்படுகைகள், சமவெளி கள், வடிகால் பகுதிகள் ஆகியவற்றை விண்கோள்கள் மூலம் எடுத்த படங்கள் இந்த நதிகளில் தொல்பழங்காலத் தைப் பற்றிய பல புதிய விவரங்களைக் கொடுத்தன. ராஜஸ்தான், ஹரியானா மாநிலங்களில் உள்ள சில பகுதிகளை லேன்ட்செட் (Landsat) விண்கோள் எடுத்த படங்கள் ஒரு காலத்தில் சத்லஜ் நதி தெற்காகவும், யமுனை தென்மேற்காகவும், பாய்ந்திருந்தன என்று காட்டின. தரையில் இருந்து பார்த்தால் கண்ணுக்குத் தெரியாத வறண்ட ஆற்றுப்படுகைகள் விண்வெளியி லிருந்து எடுத்த படங்களில் புலப்பட்டன. இதைத் தொடர்ந்த புவியியல் ஆய்வுகளால் மணல் மூடிய, வறண்ட நதிப்படுகை பற்றி அறிய முடிந்தது. விவசாயத்திற்கு நிலத்தடி நீரைப் பயன்படுத்த இந்த

ஆய்வு உதவியது. சரஸ்வதி ஆறு ஆர்வலர்கள், தமது வாதத்திற்குப் புவியியல் சான்றுகள் கிடைத்துவிட்டதாகப் பாவித்து, இதுதான் சரஸ்வதி நதி ஓடிய படுகையாக இருந்திருக்கலாம் என்னும் யூகத்தை உருவாக்கினர்.

சரஸ்வதி நதி கருத்தாக்கத்தின் ஆதரவாளர்கள் வடோதராவில் 1977இல் எம்.எஸ். பல்கலைக்கழகத்தில் ஆய்வரங்கம் ஒன்றை நடத்தினர். ஆய்வுக் கட்டுரைத் தொகுப்பிற்கு முன்னுரை எழுதிய மூத்த புவியியலாளர் பி.பி. ராதாகிருஷ்ணா, "வேதங்களை ஒரு மதத்தைச் சார்ந்த இலக்கியம் என்று பார்க்காமல் அவற்றை வரலாற்று, புவியியல் பதிவுகளாகப் பாவித்து அணுக வேண்டும்" என்ற கருத்தை முன்வைத்தார். அவர் நிலைப்பாட்டின்படி "ஏறத்தாழ கி.மு. 6000–3000 ஆண்டுகளில், வேதங்களில் குறிப்பிடப்படும் சரஸ்வதியாறு, இமயமலையின் கைலாசம் சிகரத்திற்குக் கீழே உள்ள மானசரோவர் ஏரியிலிருந்து உற்பத்தியாகி பஞ்சாப், ராஜஸ்தான், குஜராத் மாநிலங்கள் உள்ள பகுதியில் பாய்ந்துகொண்டிருந்தது. அதன் மருங்கில் வாழ்ந்துகொண்டிருந்த ஆரியர்கள் காடுகளை அழித்துக் குடியிருப்புகளை உருவாக்கினர். வேதங்களை எழுதிய அவர்கள் வேதக் கலாச்சாரத்தை உருவாக்கினர்". இதைத் தொடர்ந்து வட மேற்கு இந்தியாவில் உள்ள பழம் ஆற்றுப்படுகை, மறைந்துவிட்டதாகக் கருதப்படும் சரஸ்வதியாற்றின் படுகையாக இருந்திருக்கலாம் என்னும் யூகம், உறுதிப்படுத்தப்பட்ட அறிவியல் கருதுகோள் போலப் பாவிக்கப்படும் நிலை உருவாகியது. வெகுசனப் பத்திரிகைகள் சரஸ்வதியாறு கண்டுபிடிக்கப்பட்டு விட்டதாகவே எழுதின. அன்றைய பாஜக அரசு, சரஸ்வதி பாரம்பரியத்தை உயிர்ப்பிக்கும் முயற்சியாக ஹரியானா நிலத்தடி நீராய்வுகளை முன்வைத்தது. மூன்று ஆண்டுகளுக்குமுன் குருக்ஷேத்திரா மாவட்டத்தில் உள்ள பிப்பிலியில், ஹரியானா மாநில அரசு, சரஸ்வதியாறு பாய்ந்ததாகக் கருதப்படும் பகுதியில் ஏரிப்பூங்கா ஒன்றை அமைத்தது. அங்கு வடிவமைக்கப்பட்ட சரஸ்வதி சிலையின் கீழ் "தாய்க்கடவுளரில் சீரிய தேவிகளில் உயர்ந்த, ஆறுகளில் பெருமையுடைய சரஸ்வதியே அற்பர்களாகிய எங்களை மேம்படுத்த வேண்டும்" எனப் பொருள்படும் ரிக் வேத சுலோகம் (2:14–16 அம்பிதமே, நதிதமே, தேவிதமே, சரஸ்வதி! அப்ரஸாஸ்த இவா ஸ்மாஸி பிரசித்தம், அம்பா! நஸ்கிருதி) என்று பொறிக்கப்பட்டது.

சரஸ்வதி ஆறு பற்றி வேதங்களிலும் வேதகாலத்திற்குப்பின் எழுதப்பட்ட இலக்கியங்களிலும் பல குறிப்புகள் உள்ளன. இவற்றில் ரிக் வேதக் குறிப்புகள் கவனத்திற்குரியவை. சரஸ்வதி ஆறு மலைகளில் உற்பத்தியாகிப் பெருக்கெடுத்துப் பாய்வதாக

ரிக் வேதம் (7:95) குறிப்பிடுகிறது. இன்னொரு பாடல் (6:61) மூன்று மலைகளிலிருந்து ஊற்றெடுத்துப் பெருகிப்பாயும் சரஸ்வதி என்கிறது. அதர்வ வேதத்திலும் மனுஸ்மிருதியிலும் அந்த ஆறு பற்றிய குறிப்புகள் காணப்படுகின்றன. வேதங்களுக்குப் பிற்பட்ட மஹாபாரதத்தில், நீசதாசர்கள் வாழ்ந்த பகுதியில் பாய்ந்த சரஸ்வதியாறு அங்கு வாழ்ந்தவர் பிராமணர்களை விடத் தாழ்ந்த சாதியினர் என்பதால் வெட்கி பூமியினடியில் 'விநாஷணம்' அடைந்துவிட்டதாகக் (மறைந்துவிட்டதாக) குறிப்பிடுவது சரஸ்வதி ஆற்றின் மறைவு பற்றிய குறிப்பு என்றே கொள்ளலாம். புராணங்கள் சில சரஸ்வதியாற்றை விசாலா, மனோரமா என்னும் பெயர்களாலும் குறிப்பிடுகின்றன. வேதங்கள், புராணங்களால் மட்டுமே அறியப்படும் சரஸ்வதியாறு பூமிக்கடியில் ஓடுவதாக நம்பும் மரபு ஒன்றும் உள்ளது. வடகிழக்கு இந்தியாவில், கங்கையும் யமுனையும் சேருமிடம் திரிவேணி சங்கமம் என்றழைக்கப்படுகிறது. ஏனெனில் கங்கை, யமுனை ஆற்றுடன் இன்றில்லாத சரஸ்வதி ஆறும் இணையும் மூன்று ஆறுகளின் (திரிவேணி) சங்கமம் அது என நம்பப்படுகிறது.

ஐந்தாயிரம் ஆண்டுகளுக்குமுன் சரஸ்வதி ஆறு ஓடியிருந் திருந்தால் அதற்கான புவியியல் ஆதாரங்கள் இருக்க வேண்டுமே? கக்கர் நதிப்படுகையில் (பாகிஸ்தானிலும் ஓடும் இந்நதிக்கு அங்கு ஹக்ரா என்று பெயர்) பழம் சரஸ்வதி ஆற்று நீர் ஓடியதற்கான தடயங்கள் என்ன? அது பற்றி எழுதுவோர், ரிக் வேதகாலத்தில் ஓடிய சரஸ்வதி ஆற்றுப்படுகைதான் இன்றைய கக்கர் ஆற்றுப்படுகை என்னும் அனுமானத்தில் தங்கள் வாதங்களை முன்வைக்கிறார்கள். எனவே சரஸ்வதி நதி பற்றிய புவியியல், தொல்லியல் ஆதாரங்கள் பரிசீலிக்கப்பட வேண்டும்.

இந்தியாவின் தொல்வரலாற்றை ஆய்பவர்களிடையே சரஸ்வதி ஆறு பற்றி இருவிதமான கருத்துகள் நிலவுகின்றன. ஒருசாரார் சிந்து, கங்கை ஆறுகளின் வடிகால் பகுதிகளுக்கு இடையே சரஸ்வதி நதி பாய்ந்திருக்கலாம் என்கின்றனர். மற்றொரு சாரார் மேற்கூறிய இடைப்பட்ட பகுதியில் ஒரு பெருநதி பாய்ந்திருக்க வாய்ப்பில்லை என்றும், வேத காலத்தவர் சிந்து நதியையே கவிநயத்துடன் சரஸ்வதி (வடமொழி: சர – நீர், வதி – நிரம்பிய) எனக் குறிப்பிட்டிருக்கலாம் என்று கூறுகின்றனர். வேதகாலத்தில் அப்பெயர் பொதுவாக ஆறுகளைக் குறிக்கும் பெயராக இருந்திருக்கவும் வாய்ப்பு உண்டு. இந்தியாவில் சிற்றாறுகள் சிலவற்றிற்கும் சரஸ்வதி என்ற பெயர் கொடுக்கப்பட்டுள்ளது. எடுத்துக்காட்டாக அஸ்ஸாமில் பாயும் நதி ஒன்றின் பெயர் சரஸ்வதி. குஜராத்தில், லுனி ஆற்றின் கிளை நதி ஒன்றின் பெயரும் சரஸ்வதியே.

இந்தச் சொல்லாடல் உருவான பிறகு, சரஸ்வதி ஆறு பற்றிய பல கட்டுரைகள் வெளிவந்துள்ளன. அவற்றில் பழம் ஆற்றின் போக்கு எப்படி இருந்திருக்கக்கூடும் என்பதை விளக்கும் வரைபடங்களும் தரப்பட்டுள்ளன. இவற்றை எழுதிய வால்டியா, ஸ்ரீதர், கல்யாணராமன் ஆகியோர் அந்த ஆற்றின் போக்கை விளக்க முயன்றுள்ளனர். அவர்கள் உருவகித்த சரஸ்வதி ஆறு தென்மேற்காகப் பாயும் ஓட்டப் பாதையைக் காட்டுவதைத் தவிர, ஒவ்வொருவரின் வரைபடங்களும் வேறுபட்டன. அன்று பாய்ந்த ஆற்றின் போக்கு இதுவாகத்தான் இருந்திருக்கும் எனத் திட்டவட்டமாகப் புவியியல் ஆதாரங்களுடன் குறிப்பிட இயலாத நிலையே இதற்குக் காரணம். இங்கு நாம் மனதில் கொள்ள வேண்டியது என்னவென்றால் ஒரு நதி எந்தக் காலத்தில், எங்கு, எத்திசையில், எவ்வளவு ஆழத்தில் பாய்ந்தது போன்ற விவரங்களைப் படிவங்களின் அமைப்பு, காலக் கணிப்பு போன்ற புவியியல் ஆய்வுகளால் துல்லியமாக அறிய முடியும். கக்கர் (ஹக்ரா) நதியின் படுகைகளில் அத்தகைய ஆய்வுகள் மேற் கொள்ளப்படவே இல்லை. ஆனால், முன்னர் 1893இல் ஆய்வுகள் நடத்திய புவியியலாளர் ஓல்டேம் *(C.F. Oldham)*, சத்லஜ் – யமுனை ஆறுகளுக்கு இடையே, இமயமலையிலிருந்து உற்பத்தி யாகிய பெரிய ஆறு ஒன்று பாய்ந்ததற்கானப் புவியியல் ஆதாரங் கள் எதுவும் இல்லையென்றார். பெருமலைத் தொடர்களில் உருவாகி, சமவெளிகளில் இறங்கிப் பாயும் வற்றாத நதிகள் மட்டுமே மலையின் அடிவாரத்தில் ஆழமான குறுகிய மடுக் களை *(gorge)* உருவாக்க முடியும். இமயமலையின் அடிவாரத்தில் சத்லஜ், யமுனை ஆறுகளின் வடிகால் பகுதிகளுக்கு இடையே அத்தகைய பெரிய ஆறு உருவாகியதற்குத் தடயமாகக்கூடிய மடு இல்லையென்பதே ஓல்டேமுடைய வாதத்தின் சாரம். சத்லஜ் மற்றும் யமுனை ஆறுகளில் பாய்ந்த நீர் கக்கர் ஆற்றுடன் கலந்து ஓடியிருந்தாலும் அது வேதகாலத்திற்கும் முற்பட்ட காலமாக இருந்திருக்கவேண்டும். ஏனெனில், ரிக் வேதம் (13:33) சதத்ரு விதஸ்தாவில் பாய்ந்ததாகக் கூறுவதால் (சத்லஜ்ஜின் புராணப் பெயர் சதத்ரு), அப்போதே இன்றைய சத்லஜ் ஆறு மேற்காகப்பாய ஆரம்பித்துவிட்டது என்பது தெரிகிறது.

தார்ப் பாலைவனத்தின் அடியில் சரஸ்வதி ஆறு மறைந்து விட்டதாக ஒரு கருத்தும் உண்டு. பாயும் பகுதிகளில் ஏற்படும் மலை உயர்வு, நில முறிவு போன்ற புவியியல் நிகழ்வுகளால் ஆறுகள் திசைமாறிப் போக வாய்ப்புகள் உள்ளன. ஒருவேளை அத்தகைய பெரும் புவியியல் மாற்றம் ஒன்று ஏற்பட்டிருந்தால், சரஸ்வதி ஆறு மட்டுமல்ல, இந்தியத் துணைக்கண்டத்தின் வட பகுதியில் பாய்ந்த அனைத்து ஆறுகளும் பாதிக்கப்பட் டிருக்கும். இந்தியா – பாகிஸ்தானிலுள்ள வற்றாத நதிகள் கடந்த

முப்பதாயிரம் ஆண்டுகளாக ஏறத்தாழ இன்றிருக்கும் போக்கி லேயே பாய்ந்திருக்கின்றன என்பதையும், கடந்த பத்தாயிரம் ஆண்டுகளில் பெருத்த புவியியல் மாற்றங்கள் அங்கு ஏற்பட வில்லை என்பதையும் நாம் நினைவில் இருத்த வேண்டும்.

பனியாறுகள் (glaciers) உருகி உருவாகும் நதிகள் அல்லது மலைத்தொடர்களிலுள்ள மழைக்காடுகளில் ஊற்றெடுக்கும் வற்றாத நதிகள், வறண்ட பாலை வனங்களிலும் பாய்ந்தோடி அவற்றைக் கடக்கும் தன்மை கொண்டவை. எடுத்துக்காட்டாக நைல், கொலராடோ நதிகள். நைல் உலகிலேயே கடுமையான வெப்ப நிலை கொண்ட சஹாரா பாலைவனத்தினூடே 1,600 கி.மீ. ஓடி மத்தியதரைக் கடலில் சங்கமமாகிறது. 2,330 கி.மீ. நீள கொலராடோ நதி, வட அமெரிக்காவில் ஒரு வறட்சியான பகுதியில் 900 கி.மீ. ஓடி, சொனோரான் (Sonoran) பாலைவனத்தி னூடே பாய்ந்து கடைசியில் கலிபோர்னியா வளைகுடாவில் கலக்கிறது. மேற்கூறிய பெருநதிகள் நீர்வரத்தின் அளவாலும் பாயும் வேகத்தாலும் படிவங்களை அரித்துத் தம்போக்கில் பாயும் வல்லமை படைத்தவை. சஹாரா பாலைவனத்துடன் ஒப்பிட்டால் தார்ப் பாலைவனம் அளவில் சிறியது. காலத்தால் இளையது. சஹாரா போல் கடுமையான வெப்பநிலை கொண்ட தல்ல. அப்படியிருக்க நதிகளுக்கெல்லாம் 'தாயான' சரஸ்வதி ஏன் தார்ப் பாலைவனத்தைத் தாண்டிக் கடலுக்குள் பாய வில்லை? இன்று மழைக் காலத்தில் மட்டும் உருவாகும் கக்கர், பழம்சரஸ்வதி ஆற்றின் எஞ்சிய பகுதியே என்று வைத்துக்கொண் டாலும், வேத காலத்தோர் போற்றிய அந்த ஆற்றின் பெயர் மாறியது ஏன்? சிந்து இன்றும் சிந்தாகவும், கங்கை கங்கையாக வும், யமுனை யமுனையாகவும் குறிப்பிடப்படும்போது அன்றைய சரஸ்வதி, வேதமொழியான சமஸ்கிருதப் பெயரால் அழைக்கப் படாமல் கக்கர் நதியென ஏன் இன்று அழைக்கப்படவேண்டும்?

கி.பி.இரண்டாம் நூற்றாண்டில் வாழ்ந்த தாலமியின் (Ptolemy) தெற்காசியா புவியியலமைப்பு பற்றிய குறிப்புகளில் இந்தியத் துணைக்கண்டத்தில் வடமேற்கில் ஓடிய சிந்து நதி பற்றியும் வடக்கில் ஓடிய கங்கையாறு பற்றியும் பதிவுசெய்துள் ளார். சரஸ்வதியாறு பற்றிய எந்தக் குறிப்பும் இல்லை. சரஸ்வதி ஆற்றின் கரையில் வேதகாலக் கலாச்சாரம் வளர்ந்ததாக நம்பப்படுகிறது. எனவே இந்த ஆறு எந்தப் பகுதிகளில் பாய்ந்தது என்று கண்டுபிடிப்பது, வேதகாலத்தவர் எங்கு வாழ்ந்தனர் என்பதைத் தெரிந்துகொள்ள உதவும். ஆனால் கக்கர்தான் பழம் சரஸ்வதி ஆறு என்று கூறுவதால் மட்டுமே அதன் மருங்கில் அகழ்ந்தெடுக்கப்பட்ட குடியிருப்புகள் வேதகாலக் கலாச்சாரத்தைக் கொண்டவர்களின் குடியிருப்பு ஆகிவிடாது.

சு.கி. ஜெயகரன்

இந்தப் பின்புலத்தில் சிந்துவெளி நாகரிகத்திற்கும் வேதக் கலாச்சாரத்திற்குமான அடிப்படை வேறுபாடுகளையும் அறிந்து கொள்ள வேண்டும். 1856இல் லாகூருக்கும் முல்தானுக்கும் இடையே ரயில் பாதை அமைக்கும் பணியில் ஈடுபட்டிருந்த பொறியியலாளர்கள் அப்பகுதியில் கிடைத்த சுட்ட செங்கற் களைப் பயன்படுத்தி ஏறத்தாழ 160கி.மீ. நீளத்திற்கு இருப்புப் பாதை அமைத்தனர். பிரிட்டிஷ் இந்தியாவின் தொல்லியலாய் வின் டைரக்டர் ஜெனரலாயிருந்த சர் அலெக்ஸாண்டர் கன்னிங்ஹாம் (Sir Alexander Cunningham) அச்செங்கற்களின் தொன்மையைக் கவனித்து, ஹரப்பாவில் அகழ்வாய்வு மேற் கொண்டு அதன் பழமை, முக்கியத்துவம் பற்றி அறிவித்தார். 1921இல் சர் ஜான் மார்ஷல் (Sir John Marshal) முதலில் ஹரப்பா விலும் பின்னர் அதற்கும் 640கி.மீ. தொலைவிலுள்ள மொகஞ் சோதாரோவிலும் விரிவான அகழ்வாய்வுகள் மேற்கொள்ள, சிந்து நதியின் சமவெளிகளில் செழித்த நாகரிகம் பற்றித் தெரியவந்தது.

கரிமம் 14 முறையில் காலக்கணிப்பு துல்லியமாகச் செய்யப் பட்டு 2300 கி.மு. முதல் 1900 கி.பி. வரை இந்த நாகரிகம் தழைத்திருந்தது என்ற முடிவுக்குத் தொல்லியலாளர்கள் வந்தனர். 4300 ஆண்டுகளுக்கு முற்பட்ட இந்த நாகரிகம் உலகிலேயே மூன்றாவதானது; சுமேரிய, எகிப்திய நாகரிகங்களுக்கு அடுத்தது. இதுவரை இந்தக் கலாச்சாரத் தொல்லெச்சங்களுடைய 144 இடங்கள் கண்டறியப்பட்டுள்ளன. 1970இல் குஜராத்தில் தோல வீர என்ற இடத்தில் மற்றொரு ஹரப்பா கலாச்சார நகரும் கண்டுபிடிக்கப்பட்டது. 1992 முதல் இங்கு அகழாய்வு நடந்து கொண்டிருக்கின்றது.

ஹரப்பாவில் கி.மு. 2600 முதல் கி.மு. 1900 வரை நானூறு ஏக்கர் பரப்புடைய பகுதியில் ஏறத்தாழ இருபதாயிரம் பேர் வாழ்ந்திருக்க வேண்டும். மொகஞ்சோதாரோவில் 2.5 சதுர கி.மீ. பரப்பில் முந்நூறு வீடுகளின் சிதைவுகள் கண்டுபிடிக்கப் பட்டன. இது ஒரு நகரக் கலாச்சாரம். சிந்து வெளி நாகரிகம் என்றறியப்படும் இந்த நாகரிகத்தை உருவாக்கியோர் எள், கடலை, பார்லி, கோதுமை, பருத்தி ஆகியவற்றைப் பயிரிட்டனர். தானியக் களஞ்சியங்கள் அமைத்திருந்தனர். விவசாயிகள் தங்க குடியிருப்புகள், வரிசையாக அமைக்கப்பட்ட வீதிகள், மழை நீர் வடிகால்கள், சாக்கடைகள், குளியலறைகள் கொண்ட நகர்ப்புற நாகரிகம் இது. இங்கு வாழ்ந்தவர் சுமேரிய நாகரிகத் தவருடன் வணிகம் செய்தனர். இவர்கள் விளைவித்த பருத்தி மெசப்பொட்டேமியா வரை சென்றதற்கான தொல்லியல் ஆதாரங்கள் உள்ளன. அகழ்வாய்வுகளில் சின்னங்கள், குறியீடுகள்

பொறிக்கப்பட்ட மட்பாண்டங்களும் சித்திர முத்திரைகளும் கிடைத்துள்ளன. சுடுமண் (terracota) மற்றும் மாவுக்கல்லால் (steatite) செய்யப்பட்ட 4000 முத்திரைகள் அறுபது இடங்களில் கண்டெடுக்கப்பட்டுள்ளன. ஆனால் இந்தக் குறியீடுகள் இன்று வரை புதிராகவே இருக்கின்றன. இது தமிழ் போன்ற திராவிட மொழியின் முன்னோடியாக இருக்கலாம் என்பதை மொழியிய லாளர் அஸ்கோ பொர்பாலோ (Asko Parpola) பதிவுசெய்துள்ளார்.

கி.மு. 1600 போன்ற காலகட்டத்தில் சிந்துவெளி நாகரிகம் நலிவடைய ஆரம்பித்தது. இந்த நாகரிகத்தின் அழிவும் ஆரியக் குடியேற்றங்களும் ஒரே காலத்தில் நடந்தது என்று ஜான் மார்ஷல் கருதுகிறார். இக்குடியேற்றங்கள் பற்றிக் குறிப்பிடும் வரலாற்றறிஞர் ரோமிலா தாப்பர் 'சிறு எண்ணிக்கைகள் கொண்ட பல குழுக்கள், பல்வேறு நுழைவுகளின் வழியாகச் சிந்துச் சமவெளிகளில் குடியேறினர்' என்கிறார். ஆப்கானிஸ்தான் வழியாக வட இந்தியா வந்த இந்தோ – ஆரிய (ஐரோப்பிய) இனத்தவர் அப்போது அங்கு வாழ்ந்தவர்கள்மீது தம் கலாச் சாரத்தையும் மொழியையும் திணித்தனர் என்பது மாக்ஸ் முல்லரின் கருத்து. வேதங்களுள் காலத்தால் முந்திய ரிக் வேதத்தில், வேதகாலத்தவர் வாழ்க்கையின் பிரதிபலிப்புகளைக் காணலாம். அதில் குறிப்பிடப்படும் பூர்வ குடியினரான தாசர் களுக்கும் ஆரியக் குடியேறிகளுக்கும் அவ்வப்போது மோதல்கள் நிகழ்ந்தன. தாசர்கள் வாழ்ந்த பகுதிகளைத் தம் வசப்படுத்த உதவுமாறு இந்திரன், அக்னி போன்ற கடவுளரை வேண்டுமுக மான ரிக் வேதப் பாடல்கள் சில உள்ளன. அவர்கள் நடத்திய சூறைத் தாக்குதல்கள், சங்க காலத்தில் தமிழகத்தில் ஆநிரை கவர்தல் போல, கால்நடை, நிலம் கவருவதற்காகவே மேற் கொள்ளப்பட்டவை.

மேய்ச்சல் நிலங்கள் தேடி நாடோடியாக வந்தவர்கள் இவர்கள். இரும்பின் பயனை அறிந்திருந்தார்கள். இரும்பு ஆயுதங்களை உபயோகித்து ஆற்றங்கரைகளில் உள்ள காடுகளைத் திருத்திக் குடியிருப்புகளை உருவாக்கினர். கிராமப்புறக் கலாச் சாரம் கொண்டிருந்த அவர்கள் வடமொழி வேதங்களையும் இலக்கியங்களையும் இயற்றியது ஒரு பெரும் சாதனை என்றா லும், அவர்கள் நகர்ப்புறக் கலாச்சாரத்தை, நகரங்களை உருவாக்க வில்லை என்பது வரலாற்று உண்மை. நாகரிகம் என்பது நகர வாழ்வு, நிரந்தர வாழிடம், எழுத்து, அளவை, வணிகம், தொழில் களின் பகுப்பு ஆகியவை அமைந்த வாழ்வுநிலை.

மேய்ச்சல் – நாடோடிகளான வேத காலத்தவர் குதிரைகளை வளர்த்தனர், குதிரைகள் பூட்டிய வண்டிகளைப் பயன்படுத் தினர். எனவே சிந்து வெளி நாகரிகத்தில் இல்லாத குதிரை

வேத காலத்தின் காலங்காட்டியாகவும் முக்கியமான காலக் கணிப்புக் குறியீடாகவும் உள்ளது. அமெரிக்கக் கண்டத்தில் பரிணமித்த குதிரையினத்தின் வழித்தோன்றல்கள், ஐரோப்பா வழியாக மத்திய ஆசியா வந்தன. புதிய கற்காலத்தில் வளர்ப்பு மிருகங்களாக்கப்பட்டன. கி.மு. 2000க்கும் முற்பட்ட சுமேரிய நாகரிகத்தில் மரத்தாலான வண்டிகளில் குதிரைகள் பூட்டப்பட்டு ஓடின என்பதற்கான தொல்லியல், வரலாற்று ஆதாரங்கள் உள்ளன. ரிக் வேதத்தில் குதிரைகள் பற்றியும் அவற்றை வளர்த் தவர் பற்றியும் நூற்றுக்கும் மேற்பட்ட பாடல்கள் உள்ளன. அந்தச் சமூகத்தவர்க்கு குதிரை ஒரு முக்கியமான வளர்ப்பு மிருகம் என்பதால் அது கடவுளர்க்குப் பலியாகவும் கொடுக்கப் பட்டது என்பதற்கு ரிக் வேதப்பாடல் 1:162 சான்று. ஒரு பாடல் (10:56) பலியிடப்பட்ட குதிரைக்காகப் பாடப்பட்ட பிலாக்கணம் போன்றமைந்துள்ளது. தனஸ்துதி பாடல்களில் குதிரை, பசு போன்ற வளர்ப்பு விலங்குகள் பற்றிய குறிப்புகள் உள்ளன. வேத காலத்திற்கும் முற்பட்ட சிந்துவெளி நாகரிகத்தில் ஆர மில்லாச் சக்கரங்கள் கொண்ட மாட்டு வண்டிகள் இருந்தன என்பதற்கு அங்கு கிடைத்த சுடுமண் பொம்மைகள் ஆதாரம். வணிகர் பயன்படுத்திய சுடுமண், மாவுக்கல் முத்திரைகளில் ஆடு, மாடு, யானை, காண்டாமிருகம், பன்றி, ஒட்டகம், மயில் போன்ற உயிரினம் சித்தரிக்கப்பட்டதைக் காணலாம். அவற்றில் இல்லாத விலங்கு குதிரை என்பதை நினைவில் கொள்ளவேண்டும். சிந்துவெளி நாகரிகத்துடன் தொடர்புடைய தொல்லியல் தடயங்களில் குதிரைகளோ குதிரை வண்டிகளோ இல்லை.

பொறியியலாளர் இராஜாராம் சிந்துவெளியில் 1920இல் கண்டெடுக்கப்பட்ட ஒரு பாதி உடைந்த முத்திரையின் பதிவைக் காட்டி அது குதிரையின் உருவம் என்றும், சிந்துவெளி நாகரிகத் தவர் குதிரைகளை வளர்த்தனர் என்பதைத் தாம் கண்டு பிடித்துவிட்டதாகவும் அறிவித்தார். சிந்துவெளி நாகரிகத்தில் குதிரைகள் இருந்தன என எப்படியாவது காட்டினால், அது வேத கால நாகரிகம் என வாதிடவுதவும் என்பதற்காக ஆதாரங் களைத் தேட வேண்டிய நிர்பந்தம் ஏற்பட்டது எனலாம். சிந்துவெளி நாகரிகத்தில் குதிரைகள் வளர்க்கப்பட்டன என்ப தற்கு அவர் காட்டிய ஆதாரங்கள் போலியானவை என்பதை ஹார்வர்ட் பல்கலைக்கழக ஆய்வாளர் மைக்கேல் விட்ஸலும் *(Michael Witzel)*, வரலாற்றாய்வாளர் ஸ்டீவ் ஃபார்மரும் *(Steve Farmer)* திறம்பட விளக்கித் தம் கடுமையான மறுப்புகளை ப்ரண்ட்லைன் (*Frontline*, அக். 13, 2000) இதழில் தெரிவித்தனர். சர்ச்சைக்குள்ளான அந்த முத்திரை, மொகஞ்சோதாரோவில் மேற்கொள்ளப்பட்ட அகழாய்வுகள் பற்றித் தொல்லியலாளர்

எர்னஸ்ட் மக்கே (*Ernest Mackay*) 1938இல் வெளியிட்ட நூற்றுக் கணக்கான முத்திரைகளில் ஒன்றான 'மக்கே *453*' எனக் குறிப்பிடப்பட்ட படம். இருபதாம் நூற்றாண்டின் முற்பகுதியில் நடத்தப்பட்ட அகழாய்வுகளின்போது கண்டெடுக்கப்பட்ட சுடுமண் முத்திரையின் அண்மைக் காலப்பதிவை இராஜாராம் கணினியில் மிகைப்படுத்தி, திருத்தி வெளியிட்ட பித்தலாட்டம் வெட்டவெளிச்சமானது.

தன் வாழ்நாள் முழுவதையும் சிந்துவெளி ஆய்விற்கு அர்ப்பணித்திருக்கும் அஸ்கோ பர்ப்போலா, (*Asko Parpola*) குதிரையின் பின்பாகம் என இராஜாராம் சித்தரித்த படம் உண்மையில் ஒற்றைக் கொம்புடன் சித்தரிக்கப்பட்ட மாட்டின் உருவமே என்பதை உறுதிப்படுத்தினார். பக்கவாட்டுத் தோற றத்தை மட்டுமே காட்டிய முத்திரைகளில் மாட்டின் இரண்டு கொம்புகள் அல்ல, ஒற்றைக் கொம்புதான் சித்தரிக்கப்பட்டுள் ளது. இத்தகைய 'ஒற்றைக் கொம்பன்' முத்திரைகள் பலவற்றின் படங்களை 1991இல் இந்திய – பாகிஸ்தானியத் தொல்லிய லாளர்கள் கூட்டாக வெளியிட்ட சிந்துவெளி முத்திரைகள்,

ஹரப்பா முத்திரை

குறியீடுகள் பற்றிய ஆய்வுக் கட்டுரைகளில் காணலாம். இவை நடந்தது சரஸ்வதி ஆறு கண்டுபிடிக்கப்பட்டதாகவும் அதைத் தொடர்ந்து சரஸ்வதி பாரம்பரியத் திட்டம் (Saraswathi Heritage project) உருவாகிக்கொண்டிருந்த ஆண்டுகள். வேத காலம் சிந்துவெளி நாகரிகத்திற்கும் முற்பட்டது என்றும், அதைப் பொற்காலமாகச் சித்தரிக்க ஆளும் கட்சியினர் தீவிர முயற்சிகள் செய்துகொண்டிருந்த காலகட்டம். இவர்களால் சரஸ்வதி ஆறு பற்றிய இதிகாச, புராண நம்பிக்கைகள் அறிவியல் கோட்பாடுகள்போலப் பாவிக்கப்பட்டன.

'சிந்துவெளி முத்திரைகள்', 'ஹரப்பாவிலிருந்து அயோத்தியா வரை' போன்ற சர்ச்சைக்குள்ளான நூல்களை எழுதிய இராஜா ராம், சிந்துவெளி நாகரிகத்தவர் பயன்படுத்திய மொழி வேத காலத்திற்கும் பிற்பகுதியில் பேசப்பட்ட சமஸ்கிருதமே எனச் சிலாகித்தார். இது தொல்லியல், மொழியியல் முடிவுகளுக்கு முற்றிலும் முரணானது. ஏனெனில், வேத காலத்தின் பிற்பகுதி ஹரப்பா நாகரிகத்துக்கும் 2000 ஆண்டுகளுக்குப் பிற்பட்டது. அதுமட்டுமல்ல. வேத காலத்தியது குடிபெயர் கலாச்சாரம். சிந்துவெளி நாகரிகமோ ஒரு நகரக் கலாச்சாரம்.

மொழியியல் ரீதியாகவும் சிந்துவெளி நாகரிகம் திராவிடக் கலாச்சாரத்தைச் சார்ந்தது என்ற முடிவிற்கு பொர்ப்போலாவும் மற்ற அறிஞர்களும் வந்து பல ஆண்டுகள் ஆகின்றன. அவர் கூறுவதாவது: "தென்னாசியாவில் பல மொழிக் குடும்பங்கள் உண்டு. இதில் இந்திய – ஐரோப்பிய, திராவிட மொழிக் குடும்பம் இவை இரண்டும்தான் பிரதானமானவை. நூற்றாண்டுகளுக்கு முன் தென்னாசியாவின் 25% மக்கள் ஏதோ ஒரு திராவிட மொழியைத்தான் பேசினார்கள். இன்றும் சிந்துச் சமவெளியின் புராஹி (Brahui) எனும் திராவிட மொழியே பேசப்படுகின்றது. ரிக் வேதத்தில் காணப்படும் இந்திய – ஐரோப்பிய மொழி சாராத அயல் வார்த்தைகள் திராவிட மொழி வார்த்தைகளே" (*இந்து* நாளிதழ், 4.3.2008). ஐராவதம் மகாதேவனின் நிலைப்பாடும் இதுதான் என்பதை அவரது ஆய்வுக் கட்டுரைகள் காட்டுகின்றன.

வேத காலக் கலாச்சாரத்தவரின் வழித்தோன்றல்கள் என உரிமை கொண்டாடும் சிலர், சிந்துச் சமவெளி நாகரிகத்தை அவர்கள் மூதாதையர்கள் உருவாக்கினர் என்று நிறுவ முற்படுகின்றனர். அது வரலாற்று, தொல்லியல் உண்மைகளுக்கு முற்றிலும் புறம்பானது. ஹரப்பா – மொகஞ்சோதாரோ நலிவிற்குப் பின், ஏறத்தாழ 1500 ஆண்டுகள் கழித்தே மகத சாம்ராஜ்யத்தில் நகரங்கள் நிறுவப்பட்டன. வேத காலத்தவர் தான் ஹரப்பா போன்ற நகரங்களை நிறுவினர் என்றால்

ஏன் அந்த இடைப்பட்ட காலத்தில் அவர்கள் அத்தகைய நகரங்களை ஏன் உருவாக்கவில்லை?

"எழுநூறு ஆண்டுகளுக்கு முன் கட்டப்பட்ட பாப்ரி மசூதியை, மதத்தின் பெயரால் இடித்தவர்கள், இன்று ஹரப்பா நாகரிகத்தின் வரலாற்று ஸ்தானத்தைத் தகர்க்கப் பார்க்கின் றனர்" என்கிறார் அசோக் முகர்ஜி (Ashok Mukherjee). 'ரிக் வேத சரஸ்வதி: புனைவும் உண்மையும்' என்ற ஆய்வுக் கட்டு ரையை எழுதிய இவர் மேலும் குறிப்பிடுவதாவது:

"இந்தியாவின் தொல்வரலாறு பல இந்திய, மேல்நாட்டு ஆய்வாளர்கள் மேற்கொண்ட தீவிரமான ஆய்வுகளால் உருவா னது. அவர்களது ஆய்வு அறிவு வேட்கையால் மட்டுமன்றி இந்தியாவின் மீது கொண்ட அன்பாலும் இந்தியப் பண்பாடு களின் மேம்பாடுகளின் மீது கொண்ட மதிப்பாலும் மேற் கொள்ளப்பட்டவை. கலாச்சார மேம்பாடுகளை ஒரு மதத்தின் சாதனையாகக் கொண்ட வரலாற்றை எழுதுவது முறையல்ல. அவ்வாறு செய்வது எத்தகைய சமூக ஊறுகளை ஏற்படுத்தும் என்பதை வரலாற்றையோ புவியியலையோ விட்டேற்றியாக மாற்றி எழுத முற்படுவதை நாம் முழுமையாக எதிர்க்க வேண்டும்."

இதே கருத்தைச் சென்ற ஆண்டு சென்னை வந்திருந்த பர்ப்போலாவும் எதிரொலித்தார். "பழங்கால வரலாறு அரசிய லாக்கப்படுவதும் கல்விப்புலம் சாராத நோக்கங்களுக்காக அது பயன்படுத்தப்படுவதும் நம் துரதிர்ஷ்டம் என்றே நினைக் கின்றேன். மதவாதிகளும் மொழி வெறியர்களும் ஒரு தவறான தேசியத்தை உருவாக்கி விடுகின்றார்கள்" (*இந்து* நாளிதழ், 4.3.2008).

ஹரியானா மாநிலத்தில் சரஸ்வதி ஆறு ஓடியிருக்கலாம் என்று கருதப்பட்ட நான்கு இடங்களில் பா.ஜ.க. அரசு காலத்தில் அகழ்வாய்வுகள் மேற்கொள்ளப்பட்டன. ஆனால் அங்கு சிந்துச் சமவெளி நாகரிகத்தின் தொல்லெச்சங்கள்தாம் கிடைத்தன. வரலாற்றுச் சான்றுகள், தொல்லியல் ஆதாரங்கள், புவியியல் தடயங்கள் ஆகியவற்றின் அடிப்படையில்தான் இது பற்றிய அறிவியல் ஆய்வுகள் உறுதிசெய்யப்பட்டு, இறுதியில் ஒரு முடிவிற்கு வர வேண்டும். ஆனால் சரஸ்வதி நதி பற்றிய ஆய்வுகளில் ரிக் வேதத்தை எழுதிய ஆரியர் அந்த ஆற்றின் கரைகளில் வாழ்ந்தனர், ஹரப்பா நாகரிகமும் வேதக் கலாச் சாரமும் ஒன்று என்பது போன்ற அனுமானங்களின் அடிப்படை யில் ஆதாரங்கள் தேடப்பட்டன. எந்த ஆதாரமும் கிடைக்க வில்லை என்பதே உண்மை.

பார்வை நூல்கள்

1. Asko Parpola, The coming of the Aryans to Iran and India and the cultural identity of the Dases, *International Dravidian Linguistics,* XVII

2. Asko Parpola, *Deciphering the Indus Script,* London, 1994

3. Ashok Mukherjee, Rig vedic Saraswathi:Myth and Reality, *Break through,* Vol.9,Jan.2001.

4. Kalyanaraman S., *Saraswathi: Vedic River and Hindu Civilization,* Saraswathi Research and Foundation Trust, Chennai, 2008

5. Kalyanaraman S. (Editor), *Vedic River Saraswathi and Hindu Civilization,* Aryan Books International, New Delhi, 2008

6. Michael Witzel and Steve Farmer, 'Horseplay in Harappa', *Frontline,* 13 Oct.2000

7. Michael Witzel, A burshy Tail: the Piltdown horse, *Outlook,* 6 Nov.2000

8. Oldham CF, *The Saraswathi and the lost review of the Indian Desert, 1893*

9. Radha Krishna B.P. and Merh S.S., 'Vedic Saraswathi: Evolutionary history of lost Review of North Western India', *Geological Society of India,* 1999

10. *Rig Veda, Penguin,* 1987

11. அ. மார்க்ஸ், *ஆர்யக்கூத்து*

இதழ் (114), *காலச்சுவடு,* ஜூன் 2009

3

குமரிக்கண்டம் – லெமூரியாக் குழப்பம்

இன்றைய தமிழகத்தின் தெற்கே பல்லாண்டு களுக்கு முன் குமரி எனும் நிலநீட்சி இருந்ததாகவும் பின்னர் ஏற்பட்ட கடற்கோள்களால் இந்நிலப்பரப்பு கடலில் மூழ்கியதாகவும் கூறும் மரபு தமிழர்களிடையே உள்ளது. கர்ண பரம்பரைக் கதைகள், வாய்மொழி இலக்கியம், வெகுசில சங்க இலக்கியக் குறிப்புகள், அவற் றிற்கு உரையெழுதியவர்களின் கூற்றுகள் என இம்மரபிற் கான ஆதாரங்களை வகைப்படுத்தலாம். இம்மரபின்படி, தமிழ்ப் பழங்கதைகள் கூறும் தென்கண்டத்தில் பத் தாயிரம் ஆண்டுகளுக்கு முன்னர் தமிழ்ச் சங்கங்கள் தோன்றின. இதன் தலைநகரான தென் மதுரை கடலில் மூழ்கி அழிந்தது என்று கூறப்படுகிறது. மேலும் ஒருசாரார் குமரிக்கண்டமே தமிழரின் தாயகம், அது மூழ்கியபோது தப்பியவர்களே சிந்துவெளி நாகரிகம் மட்டுமன்றி சுமேரிய, எகிப்திய, பாபிலோனிய நாகரிகங்களையும் உருவாக்கினர் என நம்புகின்றனர். குமரிக்கண்டம் கருத்தாக்கத்தின் ஆதரவாளர்கள், கடலில் மூழ்கிய நிலப்பரப்பே ஆதி மனிதத் தோற்றம் நிகழ்ந்த லெமூரியா எனும் பழங்கண்டம், இதுவே தமிழர்களின் தாயகம் எனவும் வாதிடுகின்றனர். இவற்றிற்கான அறிவியல் ஆதாரங்கள்தான் என்ன? இன்றைய தமிழகத்தின் தெற்கே 'கண்டம்' என்று நாம் கருதும் விதத்தில் ஒரு நிலப்பரப்பு இருந்ததா?.

கண்டம் போன்ற ஒரு பெரும் நிலப்பரப்பு கடலில் மூழ்கியிருந்தால், அது கடலின் அடியில்தானே இருக்க வேண்டும். முன்பு கற்பனை செய்தும் பார்த்திருக்க முடியாத விதத்தில் கடலியல் ஆய்வு கடலின் அடித்தளம் பற்றிய நம் அறிவைப் பெருக்கியுள்ளது. கடந்த ஐம்பது

ஆண்டுகளில் மானிடவியல், புவியியல், கடலியல் முதலிய துறைகளில் ஏற்பட்ட அறிவியல் மேம்பாடு புதிய கண்டுபிடிப்பு களையும் ஆய்வு உபகரணங்களையும் தந்துள்ள நிலையில் இம்மரபு பற்றி மறுபரிசீலனை செய்வது அவசியம்.

கடந்த நூற்றாண்டில் மறைந்த கண்டத்தின் மரபை விளக்க வந்தவர்கள், மரபையே அடித்தளம் ஆக்கி குமரிக்கண்டம் கருத்தாக்கத்தை அறிவியல் ஆதாரம் எனும் அஸ்திவாரம் இல்லாத கோபுரமாக உருவாக்கினர். தமிழரின் தொன்மையை விளக்க இதன் காலகட்டம் மிகைப்படுத்தப்பட்டது. தமிழன், தமிழ்மொழி சார்ந்த கலாசாரத்தின் தொன்மையை மறுக்க இயலாது. ஆனால் தமிழரின் தொன்மையைக் கல் தோன்றி மண் தோன்றாக் காலத்திற்குக் கொண்டுசெல்வது அறிவியலுக்கு முரண்பட்டது. மறைந்த கண்டம் பற்றிய மரபின் ஆதரவாளர்கள், கடல் கொண்ட நிலப்பரப்பு பற்றி எழுதும்போது, குமரிக் கண்டம் – லெமூரியா, 'மு' என்னும் நிலப்பரப்பு, கோண்டு வானக்கண்டம் ஆகிய வார்த்தைகளை, மூன்றும் ஒரே நிலப் பரப்பைக் குறிப்பதாக எண்ணி மாற்றி மாற்றி உபயோகிக்க குழப்பம் உருவானது. இவை மூன்றும் தனித்தனியானவை, காலத்தாலும் உருவாக்கத்தாலும் முற்றிலும் மாறுபட்டவை என்பதைச் சுட்டிக்காட்ட வேண்டிய அவசியம் உள்ளது.

கோண்டுவானக் கண்டம்: இந்தியா, ஆஸ்திரேலியா, தென் துருவம், தெற்கு அமெரிக்கா, ஆப்பிரிக்கா மற்றும் மடகாஸ்கர் ஆகியன அனைத்தும் அடங்கிய ஆதிக்கண்டம் பெர்மோ – கார்பானிஃபரஸ் காலத்தில் (இன்றைக்கு 27 – 35 கோடி ஆண்டு களுக்கு முன்னர்) இருந்தது. 19ம் நூற்றாண்டின் இறுதியில் எடுவார்ட் சூயஸ் (Edward Suess) என்னும் ஆய்வாளர் பூமத்திய ரேகையின் தெற்குப் பகுதியில் உள்ள நிலப்பரப்புகளில் காணப் படும் படிவங்கள், பாறைகள் ஆகியனவற்றில் காணப்படும் ஒற்றுமைகளைக் கண்டு இவை, ஒருகாலத்தில் பிளவுபடாத கண்டமாக இருந்திருக்கவேண்டும் என்று கண்டுபிடித்தார். இந்த ஆதிக்கண்டத்திற்கு, மத்திய இந்தியாவில் வாழும் 'கோண்ட்' எனும் பழங்குடியினர் பெயரால் கோண்டுவானக் கண்டம் என்ற பெயர் கொடுக்கப்பட்டது. இக்கண்டம் பிளந்து, நகர்ந்து இன்றைய நிலையை அடைந்ததற்கு அசைக்க முடியாத அறிவியல் ஆதாரங்கள் உள்ளன. சுமார் மூன்று கோடி ஆண்டுகளுக்குமுன் கண்டங்கள் ஓரளவு இன்றுள்ள நிலையை அடைந்தன. கண்டங் கள் நகர்ந்தபோது, ஆதிமனிதயினம் தோன்றவில்லை என்பதை மனங்கொள்ள வேண்டும். ஐம்பதாயிரம் ஆண்டுகளுக்கு முன், ஆதிமனிதயினம் தோன்றியபின் ஏற்பட்ட கண்டங்களின் நகர்வு சில அடிகள் மட்டுமே. புவியியல் வரலாற்றில் ஆதிமனிதத் தோற்றம் அண்மையில் நிகழ்ந்த சம்பவம். எனவே, மறைந்த

கண்டம் பிளவுபட்டு நகர்ந்தபோது, ஆதிமனிதயினம் மிதப்புகள் மீது பயணித்துச் சென்றது என்பதில் உள்ள காலக்குழப்பம் தெளிவானது. தமிழ் இலக்கியங்கள் குறிக்கும் நிலநீட்சிக்கும், கோண்டுவானா ஆதிக்கண்டத்திற்கும் எந்தவிதத்திலும் தொடர் பில்லை.

பரிணாம வளர்ச்சியடைந்த ஆதிமனிதயினம் விவசாயம் செய்ய ஆரம்பித்து, குடியிருப்புகளை உருவாக்க ஆரம்பித்த காலம் இன்றைக்குப் பத்தாயிரம் ஆண்டுகளுக்கு முன் என்பதை உலக அளவில் மேற்கொள்ளப்பட்ட தொல்பொருளாய்வுகள் கணிக்கின்றன. கர்ண பரம்பரையாக வந்த பிரளயக் கதைகள், குடியிருப்புகள் உருவாகிய காலத்திற்குப் பின்னர் ஏற்பட்ட பிரளயங்கள் பற்றிக் குறிப்பிடுகின்றன. தமிழ் இலக்கியக் குறிப்பு கள் வரலாற்றுக் காலத்திலும், வரலாற்றுக்கும் சற்றே முற்பட்ட காலத்திலும் உண்டான கடற்கோள் பற்றிக் குறிப்பிடுகின்றன. பிரளயங்கள், கடற்கோள்கள் புவியியல் வரலாற்றில் அவ்வப் போது ஏற்பட்டவை. குமரிக்கண்ட மரபின் ஆதரவாளர், இவை பழந்தமிழகத்தை மட்டுமே சாடிய சாபக்கேடுகளாகச் சித்திரிக்கின்றனர். உண்மையில் கடற்கோள் மற்றும் பிரளயங்கள் பற்றி உலகம் முழுவதும் மரபுகள், கதைகள், புராணங்கள் உள்ளன.

ஆசியாவில் – இந்தியா, இலங்கை, பர்மா, திபெத், சீனா, பிலிப்பைன்ஸ் நாடுகளிலும்; ஐரோப்பாவில் – கிரேக்க, ரோமானிய, வெல்ஷ், கெல்டிக், ஸ்கேண்டிநேவியன் புராணங் களிலும்; அண்மைக் கிழக்கு நாடுகளிலும்; எகிப்திய, பெர்ஸியன், அஸிரியன், பேபிலோனியன், சேல்டியன், எபிரேய – யூதேய புராணங்களிலும்; மத்திய தரைக்கடலைச் சுற்றியுள்ள நாட்டுப் புராணங்களிலும்; அமெரிந்தியர் (செவ்விந்தியர்)களின் முன் னோர் பற்றிய கதைகளிலும்; ஆஸ்திரேலியாப் பழங்குடியினரின் (அபாரிஜினிகள்) தோற்றம் பற்றிய கதைகளிலும்; ஆப்பிரிக்கா வில் – கீன்யா, தன்சனியா, மொசாம்பிக், தென் ஆப்பிரிக்கா, கேமரூன், செனகால் முதலிய நாடுகளிலும் பிரளயங்கள் பற்றிக் கூறும் மரபுகள் உள்ளன. உலக மக்கள் அனைவரும் ஒரு பெரிய கடற்கோள், பிரளயம் பற்றிக் கூறுகின்றனர். ஆகவே, உலக மக்கள் அனைவரும் மத்திய இடம் ஒன்றிலிருந்து செல்லும்முன், இக்கடற்கோள் நிகழ்ந்திருக்க வேண்டும் என்பது ஒருசாராரின் வாதம். இந்த வாதத்தின் அடுத்தபடி, அப்படி ஒரு இடத்தில் மானிட இனம் தோன்றி, நாகரிகம் அடைந்திருந் தால் அது மறைந்த கண்டம் ஒன்று ஆக இருந்திருக்க வேண்டும் என்பது. ஆனால் உலகம் முழுவதும் உள்ள கடற்கோள் அல்லது பிரளயங்கள் பற்றிய கதைகள் உண்மையில் மனித குலம் ஆரம்பித்தது முதல் உலகெங்கும் பல்வேறு இடங்களில், பல்வேறு

காலகட்டங்களில் கடற்கோள்கள், பிரளயங்கள் ஏற்பட்டன என்பதைச் சுட்டிக் காண்பிக்கின்றன. பிரளயத்திற்குத் தப்பிப் பிழைத்த முன்னோர்களின் அனுபவங்களை, நினைவுகளைச் சுற்றி ஜோடிக்கப்பட்ட, உலகின் பல்வேறு இடங்களில் உருவாகிய மேற்கூறிய புராணங்களிலும் கதைகளிலும் ஒரு பொதுத் தன்மையை உணரலாம். சிலவற்றில் பிரளயம் ஏற்பட்டதற்கான காரணங்கள் பற்றியும் ஓரளவு அறிய வாய்ப்புகள் உள்ளன. மேலும் இவற்றால் உலகின் பல்வேறு பகுதிகளில், பல்வேறு காலகட்டங்களில், பலவிதமான காரணங்களால் பிரளயங்கள், கடற்கோள்கள் ஏற்பட்டுள்ளன என்பதை அறிய முடிகின்றது. உதாரணமாக, சிலி நாட்டுக்கதை ஒன்று எரிமலை மற்றும் அதைச் சார்ந்து உண்டான நிலநடுக்கத்தால் ஏற்பட்ட கடற் கோள் பற்றிக் கூறுகிறது. அமெரிந்திய பிரளயக்கதை, பனி உருகி கடல் மட்டம் உயர்ந்து, பிரளயம் உண்டான விவரத்தைக் கூறுகிறது. அமெரிக்காவில் ஆதி மனிதக் குடியேற்றம் பனிப்பரப்பு களில் எல்லைகளை ஒட்டி ஏற்பட்டது.

பிரளயக் கதைகள், பிரளயங்களுக்குத் தப்பித்தவர்களின் வழித்தோன்றல்கள், பல தலைமுறைகளாகக் கேட்ட கதைகள். மனு முதல் நோவா ஈறாக, பிரளயம் ஏற்பட்டபோது மிதப்புகள் மீது ஏறி தப்பிப் பிழைத்து, உயரமான பகுதியை அடைந்து கரையிறங்கி பின் வம்ச விருத்தி செய்தனர் என்பது பிரளயக் கதைகளின் சாரம். இதில் ஆஸ்திரேலியப் பழங்குடியினரின் (குல்லிபுல்) கதையில் தம் முன்னோர் உலகின் மத்திய பகுதியில் இருந்து வந்ததாகக் குறிப்பிடுவது ஒரு சுவாரஸ்யமான கதை. ஏனெனில், இன்றைய மானிடவியல் கண்டுபிடிப்புகள் இவர்கள் மேற்கிலிருந்து, ஆசியாவிலிருந்து வந்ததைக் குறிப்பிடுகின்றன.

லெமூரியா கருத்தாக்கம்: தமிழ்நாட்டில் சென்ற நூற்றாண்டின் நாற்பதுகளில் தமிழ் இலக்கியங்கள் குறிப்பிடும் நிலநீட்சியும் மறைந்த கண்டமாகக் கூறப்படும் லெமூரியாவும் ஒன்றே என்று வாதிடப்பட்டது. லெமூரியா – குமரிக்கண்டம் பற்றி அறிவியல் ஆய்வுபோலத் தோற்றமளித்த நூல்கள், கட்டுரைகள் தமிழ் ஆர்வலர் பலரால் எழுதப்பட்டன. இக்கருத்தாக்கத்திற்கு பல மேனாட்டு ஆதரவாளர் இருந்தனர். மரபுகளையே ஆதார மாக்கி எழுதியவர்கள் தம் வாதத்திற்கு வலிமை கூட்டும் வண்ணமாக மேனாட்டு அறிஞர் கூறியவற்றை மேற்கோள் காட்டும் பழக்கம் இருந்தது. மேற்கோள் காட்டப்படுபவர் களில் முதன்மையானவர் ஏர்னஸ்ட் ஹிக்கல் *(Earnest Haeckel 1834-1919)* எனும் ஜெர்மானிய உயிரியலார். இவர் கடவுளின் படைப்பால் உயிரினங்கள் தோன்றின என்று மதவாதிகள் போதித்ததை எதிர்க்கவும், தாம் உயிரியலாளர் என்ற நிலையிலும்

டார்வினின் பரிணாம வளர்வு பற்றிய கோட்பாடுகளில் ஆர்வம் காட்டினார். தன்னுடைய ஜோடிக்கப்பட்ட ஆய்வுகளால், அறிவியல் உலகில் அவர் தன் நம்பகத்தன்மையை இழந்துவிட்டாலும் சமுதாய, இன ஆதாயங்களுக்காக ஜெர்மானியர் இவரது விளக்கங்களை வரவேற்றனர். 'பிரயோகிக்கப்படும் உயிரியலே அரசியல்' என்னும் இவரது கூற்றையும், இனவெறி, தேசப்பற்று, சமுதாய டார்வினிஸம் (Social Darwinism) என்னும் கோட்பாடுகளையும் நாஸி இனவெறியர்கள் ஆரிய (வெள்ளைக்கார) இனம் மற்ற இனங்களைவிட மேலானது என நிரூபிக்க உபயோகித்தனர்.

லெமூரியா என்னும் பெயர் எப்படி வந்தது? குரங்கு வகையைச் சேர்ந்த லீமர் (Lemur) என்னும் விலங்கு பரிணாமப் படியில் ப்ரோசிமியன் (Prosimian) என்னும் உட்பிரிவைச் சார்ந்தது. லீமர்கள் இன்று ஆப்பிரிக்காவின் தென்கிழக்கேயுள்ள மடகாஸ்கர் தீவிலும், அதின் அருகிலுள்ள கொமோரோஸ் தீவுகளில் மட்டுமே காணப்படுகின்றன. ப்ரோசிமியன் பிரிவிலுள்ள இதர விலங்குகளான தேவாங்கு, இந்தியா உட்பட தென்கிழக்கு ஆசியநாடுகளிலும் போட்டோஸ், கலகாஸ் விலங்குகள் ஆப்பிரிக்காவிலும் வாழ்கின்றன. லீமரின் உறவுவகை (ப்ரோசிமியன்) குரங்குகள் பரவியிருக்கும் விதத்தால், ஒரு காலத்தில் ஆப்பிரிக்கா, மடகாஸ்கர், இந்தியா, மலேஷியா ஆகியவற்றை இணைத்த நிலப்பாலங்கள் இருந்திருக்க வேண்டும் என்றார் ஹிக்கல். அத்தோடு நிற்காமல் அழிந்துபோன இந்த நிலப்பாலங்கள் இருந்த பகுதியில்தான் ஆதிமனிதன் தோன்றியிருக்க வேண்டும் என்று அறிக்கை விடுத்தார். தான் கூறியதை வலுப்படுத்த புள்ளி விபரங்களோ, அறிவியல் ஆதாரங்களோ இல்லாமல் ஹிக்கல் கூறியதைத் தொடர்ந்து ஃபிலிப் ஸ்கேலடர் என்ற ஆங்கிலேயர், இந்தியாவிற்கும் மடகாஸ்கருக்கும் இடையே இந்துமகா சமுத்திரத்தில் இருந்திருக்கக்கூடும் எனக் கருதப்பட்ட நிலப்பாலத்தை 'லெமூரியா' எனக் குறிப்பிட்டார். எவரும் மறுப்புத் தெரிவிக்காத நிலையில் பலவீனமான ஒரு யூகம் மெதுவாக வேரூன்ற ஆரம்பித்தது; இது நடந்தது அறிவியல் உலகில் ஒரு முக்கியமான காலகட்டம்; டார்வினின் உயிரினங்களின் தோற்றம் பற்றிய விளக்கம் வந்த காலம்; ஆனால் இது கண்டங்களின் பெயர்ச்சி பற்றிய விளக்கங்கள் வருவதற்கு முற்பட்ட காலம்; கண்டங்களின் பெயர்ச்சியினால் ஏற்பட்ட பாறைகள், படிவங்கள் மற்றும் விலங்குகள், தாவரங்கள் ஆகியவற்றில் காணப்பட்ட ஒற்றுமைகளுக்கு விளக்கம் தேடிக்கொண்டிருந்த காலம்; அன்றைய ஆய்வாளர்கள், அன்றைய அறிவியல் உலகு அறிந்தவற்றை மட்டுமே வைத்து விளக்கங்கள் தேடிக்

கொண்டிருந்த காலம் அது; பல்வேறு கண்டங்களில் இருந்த விலங்குகள், தாவரங்கள் ஆகியவற்றில் இருந்த ஒற்றுமைகளை விளக்க, 'நிலப் பாலங்கள்' என்ற கோட்பாடு உருவாயிற்று. பின்னரே கண்டங்களின் பெயர்ச்சி பற்றி விளக்கப்பட்டது. இதனால் பல கண்டங்களில் உள்ள புவியியல் அமைப்பு, உயிரினங்களில் காணப்படும் ஒற்றுமைகள் பற்றி தெளிவேற்பட்டது. அன்று உருவாகிய 'நிலப்பாலம்' கோட்பாடு, இன்றைய கண்டுபிடிப்புகளால் ஆதாரமற்ற கோட்பாடு என்பது உறுதி செய்யப்பட்டுள்ளது.

மறைந்துவிட்டதாகக் கருதப்படும் லெமூரியா, அட்லாண்டிஸ் என்னும் கண்டங்கள் பற்றி பிரம்மஞான சபையினர் (Theosophical Society) முதலில் எழுத ஆரம்பித்தனர். பிரம்மஞான சபை ஹெலினா ப்ளவாட்ஸ்கி என்னும் (Helena Blavatsky) ரஷ்யப் பெண்மணியால் 1875இல் நியூயார்க்கில் ஆரம்பிக்கப் பட்டது. இந்தியா, சீனா, திபெத் முதலிய கிழக்கத்திய நாடுகளில் போற்றப்பட்ட மரபுத் தத்துவங்கள், வாழ்க்கை நெறி ஆகியவற்றின் கதம்பமாக பிரம்மஞான சபையின் கோட்பாடுகள் உருவாகின. ப்ளவாட்ஸ்கி 1888ல் தாம் எழுதிய 1500க்கும் மேற்பட்ட பக்கங்கள் கொண்ட நூலில் பிரபஞ்சம், உலகம், அதில் மனிதனின் தோற்றம் பற்றி எழுதினார். ப்ளவாட்ஸ்கியின் எழுத்துகள், கொள்கைகள் சர்ச்சைக்குள்ளானவை. இவருக்குப்பின் பிரம்மஞான சபையினர், ஸ்க்லேடர் உருவாக்கிய 'லெமூரியா' என்னும் சொல்லை தாராளமாகப் பிரயோகித்தனர்.

குமரிக்கண்டம் ஆப்பிரிக்கா, ஆசியா, பசிஃபிக் மற்றும் இந்துமாக்கடல்வரை பரவியிருந்ததாகக் கருதி இவர்கள் நம்பிய நிலப்பரப்பைக் குறிக்க லெமூரியா என்ற பதத்தைப் பயன்படுத்தினர். இவர்களில் ஒருவர்தான், குமரிக்கண்டம் கருத்தாக்க ஆர்வலர்கள் அடிக்கடி மேற்கோள் காட்டும் ஸ்காட் எலியட் (Scott Eliot). இவர் 1925இல் எழுதிய மறைந்த கண்டங்களாகக் கருதப்படும் 'அட்லாண்டிஸ் மற்றும் லெமூரியா' (The Story of Atlantis and lost Lemuria) என்ற நூலில் மனித இனத்தின் ஐந்து மில்லியன் ஆண்டு வரலாற்றை எழுத முயற்சி செய்யப்பட்டுள்ளது. மனித குலம் தோன்றியே ஒன்றரை மில்லியன் ஆண்டுகள்தான் ஆயின என்பதை அறியும்போது, எலியட் கூற்று ஆதாரமற்றது என்பது விளங்கும். இந்நூலுக்கான தகவல்களை இவர் ஞானதிருஷ்டியால் பெற்றதாகக் கூறப்படுகிறது என்பதால், இவர் கூற்றுக்களை அறிவியல் ஆதாரங்களாக எடுத்துக்கொள்ளவியலாது. இவர் எழுதிய பலவற்றைச் செரிக்கவே முடியாது. எடுத்துக்காட்டாக, 'லெமூரியாவில் வாழ்ந்தவர்கள் முதலில் நுங்கு போன்ற வடிவற்ற உடலை கொண்டிருந்தனர். பின்னர் திடமான உடலைப் பெற்றனர்; 4.5 மீட்டர்

உயரம் கொண்ட அவர்களின், கண்களுக்கு இடையே அகன்ற இடைவெளி இருந்தது காதுகள் பிற்புறமாக அமைந்திருந்தன; மொத்தத்தில் அவர்கள் மனிதர்களைப் போலத் தோற்றமளிக்க வில்லை' என்று ஸ்காட் எலியட் கூறுவது அபத்தமானது. லெமூரியா ஆதரவாளர்கள், இவை பற்றியெல்லாம் கூறாமல், 'ஸ்காட் எலியட் தெற்கில் ஒரு பெரும் நிலப்பரப்பு இருந்ததாகக் கூறினார்' என்று மட்டும் கூறிவிடுகின்றனர். இப்படித்தான் அறிவியல் பதங்களைப் பிரயோகித்து, ஆய்வுக்கட்டுரைகள் போன்று தோற்றமளிக்கக்கூடிய அறிவியல் ஆதாரமற்ற படைப்பு களை உருவாக்கும் மரபு ஆரம்பிக்கப்பட்டது எனலாம். 1800 களில் உருவாக்கப்பட்ட மரபுகள், யூகங்கள் ஆகியவற்றின் அடிப்படையில், ஸ்காட் எலியட் விளக்கியவற்றை 1920ம் ஆண்டு தொடக்கத்தில் ஆய்வாளர் சிலர் அறிவியல் ஆதார

லெமூரியன்

மற்றவை என நிரூபித்தனர். லெமூரியா கருத்தாக்கம் வெள்ளைக் கார (ஆரிய) இனம் உலகத்திலுள்ள அனைத்து இனங்களிலும் உயர்ந்தது என்பதை வலியுறுத்த வெள்ளைக்காரர்களால் உருவாக்கப்பட்டது. இக்கருத்தாக்கத்தின்படி, லெமூரியன் ஆரிய இனத்தைவிட பரிணாம வளர்வில் தாழ்ந்தவன். தமிழனின் தொன்மையை உணர்த்த இக்கருத்தாக்கத்தை உணராமல் பிரயோகித்தனர் தமிழ் ஆர்வலர் சிலர். லெமூரியாக் கண்டம் பற்றிய மரபு உருவாகிய காலகட்டத்தில், அக்கருத்தாக்கத்தின் ஆதரவாளர்களின் கூற்றுகளுக்கு யாரும் முறையாக மறுப்புக் கூறவில்லை. தமிழரின் தொன்மையை போற்றும் இம்மரபின் நம்பகத்தன்மை, ஆதாரங்கள் பற்றி கேள்வியெழுப்பியோர் குரல்கள் எதிர்கொள்ளப்படாமலேயே போய்விட்டன. மேலும் வரலாற்றுரீதியான விவாதமோ, பரிசீலனையோ இல்லாது போய்விட்டது. லெமூரியா கண்ட (குமரிக்கண்டம்) கருதுகோள் பற்றி நாற்பதுகள் முதல் பலர் எழுதினர். பெரும்பாலோர் இக்கருத்தின் ஆதரவாளர்கள். இவர்கள் வலியுறுத்திய சில கருத்துகள் பின் வந்த கட்டுரையாளர்களால் மேற்கோளாகக் காட்டப்படுகின்றன. இந்த விளக்கங்களில் ஒருவிதமான கவித்துவ சுதந்திரத்தைக் காணலாம்.

பன்மொழிப் புலவர் கா. அப்பாத்துரைதான் எழுதிய *குமரிக்கண்டம் அல்லது கடல் கொண்ட தென்னாடு* (1941) நூலில் லெமூரியாக் கண்டம் பற்றியும் அதன் நில அமைப்பு, அதில் வாழ்ந்த உயிரினம், மக்கள் பற்றியும் விவரங்களைத் தருகிறார். "இலெமூரியாக் கண்டத்தில் கிழக்குப் பகுதியின் மேல்பகுதியில் சில உயர்ந்த மலைகளே இன்று பஸிபிக் கடலின் தீவுகளாகியிருக்கின்றன. எரிமலைகளும், நில அதிர்ச்சியும் அக்கண்ட முழுமையும் என்றும் குலுக்கிக் கொண்டே இருந்தன. இலெமூரிய வாழ்க்கைக்காலம் நடுக் கற்காலமாகும். உள்நாட்டுச் சதுப்பு நிலங்களிலும், கடற்கரையோரங்களிலும், டினோஸர்கள் வாழ்ந்தன. ஊன்வெறியால் அவை உறுமும் பொழுதும், மரஞ் செடி கொடிகளை நெரித்து அவை நடக்கும் அரவம் கேட்கும் போதும் இலெமூரிய மக்கள் கவலையும், முன்னெச்சரிக்கையும் கொள்வர்; இலெமூரிய மக்கள் தற்கால மக்களை – விட நெட்டை யானவர்; ஆறடிக்கு மேற்பட்டு ஏழடி வரையிலும் அவர்கள் உயர்ந்திருந்தனர்; உடலின் எடை 160 – 200 கல் என்று கூறப்படு கிறது." மேற்கூறிய தகவல்கள் அறிவியல் ஆதாரமற்றவை என்பது தெளிவு. இதில் முக்கியமான குழப்பம் டைனோஸர்களையும் ஆதி மனிதயினத்தையும் சமகாலத்தவராக்கியது. டைனோஸர் கள் அழிந்து பல்லாயிரக்கணக்கான ஆண்டுகளுக்குப் பின்னரே மனித இனம் தோன்றியது என்பது நாமறிந்த அறிவியல் தகவல்.

இலக்கிய ஆதாரங்களையும் லெமூரியா கருதுகோள் பற்றி பிரம்மஞான சபையினர் கூறியவற்றையும் ஆதாரமாகக் கொண்டு குமரிக்கண்டம் எப்படி இருந்திருக்கும் என்று பன்மொழிப் புலவர் அப்பாத்துரையார் வரைபடம் ஒன்றை உருவாக்கினார். இதையே இவருக்குப்பின் வந்த குமரிக்கண்ட கருத்தாக்கத்தின் ஆதரவாளர்கள், வரைபடம், அதன் ஆதாரங்கள் முதலியன பற்றிக் கேள்விகள் ஏதும் கேட்காமல், தம் கருத்தை வலியுறுத்த அதைப் பயன்படுத்தினர். தமிழரின் தொன்மையை வலியுறுத்து மாறு குமரிக்கண்டம் கருதுகோள் உபயோகப்படுத்தப்பட்டது. குமரிக்கண்டத்தின் நிலப்படங்களும் தயாரிக்கப்பட்டன.

குமரி என்னும் நிலநீட்சி பற்றிய இலக்கியக் குறிப்புகள்

லெமூரியா கருத்தாக்கம் ஒரு காலகட்டத்தில், சங்க நூல்கள் குறிக்கும் நிலநீட்சியுடன் சம்பந்தப்படுத்தப்பட்டது. இதுபற்றி ஜோசப் என்னும் வரலாற்று ஆய்வாளர் கூறுவதாவது:

“தமிழர்களிடையே தம் முன்னோர்கள் கடலால் அழிந்து போன கண்டத்தைச் சேர்ந்தவர்கள் என்ற ஆழ்ந்த பாரம்பரியம் ஒன்று உள்ளது. இந்த மரபு மறைந்த கண்டத்திலிருந்து நாடுகள், அங்கு பாய்ந்த ஆறுகள், இருந்த மலைகள், அவ்வப்போது கடலில் மறைந்த பகுதிகள் பற்றியும் கூறுகிறது. கி. பி. பத்தாம் நூற்றாண்டுக்குப்பின், தமிழ்க் காவியங்களுக்கு உரையெழுதியவர்களால் உருவாக்கப்பட்ட சம்பிரதாயம் இது. இதுபற்றிய முதல் விளக்கம், நக்கீரர் தன் இறையனார் அகப்பொருளுரையில் அளித்தது; பின் வந்த நச்சினார்க்கினியர், அடியார்க்குநல்லார் முதலிய உரையாசிரியர்களும் அதே சம்பிரதாயத்தைப் பின் பற்றினர்; இந்த மரபை புராணக்கதையென்று எண்ணி ஒதுக்கி விடவும் முடியாது; அப்படியே உண்மையெனவும் ஒத்துக் கொள்ளவும் முடியாது; எப்படியிருந்தாலும் அன்றிருந்த நிலத்தின் ஒரு பகுதியைக் கடல் கொண்டது இந்த மரபின் சாரம். இந்த மரபிற்கு ஹிக்கல், டோபினார்ட் முதலிய விஞ்ஞானிகள் ஆதரவு தந்தனர்; ஹோல்டர்னஸ் மற்றும் ஸ்காட் எலியட் முதலிய எழுத்தாளர்களும் குறிப்பிட்டுள்ளனர். மறைந்த லெமூரியா பற்றிய கருத்தாக்கம், கடல் கோள் விழுங்கிய தமிழ்ச் சங்கம் இருந்த நிலப்பரப்பு பற்றிய மரபு ஆகிய இரு வேறு கருத்தாக்கங்கள் பற்றி ஒரு பெரும் குழப்பம் நிலவுகிறது. சங்கப் பாடல்கள் தரும் குறிப்புகளிலிருந்து உருவாகிய இம்மரபு, கி.பி. பத்தாம் நூற்றாண்டிற்குப் பின், சங்கப் பாடல்களுக்கு உரையெழுதியவர்களால் உருவாக்கப்பட்டது. இந்த இரு மரபுகளும் கூறுகின்ற நிகழ்ச்சிகளுக்கு எந்தக் காலத்திலும்

எந்தவிதமான சம்பந்தமும் இருந்திருக்க முடியாது. இந்தியாவிற்கும் தெற்கே இருந்ததாகச் சொல்லப்படும் நிலப்பரப்பு பழங்கற் காலத்தில் அழிந்தது என்றால், சங்கத்தை அழித்த கடற்கோளின் காலத்துடன் அந்நிகழ்வை ஒப்பிட்டால் பின்னது அண்மையில் நடந்ததே என்று கூறவேண்டும்." (Joseph.P, *Lemuria – Fresh Evidence*, Pages 121-130). லெமூரியா மரபு குறிக்கும் நிலப்பரப்பும் சங்க நூல்கள் குறிக்கும் கடற்கோள் கொண்ட நிலப்பரப்பும் வேறு வேறு என்பதும், இவையிரண்டிற்கும் எந்த தொடர்பும் கிடையாது என்பதும் இவ்விளக்கத்தின் சாரம்.

சங்க இலக்கியங்கள் கடல் கொண்ட நிலநீட்சி பற்றி அப்படி என்ன தான் கூறுகின்றன? தமிழகத்தின் தென்பகுதியிலிருந்த நிலப்பரப்பைக் கடல் கொண்டதாக சங்க இலக்கியப் பாடல்கள் சில கூறுகின்றன. மரபு வழிச் செய்தியோடு, தமிழ் வளர்த்த தலைச்சங்கம், இடைச்சங்கம், இரண்டும் கடற்கோளால் அழிந்ததாகக் கூறப்படுவதால், இந்நிகழ்வுகள் இலக்கிய வரலாற்றுடன் இணைந்துள்ளன. சங்கப் புலவர்கள் எழுதியவற்றிற்குப் பின்னர் (கி.பி.10ம் நூற்றாண்டில்) உரையெழுதியவர்கள் – நக்கீரரின் இறையனார் அகப்பொருளுரை தொடக்கம் நச்சினார்க்கினியார், அடியார்க்கு நல்லார் முடிய –அனைவரும் இதே மரபைப் பின்பற்றினர். குமரிக் கண்ட கருதுகோள் பற்றிய இலக்கியக் குறிப்புகளையும் அவற்றிற்கு உரையாசிரியர்கள் தரும் விளக்கத்தையும் இங்கு காணலாம்.

குமரித் தெய்வத்தின் வழிபாடு காரணமாக இந்நிலப்பரப்பிற்கு 'குமரி' என்ற பெயர் வழங்கப்பட்டது. இப்பகுதியை ஆண்ட மன்னர்கள் பழமையை உணர்த்தும் 'பண்டு' எனும் பதத்திலிருந்து உண்டான 'பாண்டியன்' எனும் பெயரால் அழைக்கப்பட்டனர். குமரிப் பரப்பின் வடகோடியில் இருந்த குமரி ஆற்றுக்கும் தென் கோடியில் இருந்த பஃறுளி ஆற்றுக்கும் இடைப்பட்ட பகுதி எழுநூறு காவதம் நீளமானது. இப்பகுதியில் ஏழ் தெங்க நாடு, ஏழ் குன்ற நாடு, ஏழ் குணகரை நாடு, ஏழ் குறும்பனை நாடு முதலிய நாடுகளும் குமரி, கொல்லம் போன்ற பன்மலை நாடுகளும் இருந்தன என்று அடியார்க்கு நல்லார் குறிப்பிடுகின்றார். குமரியின் தென்பகுதியில் குமரிக்கோடு இருந்தது. பஃறுளியாறு ஓடியது. இந்தப் பகுதியை ஆண்ட பாண்டிய மன்னன், நெடியோன் பற்றி,

முந்நீர் விழவின் நெடியோன்
நன்னீர்ப் பஃறுளி மணலினும் பலவே

என்னும் (புறநானூறு 9:10–11) சங்கப் பாடலால் அறிகின்றோம்.

இப்பாடல் பாண்டியன் நெடியோன் நல்ல நீரையுடைய பஃறுளியின் மணலைவிட பலவாண்டுகள் வாழ்க! என்பதாகப் பொருள்படும். இப்பாடலில் முந்நீர்க் கடலையும், நன்நீர் என்பது, உவர்ப்பான கடல் நீரினும் வேறுபட்ட ஆற்று அல்லது ஊற்று நீரைக் குறிப்பிடுகிறது. பாண்டியன் நெடியோன், பஃறுளி ஆற்றிலிருந்து கால்வாய்கள் தோண்டி விவசாயம் செய்ததாகவும், ஆவடி வம்பலம், பாண்டியன் ஜெயமா கீர்த்தி என்று அழைக்கப்பட்ட இந்தப் பாண்டிய மன்னன், அருகிலுள்ள ஒளி நாடு, பெருவளநாடு, குமரி நாடு போன்ற நாடுகளையும் ஆண்டதாகவும் கூறப்படுகிறது.

தமிழ் வளர்த்த தலைச்சங்கம் இயங்கிய, அன்றைய பாண்டிய னின் தலைநகரான தென் மதுரை உள்ளிட்ட குமரியின் தென்பரப்பை ஒரு கடற்கோள் கொண்டது. இதையே சங்க இலக்கியங்கள் குறிக்கும் முதற் கடற்கோள் எனலாம். பாண்டிய மன்னன் ஒருவன் இமயத்தையும், கங்கையையும் கைப்பற்றி தான் கடற்கோளால் இழந்த குமரிமலைக்கும், பஃறுளியாற்றிற் கும் ஈடுசெய்து கொண்டான் என்பதையே,

அடியிற் றன்னள வரசர்க் குணர்த்தி
வடிவே லெறிந்த வான்பகை பொறாது
பஃறுளி யாற்றுடன் பன்மலையடுக் கத்துக்
குமரிக் கோடுங் கொடுங்கடல் கொள்ள
வடதிசைக் கங்கையும் இமயமுங் கொண்டு
தென்றிசை யாண்ட தென்னவன் வாழி

என்று இளங்கோவடிகள் (சிலப்பதிகாரம் – காடுகாண் கதை 17 – 22) பாடினார் என்பதாகத் தேவநேயப் பாவாணர் குறிப்பிடு கின்றார். குமரியின் தென்பகுதியைக் கடல் கொள்ள, சற்றே வடக்கேயிருந்த கபாடபுரத்தைத் தன் தலைநகராக்கினான் பாண்டிய மன்னன். இங்கு இடைச்சங்கம் நிறுவப்பட்டு இயங்கி யது. கபாடபுரத்தின் இதரப் பெயர்கள் கபாடம், கதவம், புதவம், அலைவாய் என்பன. 'அலைவாய்' என்பது கடற்கரை யில் அமைந்த ஊரைக் குறிப்பது. இந்தப் பகுதியை கடற்கோள் அழித்தது. இதையே இரண்டாம் கடற்கோள் எனலாம். இதற்குத் தப்பிய பாண்டிய மன்னன் தன் குடிகளைத் தான் கைப்பற்றிய சேர, சோழ நாட்டுப் பகுதிகளில் குடியமர்த்தினான். இதனையே முல்லைக் கலிப்பாடல் (104:1–4)

மலிதிரை யூர்ந்துதன் மண் கடல்
வௌவலின்
மெலிவின்றி மேற்சென்று
மேவார்நா டிடம்படப்

புலியோடு வில் நீக்கிப்
புகழ்பொறித்த கிழர் கெண்டை
வலியினான் வணக்கிய
வாடாச்சீர் தென்னவன் . . .

எனக்குறிப்பதாக அடியார்க்கு நல்லார் தம் உரையில் சுட்டிக் காண்பிக்கிறார்.

மேலும், இறையனார் அகப்பொருளுரையில் அமைந்த முக்கழக வரலாறு, மேற்கூறிய இரண்டு கடற்கோள்கள் பற்றிக் கூறுகிறது. கபாடபுரத்தையும் கடல் கொள்ள, மேலும் வடக்கில், குமரியாற்றின் கரையிலிருந்த மணவூர், பாண்டியனின் தலைநகர மாகியது. தொல்காப்பியர் காலத்தில் (சுமார் கி.மு. ஆறாம் அல்லது ஏழாம் நூற்றாண்டில்) குமரியாறு தெற்கு நோக்கி ஓடிக்கொண்டிருந்தது. 'தடநீர்க்குமரி வடபெருங் கோட்டின் காறுங் கடல் கொண்டொழி தலால்' என்று அடியார்க்கு நல்லார் கூறுவது, குமரி ஆற்றை கடல் கொண்ட நிகழ்ச்சியைக் குறிப்பதாகக் கொள்ளப்பட்டால் இது இலக்கியம் குறிக்கும் மூன்றாவது கடற்கோள். இங்கு மாடல மறையோன் குமரியாற் றில் குளித்ததாகக் குறிப்பிடும் சிலப்பதிகாரக் கதையின் முடிவில், 'தொடியோள் பௌவமென' இளங்கோவடிகள் குமரியைக் கடலாகக் குறிப்பிடுவதை நோக்க வேண்டும். குமரியாற்றின் கரையிலிருந்த மணவூரைக் கடல் கொள்ள, பாண்டியன் வடக்கு வந்து வைகைக் கரையிலுள்ள மதுரையைத் தலைநகராக்கி அங்கு கடைச்சங்கத்தை நிறுவினான்.

இதில் முக்கியமாக கவனிக்க வேண்டியது என்னவென் றால், இலக்கியங்கள் குறிப்பிடும் கடற்கோள்கள் வரலாற்றுக் காலத்திற்கும் வரலாற்றிற்கு சற்றே முற்பட்ட காலத்திலும் நிகழ்ந்தவை.

மேற்கண்ட இலக்கியக் குறிப்புகளில் குமரிக்கண்டம் என்ற வார்த்தை புலப்படாததைக் கவனிக்கவும். எனவே குமரி என்னும் நிலப்பரப்பை, கண்டமாக்கியது அப்படி ஒரு மரபு ஒன்றை உருவாக்கியவர்களின் பங்களிப்பு என்றே கூறலாம். குமரி என்று சங்கப் புலவோர் குறிப்பிடும் நிலநீட்சி இன்று நாம் கண்டம் எனக்குறிப்பிடும் அளவுக்கு விரிந்த நிலப்பரப்பா? அவனி வகைகளை விளக்கும் பிங்கல நிகண்டின் (ச. அவனி வகை – 457).

பைதிர மண்டிலம் பாடி தேயந்
தண்ணடை நீவரங் கோட்டஞ்
சனபதஞ் சும்மை யகலுள்

> கண்ட மேணியென்றின்ன வீராச்
> சிய முலகு நாடென்ப

என்னும் இப்பாடல் நாடு என்ற சொல்லுக்குள்ள இதர பெயர்களைக் கூறுகிறது. அவற்றில் ஒன்று கண்டம் என்பது. எனவே, கண்டம் என்ற சொல் இன்று நாம் குறிக்கும் கண்டம் என்னும் பெரும் நிலப்பரப்பைக் குறித்தது அன்று. எனவே, பழங்காலத்தில் யாரேனும் கண்டம் என்னும் சொல்லால் ஒரு நிலப்பரப்பைக் குறிப்பிட்டிருந்தால் அது ஒரு நாட்டையே குறித்திருக்கும்.

"குமரிக்கண்டத்தில் இருந்ததாகக் கூறப்படும் நாடுகளையும் ஏழ்தெங்கம், ஏழ் மதுரை, ஏழ் முன் பாலை, ஏழ் பின் பாலை, ஏழ் குன்றம், ஏழ் குணக்கரை, ஏழ் குறும்பனை என்ற பட்டியலில் இறையனார் உரைகாரர் கூறும் நாற்பத்தி ஒன்பது நாடுகளையும் இன்றைய வழக்கோடு இணைத்துப் பெரும்பரப்பினதாகக் கருதுதல் பிழை. நாடு என்பது அன்றைய தமிழில் கிட்டத்தட்ட இன்றைய தாலுக்காவிற்குச் சமம். இடைக்காலக் கல்வெட்டுகள், தமிழ்ப் பேரரசுகள் மண்டலம், நாடு எனப் பிரிக்கப்பட்டுள்ள தைக் காட்டுகின்றன. இப்பிரிவு இன்றைய மாவட்டம், வட்டத் திற்குச் சமம். எனவே, நாற்பத்தொன்பது நாடுகள் என்று கேட்ட அளவில் மிக விரிந்த பரப்பு கடலுள் அழிந்தது என்று கருத முடிவதில்லை, நாற்பத்தொன்பது தாலுக்காக்கள் என்பதே கருத்து" என அறவாணன் *(தமிழரின் தாயகம், ப. 114)* குறிப்பிடு கிறார்.

மேலும் உரைகாரர் கூற்றுப்படி, குமரி ஆற்றுக்கும் பஃறுளி ஆற்றுக்கும் இடைப்பட்ட பகுதி எழுநூறு காவதம் நீளமானதாக குறிக்கப்படுகிறது. காவதம் என்பது ஏறத்தாழ பத்து மைல்களைக் குறிக்கும். எனவே எழுநூறு காவதம் என்பது ஏழாயிரம் மைல்களைக் *(11,200 கி.மீ.)* குறிக்கிறது. இன்றைய குமரிமுனைக்கும் தென்துருவமான அண்டார்டிகாவிற்கும் இடைப்பட்ட தூரம் *5,300 மைல் (8,500 கி.மீ.)* இப்படியிருக்க இந்தக் கடற்பகுதியில் எவ்வாறு ஏழாயிரம் மைல் நீளமான நிலப்பரப்பு இருந்திருக்க முடியும்? அடியார்க்கு நல்லாரின் மிகைப்படுத்தல் நரியைப் பரியாக்கின கதையாகும். சங்க இலக்கியங்களில் சில, தமிழகத் தின் தெற்கேயிருந்த நிலப்பரப்பை கடல் கொண்டதாகக் கூறுகின்றன. கடல் கொண்ட நிலப்பரப்பு எவ்வளவு பெரியது, எப்போது கடலில் மூழ்கியது என்பது புவியியல், கடலியல் ஆய்வு முடிவுகளைப் பொருத்தே தீர்மானிக்கப்பட வேண்டும்.

குமரி எனும் நிலநீட்சி பற்றிய ஆய்வு எளிதானது அல்ல. தமிழர்களின் வரலாற்றை ஆய்பவருக்கு உள்ள இடர்பாடுகளாக,

சு.கி. ஜெயகரன்

அரிதாக உள்ள மூலவிவரங்கள், முட்டுக்கட்டைகளாக உள்ள புராணங்கள், மரபுகள் என சுப்பிரமணியம் என்னும் வரலாற்று ஆய்வாளர் குறிப்பிடுகிறார். இவர் கூறுவதை முத்தாய்ப்பாகப் பார்க்கலாம்.

"புராணங்கள் தமிழருக்குப் புதியவை அல்ல. ஐதிகம் என்பது தெளிவற்ற பழம் நினைவுகள். நம்மவர் இவற்றைக் கேள்விகள் கேட்காமல் நம்புவர். தமிழ் நாட்டில் வரலாறு என்ற பெயரில் எழுதப்பட்ட நூல்களில், புராணம், பழங்கதை, பழம்பெருமை பிணைந்திருப்பது கண்கூடு. எது வரலாற்றுப் பூர்வமான உண்மை எனக் கேட்கப்படுவதில்லை. ஒரு விதமான சமுதாய பாரம்பரியம் ஐதிகம் மற்றும் மரபுகளைத் தமிழரின் மனதில் ஊன்ற வைத்துவிட்டது. நம்மவர்களின் ஞானத்தின் மேல் இருக்கும் மரபுகளின் பிடி சாமான்யமானதல்ல. மரபு, ஐதிகம் வெறும் கட்டுக் கதையென்றால் அதிகம் பாதிப்பில்லை. ஆனால் அதை வைத்து பண்டைய வரலாற்று நிகழ்வுகளைக் கற்பனையால் மிகைப்படுத்தினால் இடையூறு விளைகிறது. இம்மாதிரியான மரபுகளில் தலையானது, குமரி முனைக்குத் தெற்கே பாண்டிய மன்னர்களால் ஆளப்பட்ட கண்டம் இருந்த தாகக் கூறுவது. இது கடற்கோளால் அழிந்தது என்பதும் அதனால் அரசன் தன் தலைநகரை வடக்கே அமைத்தான் என்பதும் கடவுளரும் அகத்தியரும் இச்சங்கத்தின் அங்கத்தினர் என்றும் கூறும் மரபு. உண்மைக்கும் கட்டுக்கதைக்கும் இடைப் பட்டது." *(The Tamils - Their History, Culture and Civilisation, pp 25-27).*

இதழ் (33), *காலச்சுவடு,* ஜன – பிப்.2001

4

எதிர்வினைகளும் எதிர்கொள்ளப்படாதவைகளும்

ஒருவர் வெளிப்படுத்திய கருத்துகளை எதிர் கொள்ளும்போது, அவற்றை அறிவுரீதியாக உள்வாங்கிப் பின் மாற்றுக் கருத்துகளைத் தர்க்கரீதியாக முன்வைக்க வேண்டும். ஆனால் பொதுவாக தமிழ்ப் பத்திரிகைச் சூழலில், மாறுபட்ட கருத்துகளைத் தர்க்கபூர்வமாக எதிர்கொள்ளும் தன்மை குறைவென்பதை நான் லெமூரியா பற்றி எழுதியபோது வந்த எதிர்வினைகளால் உணர்ந்தேன். கருத்துகளை எதிர்கொள்ளாமல், எழுதிய வரைத் தனிப்பட்ட முறையில் தாக்கும் எதிர் வினை களைக் கண்டேன்.

காலச்சுவடு இதழில், சில ஆண்டுகளுக்கு முன் 'குமரிக்கண்டம் – லெமூரியா குழப்பம்' என்ற கட்டு ரையை, பின்னர் வரவிருந்த 'குமரி நிலநீட்சி' என்று தலைப்பிட்ட என் நூலுக்கு வெள்ளோட்டம் போல் எழுதினேன். அதில் மனுக்குலம் தோன்றியதற்கு முன் னிருந்த கோண்ட் வானாக் கண்டமும், மேனாட்டு மறை 'ஞானி'களின் கற்பனையில் உதித்த லெமூரியாவும் சங்க இலக்கியங்கள் சில சுட்டும் குமரி என்ற நிலப்பரப் பும் வெவ்வேறானவை என்பதை விளக்கியிருந்தேன். அதற்கான எதிர்வினைகளை, மறைந்த கண்டத்துடன் சம்பந்தப்பட்ட புனைபெயர்களில் எழுதியோர், *காலச் சுவடு* எதிர்வினைகளைப் பிரசுரிக்கவில்லையென்று குறை கூறி, அவற்றை ஒப்புரவு என்ற பத்திரிகையின் இதழ் ஒன்றில் பதிவு செய்தனர். காலச்சுவடு ஒரு கருத்துப் போரைத் துவங்கியிருப்பதாகவும் அதை எதிர்கொள்ளக் குமரிக் கண்ட ஆதரவாளர் அனைவரும் முன்வர வேண்டும் என்ற அறைகூவலும் எழுதப்பட்ட அந்த எதிர்வினைகளில் மேலோங்கியிருந்தது சினமே!

சு.கி. ஜெயகரன்

கருத்துப் போர் ஆரம்பிப்பதாகக் கூறி என்மீது வசைமாரி பொழிந்த அந்த எதிர்வினைகளில் ஒன்று கூட, என் நூலிலுள்ள அறிவியல்சார்ந்த வாதங்களை எதிர்கொள்ளவில்லை. 'எப்படி இவர் இப்படிக் கூறலாம்' என்ற தோரணையில் எழுதப்பட்ட எதிர்வினைகளில் கடற்கோள், கண்டப் பெயர்ச்சி, மறைந்த கண்டம், அங்குத் தழைத்த சீரிய நாகரிகம் பற்றி எழுதி, சங்கப் புலவோர், உரைகாரர் கூறியவை கட்டுக் கதைகளாக இருக்க முடியாது என வாதிட்டனர். எப்படி 'இருந்திருக்க முடியும்' என்பதைக் கூறாத அந்த வாதங்கள், குத்துச் சண்டை பயிலு வோர் திருப்பக் குத்தாத மணல்பையின்மீது குத்துவதை ஏனோ எனக்கு நினைவுறுத்தின.

அவற்றில் எனக்கு விடுக்கப்பட்ட ஒரு முக்கியமான கேள்வி, 'நான் கோடிக்கணக்கில் செலவழித்துக் கடலடி ஆய்வுகள் நடத்தினேனா?' என்பது. என் வாதங்கள், அறுபதுகளுக்குப் பின் நடத்தப்பட்ட புவியியல், கடலடி மற்றும் ஆழியியல் ஆய்வுகளின் அடிப்படையில் அமைந்தவை. ஆம், அவற்றிற்கென ஆய்வு நிறுவனங்கள், பன்னாட்டு அமைப்புகள் பல கோடிகள் செலவழித்துள்ளன. ஆனால் நான் ஒன்று கேட்க விரும்புகிறேன்: மறைந்த கண்டங்கள் பற்றி எழுத ஆரம்பித்த பன்மொழிப் புலவர் துவங்கி அதுபற்றி எழுதிக்கொண்டிருக்கும் பேருந்துத் தொழிலதிபர் வரை எவரேனும் ஒருவராவது கடலடி ஆய்வுகள் நடத்தியவரா அல்லது புவியியலின் அடிப்படைகளைத்தான் புரிந்து கொண்டவர்களா? அவர்கள் அனைவரும் ஸ்காட் எலியட் சொன்னார், ஹெலினா ப்ளவாட்ஸ்கி சொன்னார் என்று 19ம் நூற்றாண்டில் எழுதியவற்றை, மூலங்களை ஆராயா மல், கேள்விகள் எழுப்பாமல், அவர்களின் லெமூரியாக் கோட் பாடு என்ற அரைத்த மாவையே இன்றுவரை தமிழில் அரைக்க வில்லையா?

தொல்காப்பியருக்கு முற்பட்ட புலவோர் எழுதியவற்றை மேற்கோள் காட்டி 'என்மனார் புலவோர், பாங்குற உணர்ந் தோர்' என்று எழுதும் மரபு, தொல்காப்பியத்தில் உள்ளது. அதே மரபில், நக்கீரர் தம் இறையனார் அகப்பொருளுரையில் குமரி எனும் நிலப்பகுதி பற்றிக் குறிப்பிட்டதை எழுநூறு அல்லது எண்ணூறு ஆண்டுகளுக்குப் பின் வந்த உரைகாரர் பின்பற்றினர். அவர் மிகைப்படுத்தி எழுதிய நிலவியல் விவரங்கள் வேத வாக்குகளாகமாறிவிட்டன. அன்று இருந்ததாக நம்பப்பட்ட வற்றை, அன்று எழுதப்பட்ட இலக்கியக் குறிப்புகளை, புவியின் மேற்பரப்பைச் செயற்கைக் கோள்களால் கண்காணிக்கும் இன்று, மறு பரிசீலனை செய்ய வேண்டும் என்பது காலத்தின் கட்டாயம். மேம்பட்ட அறிவியல் ஆய்வுகளால் கண்டத் தட்டு

களின் அமைப்பு, கடல் மட்ட உயர்வு பற்றி அறிந்துகொண்ட நிலையில், சங்கப் புலவர் மற்றும் உரைகாரர் கூறியதை விடுத்து, இந்த நூற்றாண்டிற்குள் காலடியெடுத்து வைக்க வேண்டும்.

கருத்துகளை உள்வாங்காமல், அவற்றிற்கு எதிர்வினைகளை எழுதுவது ஆகாயத்துடன் சிலம்பம் செய்வது போலாகும். ஓர் எடுத்துக்காட்டு, வெகுஜன வார இதழ் ஒன்றில் அன்றைய அரசியல்வாதி எழுதிய மறுப்புக் கட்டுரை. 'தமிழன் மட்டு மல்ல மனிதயினம் தோன்றியதே குமரிக் கண்டத்தில்தான் என்று பல நாட்டு ஆராய்ச்சியாளர்களும் உறுதிப்படுத்தியிருக் கிறார்கள். ஆனால் இப்போது பெங்களூர்க்காரர் ஒருவர், குமரிக்கண்டம் என்றே ஒன்று இருந்ததில்லை என்கிறார். அதைப் படித்ததும் இலக்கியச் செல்வர் துள்ளிக் குதித்து எழுந்துவிட்டார்' என்ற முற்குறிப்புடன் ஆரம்பித்தது 'தமிழன் தோன்றிய குமரிக் கண்டம்' என்ற கட்டுரை. அதில் 'இலங்கை யில் புகழ்பெற்ற நூலாகிய *மகாவம்சம்*, இலங்கைக்கும் தெற்கே 700 காதம் (இவர் கணக்குப்படி அது 4900 மைல்களுக்குச் சமம்!) நிலப்பரப்பு இருந்ததாகக் கூறுகிறது' என்று எழுதியிருந்தார். அந்த எதிர் வாதம் அவர் மகாவம்சத்தையோ என் நூலையோ புரட்டிக்கூடப் பார்க்காமல் எழுதியது என்பது தெளிவு. அவர் மகாவம்சத்தைப் புரட்டிப் பார்த்திருந்தால் அதில் குமரிக்கண்டம் பற்றிய குறிப்புகள் எதுவுமேயில்லை என்பதைக் கண்டிருப்பார். என் நூலை வாசித்திருந்தால், சங்க இலக்கியங்கள் குறிப்பிடும் நிலப்பரப்பு எதுவாகயிருக்கும் என்பதை நான் விளக்கியிருப்பதை யும் அறிந்திருப்பார். புவியியல் பதங்கள் விரவலாகப் பயன் படுத்தப்பட்ட அவரது கட்டுரையில், நிலவியல் வரைபடங்கள் இரண்டு, அதில் ஒன்றில் 12 கோடி ஆண்டுகட்கு முற்பட்ட குமரிக்கண்டத்தின் படம் இருந்தது. மனிதகுலம் தோன்றியதே ஒரு லட்சத்திற்கும் குறைவான காலம் என்ற நிலையில், புவி யின் வரலாறு, மனித குலத்தின் வரலாறு பற்றிய ஒரு அடிப் படைப் புரிதலுடன் அவை பற்றி எழுத வேண்டும்.

என்னைப் பாராட்டி, என் நூலுக்கு மதிப்புரை எழுதிய ஒருவர், நூலைப் படிக்காமல் எழுதியிருக்கிறார் என்றால் வியப்படைய வேண்டாம். *தீராநதியில்* (ஜூலை 2003) வெளி வந்த 'விஞ்ஞானமும் இலக்கியமும் கலந்த ஆய்வு' எனத் தலைப்பிடப்பட்ட பத்மாவதியின் மதிப்புரையின் ஆரம்பமே 'இலக்கிய ஆதாரங்கள், கண்டங்கள் நகர்வது பற்றிய தகவல்கள், மனித நாகரிகத்தின் வளர்ச்சி, கடல் மட்ட ஆதாரங்களைக் கொண்டு லெமூரியாக் கண்டம் கடலில் மூழ்கிவிட்டதை நிறுவுகிறது இந்தப் புத்தகம்' என்று தொடங்குகிறது. அவர் எழுதிய மதிப்புரைக்கும் என் நூலின் அடிப்படை இயங்குதளத்

திற்கும் எந்த விதமான தொடர்புமில்லை. மேலும் கடலுக்கடியில் எரிமலை வெடித்துக் குமுறும்போது உருவாகும் நிலநடுக்கம் பற்றி நான் எழுதியதைப் புரிந்து கொள்ளாமல் அதையே, இந்திரனுக்கு நீராட்டு விழா நடத்திய நம் முன்னோரின் பெருமை பேசப் பயன்படுத்தியிருந்தார் அவர். 'பராந்தக சடையன் வெளியிட்ட செப்பேடுகளில் உள்ள, வேள்விக்குடி செப்பேட்டில் உயர்ந்துகொண்டிருந்த மலையைத் தடுத்து நிறுவியவரும், கடல்நீர் முழுவதையும் குடித்த குடமுனியைப் பற்றிக் கூறப்பட்டதால், கண்டப் பெயர்ச்சி, மலைகள் உயர்வது பற்றி நம் முன்னோர்கள் அன்றே தெரிந்து வைத்திருந்தனர்' என்று எழுதினார்.

பாராட்டுகள் பலவகை. அவற்றில் மறைமுகமான பாராட்டு ஒருவகை. ஒருவர் பாடியதைப்போலப் பாடுவது, ஒருவர் எழுதியவற்றை எழுதுவது போன்ற செயல்களால், காப்பியடிப்பவர், தான் யாரைக் காப்பியடிக்கிறாரோ, அவர் மீதுள்ள தன் அபிமானத்தை வெளிப்படுத்துகிறார் என்றே சொல்லலாம். இதைத்தான் *imitation is a form of appreciation* என்ற ஆங்கிலப் பழமொழி கூறுகிறது. இவ்வகையில் என்னைப் பாராட்டியவர் நாவலர் சடகோபன் என்பவர். 'குமரி நிலநீட்சி'யில் நான் எழுதிய சில முக்கியமான கருதுகோள்களை வரிக்கு வரி எடுத்தெழுதி 'மறைந்த கண்டம்' பற்றிய கட்டுரை ஒன்றை ஒரு நாளிதழில் எழுதியிருந்தார். ஓரிடத்திலாவது அவர் அந்தக் கருத்துகளை எங்கிருந்து எடுத்தார் என்பதைக் குறிப்பிடாமல் எழுதியிருந்தார் அந்தப் பண்பாளர்! இதில் ஒரு ஆபத்து என்னவென்றால், லெமூரியா பற்றிய எனது கருத்துகள், தமிழினப் பெருமை பேசுவோரைத் தாக்கப் பயன்படும் வாதமாகச் சிலரால் பயன்படுத்தப்படக் கூடும், மேற்கூறிய நாவலர் சடகோபன் மாதிரி! ஆனால் எனது நோக்கம் அதுவல்ல. தமிழர்கள் பெருமை கொள்ள எண்ணற்ற கூறுகள் உள்ளபோது, இல்லாத ஒன்றைப் பிடித்துக்கொண்டிருக்கத் தேவையேயில்லை என்பது என் நிலைப்பாடு.

இரு ஆண்டுகளுக்கு முன் *கணையாழி*யில் குமரிக் கண்டம் பற்றிய கட்டுரை ஒன்றைப் படித்தேன். புவியியல் அபத்தங்கள் நிரம்பிய அக்கட்டுரை, மறைந்த கண்டத்தில் பாலைவனங்களும் அதில் ஒட்டகங்களும் இருந்திருக்கக்கூடும் எனச் சிலாகித்தது. அக்கட்டுரை கூறிய கருத்துகளை மட்டுமே எதிர்கொண்டு முல்லையும் குறிஞ்சியும் திரிந்து உருவாகும் பாலை நிலமும் பாலைவனமும் *(desert)* ஒன்றல்ல என்றும், இந்தியாவின் தென் பகுதியருகே பாலைவனங்கள் என்றும் இருந்ததற்கான புவியியல் தடயங்கள் ஏதுமில்லையென்றும், ஒட்டகங்கள் பாலைவனத்தில்

பரிணமித்த விலங்குகள் அல்ல, அவை வீட்டு விலங்குகளாகப் பழக்கப்படுத்தியபின் பாலைவனங்களில் பயன்படுத்தப்பட்டன என்பதையும் குறிப்பிட்டேன். என் கட்டுரைக்கு மறுபடியும் எதிர்வினையெழுதிய அக்கட்டுரையாளர், என் கருத்துகளைத் தர்க்கரீதியாக எதிர்கொள்ளாமல், எவ்வாறு தமிழர் தன்னம்பிக்கையின்றித் துவண்டு கிடக்கின்றனர் என்றும் பழம் பெருமை பேசுவதில் தவறில்லை என்றும் எனக்கு அறிவுரை அளித்திருந்தார்.

குமரி நிலநீட்சிக்கு எதிர்வினை எழுதியோர் ஏதோ தாம் மட்டும் தமிழினத்தின், தமிழ் மொழியின், தமிழ்ப் பண்பாட்டின் காவலர் போன்று எழுதினர். நானும் என் பள்ளிப் பருவத்தில் மறைந்த கண்டம் பற்றியும் 'கல்தோன்றி மண்தோன்றாக் காலத்திற்கும்' முற்பட்ட தமிழினத்தின் பெருமை பற்றியும் பேசக் கற்றுக்கொண்டேன். அதைக் கற்பித்த, தமிழ் இலக்கியத்தை மட்டுமே அறிந்த என் தமிழாசிரியர்களுக்கு நன்றி கூற வேண்டும்! பள்ளியில் கற்றுக்கொண்ட குமரிக்கண்டக் கோட்பாட்டை அன்று பரிபூரணமாக நம்பினேன். பின்னர் புவியியல் பயில ஆரம்பித்தபோதுதான், மறைந்த கண்டக் கோட்பாடு எத்தகைய மிகை என்பதும் எவ்வாறு அலங்கரிக்கப்பட்டது என்பதும் புலப்பட்டது. அதைத் தமிழ்கூறும் நல்லுலகிற்கு எடுத்துக் கூற வேண்டும் என்ற உந்துதலால் அதுபற்றி எழுத முற்பட்டேன். உண்மையைத் தேடும் என் ஆய்வுகள் அரசியல் எல்லைகளையும் சாதி – இன, மத, மொழி வேறுபாடுகளுக்கும் அப்பாற் பட்டவை.

என் நூலைப் படித்துணர்ந்து நடுநிலையான மதிப்புரை எழுதியவர்களில் பொ.வேல்சாமி முக்கியமானவர். அவர் லெமூரியா – மறைந்த கண்டங்கள் கோட்பாடுகளை ஆதரித்து எழுதுபவர்களின் உள்நோக்கம் பற்றிய ஒரு முக்கியமான கேள்வியையெழுப்பினார். ஆரிய இனப் பெருமை பேச வெள்ளைக்கார மறை'ஞானி'கள் லெமூரியாக் கோட்பாடு பற்றி எழுதினர் என்றால், இன்றைய தமிழ்ப் பத்திரிகைச் சூழலில் ஏன் அது பற்றி எழுதுகிறார்கள்? அண்மையில் பழந்தமிழகம் பற்றிய நூலொன்றைக் கண்டேன். அதில் மறைந்த கண்டம் பற்றிய 'ஆய்வு'க் கட்டுரைகளில் வேத விளக்கங்களும் புராணக் கதைகளும் பஞ்சாங்க ஆதாரங்களுடன் காவி நிறத்தில் எழுதப்பட்டிருந்தது. குமரிக் கண்ட ஆய்வாளர் ஒருவர், ஐந்திறம் நூலைப் பல ஆண்டுகளாக ஆராய்ந்து தமிழ் மொழி பற்றியும் தமிழர் பற்றியும் முக்கியமாக இந்துமதம் பற்றிய தகவல்களையும் கிரகித்துக் கொண்டிருப்பதாக ஓர் எழுத்தாளர் எழுதியதைக் காண நேர்ந்தது. பழந்தமிழகத்தில் (மறைந்த கண்டம் உட்பட)

இருந்தவர்கள் அனைவருமே இந்துக்கள் என முன்கூட்டியே எடுத்த முடிவுக்கு இவர்களால் ஆதாரங்கள் தேடப்படுகின்றன.

இருபத்தொன்றாம் நூற்றாண்டில் புராணங்களையும் ஆகமங்களையும் துணைக்கு இழுத்து வந்து அறிவியலால் தெளிவு செய்யப்பட்ட கோட்பாடுகளை 'ஆராய்ந்து' கொண்டிருப்பதாகக் கூறும் கேலிக்கூத்தை நாம் பிறந்த மண்ணில் மட்டும்தான் காணமுடியும்.

இந்தியாவின் பன்முகத் தன்மையிலும் மதச் சார்பின்மை யிலும் ஜனநாயகத்திலும் அக்கறையுடையோர் கவனிக்க வேண்டியவை பற்றி எழுதிய அ.மார்க்ஸ் 'வெறுப்பை விதைக்கும் வரலாற்றுப் பாடங்கள்' நூலில் "இந்துத்துவவாதிகளின் பிரதான ஆயுதம் வரலாறு. வரலாற்றின் அடிப்படையில் அவர்கள் எதிரியை அடையாளப்படுத்துகிறார்கள். 'தேசியத்தை' வரையறுக் கின்றனர். தங்களின் நிகழ் கால அரசியலுக்குத் தோதாக ஒரு பழங்காலத்தைக் கட்டமைக்கின்றனர். அதன் மூலம் நிகழ்காலம் மட்டுமல்லாமல் பழங்காலமும் அவர்களின் வசமா கிறது" என்று குறிப்பிடுகிறார். இங்குதான் தமிழினத்தின் பழங் காலத்தை யார் கையிலெடுத்திருக்கிறார்கள் என்பதை உற்று நோக்க வேண்டும். 'பண்டைய இந்தியா' எனும் நூலில் உள்ள அபத்தங்களைச் சுட்டிக் காட்டும் மார்க்ஸ், 'நமது பழம்பெருமை யைப் பீற்ற வேண்டும் என்பதற்காக வேத காலத்திலோ, சங்க காலத்திலோ கணிப்பொறிகள் இருந்தன என்று சொல்லி விட முடியுமா? நாகரிகம் ஒன்றின் காலத்தைச் சொல்லும்போது அது பிற வரலாற்றுச் சம்பவங்கள், பிற துறை முடிவுகள் ஆகியவற்றுடன் பொருந்துகிறதா என்பதை அறிவது முக்கியம். ஏதோ ஒரு குறிப்பிட்ட நோக்கத்திற்காக ஒரு சில தரவுகளை மூடி மறைப்பது, வரலாறு எழுதியலின் அறமன்று' என்று கூறும் அவர், எழுதுபவரின் அறியாமையின் காரணமாகவோ, வேறெந்த நோக்கத்திலோ தவறான தகவல்களைத் தராமலிருப்பது முக்கியமானதொன்று என்றும், ஆதாரமற்ற விவரங்களை உறுதிபடச் சொல்லக் கூடாது என்றும் கூறுகிறார். ஆனால் இதைத்தான் பல மறைந்த கண்ட ஆதரவாளர்கள் செய்து கொண்டிருக்கின்றனர்.

செவிவழிச் செய்திகள், ஐதீகங்கள், புராணங்கள், இலக்கியக் குறிப்புகள் ஆகிவற்றிற்குத் தம் மனம் போன போக்கில் கொடுத்த விளக்கங்களை ஆதாரமாகக் கொண்டு, தமிழ் நூல்களின் வரலாற்றுக் காலங்களைக் கணித்துக்கொண்டிருந்த காலகட்டத் தில், தமிழ் ஆய்வுத் துறையில் முத்திரை பதித்தவர் பேராசிரியர் வையாபுரிப்பிள்ளை. அவர் கண்ட முடிவுகளில், தொல்காப்பியர்,

திருவள்ளுவர், இளங்கோவடிகள் ஆகியோரின் காலங்களை கி.பி.5ஆம் நூற்றாண்டிற்குப் பின்னாகக் குறிப்பிட்டதால் அவர் தூற்றப்பட்டார் என்றும், அவரது நிலைப்பாட்டை எதிர்த்த வர்கள் தக்க ஆதாரங்கள் காட்டி மறுக்காமல், உணர்ச்சிமயமான எதிர்வினைகளை எழுதினர் என்பதையும் முனைவர் அ.கா. பெருமாள் (*தமிழ் இலக்கியங்களின் காலம் பற்றி வையா புரியாரின் கணிப்பு* – 1983) சுட்டிக்காட்டுகிறார். 'தமிழ் இலக்கியங் களின் காலங்களைக் கணிக்கவந்தவர் எல்லோரும் வையாபுரியா ரின் காரணங்களை அறிவுபூர்வமாக மறுக்காது, முத்திரை குத்திப் பழித்துவிட்டு, தமிழ் நூல்களைத் தொன்மையான காலத்திற்குத் தள்ளித் திருப்திப்பட்டுக்கொள்ளும் நிலையைத் தமிழ் இலக்கிய வரலாற்று நூல்களில் பரக்கக் காண்கிறோம்' என்கிறார் பெருமாள்.

குமரி நிலநீட்சி பற்றிய என் கணிப்புகளும் இதே போன்ற, ஆனால் நான் எதிர்பார்த்ததைவிடக் குறைவான எதிர்ப்புகளை, எதிர்வினைகளை உருவாக்கியுள்ளது. காரணம், வையாபுரியாரின் காலக்கணிப்புகள் வந்த காலத்திற்கும் இக்காலத்திற்கும் உள்ள வேறுபாடுகள். இன்று கோட்பாடுகளின் நம்பகத்தன்மை குறித்துக் கேள்வியெழுப்பும் அறிவியல் நாட்டம் கொண்ட இளைய தலைமுறையினர் இருப்பது; தகவல் துறையின் முன்னேற்றத்தால் அண்மைக்கால ஆய்வுகள் பற்றிய பரவலான புரிதலிருப்பது; விழிப்புணர்வு கொண்ட பகுத்தறியும் வாசகர்களின் எண் ணிக்கை பெருத்திருப்பது போன்றவை அன்றில்லாதவை. லெமூரியா மறைந்த கண்டம் பற்றிய என் கருத்துகளை ஏற்றுக் கொள்வது கடினமாகயிருப்பது தன்னின உயர்வுவாதம் பேசும் ஒரு சிறு விழுக்காட்டினருக்கே.

தன்னின உயர்வுவாதமே பிரிவினைகளுக்குக் காரணம். இப்படித்தான் ஒரு காலத்தில் சீனர்களும் அவர்களே உலகின் மூத்த குடியினர் என்றும் அவர்கள் வாழும் பகுதியே உலகின் மையம் என்றும் நம்பினர். ஆனால் அது அறிவியல் காட்டும் உண்மையல்ல என்பதைச் சீனச் சிந்தனையின் மறுமலர்ச்சிக் காலத்திலேயே உணர்ந்தனர். ஒருசாரார் அடுத்தவரைவிட உயர்ந்தவர் என்று எண்ணுவதாலேயே சாதி, இன, மதச் சண்டைகள் உருவாகின்றன. தமிழர்தான் மூத்த குடியென்பதும் தன்னின உயர்வுவாதம்தான். ஒரு லட்சம் ஆண்டுகட்கு முன், ஆதி மனிதர் ஆப்பிரிக்காவை விட்டு வெளியேறி உலகெங்கிலும் வியாபித்தனர்; அவர்களே நம் முன்னோர்கள் என்ற அறிவிய லால் தெளிவான உண்மையை, இந்தத் தன்னின உயர்வு வாதிகளால் செரிக்கமுடியாது என்பது வேறு விஷயம். தமிழர் நாகரிகம், கல் தோன்றி மண் தோன்றாக் காலத்திற்கு முற்பட்டது

என்று ஓர் 'இலக்கியவாதி' கூறினால் அதை நம்புவதுதான் தமிழ்ப்பற்றின் அடையாளமாகக் கருதப்படும் நிலை நீடிக்க வேண்டுமா அல்லது புவியியல், மானிடவியல், தொல்லியல் ஆகியவற்றின் அண்மைக் கால ஆய்வுகளின் முடிவு என்ன என்பதை அறிந்து, இந்தத் தேங்கிய நிலையை மாற்ற வேண்டுமா என்பதைப் பகுத்தறிய விழையும் வாசகர்கள்தான் தீர்வு செய்ய வேண்டும்.

இதழ் (78), காலச்சுவடு, ஜூன் 2006

5

குமரிக்கண்டத்துப் பாலைவனத்து ஒட்டகம்?

சங்கத்தமிழ் பகுத்த நிலவகையில் குறிப்பிடப்படும் பாலை நிலமும், அரிதாக மழைபெறும், கடும் வெப்பமிகு, பரந்த மணல்வெளிகளைக் கொண்ட கலஹாரி, சஹாரா போன்ற இன்றைய நிலவியல் நூற்கள் சுட்டும் பாலை வனமும் ஒன்றா? என்பது அடிப்படைக் கேள்வி. சங்க நூல்கள் எவற்றிலாவது 'பாலைவனம்' என்ற சொல் உண்டா? டெஸர்ட் *(Desert)* எனும் ஆங்கில வார்த்தையின் மொழிபெயர்ப்பாகப் பாலைவனம் எனும் வார்த்தை காலனி ஆதிக்கத்தின்போது உருவாகியது. இது சங்கப் பாடல்கள் குறிப்பிடும் பாலை நிலத்திலிருந்து வேறு பட்டது. 'முல்லையும், குறிஞ்சியும் முறைமையில் திரிந்து, நல்லியல்பழிந்து, நடுங்கு துயருறுத்தப் பாலையென்ப தோர் படிவங்கொள்ளும்' என்கிறது சிலப்பதிகாரம்.

இக்கூற்றின்படி காடும், காடு சார்ந்த முல்லை நிலமும், மலையும், மலையைச் சார்ந்த குறிஞ்சி நிலமும் வறண்டு திரிந்துபட்டு பாலை நிலமாக *(Semi arid land)* மாறுகிறது. பாலை நிலத்தை சதுரகராதி, சரம் செம்புலம் நீரிலா நிலம் என்கிறது. பாலை எனும் மரம் வளர்வதால், பாலைநிலமென்று பெயர் பெறுகிறது என்பது ஒரு விளக்கம். தென்னாட்டில் வறண்ட பகுதிகளில் 8 – 10மீ உயரம்வரை வளரும் பாலை அல்லது வெட்பாலை *(Wrightia tintoria)* மரம், பாலைவனத்தில் வளரும் மரமல்ல.

தமிழகத்தில் வண்டாம் பாலை, திருக்கழிப்பாலை, பெரும்பாலை என்ற ஊர்ப்பெயர்களும் இலங்கையில் இருபாலை, முதுதலிப்பாலை என்ற பெயர் கொண்ட ஊர்களும் உள்ளன. மேற்கூறிய ஊர்ப் பெயர்களுக்கும்

பாலைவனத்திற்கும் ஏதாவது சம்பந்தம் உண்டா என்றால் இல்லையென்றே கூறலாம். எடுத்துக்காட்டாக, தஞ்சை மாவட்டத் திலுள்ள திருப்பாலைத்துறை எனும் ஊர்ப்பெயரை எடுத்துக் கொள்வோம். இவ்வூர்ப் பெயரிலுள்ள 'பாலை' எனும் பதத்திற்குப் 'பாலைவனம்' எனப் பொருள் கொண்டால் 'துறை' என்பது மக்கள் இறங்கி நீராடுவதற்கான இடத்தைக் குறிக்கும் என்பதால், அதாவது 'பாலைவனத்தில்' நீராடும் துறையிருப்பது நிலவியல் முரண்பாடு என்பதை முனைவர் கு. பகவதி (இலக்கியத்தில் ஊர்ப் பெயர்கள் – 1984) குறிப்பிடுகிறார். எனவே சங்கப்பாடல் குறிக்கும் பாலை நிலம், பாலைவனம் அல்ல என்ற புரிதல் தேவை.

மேலும் பாலைநிலத்தில் வாழும் மறவர், எயினர், சவரர், கிந்தர், கானவர், குரவர், புளினர் மற்றும் பேடர் (பிங்கல நிகண்டு 532) பாலைவனத்தில் வாழ்பவர் அல்லர். தொல்காப்பி யர் காலத்திலும் சரி, ஆதிமனிதர் வாழ்ந்த காலத்திலும் சரி, தமிழகம் இலங்கை சார்ந்த நிலப்பகுதிகளில் பாலைவனங்கள் இருந்ததில்லை என்பதற்குப் படிவயியல் *(Sedimentalogy)* ஆதாரங் கள் உள்ளன. எண்ணை மற்றும் எரிவாயுக் கழகம் (ONGC) தென்னிந்தியக் கடற்கரையொட்டிய பகுதிகளிலும், கடலடியி லும் இட்ட துளைக்கிணறுகள் வெளிக்கொணர்ந்த படிவங்களின் ஆய்வு, பல்லாயிரம் ஆண்டுகட்கு முற்பட்ட நிலப்பரப்பின் தன்மைகளை, அன்றிருந்த காலநிலையின் தடயங்களை உணர்த் தும் நிலையில், பண்டைத் தமிழகத்தில் பாலைவனங்கள் இருந்தன என்று கூறுவதற்கு அறிவியல் ஆதாரங்கள் கிடையா.

மேலும், அன்றைய தமிழர் வாழ்வில் பாலை நிலம் ஒரு சிறப்பான இடத்தைப் பெற்றிருந்தது எனவும், பாலை நிலமக்க ளின் வாழ்வில் தவிர்க்கவியலாத முதலிடத்தை ஒட்டகம் பெறுவதாகவும் குறிப்பிடப்பட்டுள்ளது. அத்திரி, நெடுங்கழுத்தன், தாசேரகம், கனகதம், அயவணம், இரவணம் (பிங்கல நிகண்டு 2491) எனப் பெயர்கள் கொண்ட ஒட்டகம் ஏன் பாலை நிலத்தின் விலங்குகளில் ஒன்றாகக் குறிப்பிடப்படவில்லை? ஒட்டகங்கள், பாலைவனத்தில் பரிணமித்த விலங்குகளா?

ஒட்டகங்களின் முன்னோடிகள் 50 மில்லியன் ஆண்டுகட்கு முன்னர் வடஅமெரிக்கக் காடுகளில் பரிணமித்தவை என்பதை அங்கு அகழ்ந்தெடுக்கப்பட்ட தொல்லுயிரெச்சங்கள் காட்டுகின் றன. அவற்றின் வழித்தோன்றல்கள் பூமி வெகுவாகக் குளிர்ந் திருந்த, கடல் மட்டம் தாழ்ந்திருந்த 5 மில்லியன் ஆண்டுகட்கு முன், பெர்ரிங் *(Berring strait)* நிலப்பாலம் வழியாக வட அமெரிக்கா வில் இருந்து வெளியேறி ஆசியா, ஆப்பிரிக்காக் கண்டங்களில் பரவின. ஒட்டகங்கள் இன்று பாலைவனங்களிலும் வாழ்ந்தாலும், பாலைவனங்களில் பரிணமித்தவை அல்ல.

இன்று வாழும் ஒட்டகங்களில், இரு திமில் ஒட்டக *(Bactrian camel)* வகை சைபீரியப் புல்வெளிகளில், மிதவெட்பச் சூழ்நிலையில் வாழ்பவை. ஒரு திமில் ஒட்டக *(Dromdery camel)* வகை ஏறத்தாழ நான்காயிரம் ஆண்டுகட்கு முன்னர் அரேபியா வில் வளர்ப்பு விலங்காகப் பழக்கப்படுத்தப்பட்டது. பரவலாக வாழ்ந்த காட்டு ஒட்டகங்கள் இரண்டாயிரம் ஆண்டுகட்கு முன்னர் அழிந்துவிட்டன. இந்தியாவில் இன்று மகாராஷ்டிரம், சௌராஷ்டிரம், ராஜஸ்தான், பஞ்சாப் மற்றும் உத்திரப்பிரதேசத் திலும் காணப்படும் ஒட்டகங்கள் பழங்காலத்தில் இந்தியாவில் பரவலாக வாழ்ந்தன.

அவை வறண்ட பகுதிகளிலும் வாழக்கூடியவை என்பதால், மணற்பாங்கான பாலைவனப் பகுதிகளில் பயணம் செய்ய உபயோகிக்கப்பட, இவற்றிற்குப் 'பாலைவனக் கப்பல்' என்ற பெயர் கொடுக்கப்பட்டது. ஒட்டகம் பாலைவனத்தில் இன்று இருப்பதால், அதையே அன்று பாலைவனங்கள் இருந்ததற்கான அடையாளமாகக் கொள்ளக்கூடாது. எடுத்துக்காட்டாக, ஆஸ்திரேலியாவில், 'அவுட்பேக்' எனும் பாலைவனப் பகுதியில் பயணம் செய்து கடக்க, 1840 முதல் 1907 வரை காலனியாதிக்கம், ஆஃப்கானிஸ்தான் மற்றும் பிரிவுபடாத இந்தியா – பாகிஸ்தான் பகுதியிலிருந்து ஒட்டகங்களையும் அவற்றை ஓட்டிச் செல்ல ஆப்ஃகானியரையும் இறக்குமதி செய்தது. பின்னர் இப்பகுதி களில் இருப்புப் பாதைகளிடப்பட்டு புகைவண்டிகளும், சாலை கள் அமைக்கப்பட்டுத் தானியங்கிகளும் ஓட ஆரம்பிக்க, ஒட்டகங்களுக்கு வேலை அற்றுப் போனது. பின்னர் ஒட்டகங்கள் தன்னிச்சையாகத் திரிந்து, பலுகிப்பெருகி இன்று ஆஸ்திரேலியப் பாலைவனப் பகுதிகளில் வாழ்கின்றன. அவற்றை ஆஸ்திரேலிய அரசு அங்கு கொண்டு வாராவிடில், ஒட்டகங்கள் அப்பாலை வனங்களில் வந்திருக்க மாட்டா.

"இந்துமாக்கடலில் பரந்து விரிந்து கிடந்த குமரிக்கண்டத் தில் பெரும் பாலைகள் இருந்திருக்க வேண்டும் என்பது உறுதியாகிறது" என்கிறது திரு. வெள்உவன் எழுதிய 'பாலை நீங்கிய ஒட்டகம்' என்ற கட்டுரை. குமரிக்கண்டம் இருந்ததற்கான ஆதாரங்களாகக் காட்டப்படும் சங்க இலக்கியங்கள் எவற்றி லாவது 'குமரிக் கண்டம்' என்ற சொல் கையாளப்பட்டுள்ளதா? *புறநானூறு (9:10:11) சிலப்பதிகாரம்* (காடுகாண்காதை 17 – 22) (அடைக்கல காதை 13 – 15) குறிக்கும் 'குமரி', இன்று நாம் கண்டம் எனக் குறிப்பிடும் அளவுக்கு விரிந்த நிலப்பரப்பா? அவனிவகைகளை விளக்கும் பிங்கலநிகண்டு (செய்யுள் 457), 'நாடு' என்பதைக் குறிக்கும் பெயர்களில் ஒன்றாக 'கண்டம்' என்ற வார்த்தையைக் குறிப்பிடுகிறது.

சூடாமணி நிகண்டும் ‘கண்டம்’ எனும் சொல் ‘நாட்டை’க் குறிப்பதாகக் கூறுகிறது. சங்க இலக்கியங்கள் சுட்டும் ‘குமரி’ என்ற நிலப்பரப்பிற்கு சென்ற நூற்றாண்டில் பன்மொழிப் புலவர் கா. அப்பாத்துரை (1907), துடிசை கிழார் அ. சிதம்பரனார் (1948), தேவநேயப் பாவாணர் (1940), இரா. மதிவாணன் (1977) போன்ற தமிழ்மொழி ஆய்வாளர் மற்றும் ஆர்வலர் ‘குமரிக் கண்டம்’ எனப் பெயர் கொடுத்தனர். அது, சங்க இலக்கியக் குறிப்புகள் தரும் பெயரல்ல.

மேற்கூறிய கட்டுரையில் ‘பஃறுளியாற்றுக்கும் குமரியாற்றுக் கும் இடையே பரவியிருந்த ஏழ்தெங்கநாடு, ஏழ்மதுரைநாடு, ஏழ்முன்பாலைநாடு, ஏழ்பின்பாலைநாடு, ஏழ்குன்றநாடு, ஏழ்குணகரைநாடு, ஏழ்குறும்பனைநாடு என 49 நாடுகளையும், குமரி, கொல்லம் முதலிய பன்மலைநாடுகளையும் ஆறுகளையும் குமரிக் கோடுவரையும் கடல் கொண்டது என்பது பழந்தமிழ் இலக்கியங்கள் உறுதியாகச் சொல்லும் செய்தியாகும்’ எனக் குறிப்பிடுகிறது. இதுபற்றி எழுதும் க.ப. அறவாணன் (*தமிழரின் தாயகம் ப.114*) “குமரிக் கண்டத்தில் இருந்ததாகக் கூறப்படும் நாடுகளையும் ஏழ்தெங்கம், ஏழ்மதுரை, ஏழ்முன்பாலை, ஏழ்பின் பாலை, ஏழ்குன்றம், ஏழ்குணக்கரை, ஏழ்குறும்பனை என்ற பட்டியலில் இறையனார் உரைகார் கூறும் 49 நாடுகளையும், இன்றைய வழக்கோடு இணைத்துப் பெரும் பரப்பினதாகக் கருதல் பிழை. நாடு என்பது அன்றைய தமிழில் கிட்டத்தட்ட இன்றைய தாலுக்காவிற்குச் சமம்.”

“இடைக்காலக் கல்வெட்டுகள், தமிழ்ப் பேரரசுகள் மண்டலம், நாடு எனப்பிரிக்கப்பட்டு இருந்ததைச் சுட்டுகின்றன. இப்பிரிவு இன்றைய மாவட்டம், வட்டத்திற்குச் சமம். எனவே 49 நாடுகள் என்று கேட்டளவில், மிக விரிந்த பரப்பு கடலுள் அழிந்தது என்று கருதமுடியவில்லை. அவை 49 தாலுக்காக்கள் என்பதே கருத்து” என்கிறார். இன்றும் தமிழ்நாட்டிலும் கேரளத் திலும் வல்லநாடு, ஓரத்தநாடு எனும் பெயர் கொண்ட ஊர்கள் பல உள. எனவே சங்க இலக்கியங்கள் குறிப்பிடும் நாடுகளை, ஊர்கள் என்றே கொள்ளவேண்டும் என்பது மற்றொரு கருத்து.

‘ஏழ்’ எனும் அடைமொழியுடன் கூடிய நாடுகளின் அமைப் பில், ‘ஏழ்’ என்பது ‘ஏழு’ எனும் எண்ணைக் குறிப்பதாகக் கொண்டு ஏழு, ஏழு கூட்டாக 49 நாடுகள் இருந்ததாக விளக்கப் படுகிறது. ஊர்கள் மற்றும் குடியிருப்புகள் பொதுவாக நீர் நிலைகள், பயிரிடத்தகுநிலம், வேட்டையாடத்தகு வனம் ஆகிய வற்றைப் பொருத்து உருவாகின. அப்படியிருக்க வரலாற்றுக்கு முற்பட்ட காலத்திலேயே ஏழு நாடுகள் கொண்ட ஏழு தொகுப்புகள் எவ்வாறு உருவாகி இருக்கக்கூடும்? இத்தகைய

தொகுப்பை நகரமைப்பு பற்றி நன்கறிந்த தற்கால சமுதாயத்தில் கூட உருவாக்கவியலாது. இது 'ஏழ்' எனும் சொல்லை 'ஏழு' என்ற எண்ணாகக் கொள்வதால் ஏற்படும் மயக்கம். இதை 'ஈழம்' என்பதின் பெயர்க்காரணம் விளக்கும். 'ஈழம்' என்ற பெயர், பழங்காலந்தொட்டு இலங்கையைக் குறித்த இன்னொரு பெயராயிருந்தாலும், அது இலங்கையின் சிலபகுதிகளையே முன்னர் குறித்தது!

'இலங்கை ஈழமேயாயினும், வடபாகமும் கீழ்ப்பாகத்தில் ஒரு பகுதியும் ஈழமண்டலம் எனப்படும். யாழ்ப்பாணம், ஈழ மண்டலத்தின் ஒரு பகுதியாகும் என்கிறது யாழ்ப்பாண சரித்திரம். இங்கு ஈழர் எனும் இனத்தார் வாழ்ந்து வந்தமையினால், இந்நாடு ஈழம் என்ற பெயரைப் பெற்றது. எவ்வாறு பாண்டியர் வாழ்ந்த நாடு, பாண்டிய நாடு எனப்பெயர் பெற்றது போல, ஈழர் வாழ்ந்த நாடு ஈழ நாடாயிற்று. ஈழரே ஈழத்தின் ஆதிக் குடியினர். ஈழர் என்பவரையே ஆரியர், இயக்கர் என்றழைத்தனர். ஈழு என்ற மொழியினை இயக்கர் பேசியதால், அவர் வாழ்ந்த பகுதி ஈழம் என்று அழைக்கப் பட்டது. ஈழம் எனும் சொல்லிற்குப் 'பொன்', 'கள்' என்ற இரு அர்த்தங்கள் உள்ளன. ஈழத்திற்குப் 'பொன்' என்ற பொருளைக் கொள்ளுங்கால் அதன் வினையடி எழு என்பதாகும். ஈழத்திற்குக் 'கள்' என்ற பொருளைக் கொள்ளுங்கால் அதன் வினையடி 'இழு' என்பதாகும்' என்கிறார் அருள் செல்வநாயகம் (*ஈழமும் தமிழரும் – 1963*) 'எழு' அல்லது 'இழு' எனும் வினையடியே திரிந்து 'ஏழ்' ஆனது என்பது பொருந்தும். எனவே ஏழ்தெங்க நாட்டை, ஈழர் வாழ்ந்த தெங்கநாடு என்றே கொள்ள வேண்டும்.

இவ்விளக்கப்படி, கடலில் மறைந்த பகுதியில் தெங்கநாடு, மதுரைநாடு, முன் – பின் பாலை நாடுகள், குன்றநாடு, குணகரை நாடு, குறும்பனை நாடு எனும் ஏழுநாடுகளும், குமரி, கொல்லம் முதலிய பன்மலைநாடும், காடுகள், நதிகள், குடியிருப்புகள், குமரி எனும் நிலப்பரப்பில் இருந்ததாகக் கொள்ள வேண்டும்.

அடியார்க்கு நல்லார் எந்த அடிப்படையில் இந்நாடுகள் பற்றி விளக்குகிறார் என்பதைக் கூறவில்லை என்பதைக் கனக சபை பிள்ளை (*The Tamils Eighteen Hundred years ago -1966*) சுட்டிக் காட்டியுள்ளார்.

உரைகாரர் கூற்றுப்படி, மறைந்த நிலப்பரப்பில் பாய்ந்த குமரியாற்றுக்கும் பஃறுளியாற்றுக்கும் இடைப்பட்ட தூரம் எழுநூறு காதங்கள். இரா. மதிவாணன், தம்நூலில் (*இலெமூரியா முதல் அரப்பாவரை –1977*), சிலப்பதிகார உரையாசிரியரான அடியார்க்கு நல்லார் தரும் விளக்கத்தின் அடிப்படையில்

இருந்த நிலப்பகுதிகளின் வரைபடத்தைக் 'கடல் கொண்ட குமரிநாடு (இலெமூரியா)' என்ற தலைப்புடன் அளிக்கின்றார். அதன் அடிக்குறிப்பு, 'ஏழ்தெங்க நாட்டிலிருந்து குமரிமலைத் தொடர் வரை 700 காதம் (சற்றொப்ப 7000 கி.மீ.) குமரிக்கண்டம் பரந்திருந்ததாகக் கூறப்படுகிறது' என்கிறது. குமரிமுனைக்கும் தென் துருவத்திற்கும் இடைப்பட்ட 8,500 கி.மீ. அகன்ற கடற் பரப்பில் மேற்கூறிய பரப்புடைய நிலம் இருந்ததில்லை என்பது புவியியல் உண்மை. மற்றொரு கணக்குப்படி (ச. முருகேசன் தயாரித்த அளவுப்பட்டியல்-1977) ஒரு காதம் என்பது 1200 கஜங்களை அதாவது 1.1. கி.மீ. குறிக்கும். இதன்படி குமரியாற்றுக் கும் பஃறுளியாற்றுக்கும் இடைப்பட்ட பகுதி 770 கி.மீ. இந்த அளவு கொண்ட, உரைகாரரால் மிகைப்படுத்தப்பட்ட நிலமான குமரிக்கண்டம் எங்கிருந்தது?

மறைந்த கண்டம் பற்றிய வரைபடங்கள் பல புவியியல் பற்றி எழுத முற்பட்ட தமிழ் ஆர்வலர் பலரின் கற்பனையில் பிறந்தவை. இத்தகைய மதிவாணனின் வரைபடம் தவிர, மேலும் ஒரு எடுத்துக்காட்டாகப் புலவர் குழந்தை தனது இராவண காவியத்தில் (1946) அளித்துள்ள வரைபடத்தைப் பார்க்கலாம். அதில் பழந்தமிழர் தென்மேற்கே மடகாஸ்கர் வரையிலும், தென் கிழக்கே ஆஸ்திரேலியா வரையிலும் பரந் திருந்ததாகவும், பின்னர் படிப்படியாகக் கடற்கோளால் அழிந்த தாகவும் குறிப்பிடுகிறார்.

இவரது மறைந்த கண்ட வரைபடத்திற்கும் கடலடியில் உள்ள நில அமைப்பிற்கும் ஏதும் சம்பந்தமில்லை. மேற்கூறிய வரைபடங்கள், நிலவரை படங்களுக்கான அளவுகளையோ, அடிப்படைகளையோ கொண்டவையல்ல என்பது மட்டுமின்றி புவியியல் ஆதாரங்களுமற்றவை. அப்பா துரையின் நூலில் தரப்படும் மறைந்த குமரிக்கண்டம் பற்றிய தகவல்கள் ரோஸி குருசியன் என்னும் மறைஞான குழுவை நிறுவிய ஹார்வி, ஸ்பென்ஸர் லூயி என்பர், 'விஷார் செர்வ்' (Wisher Cerve) எனும் புனைபெயரில் எழுதிய பசிபிக் கடலில் மறைந்த கண்டம் பற்றிய நூலையும் அதில் தரப்பட்டுள்ள வரைபடங் களையும் அப்பட்டமாகத் தழுவியவை.

அந்நூலில் தரப்படும் தகவல்கள், கிழக்கத்திய மறைஞான நூல்களில் இருந்தும், உள்ளுணர்வாலும், புலன்கடந்த உணர் வாலும் பெறப்பட்டவை, எந்த வித அறிவியல் ஆதாரத்தையும் கொண்டவையல்ல. தமிழரின் தொன்மையை விளக்கக் குமரிக் கண்டம் கருதுகோள் பயன்படுத்தப்பட்டது. தொன்மையை மிகைப்படுத்துவதால் தமிழருக்குப் பெருமை சேர்க்கும் பரிமாணங்கள் பற்றி நம்பகத்தன்மை குறைந்துவிட வாய்ப்பு

களுண்டு. இம்மரபின் நம்பகத்தன்மை ஆதாரங்கள் பற்றிக் கேள்வியெழுப்பியோரின் குரல்கள் எதிர்கொள்ளப்படவில்லை. அதுபற்றிய வரலாற்று, மானிடவியல் மற்றும் புவியியல்ரீதியில் விவாதமோ, பரிசீலனையோ இல்லாமல் போய்விட்டது.

கி.பி. மூன்றாம் நூற்றாண்டுக்கு முற்பட்ட தமிழ் இலக்கியங் களில் கடற்கோள் பற்றிய குறிப்புகள் கிடையா என்றும், பின்னர் எழுதப்பட்ட சிலப்பதிகாரம், கலித்தொகை போன்ற இலக்கியங்களில் உள்ள கடற்கோள் பற்றிய குறிப்புகளை, பல நூற்றாண்டுகளுக்குப்பின் வந்த உரைகாரர் மிகைப்படுத் தினர் என்றும், பஃறுளியாறு, குமரியாறு ஓடிய பகுதிகள் இன்றைய மாவட்டத்தின் அளவு இருந்திருக்கலாம், அதைக் கடல் கொள்ள அதை ஆண்ட மன்னன் தலைநகரை வேறு இடத்திற்கு மாற்றியிருக்கலாம் என்றும் வரலாற்று ஆசிரியர் என். சுப்பிரமணியம் குறிப்பிடுகிறார் *(The Tamils – their History, Culture and Civilisation – 1996 ப.26)* மேலும் கடல் கொண்ட தென் முனையை ஆண்ட மன்னர், தமிழ்ச் சங்கத்தை ஆதரித் தவனாயிருந்திருக்கலாம். எப்படி இருந்தாலும் இவை நடந்தது கி.பி 4ம் அல்லது 5ம் நூற்றாண்டாகவே இருந்திருக்கவேண்டும். மிகைப்படுத்தப்பட்டவற்றை உண்மையில் நடந்தவற்றிலிருந்து பிரித்துப் பார்த்தால் குமரிக்கண்டம் மரபு, வரலாறு அல்ல என்பது விளங்கும் என்கிறார் அவர்.

கணையாழி

6

காம்பே கடலுக்கடியில் ஒரு கட்டுக்கதையா?

காம்பே வளைகுடாவில், முனைவர் கதிரொளியின் தலைமையில், சுற்றுப்புறச்சூழல் மாசுபாட்டை அளந்து கொண்டிருந்த சென்னையைச் சேர்ந்த தேசியக் கடல்வளநுட்ப ஆய்வுமைய ஆய்வுக்குழு, கடற்கரையிலிருந்து 30கி.மீ. தள்ளி 30 – 40மீ ஆழத்தில் புராதனச் சிதைவுகளைக் கண்டுபிடித்ததாக அறிவித்தது. அக்கண்டு பிடிப்பு பற்றிக் கடல்வள மேம்பாட்டுத் துறைக்குக் கூடுதல் பொறுப்பேற்றிருந்த அன்றைய மத்திய அமைச்சர் முரளி மனோகர் ஜோஷி, 2001 மே மாதம் 'காம்பே வளைகுடாவில் ஹரப்பா நாகரிகத்துக்கும் முற்பட்ட நகர்ப்புற நாகரிகக் காலத்திய காலடிச் சிதைவுகள் கண்டுபிடிக்கப்பட்டுள்ளன' என்று அறிவித்தார். காம்பே கடலுக்கடியில் கண்டுபிடிக்கப்பட்ட சிதைவுகள் பற்றி "தூண்டில் சிக்கிய வரலாறு" என்னும் தலைப்பிலான அகழ்வாராய்ச்சிக் கட்டுரையை இந்தியா டுடே (பிப். 13, 2002) வெளியிட்டது. 1. 'இதுவே உலகின் பழைய நாகரிகம்', 2. 'உலக நாகரிகத்துக்கு இந்தியா முன்னோடியா? என்ற கேள்விக்கு குஜராத் கடலுக்கடியில் கண்டு பிடிக்கப்பட்ட கி.மு.7500 வருடத்திய நகரம் விடைதரலாம்'; மேற்கண்ட உறுதிப்படுத்தப்படாத இரு கருதுகோள்கள் அக்கட்டுரையில் இடம்பெற்றிருந்தன. புதைந்த புராதன நகரத்தின் உருவகிக்கப்பட்ட படங்களும் வெளியிடப் பட்டன.

கதிரொளியின் ஆய்வுக்குழு கடலடித்தளத்திலிருந்து இரண்டாயிரத்துக்கும் மேற்பட்ட பொருட்களைச் சுரண்டி (Dredge) எடுத்து மேலே கொண்டு வந்ததாகவும் கூறப்பட்டது. அவற்றில் முக்கியமானவை

ஓடுகள், இரத்தினக் கற்கள், செதுக்கப்பட்ட கல்லாயுதங்கள், சிறிய சிலைகள், தந்தம், மனிதனின் முதுகுத் தண்டுவட எலும்பு, தாடையெலும்பு, பல், பழைய மரத்துண்டு முதலியன. மூழ்கிய ஒரு ஆற்றின் கரையில் ஏறத்தாழ 9 கி.மீ. நீளத்திற்குப் பரவியிருந்த புராதனச் சிதைவுகளை இந்த ஆய்வுக்குழு கண்டு பிடித்ததாகக் கூறப்பட்டது. ஆய்வுக் கப்பலின் எதிரொலிப்பான் பதிவு செய்த சமிக்ஞைகளின் அடிப்படையில் கடலடியில் 40மீ ஆழத்தில் ஒரு புதையுண்ட நகரம் கண்டுபிடிக்கப்பட்டுள்ளதாக அறிவிக்கப்பட்டது. மேலும், மொஹஞ்சதாரோ அகழாய்வில் கண்டது போன்ற 200மீ x 40மீ அளவு கொண்ட செவ்வக மேடைகள், ஏறத்தாழ 183 மீ. நீளத்திற்குப் பரவியிருந்த களி மண்ணால் செய்யப்பட்ட தானியக் குதிர்கள், அணைக்கட்டு போன்ற அமைப்புகள், இவற்றினருகே வரிசையாக அமைக்கப் பட்ட குடியிருப்புகளின் அடித்தளங்கள், களிமண் பாவிய சாலைகள் முதலியவற்றையும் கண்டறிந்ததாகக் கூறப்பட்டது. கடலடியிலிருந்த அழுத்தமான நீரோட்டத்தாலும் கடலடி இருண்டிருந்ததாலும் கடல்நீர் கலங்கியிருந்ததாலும் தானியங்கி முக்குளிப்பான் மூலம் படம் எடுக்கும் முயற்சி தோல்வியுற்ற தாகக் கூறப்பட்டது. கடும் ஆழத்தில் உள்ள கடலடிச் சிதிலங் களை முக்குளித்து ஆராய்வது, கடலடி தொல்லியல் அகழாய் வில் பயிற்சி பெற்றவர்களுக்கும் கடினமான பணியாகும்.

கடலடி அகழாய்வுகள், பூமியின் மேற்பரப்பில் நடத்தப் படும் ஆய்வுகள் போன்று எளிதானவையல்ல. நிலத்தின் மேற் பரப்பில் அழிந்துவிட்ட குடியிருப்புகள் இருந்த பகுதிகள் சாம்பல் நிற மண்மேடுகளாக இருக்கும். (கொங்கு நாட்டில் இவற்றை நத்தம் அல்லது நத்தமேடு எனக் குறிப்பிடுவர்.) அங்கு அகழாய்வுகள் செய்யும்போது அடுக்கு அடுக்காகப் படிவங்கள் அகழப்பட்டு, அவற்றில் புதையுண்டிருக்கும் தொல்லுயிரெச்சங்கள், மட்கலங்கள், கல் அல்லது இரும்பு ஆயுதங்கள் முதலியனவற்றில் குறிப்பிடப்பட்டு அவை படிந் துள்ள படிவங்களின் கனம், அமைப்பு என்பன போன்ற தகவல்கள் துல்லியமாகப் பதிவு செய்யப்படும். அகழப்படும் படிவங்களை ஒரு பெட்டியில் அடுக்கப்பட்ட துணிகளுக்கு ஒப்பிடலாம். பெட்டியைத் திறந்து துணிகளை எடுக்கும்போது, கடைசியாக அடுக்கப்பட்ட துணி முதலாவதாகவும் முதலாவ தாக அடுக்கப்பட்ட துணி கடைசியிலும் எடுக்கப்படும். இதைப் படிவயியலில் 'அடுக்கும் சீர்' என்பர். அதுபோலவே அகழாய்வு களில் கடைசியில் புதையுண்ட பண்பாட்டுப் பிரிவில் உள்ள தொல்பொருட்கள் முதலாவதாகவும் மூத்த பண்பாட்டுப் பிரிவைச் சார்ந்த தொல்பொருட்கள் கடைசியாகவும் அகழப் படும். ஆனால் காம்பே கண்டுபிடிப்பிலோ தொல்பொருட்கள்

கடலின் அடித்தளத்திலிருந்து சுரண்டியெடுக்கப்பட்டவை. அடித் தளத்தில் சிதறிக் கிடந்தன என்பதால் அவற்றில் 'அடுக்கும் சீர்' என்னும் வகைப்பாட்டின்படி அமையவில்லை. பல்வேறு காலகட்டத்தைச் சார்ந்த தொல்பொருட்கள் சிதறிக்கிடக்கும் நிலையில், அவை அனைத்தையும் சமகாலத்தவையாகக் கருத இயலாது.

கடலடியில் தொல்பொருட்களைக் கண்டுபிடித்தால் அப் பகுதி குறியிடப்பட்டு, படங்கள் எடுத்தபின் தொல்பொருட்கள் மேலே கொண்டுவரப்பட்டு அவை பற்றிய விரிவான ஆய்வுகள் நடத்தப்படும். கடலடிப் படிவங்கள் படிந்த காலத்தை நிர்ணயிக்கக் கடலடியில் ஆய்வுத்துளைகளிட்டு, படிவங்களின் சிறுபகுதிகளை யெடுத்து அவற்றில் படிந்துள்ள மகரந்தத்தூள் (Pollens), கடல் வாழ் நுண்ணுயிர்களின் தொல்லுயிரெச்சங்கள் (Micro – fossils), சிப்பிகள், பவளப்பாறைகள் ஆகியவற்றை ஆராய்ந்து, அவை படிந்த காலம், படிந்த விதம் பற்றி ஆராயப்படும். காம்பே பகுதியில் இதுவரை அத்தகைய ஆய்வுகளேதும் மேற்கொள்ளப் படவில்லை. ஆழ்கடல் முக்குளிப்பு நடத்தி எந்தத் தொல்லியல் ஆய்வாளரும் புதைந்து கிடக்கும் புராதனச் சிதைவுகளை நேரில் பார்க்கவில்லை. கதிரொளியின் ஆய்வுக்குழுவில் தொல்லியல் ஆய்வாளர் எவரும் பங்கேற்கவில்லை. தொல்லியல் ஆய்வாளரின் பரிசீலனை மற்றும் அங்கீகாரமின்றி சில நாளிதழ் களும் சில வெகுஜன வார இதழ்களும் பரவலாக இணைய தளங்களும் இக்கண்டுபிடிப்பு பற்றி எழுதின. வேதகாலத்தில் மறைந்த ஒரு நாகரிகத்தின் காலக்குறியீடுகளாகக் கண்டுபிடிக்கப் பட்ட தொல்பொருட்கள் சித்தரிக்கப்பட்டன. இவ்வளவு முக்கியத்துவம் கொடுக்கப்பட்ட தொல்பொருட்கள் பற்றித் தொல்லியல்துறை ஏன் மௌனம் சாதிக்கிறது? ஏன் இதுவரை தொல்லியல்துறை சார்ந்த ஆய்வு இதழ்களில், இவை பற்றி ஆய்வுக் கட்டுரைகள் எழுதப்படவில்லை?

காம்பே கடலடியில் வரலாற்றுக்கும் முற்பட்ட காலத்திய குடியிருப்புகளின் சிதைவுகள் இருக்க வாய்ப்புகள் உள்ளன. காம்பே கடலடியில் புராதனச் சிதைவுகள் உள்ளதையும், கதிரொளியின் ஆய்வுக்குழு தொல்பொருட்கள் பலவற்றைக் கடலடியிலிருந்து சுரண்டியெடுத்ததையும் தொல்லியல் ஆய் வாளர்கள் எவரும் மறுக்கவில்லை. ஆனால் கண்டுபிடிப்பின் சில அம்சங்கள் குறித்துக் கேள்விகளை எழுப்பியுள்ளனர்.

1. கண்டுபிடிக்கப்பட்டதாகக் கூறப்படும் புராதனச் சிதைவுகள் எந்தக் காலத்தைச் சார்ந்தவை என்பது உறுதியாக நிர்ணயிக்கப்படாத நிலைமையில் அதை

எப்படி ஹரப்பா நாகரிகத்துக்கும் முற்பட்டது என்று கூறமுடியும்?

2. எதிரொலிப்பான் சமிக்ஞைகளை வைத்து ஊகிக்கப் பட்ட அமைப்புகள் அனைத்தும் அங்கு வாழ்ந்தவர் கட்டிய அமைப்புகள் என்று திட்டமாகக் கூற முடியுமா? அவற்றையே ஆதாரமாகக் கொண்டு, கடலடிச்சிதைவுகள் ஒரு நகர்ப்புற நாகரிகத்தின் சிதைவுகள் எனலாமா?

3. சுரண்டியெடுக்கப்பட்ட பொருட்களில் கணிச மானவை இயற்கையிலேயே உருவாகியவை. அவை அனைத்தையும் காம்பேயில் அன்று வாழ்ந்தவர் செய்தவை எனக்கூறுவது அறிவியலுக்கு ஒவ்வாதது.

ஹரப்பா புராதனச் சிதைவுகள் பற்றி ஆய்வுக் கட்டுரைகள் பலவற்றை எழுதியுள்ள ஜவஹர்லால் நேரு பல்கலைக்கழகத்தின் தொல்லியல் பேராசிரியர் முனைவர். ஷெரின் ரத்னாகர், காம்பே கண்டுபிடிப்புகள் பற்றிய மறுப்புகள் சிலவற்றைப் பதிவு செய்கிறார்: 1. காம்பே கடலடிப் புராதனச் சிதைவுகள் உள்ள இடத்தில் கடலடி ஆய்வின் ஆரம்பப் பணிகளான முக்குளிப்பு, முக்குளித்துப் படமெடுத்தல், தீர்வைகள், கடலடி கள ஆய்வுகள் ஏதும் நடத்தப்படவில்லை. 2. பொதுவாகப் புராதனச் சிதைவுகளில் காணப்படும் காலக்குறியீடுகளான கல் அல்லது இரும்பு ஆயுதங்கள், மட்பானைகள், மணிகள், ஆபரணங்கள் முதலியன முக்கியமானவை. ஒரு பண்பாட்டுப் பிரிவைக் காட்டும் மேற்கூறிய குறியீடுகளில், அக்காலகட்டத் திற்கே உரித்தான சில தனித்தன்மைகளைக் காணலாம், காம்பே கடலடித் தொல்பொருட்களில் அத்தகைய தனித்தன்மை எதை யும் காணமுடியவில்லை. 3. எடுக்கப்பட்ட 'கல்லாயுதங்கள்' எனக் கருதப்படும் பொருட்களில் பல, உண்மையிலேயே கல்லாயுதங்களா என்பது விவாதத்திற்குரியது. பலவற்றில் கூழாங்கற்களை மற்றொரு கல்லால் உடைத்ததால் ஏற்படும் காயங்களும், சிராய்ப்புகளும் இல்லை.

சென்னைப் பல்கலைக் கழகத்தின் தொல்லியல் துறையின் முன்னாள் தலைவரும், இந்தியத் தொல்லியல் (ASI) துறையின் முன்னாள் கண்காணிப்பாளரும், காம்பே தொல்பொருட் களைப் பார்த்துப் பரிசீலித்த பேராசிரியருமான கே.வி.ராமனின் கருத்துப்படி,

1. ஜாஸ்பர் மற்றும் அகேட்டினால் செய்யப்பட்ட துளைகள் கொண்ட கல் மணிகள் மனிதனால் செய்யப்பட்டவை என்றாலும், 'கல்மணிகள்' எனக்

கருதப்படுபவை அனைத்தும் அவ்வகை கல்மணிகள் அல்ல. அவற்றில் இயற்கையாக உருவாகியவை பல; அவை ஆற்றினால் உருட்டிக் கொண்டுவரப்பட்ட கூழாங்கற்கள்.

2. கடலடியில் சமதளமும், குளம் போன்ற அமைப்பு களும் இருப்பதாகத் தெரிகின்றன. ஆனால் தூண்கள் போலத் தெரிபவை இயற்கையில் உருவானவைகளாக இருக்கலாம்.

மேலும், காம்பே கண்டுபிடிப்பு ஹரப்பா நாகரிகத்துக்கு முற்பட்டது என்று கூறி அரசியல் ஆதாயம் தேடுவது தொல்லி யல் ஆய்வுப்பணியைச் சிறுமைப்படுத்துவது போலாகும் என்று அவர் மன வருத்தத்தைத் தெரிவித்துள்ளார்.

வதோதரா பல்கலைக்கழகத்தின் தொல்லியல் மற்றும் பண்டைய வரலாற்றுத் துறைப் பேராசிரியை ஜெயா மேனன், விவசாயம், குடியிருப்பு, விலங்குகள் வளர்ப்பு முதலானவை உருவாகிய காலமே புதிய கற்காலம். ஹரப்பா நாகரிகமோ, வெண்கலயுகத்தைச் சார்ந்த நகர்ப்புற நாகரிகம். காம்பே கண்டுபிடிப்பு காலத்தைப் புதிய கற்காலத்திற்குக் கொண்டு சென்று பின்னர், அதை நகர்ப்புற நாகரிகம் என்று குறிப்பிடுவது முன்னுக்குப்பின் முரணாக உள்ளது என்று கருத்துத் தெரிவித் துள்ளார்.

‘கடலடி உலகம்’ *(Underwater World)* என்னும் பிரபல நூலை எழுதிய கிரஹாம் ஹேன்காக் *(Graham Hancock)* என்பவரின் இணையத்தில் காம்பேயில் கண்டுபிடிக்கப்பட்ட பொருட்கள் பற்றி படங்களுடன் விரிவாக எழுதப்பட்டுள்ளது. அதில் வெளியிடப்பட்டிருந்த காம்பே நாகரிகத்தவர் செய்ததாகக் கூறப்படும் தொல்பொருட்கள் பலவற்றைக் கடலடியில் இயற்கையிலே உருவாகியவை *(Geoliths)* என்று கூறுகிறார் பால் ஹெயின்ரிச் *(Paul Heinrich)* என்னும் புவியியல் ஆய்வாளர். கடலடிப் படிவங்கள் பற்றிய ஆய்வில் புலமை கொண்ட இவர், காம்பே பதக்கங்கள் என கிரஹாம் ஹேன்காக் குறிப்பிடும் துளையுடன் கூடிய ஓடுகள் எவ்வாறு கடலடியில் இயற்கையாக உருவாகக்கூடும் என்பதையும் விளக்கியுள்ளார். இவர் கருத்துப்படி, “காம்பே பகுதியில் பழங்காலந்தொட்டு கடல் வாணிகம் நடைபெற்றது. பல்வேறு காலகட்டங்களில் கப்பல்கள் மூழ்கியிருக்கக்கூடும். மூழ்கிய கப்பல்களிலிருந்த பொருட்கள் மாண்டவர்களின் எலும்புகள் முதலியன கடலடியில் சிதறியிருக்கும்.”

கடல் கொந்தளிப்பால் கடலரிப்புகள் கடற்கரையோரக் குடியிருப்புகளை அழித்துவிட அங்கு மக்கள் உபயோகித்த பொருட்கள், மாண்டவர்களின் உடல்கள், கடலின் ஆழம் நோக்கி விரையும் நீரோட்டத்தால் கடலடிக்குச் செல்லும் வாய்ப்புகளையும் குறிப்பிடுகிறார் கிரஹாம் ஹேன்காக். இரத்தினக் கூழாங்கற்களைத் தொல்பொருட்களாகக் கூறுவதையும் ஒரு மரத்துண்டை வைத்து காம்பே நாகரிகத்தின் காலத்தைக் கணித்ததையும் கடுமையாக பால் ஹெயின்ரிச் எதிர்க்கிறார்.

காம்பே வளைகுடாப் பகுதியில் கடலினடியில் காணப் படும் புராதனச் சிதைவுகளின் காலநிர்ணயம், 25செ.மீ. நீளமும் 20செ.மீ. விட்டமும் கொண்ட ஒரேயொரு மரத்துண்டை மட்டுமே ஆதாரமாகக் கொண்டது. இதை இந்தியா டுடே, 'உப்புநீரில் ஊறிக் காலப்போக்கில் கல்லாகிய மரத்துண்டு' என்று குறிப்பிட்டது. ஃபாசில் என்ற ஆங்கிலச் சொல் பிழையாக மொழிபெயர்க்கப்பட்டுள்ளது. இதைக் கடலில் ஊறிய ஒரு பழங்கட்டை அல்லது மாற்றமடையா தொல்லுயிரெச்சம் என்றே குறிப்பிடவேண்டும். ஏனெனில், கல்லாக மாறிய மரத்தை கார்பன் – 14 (Silicified) முறையில் காலநிர்ணயம் செய்யவியலாது. இந்த மரத்துண்டைக் காலக்கணிப்பு செய்த பீர்பால் சாஹ்னி தொல்லுயிரெச்ச ஆய்வுக்கூடம் அதன் வயது 9500 ஆண்டுகள் என்றது. அதே மரத்துண்டை ஆராய்ந்த ஹைதராபாத்திலுள்ள புவி-பொதியியல் (NGRI) ஆய்வுக்கூடம் அது 7500 ஆண்டுகளுக்கு முந்தியது எனக்கூறியது. கார்பன்-14 காலநிர்ணயத்தில் இவ்வளவு வேறுபாடு இருக்கக்கூடாது. எடுக்கப்பட்ட மரத்துண்டு 7500-9500 ஆண்டுகளுக்கு முற்பட்டது என்று கொண்டாலும், அது காம்பே புராதனச் சிதைவுகளின் காலத்தைச் சார்ந்ததா என்பது அடிப்படைக் கேள்வி. கண்டு பிடிப்பு நடந்த இடமோ, பண்டைய நதியொன்றின் கரை. அங்குப் பழைய படிவங்களிலிருந்து புதையுண்ட மரக்கட்டைகள் உருண்டுவர வாய்ப்புகளுண்டு.

எடுக்கப்பட்ட மரத்துண்டு கடலினடியிலிருந்து அகழ்ந் தெடுக்கப்பட்டதல்ல, சுரண்டியெடுக்கப்பட்டது. கடல்மட்டம் இன்று இருப்பதைவிட 15ஆயிரம் ஆண்டுகளுக்கு முன்னர் 80மீ தாழ்வாக இருந்தது. பின்னர் உலகம் வெம்மையடைய துருவப் பனிப்பரப்புகள் உருகிக் கடல்மட்டம் மெதுவாக உயர்ந்து, கடற்புறப் பகுதிகளை அழித்தது. கடற்புறத்திலிருந்த காடுகள் நீரில் மூழ்கின. அவற்றில் பல படிவங்களில் புதை யுண்டன. எனவே, அவற்றில் பழங்கட்டைகளைக் காணுவது சாத்தியமானதுதான் என்றும், ஒரு கட்டையின் வயதை வைத்து

அக்காலத்தே ஒரு பெரும்நாகரிகம் தழைத்தது என்று கூறுவது அறிவுடைமையன்று என்றும் கார்பன் 14 ஆய்வுக்கூடங்களை இந்தியாவில் நிறுவிய மூத்த ஆய்வாளரும் பழங்கால ஆய்வுக் குழுவின் தலைவருமான அகர்வால் கூறுகிறார். பேராசிரியர் இராமனின் கருத்துப்படி "நாகரிகங்கள் தனித்துத் தோன்று வதில்லை. அவை ஒன்றுக்கொன்று தொடர்புடையவை. காம்பே நாகரிகம் ஹரப்பா நாகரிகத்துக்கும் முற்பட்டது என்றால், அதன் பின்வரும் நாகரிகத்தின் காலக்குறியீடுகள் சிலவாவது இருக்கவேண்டும். ஹரப்பா அகழாய்வில் முத்திரைகள், கறுப்பு – சிவப்பு மட்கலங்கள் பல கிட்டியுள்ளன. இவையொன்றும் காம்பே கண்டுபிடிப்பில் காணப்படவில்லை." காம்பே கண்டு பிடிப்பை முன்வைத்து, அதன் காலம், நாகரிகம் பற்றி மிகைப் படுத்திக் கூறுவதின் அரசியல் ஆதாயம் என்ன?

இதுவரை வரலாற்று காலத்துக்கும் முற்பட்ட காலம் பற்றிய உண்மைகளைத் திருத்தி எழுதவேண்டும் என வரிந்து கட்டிக்கொண்டு நிற்கிறது ஒரு கோஷ்டி. எவ்வாறு காம்பே கண்டுபிடிப்பு அரசியல்படுத்தப்படுகிறது என்பதை ஆய்வாளர் ரத்னாகர் கோடிட்டுக் காட்டுகிறார், 'உலகிலேயே சுமேரிய நாகரிகம்தான் பழமையானது என்பது காவிப்பட்டாளத்தை வெறுப்படையச் செய்துள்ளது; இவர்களுக்கு புகழ்மிகு புராதனச் சிதைவுகள் இந்தியாவில்தான் இருக்கவேண்டும்; ஏனெனில் மொஹஞ்சதரோ, ஹரப்பா, மெகர்கார் அனைத்தும் பாகிஸ்தா னில் உள்ளன; இவர்கள் சிந்துவெளி நாகரிகத்தை அதன் மூலத்தை அறியும் முகமாக, அதற்கும் முற்பட்ட நாகரிகங்களைத் தேடிக்கொண்டிருந்தனர்; வசதியாகக் கிடைத்தது காம்பே கண்டுபிடிப்பு' என்கிறார்.

இதே கருத்தை வலியுறுத்தும் ஆய்வாளர் அகர்வால் 'இவர் களுக்குக் காம்பே கண்டுபிடிப்பை ஹரப்பா நாகரிகத்துக்கும் முற்பட்டது என்று கூறுவது எளிது. ஏனெனில், அவர்கள் இப்படியொன்றைக் கூறுவதற்கான வாய்ப்புத் தேடி ஏங்கிக் கொண்டிருந்தனர். காம்பே நாகரிகம் ஹரப்பா நாகரிகத்துக்கும் முற்பட்டது என்று கூறும்போது, ஆரியர்கள் இந்தியத் துணைக் கண்டத்துக்கு வெளியேயிருந்து வந்தவர்கள் இல்லை என்றும், அவர்களே இந்தியாவின் பூர்வகுடிகள் என்றும், இந்தியாவே உலக நாகரிகத்தின் தொட்டில் என்றும் கூற உதவும்' என்கிறார். மேலும் தொல்லியல் ஆய்வாளரின் அங்கீகாரம் பெறாமல் காம்பே நாகரிகம் 2500 ஆண்டுகளுக்கும் முற்பட்டது எனக் கூறுவது முறையல்ல என்கிறார்.

காம்பே கண்டுபிடிப்பு பற்றிய ஆதாரங்கள் அனைத்தையும் தொகுத்து, தொல்லியல்துறை சார்ந்த மூத்த ஆய்வாளர்களின் ஆய்வுக்குப் பிறகு, அவர்களின் துறைசார்ந்த ஆராய்ச்சி இதழ் களில் வெளியிட்ட பின்புதான் வெகுஜன ஊடகங்களில் வெளியிடுவது முறையாகும். 'சோதிடத்தைப் பல்கலைக்கழகங் களில் பாடமாக வைக்கவேண்டும்' என்று பரிந்துரைக்கின்ற அரசியல்வாதி ஒருவர் காம்பே கண்டுபிடிப்புப் பற்றியும் அதன் மிகைப்படுத்தப்பட்ட காலம் பற்றியும் அதுவே உலகின் மிக மூத்த நாகரிகம் என்றும் அறிவித்தது, பெரும்பான்மை யான தொல்லியல் ஆய்வாளரின் கண்டனத்தைப் பெற்றுள்ளது. அவ்வாறு கூறுமளவுக்கு இதுவரை ஆதாரங்கள் இல்லை. காம்பே கண்டுபிடிப்பு பற்றிய ஆய்வுகள் இன்னும் முடியவடையாதவை.

(அடிக்குறிப்பு : காம்பேயில் கிடைத்த தொல்பொருட்கள் சென்னை இந்தியன் இன்ஸ்ட்டிட்யூட் ஆஃப் டெக்னாலஜியில் காட்சிக்கு வைக்கப்பட்டுள்ளன.)

***உயிர்மை*, ஆகஸ்ட் 2004**

7

பேரூர் சுடுமண் ஓடுகள்

மூன்று ஆண்டுகளுக்கு முன்னர் கோயம்புத்தூர் தொல்பொருள் காப்பகத்திலிருந்து "தொல்லியல் நோக்கில் தமிழகம்" என்ற நூலை ஆவலுடன் வாங்கிப் படித்தேன். அந்நூலிலுள்ள "மண்ணில் மறைந்த நகரங்கள் – முட்டமும் பேரூரும்" என்ற புலவர் ஐ.இராம சாமியின் கட்டுரை என் கவனத்தை ஈர்த்தது. ஏறத்தாழ இரண்டாம் நூற்றாண்டைச் சேர்ந்ததாகக் கூறப்பட்ட எழுத்துகள் பொறித்த சுடுமண் ஓடுகள் பற்றி அவர் எழுதியிருந்தார். மேலும் பேரூரின் வடக்குப் பக்கம் உள்ள தோட்டங்களில் தொல்பொருள்கள், முக்கியமாக இவ்வகை எழுத்துகள் பொறிக்கப்பட்ட ஓடுகள் கிடைத்து வருவது பற்றியும் எழுதியிருந்தார். "ஓடுகள் பல வடிவங் களில் உள்ளன. 50 முதல் 150 அல்லது அதற்கு மேலும் எழுத்துகள் உடையவை. வரிகள் நேராகவும், சுத்தமாக வும்... ஓவியங்கள், அரண்மனைகள், உயர்ந்த மாடங்கள், கோயில்கள், நீர்நிலைகள், பாய்மரக்கப்பல்கள், புலங்கள், மலைகள், ஆறுகள், மரங்கள், ஒருவகையான கிறுக்கு எழுத்துகள், பாதைகள் என்பன போன்றவை அழகாகக் கீறப்பட்டுள்ளன" எனக்கூறும் அவர், ஒரு சிறு மண் குடுவையின் மேலே எருமிநாடு குமிழியூர் என்ற வாசகம் எழுதப்பட்டுள்ளதைக் குறிப்பிட்டுள்ளார். ஓடுகளிலும் இந்த வாசகம் வருவதால் பேரூர் வட்டமே எருமி நாடாகவும் பேரூரே அக்காலத்தில் குமிழியூராகவும் அழைக்கப்பட்டிருக்கலாம் என்றும் எழுத்தமைதி கண்டு இவை அசோகர் காலத்திற்கு முற்பட்ட தமிழ்ப் பிராமி எழுத்துகளாகும் என்றும் கூறுகிறார்.

இந்நூலின் பதிப்பாசிரியரான, தொல்பொருள் ஆய்வுத் துறையின் முன்னாள் இயக்குநர் காலஞ்சென்ற

கு. தாமோதரன் இவ்வோடுகள் பற்றி "பண்டைய தமிழ் எழுத்துகள் பொறிக்கப்பட்ட சுடுமண் ஓடுகள்" என்ற கட்டுரை ஒன்றை இதே நூலில் எழுதியுள்ளார். அவர் அந்நூலில் "பண்டைய தமிழ் எழுத்துகள் பொறிக்கப்பட்ட சுடுமண் ஓடுகள், முதன்முதலில் 1998ஆம் ஆண்டு ஏப்ரல் திங்களில் போளுவாம்பட்டி நாணய வியலாளர் புலவர் ஐ.இராமசாமி அவர்களால் வெளியுலகிற்கு அறிமுகப்படுத்தப்பட்டன. அதனைத் தொடர்ந்து பேரூரில் கருப்புசாமி என்பவர் பண்டைய தமிழ் எழுத்தில் பொறிக்கப்பட்ட சுடுமண் ஓடுகளை அதிக அளவில் சேகரித்துள்ளார். இவரிடமிருந்து இவ்வரிய தொல்பொருட்களைக் கோவைக் காப்பாட்சியர் இரா.பூங்குன்றன் அவர்கள் சேகரித்து இத்துறைக்கு அளித்துள்ளார்." என்று கூறுகின்றார். மேலும் அந்த ஓடுகளில் ஒருபுறம் பழந்தமிழ் எழுத்துகளும் குறியீடுகளும் மறுபுறம் பல ஓவியங்களும் இருந்ததாகக் கூறப்பட்டிருந்தது. (படம் : 1)

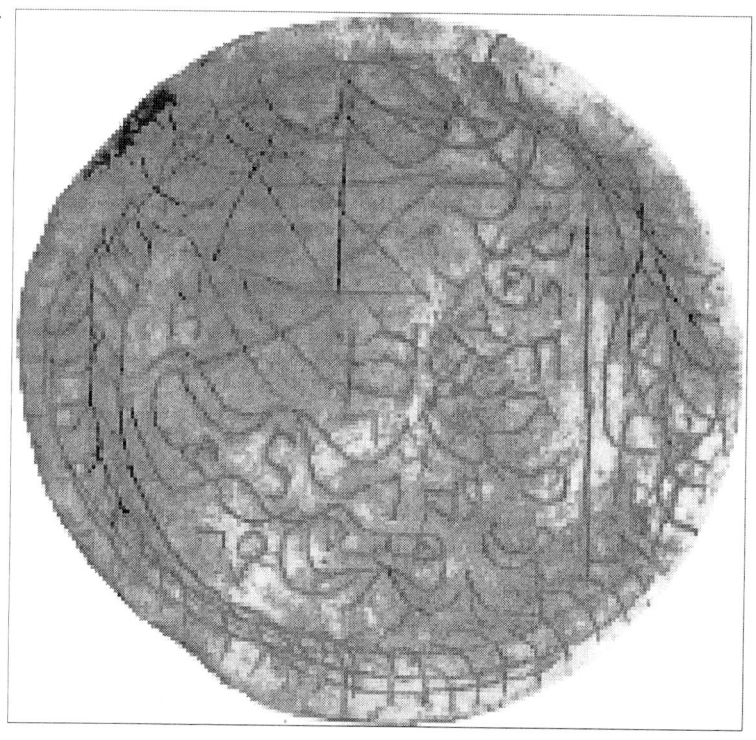

தாமோதரன் தன் கட்டுரையில், பேரூர் கருப்புசாமி வீட்டில் நீண்ட நாட்களாக வழிபாட்டிலிருந்து, பின்னர்

தொல்பொருளாய்வுத் துறை வசம் ஒப்படைக்கப்பட்டதாகக் கூறப்படும் நாகச்சிற்பம் ஒன்றைப் பற்றியும் குறிப்பிடுகிறார். மாக்கல்லில் செதுக்கப்பட்ட அச்சிற்பத்தின் முன்புறம் ஐந்து தலை நாகமும் பின்புறம் பண்டைய தமிழ் எழுத்துகளும் காணப்படுவதைக் கூறும் அவர், அதில் 'எருமி நாடு குமுழூர் காடன்' என்ற வாசகம் செதுக்கப் பட்டுள்ளதைக் குறிப்பிடு கிறார். இதே வாசகம் சுடுமண் ஓடுகளில் திரும்பத் திரும்ப எழுதப்பெற்றுள்ள தென்றும், 'காடன்' என்ற சொல்லுக்குப் பதிலாக 'நாடன்' என்றும் 'நாகன்' என்றும் எழுதப்பட்டுள்ள தாகவும் சுட்டிக்காட்டும் தாமோதரன் சில கேள்விகளை எழுப்புகிறார்:

1. மாறிமாறி வரும் இவை எழுத்துகளா அல்லது குறியீடுகளா?
2. இந்த ஓடுகளில் உள்ள எழுத்துகளில் சில காலத்தால் முற்பட்டவை, சில காலத்தால் பிற்பட்டவை. இது ஏன்?
3. இந்த ஓடுகள் பண்டைய காலத்தில் எழுத்துப் பயிற்சிக் காக உருவாக்கப்பட்டவையா அல்லது பூடகமாக எழுத்துகளை மாற்றி எழுதும் பழக்கத்திற்குரியவையா?

இச்சுடுமண் ஓடுகள் பற்றி மேலும் அறியும் ஆவலில் போளுவாம்பட்டி சென்று புலவர் ஐ. இராமசாமியைச் சந்தித்துப் பேசினேன். வரலாற்றுக் காலத்துக்கு முற்பட்ட சுட்ட பொம்மைகள், பழம் நாணயங்கள் சேகரித்துள்ள அவர் தன் னிடம் இருந்த எழுத்துகள் பொறித்த ஓடுகளைக் காண்பித்தார். பின்னர், இத்தகைய ஓடுகளை அதிக அளவில் சேகரித்ததாகக் கூறப்படும் கருப்புசாமி என்பவரையும் பேரூரில் சந்தித்து இந்த ஓடுகள் பற்றிக் கேட்டேன். தான் தொல்பொருள் ஆய்வுத் துறையினருடன் தொடர்புடையவர் என்றும் தன்னிடம் பல ஓடுகள் இருப்பதாகவும் நொய்யலாற்றங்கரையில் அவை கிடைத்ததாகவும் கூறிய அவர், அவற்றை என்னிடம் காட்டி னார். அவற்றில் நான்கு ஓடுகளை நான் விலை கொடுத்து வாங்கி அவற்றின் புகைப்படங்களைத் தொல்லியலிலும் தமிழினத்தொன்மை ஆய்விலும் ஆர்வம் கொண்ட நண்பர் களுக்கு அனுப்பிச் சங்க காலத்தைச் சேர்ந்த எழுத்துப் பொறித்த ஓடுகள் என்னிடம் இருக்கின்றன என்று எழுதி, என் மகிழ்ச்சி யைப் பகிர்ந்துகொண்டேன். ஆனால் என் மகிழ்ச்சி அதிகநாள் நீடிக்கவில்லை.

ஏனெனில், நான் மூத்த தொல்லியல் ஆய்வாளர் பூங்குன்ற னிடம் இவ்வோடுகள் பற்றிப் பேசியபோது, தாம் அந்த ஓடு களை முதலில் பெற்றதாகவும் பின்னால் அவற்றைப் போலிகள்

எனச் சந்தேகப்பட்டதாகவும் கூறினார். மேலும் ஓடுகள் இரண்டாயிரம் ஆண்டுகள் புதைந்து கிடந்த ஓடுகள் போலன்றிச் சிதையாமல் சிதறாமல் அண்மைக் காலத்தில் செய்யப்பட்டவை போன்று தோற்றமளித்ததைச் சுட்டிக்காட்டினார். இதைத் தொடர்ந்து நான் தமிழகத் தொல்லியல் துறையின் முன்னாள் கல்வெட்டு ஆய்வாளர் ஜெகதீசனிடம் இந்த ஓடுகளைப் பற்றிக் கேட்டபோது, ஓடுகளில் வெவ்வேறு காலகட்டத்தைச் சார்ந்த பழந்தமிழ் எழுத்துகள் திரும்பத் திரும்ப எழுதப்பட்டுள்ளதை அவர் சுட்டிக்காட்டி, இந்த ஓடுகளின் நம்பகத்தன்மை மற்றும் காலம் பற்றிக் கேள்விகள் எழுப்ப, ஓடுகள் மீதான சந்தேகம் வலுத்தது.

இதே தருணத்தில், முதுசோம் சங்கம் காலரியின் இணைய தளத்தில் 'அண்மையில் பேரூரில் அகழ்ந்தெடுக்கப்பட்ட சங்க காலத்தைச் சேர்ந்த சுடுமண் ஓடுகளின் தெளிவான படங்கள்' என்ற தலைப்பில் ஓடுகள் பற்றிய கட்டுரை ஒன்று வெளியானது. பேரூர் சாந்தலிங்க சுவாமிகள் தமிழ்க் கல்லூரியில் நடந்த இருநாள் கருத்தரங்கில் கொங்குநாட்டின் அண்மைக்காலக் கண்டுபிடிப்புகள் பற்றித் தொல்லியல் ஆய்வாளர் பூங்குன்றன் அவர்களின் சொற்பொழிவுகள் மற்றும் தமிழ் ஹெரிடேஜ் ஃபவுன்டேஷன் நிறுவனத்தின் கண்ணன் சில மூத்த வரலாற்று மற்றும் தொல்லியல் ஆய்வாளர்களுடன் நடத்திய கலந்துரையாடல் இவற்றின் அடிப்படையில் அந்தக் கட்டுரை எழுதப்பட்டதாகக் கூறியது இந்த இணையதளம். மேலும், இந்தக் கண்டுபிடிப்பு ஹரப்பா அகழாய்வுக் கண்டுபிடிப்பு போன்ற முக்கியத்துவத்தைப் பெற்றதாகவும் இத்தகைய ஓட்டுப் பொறிப்புகள் இந்தியாவில் எங்கும் கிடைக்கவில்லை என்றும் கூறியது. எழுத்துகள் பொறிக்கப்பட்ட ஓடுகளின் படங்களை இணைய தளத்தில் பார்த்து, தமிழியலுக்கு இவை அளிக்கப்போகும் பங்களிப்பு பற்றிப் பேசிய அறிஞர்களின் நீண்ட பட்டியலில், இன்றைய குடியரசுத் தலைவர் அப்துல் கலாம் பெயரும் இடம்பெற்றிருந்தது. இந்த வெளியீட்டைத் தொடர்ந்து இணைய தளத்தில் பலவிதமான கருத்துகள் பரிமாறப்பட்டன. எழுத்துகள், குறியீடுகள் மற்றும் படங்கள் பற்றிக் கணினி வல்லுனர்கள் மேலும் ஆய்வுகள் செய்யப்போவதாகவும் அறிவிக்கப்பட்டது.

எழுத்து பொறித்த ஓடுகள் பழமையானவையாக இருக்கலாம் எனப் பலர் நம்பியதற்குக் காரணம் பழம் பெருமை வாய்ந்த ஊரான பேரூர் ஒரு தொல்பொருள் களஞ்சியம். கோவைக்குத் தென்மேற்கே எட்டு கி.மீ. தொலைவிலுள்ள இந்த ஊர் அக்காலத்தே பெரிய ஊராக இருந்ததற்கான தொல்லியல் ஆதாரங்கள் உள்ளன. கல்வெட்டுகள் சில இவ்வூரை

சு.கி. ஜெயகரன்

பேரூர் நாட்டுப் பேரூர் எனவும் திருவான்பட்டி எனவும் குறிப்பிடுகின்றன. இங்கு, சோழர்காலக் கோயில் ஒன்று உள்ளது.

பேரூருக்கருகே நொய்யலாற்றங்கரையையொட்டிய நத்தம் என்னும் 3.25 ஹெக்டேர் அளவிலுள்ள ஊரிருக்கைப் பகுதியில் 1970 – 71இல் இந்தியத் தொல்லியல் பரப்பாய்வுத் துறையின் தென் வட்டத்தினர் கே. வி. சௌந்திரராசன் தலைமையில் சிறிய அளவில் அகழாய்வு மேற்கொண்டனர். அகழாய்வில் மூன்று பண்பாட்டுக் கூறுகள் வெளிப்பட்டதாகக் கூறப்பட்டது. பழைய மண் அடுக்குகளில் கறுப்பு சிவப்பு மட்கலங்களும் சிவப்பு மட்கலங்களும் கறுப்பு மட்கலங்களும் கிடைத்தன. அவை, கரூருக்கருகில் உள்ள திருக்காம்புலியூரில் மேற்கொண்ட அகழாய்வின்போது கிடைத்த மட்கலங்கள் போன்றவை. இவை கி. பி. முதல் நூற்றாண்டிலிருந்து மூன்றாம் நூற்றாண்டுவரை நீடித்ததாகக் கணிக்கப்பட்ட முதல் பண்பாட்டுக் காலத்தை – அதாவது பெருங்கல் கலாச்சாரக் காலத்தைச் சேர்ந்தவை. மேலும் மங்கிய சிவப்பு மட்கல வகையைச் சேர்ந்த சிறிய பானை மற்றும் தட்டுகள் கிடைத்தன. வெளிர் கறுப்பு மட்கலங்கள் முதல் முறையாகக் கிடைத்த இப்பண்பாட்டுப் பிரிவு மூன்றாம் நூற்றாண்டு முதல் ஆறாம் நூற்றாண்டுவரை நீடித்த இரண்டாம் பண்பாட்டுக் காலத்தைச் சார்ந்தது. மட்கலங்களில் வண்ணக் கோடுகள், முத்திரை, கயிறு, கீறல் குறியீடுகள் காணப்படுகின்றன. இப்பண்பாட்டுப் பிரிவில் சங்கு வளையங்கள், சுடுமண் சிற்பங்கள் மற்றும் இரும்பு ஆணிகள் முதலியன கிடைத்தன. அகழாய்வு கண்ட மூன்றாம் பண்பாட்டுப் பிரிவு, ஆறாம் நூற்றாண்டு முதல் ஒன்பதாம் நூற்றாண்டு வரையிலான காலத்தைச் சார்ந்தது. சுட்டச் செங்கற்களாலான கட்டிடச் சிதிலங்கள் காணப்பட்டன. கருங்கல்லால் கட்டப்பட்ட வடிகால்களும் மண்ணுள் புதைந்த பானைகளுடன் இணைக்கப்பட்டிருந்த சுடுமண்ணாலான குழாய்களும் கண்டுபிடிக்கப்பட்டன. மேற்கூறிய மூன்று பண்பாட்டுப் பிரிவுகளும் ஒன்றோடொன்று தொடர்புகொண்டவை. இந்த அகழாய்வில் எழுத்து பொறிக்கப்பட்ட சுடுமண் ஓடுகள் எதுவும் கிடைக்கவில்லை என்பது குறிப்பிடத்தக்கது.

மேலும், 2002ஆம் ஆண்டு பேரூரைச் சுற்றி எழுத்து பொறித்த ஓடுகள் கிட்டியதாகக் கூறப்பட்ட ஐந்து இடங்களில் தமிழ்நாட்டுத் தொல்பொருள் ஆய்வுத் துறையைச் சார்ந்த பூங்குன்றன், செல்வராசு உள்ளிட்ட மூத்த தொல்லியல் ஆய்வாளர்கள் பங்கேற்க, அகழாய்வுகளை மேற்கொண்டனர். 2003ஆம் ஆண்டு வெளியிடப்பட்ட அகழாய்வு அறிக்கை, கி. மு. மூன்றாம் நூற்றாண்டிலிருந்து கி. பி. ஒன்பதாம் நூற்

றாண்டு வரையிலான நான்கு பண்பாட்டுப் பிரிவுகளைக் கண்டுபிடித்தது பற்றிக் கூறுகிறது. 16 சதுர மீட்டர் (4 x 4) பரப்பில் 5 மீ ஆழத்திற்குத் தோண்டப்பட்ட அகழாய்வுக் குழிகளில் ஒன்று, பேரூர் சாந்தலிங்க அடிகளார் தமிழ்க் கல்லூரி வளாகத்தில் கள்ளிமேடு என்றழைக்கப்படும் பகுதியில் தோண்டப்பட்டது. தோண்டுதலைக் கண்காணித்துக்கொண் டிருந்த தொல்லியல் ஆய்வாளர்கள் என்னை அந்த அகழாய்வுக் குழியில் இறங்கிப் பார்க்க அனுமதித்தனர். அகழாய்வுக் குழியில் செங்கல் மற்றும் களிமண் பாவிய பழம்தரை, மட்கலங்கள், சங்கு வளையல்கள், கல்மணிகள் ஆகியவற்றைக் கண்டேன். இந்த அகழாய்வில் கிட்டிய சுடுமண்ணால் செய்யப்பட்ட தொல்பொருட்கள்: பெண் தெய்வ உருவங்கள், காதணிகள் மற்றும் தக்களிகள். ஆனால் எந்த அகழாய்வுக் குழிகளிலும் காணாதவை போளுவாம்பட்டி இராமசாமியும் பேரூர் கருப்பு சாமியும் அறிமுகப்படுத்திய எழுத்து பொறித்த மண்ஓட்டுவகை!

பொதுவாக மட்கலங்களில் காணப்படும் எழுத்துகள் உரிமையாளரின் பெயராகவோ அல்லது மட்கலத்தைச் செய்த வரின் பெயராகவோ இருக்கும். மேலும் பொறிக்கப்பட்ட குறியீடுகள் பொதுவாக இனக்குழுவின் சின்னமாக (totem) இருக்கும். எழுத்துகளும் குறியீடுகளும் சில சமயங்களில் மட்கலம் சுடப்படுமுன், ஈரமான பதத்தில் கீறப்பட்டுப் பின் மட்கலம் சூளையிலிடப்படும் அல்லது சூளையிலிட்டுச் சுட்டபின் அவற்றின் மீது இரும்பு ஆணியால் கீறப்பட்டிருக்கும். பேரூர் ஓடுகளில் இருவகைக் கீறல்களும் உள்ளன. கீறப்பட்ட எழுத்துகள் எதைக் கூறுகின்றன? குறியீடுகளின் அர்த்தம் என்ன? 'எருமி நாடன்' என்ற வாசகத்தை எடுத்துக்கொள்வோம். மாமூலர், நக்கீரன் எழுதிய மூன்று அகநானூறு பாடல்களில் 'எருமி ஊரன்' 'எருமி நாடன்' பற்றிய குறிப்புகள் வருகின்றன. ஆனால் பேரூர் ஓடுகளில் பொறிக்கப்பட்ட எழுத்துகள் அவனைப் பற்றியா கூறுகின்றன? 'எருமி நாடு குமிமூர் காடன்' என்பவன் ஒருவேளை வணக்கத்திற்குரிய தலைவனாகயிருந்து, பின்னர் காவல் தெய்வமாக உயர்த்தப்பட்டிருக்கலாம் என்பது போன்ற விளக்கங்கள் முன்வைக்கப்பட்டன. பேரூர் சுடுமண் ஓடுகளில் 'எருமி நாடு குமிமூர் காடன்' எனத் திரும்பத் திரும்ப ஒரு மந்திரம்போல வருகிறது. பழந்தமிழில் எழுதப்பட்ட வாசகத்தின் மூலத்தை அறியத் தமிழகத்தின் சில பழங்கல்வெட்டுகளைப் பார்க்க வேண்டும்.

தமிழகத்தில் உள்ள அரிய கல்வெட்டுகள் பல, தமிழரது வரலாற்றை மட்டுமன்றி அக்காலத்தே நிலவிய சொல்வழக்கு, எழுத்தமைதி, எழுத்துகள் பரிணமித்த முறை ஆகியவற்றையும்

அறிய உதவுகின்றன. கொடைச் செய்திகளைக் கூறும் பல கல்வெட்டுகள் குகைகளில் காணப்படுகின்றன. இயற்கையாக அமைந்த மலைக்குகைகளில் சங்க காலத்தில் புத்த, சமணத் துறவியர் வாழ்ந்தனர். கரூர் அருகே புகலூர், மதுரை அருகே மாங்குளம், புதுக்கோட்டை அருகே சித்தன்ன வாசல் முதலிய இடங்களில் உள்ள கல்வெட்டுகள், ஆசீவக, சமணத் துறவியர் களுக்குப் புரவலர்கள் கல் படுக்கைகளை அமைத்துக் கொடுத்த செய்திகளைக் கூறுகின்றன. நம் தேடலுக்கு இத்தகைய கல் வெட்டுகளில் முதன்மையானது ஓவியங்களுக்குப் பெயர்பெற்ற சித்தன்னவாசல் குகையின் மேலேயுள்ள ஏழடிப்பட்டம் குகை. பள்ளிகள் என அழைக்கப்பட்ட இக்குகைகளில் சமணத் துறவிகள் வாழ்ந்தனர். அவர்கள் படுத்துறங்கக் குகையின் அடித்தளத்திலுள்ள சமமான பாறையில் பதினேழு கற்படுக்கை கள் தலைப்பகுதி சற்றே உயரத்துடன் செதுக்கப்பட்டுள்ளன. அவை பலவற்றில் எழுத்துகள் பொறிக்கப்பட்டுள்ளன. அவற்றில் பிரதானமாக அமைந்த கற்படுக்கையில் கீழ்வரும் வாசகம் தெளிவாக, தமிழ்ப் பிராமி எழுத்துகளில் செதுக்கப்பட்டுள்ளது. (படம்: 2)

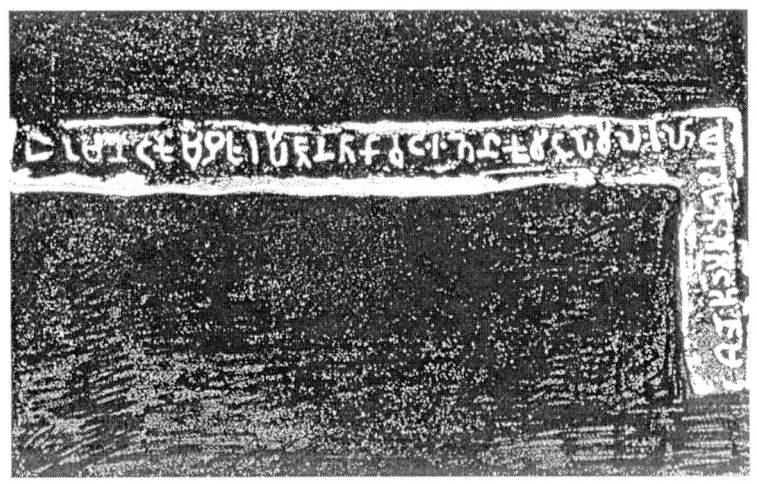

எருமி நாட்டு குமுழ் ஊர் பிறந்த
கவுடி இ தென்கு சிறுபொசில்
இளயர் செய்த அதிட் அனம்

சங்க காலத்தே ஏழடிப்பட்டம் குகையில் வாழ்ந்த, கவுடி எனும் சமணத் துறவிக்குப் புரவலர் ஒருவர் கற்படுக்கை செதுக்கியது பற்றிய தமிழ்ப் பிராமி கல்வெட்டு. (மகாலிங்கம் – 1976)

எருமி நாட்டிலுள்ள குமுழூரில் பிறந்த கவுடிக்குத் தென்கு சிறுபொசிலைச் சேர்ந்த இளையர் அளித்த கற்படுக்கை என இந்த வாசகத்தை விளக்குகிறார் தொல்லெழுத்தியல் அறிஞர் ஐராவதம் மகாதேவன். (*பழந்தமிழ்க் கல்வெட்டுகள், பக். 49*). மேலும், எருமிநாடு என்பது இன்றைய மைசூர் பகுதியைக் குறிப்பிடுகிறது என்றும் கவுடி எனும் சமணத் துறவிக்குச் சிறு பொசிலைச் சார்ந்த அந்தப் புரவலர் கற்படுக்கை செய்து உதவியதைக் குறிப்பிடும் இந்தக் கல்வெட்டு சங்க காலத்தைச் சார்ந்தது என்றும் கூறுகிறார் அவர். அதே குகையில் அமைந்த மற்றொரு கற்படுக்கையில் பேரூர் ஓடுகளில் தாரக மந்திரம்போல எழுதப்பட்ட 'காடன்' அல்லது 'காதன்' என்ற சொல் கி. பி. 5 அல்லது 6ஆம் நூற்றாண்டைச் சார்ந்த வட்டெழுத்துகளால் எழுதப்பட்டுள்ளது. இது 'எருமி நாடு' கல்வெட்டின் காலத்திற்குப் பிற்பட்டது.

பேரூரில் மேலும் கிடைத்த இரண்டு ஓடுகளில், ஒன்றில் எருமிநாடு குமுழூர் காடன் என்ற வாசகமும் மேலும் எட்டு வரிகளில் வேறு வாசகமும் எழுதப்பட்டுள்ளதாகவும் மற்றொன்றில் ஒருபுறம் பழைய வாசகமும் மற்றொருபுறம் புதிய வாசகமும் எழுதப்பட்டுள்ளதாகவும் தனது கட்டுரை ஒன்றில் குறிப்பிடும் தாமோதரன், அந்தப் புதிய வாசகம் மதுரை மாங்குளம் தமிழ்க் கல்வெட்டின் சொற்கள் பலவற்றைக் கொண்டுள்ளதாகக் கூறுகிறார். (படம்: 3)

(மாங்குளம் கல்வெட்டு – ஐராவதம் மகாதேவன் 2003)

'கணிய் நந்தஸிரிய் குஅன்
தமம் ஈதா நெடுஞ்செழியன் ஸாலகன்
இளஞ்சடிகன் தந்தைய் சடிகன்
சே இய பளிய்'

நந்தஸிரி குவண் எனும் சமணத் துறவிக்கு நெடுஞ்செழியனின் சகலனும் இளஞ்சடிகனின் தந்தையுமான சடிகன் தர்மம் செய்த கற்படுக்கை இது என்று கூறும் கி. மு. 2ஆம் நூற்றாண்டைச் சேர்ந்த கல்வெட்டு.

அவற்றில் குறிப்பிடத்தக்கவை என கணிய், நந்தஸிரிய், ஸாலகன், நெடுஞ்செழியன், ஈதபாளி ஆகிய சொற்களைக் கூறுகிறார். இரண்டாம் ஓட்டில் 'நந்த ஸிரிய்' என்ற வாசகம் மாங்குளம் கல்வெட்டில் இருப்பதுபோலவே எழுதப்பட்டிருப் பதாகவும் இரண்டு ஓடுகளிலும் 'எருமி நாட்டு நன்னன்' என்ற வாசகத்தில் நன்னன் என்ற சொல் பிழைபட எழுதப் பட்டுள்ளதாகவும் பொதுவாக இவ்விரு ஓடுகளில் பயின்றுவரும் எழுத்துகள் பிழைகள் நிறைந்தவையாக உள்ளதாகவும் தாமோ தரன் குறிப்பிடுகிறார்.

ஒருபுறத்தே பல காலகட்டத்தைச் சார்ந்த கல்வெட்டுகள் பலவற்றிலிருந்து இங்கொன்றும் அங்கொன்றுமாகப் பொறுக்கி யெடுத்து அவற்றைக் கதம்பமாக எழுதி, இடையில் சில குறியீடுகளையும் இட்டு நிரப்பி, மறுபுறம் தொடர்பில்லாத படங்கள் பல வரைந்து அண்மையில் உருவாக்கப்பட்டவை இந்த ஓடுகள் என்பது என்னுடைய ஊகம். எழுத்துப் பயிற்சிக் காகச் சமணப் பள்ளிகளில் இவை எழுதப்பட்டிருக்கலாம் என்பது இந்த ஓடுகள் சங்க காலத்தைச் சார்ந்தவை என நம்புவோரின் வாதம். 1950ம் ஆண்டு வரையிலும் எழுதப் பயிலுவோர் திண்ணைப் பள்ளிகளில் மணலின் மீது நெடுங் கணக்கை எழுதிப் பழகினர். எனவே, சுடுமண் ஓடுகளில் எழுதிப்பழகினர் என்ற வாதம் வலுவற்றது. மேலும், அன்றைய சமணப் பள்ளிகளில் அகரம் முதலம் பற்றியும் மலர்மிசை ஏகியவன் பற்றியும் நிலமிசை நீடு வாழ்வது பற்றியும் எழுதிக் கொண்டிருந்தனர். தொடர்பற்று 'எருமி நாடு குமிழூர்க் காடன்' பற்றி எழுதியிருப்பார்களா என்பது கேள்விக்குரியது. பேரூர் கருப்புசாமியிடம் நான் கண்ட ஓடுகள் சிலவற்றில் ஆண்பெண் கலவியைச் சித்தரிக்கும் படங்கள் இருந்தன. இவை எந்தச் சமணப் பள்ளியின் படைப்புமல்ல, வக்கிர மூளையொன்றின் அண்மைக் கால படைப்புகளே என்பது என் நிலைப்பாடு.

தொல்லியல் புரட்டுகளும் தொல்லெச்சப் புரட்டுகளும் வரலாற்றுக்குப் புதியவை அல்ல. 1912 –15 காலகட்டத்தில் இங்கிலாந்தில் சஸக்ஸுக்கருகில் பில்ட்டௌன் என்னுமிடத் திலுள்ள சரளைப் படிவங்களிலிருந்து சார்லஸ் தாசன் என்ற ஆய்வாளரும் அவரது குழுவினரும் ஆதிமனித எலும்புகளைக் கண்டுபிடித்ததாக அறிவிக்கப்பட்டது. கண்டுபிடிக்கப்பட்ட மண்டையோடு கற்கால மனித மண்டையோடு போன்ற அமைப்பையும் கீழ்த்தாடைப்பகுதி ஒரு வாலில்லாக் குரங்கின் தாடையின் அமைப்பையும் கொண்டிருந்த இந்த இனம், பரிணாம வளர்ச்சியில் மனிதனுக்கு முற்பட்ட நிலையாக

இருந்திருக்கும் என வாதிடப்பட்டது. 'பில்ட்டௌன் ஆதி மனிதன்' என அழைக்கப்பட்ட இக்கண்டுபிடிப்புக்கு 'இயோந்த்ரோபஸ் தாசனி' (*Eonthropus dawsoni*) என்ற அறிவியற்பெயரும் கொடுக்கப்பட்டது. இந்தக் கண்டுபிடிப்பு பற்றி நானூறுக்கும் மேற்பட்ட ஆய்வுக்கட்டுரைகள் எழுதப்பட்டன. 'ஆதி ஆங்கிலேயன்' என பிரிட்டிஷ் தொல்லியலாளர் இக்கண்டுபிடிப்பு பற்றிப் பெருமையுடன் பேசினர். பிரெஞ்சு மற்றும் அமெரிக்கத் தொல்லுயிரெச்ச நிபுணர்கள் சிலர் தோண்டியெடுக்கப்பட்ட எலும்புகள் சமகாலத்தவையா மேல்தாடையும் கீழ்த்தாடையும் ஒரே இனத்தவையா என்று கேள்வி எழுப்பியபோது கடுமையான எதிர்ப்பு கிளம்பியது. ஏனெனில், சார்லஸ் தாசனும் அவரது குழுவினரும் இங்கிலாந்திலுள்ள அருங்காட்சியகத்திற்குத் தொல்லுயிரெச்சங்களைச் சேகரித்துத் தருபவர்கள் என்பதால் நம்பிக்கையானவர்கள் எனக் கருதப்பட்டனர்.

1914இல் ஆஸ்திரேலியாவில் டால்கை மனிதன் தொடங்கி 1921இல் ரொடீஷிய மனிதன், 1924இல் தென் ஆப்பிரிக்க டாங் குழந்தை, 1929இல் பீகிங் மனிதன், 1935இல் ஸ்வான் கோம்ப் மனிதன் என பல ஆதிமனிதத் தொல்லுயிரெச்சங்கள் வெளிக்கொணரப்பட்டன. மூதாதையரைப் பற்றிய விவரங்கள் தெரியவரத் தற்கால மனிதர்களுக்கும் கற்கால மனிதர்களுக்கும் – எடுத்துக்காட்டாக நியாண்டர்தால் ஆதி மனிதர்களுக்கும் – உருவத்தில் வெகுவாக வேறுபாடில்லை என்பது தெரியவந்தது. எனவே, பில்ட்டௌன் எலும்புகள் மீதான சந்தேகம் வலுத்தது. ஆங்கிலத் தொல்லியல் ஆய்வாளர்களின் மெத்தனத்தால் 35 ஆண்டுகள் அறிவியல் ஆய்வுக்கு உட்படுத்தப்படாமல் கிடந்த சார்லஸ் தாசனின் கண்டுபிடிப்புகள் ப்ளோரின் உள்வாங்கு முறை ஆய்வுக்குட்படுத்தப்பட உண்மை துலங்கியது. மேற்கூறிய ஆய்வின் அடிப்படையிலும் எலும்புகளை நேரடியாக ஆராய்ந்தும் வெய்னர், ஒக்லி, கிளார்க் ஆகிய ஆய்வாளர்கள் தம் கண்டுபிடிப்பின் முடிவுகளை 1950இல் வெளியிட்டனர். அதன்படி பில்ட்டௌன் மண்டையோடு தற்கால மனிதன் ஒருவனின் மண்டையோடு என்பதும் கீழ்த்தாடை வாலில்லாக் குரங்கான ஓராங் உடான் ஒன்றின் தாடை என்பதும் தெரியவந்தது. எலும்புகள் பழையன போலத் தோற்றமளிக்க ஒருவித சாயத்தைத் தடவி, ஓராங் உடான் கீழ்த்தாடைப் பற்களை ராவி, மனிதப் பற்கள் போலத் தட்டையாக்கி அவற்றை ஈர மண்ணில் புதைத்துப் பின்னர் அவை தோண்டியெடுக்கப்பட்டவை என்பது தெரிய வந்த போது அறிவியல் உலகு திகைத்தது. அது பித்தலாட்டம் என்று கண்டுபிடிக்கப்பட்டபோது விளக்கம் கூற அதன் காரணகர்த்தாவான சார்லஸ் தாசன் உயிருடன் இல்லை

என்பதுதான் வேடிக்கை. இன்று தொல்லுயிரெச்சங்களின் காலத்தைக் கதிரியக்க முறைகளால் நிர்ணயிக்க முடியும் என்பதால் இதுபோன்ற அறிவியல் புரட்டுகள் நடக்க வாய்ப் பில்லை.

பேரூர் ஓடுகள் அறிவியல் முறையில் காலநிர்ணயம் செய்யப்பட்டவையா என்பது அடிப்படைக் கேள்வி. பொதுவாக, அகழாய்வுகளில் மட்பாண்டங்கள் ஆகியவற்றை எடுக்கும்போது, அதே மட்டத்தில் பதிந்து கிடக்கும் மரக்கட்டை அல்லது மட்கலங்களில் உள்ள மக்கிய தானியங்கள் போன்றவற்றை எடுத்து கார்பன்–14 முறையில் காலத்தை நிர்ணயித்து, எடுக்கப் பட்ட மட்பாண்டங்கள் எந்தக் காலகட்டத்தைச் சார்ந்தவை எனக் கணிக்கமுடியும். எடுத்துக்காட்டாக, பூம்புகார் அகழாய் வில், படகுகளைக் கட்டப் பயன்படுத்தப்பட்ட முளைக்குச்சி அகழ்ந்தெடுக்கப்பட்டு அதன் காலம் கி.மு.419 எனக் கணிக்கப் பட்டது. ஆனால், பேரூர் ஓடுகளுடன் சமகாலத்தவை எனக் கூறும்படியான எந்தத் தொல்லுயிரெச்சமும் கண்டுபிடிக்கப் பட்டதாகத் தெரியவில்லை. ஓடுகளை தெர்மோலுமினஸென்ஸ் என்னும் அண்மைக்காலக் கண்டுபிடிப்பு ஆய்வுமுறைக்கு உட்படுத்தலாம்.

எழுத்துப் பொறித்த ஓடுகள் பேரூருக்கருகே நொய்யலாற்றங் கரையில் எங்கிருந்து? எப்போது? யாரால் தோண்டியெடுக்கப் பட்டவை? என்பது ஓடுகள் பற்றி எழுதியவர்கள் பலருக்கும் இன்றுவரை தெரியாத இரகசியமாகவே உள்ளது. முறையான அகழாய்வு அறிக்கைகளில் தொல்பொருள்கள் கண்டுபிடிக்கப் பட்ட இடத்தின் அட்சரேகை, தீர்க்கரேகை குறிப்பிடப்பட்டு, அகழ்ந்தெடுக்கப்பட்ட பொருள் பதிந்து கிடந்த மட்டம் கடல் மட்டத்திலிருந்து இத்தனை அடி அல்லது தரை மட்டத்திலிருந்து இத்தனை அடி ஆழத்தில் எனத் துல்லியமாகப் பதிவுசெய்யப் படும். மேலும் தொல்பொருள்கள் தோண்டியெடுக்கப்படுவதற்கு முன் புதையுண்ட நிலையிலேயே வைத்துப் புகைப்படங்கள் எடுக்கப்பட்டுப் பின்னரே அகழ்ந்தெடுக்கப்பட்ட பொருள்கள் பட்டியலிடப்படும். ஆனால் எழுத்துப் பொறித்த ஓடுகள் புற்றீசல்கள்போல வந்தனவென்று கூறப்பட்டாலும் அதற்கு நம்பகமான ஆதாரம் ஏதுமில்லை. நொய்யலாற்றங்கரையிலிருந்து வந்ததாகக் கூறப்படும் ஓடுகளைத் தொல்லியலாய்வாளர் எவரும் முறையாக அகழ்ந்தெடுக்காத நிலையில், எவரும் அறிவியல் முறையில் காலக்கணிப்பு செய்யாத நிலையில், பேரூர் மற்றொரு பில்ட்டௌன் என்றே நினைக்கத் தோன்றுகிறது.

உதவிய நூல்கள்

1. கு. தாமோதரன், *தொல்லியல் நோக்கில் தமிழகம்* – தமிழ்நாடு அரசு தொல்பொருள் ஆய்வுத்துறை வெளியீடு, சென்னை, 1999.
2. அ. கிருட்டிணன், *கல்வெட்டில் வாழ்வியல்* – மணிவாசகர் பதிப்பகம், சென்னை, 1991.
3. நடன. காசிநாதன், *கல்லெழுத்துக்கலை* – மணிவாசகர் பதிப்பகம், சென்னை 1989.
4. சு. இராச வேலு, கோ. திருமூர்த்தி, *தமிழ்நாட்டுத் தொல்லியல் அகழாய்வுகள்* – பண்பாட்டு வெளியீட்டகம், சென்னை 1995.
5. Iravadham Mahadevan, *Early Tamil Epigraphy* – CREA and the Department of Sanskrit and Indian Studies, Harvard, USA 2003.
6. T.V. Mahalingam, *Early South Indian Palaeography* – University of Madras, 1974.
7. *Excavations at Perur*, Dept. of Archaeology, Govt. of Tamil Nadu, 2003.
8. S.T. Baskaran, *Murals in natural caverns* – A study of Jain Palli in Tamil Nadu – Journal of Tamil Studies, 2002.
9. Website: Monuments – Clay tablets from Sangam Period, Tamil Heritage Foundation.
10. இரா. பூங்குன்றன், தொல்லியல் ஆய்வாளர் (தனித்தொடர்பு).

இதழ் (54), *காலச்சுவடு*, ஜூன் 2004

4

ஷேக்ஸ்பியர் வரலாறு எழுதினால் . . .

ஆங்கிலக் கவிஞர் வில்லியம் ஷேக்ஸ்பியர் அழகான கவிதை மொழியில், வடிவான நாடகங்களை அமைத்தவர். மனத்தளர்வுடன், வாழ்வதா வேண்டாமா என்று குழம்பும் டேனிஷ் இளவரசனின் தனிமொழியில், யாக்கை நிலையாமை பற்றிய சிந்தனைகள் படிப்பவரது மனத்தைக் கனக்க வைக்கும். ஒதெல்லோவின் புலம்பலில் ஆவேசத்தையும் ரோமியோ – ஜூலியட் உரையாடல்களில் காதல் ரசத்தையும் இழையவிட்ட ஷேக்ஸ்பியர், மக்களின் கவனத்தை ஈர்க்க எவ்வாறு பேசவேண்டும் என்பதற்கு எடுத்துக்காட்டாக சீஸரின் கொலைக்குப்பின் ஆன்டனியின் பேச்சில் காட்டியுள்ளார். மேட்டுக்குடியினர் மற்றும் நடுத்தர வர்க்கத்தின் கேளிக்கை ஊடகமான நாடகத்தின் மொழியையும், பார்ப்பவர்களின் ரசனையின் நாடித் துடிப்பையும் அறிந்திருந்த அக்கவிஞரின் பலம் கவித்துவம், கதை சொல்லிய விதம். அவரது நாடகங்கள் பல வரலாற்று நிகழ்வுகளைச் சித்தரிப்பவை. கதாபாத்திரங்கள் சரித்திர நாயகர்களைத் தழுவியவை. வரலாற்று நூற்களைப் புரட்டிப் பார்க்காதவர்களுக்கு, அவர் கதை பின்னிய விதத்தால் நாடகங்களில் புனைந்தவையே வரலாறுபோலத் தோன்றும்; அவை உண்மையான நிகழ்வுகள் என்பது போன்ற பாதிப்பை அன்று ஏற்படுத்தியது; இன்றும் ஏற்படுத்துகிறது. வரலாறு தழுவிய நாடகங்களை ஷேக்ஸ்பியர் எழுதியிருந்தாலும் வரலாற்று ஞானம் அவரது பலமல்ல. நல்லவேளை அவர் வரலாறு எழுதவில்லை. எழுதியிருந்தால் என்ன ஆகியிருக்கும்?

என்ன ஆகியிருக்கும் என்பதற்குச் சில எடுத்துக் காட்டுகள்: ஆறு ஆங்கிலேய அரசர்கள் பற்றி வளமான

கற்பனையுடன் நேரில் பார்த்ததுபோல எழுதிய ஷேக்ஸ்பியர், அவர்களில் கடைசியான எட்டாம் ஹென்றி இறந்து பதினேழு ஆண்டு கட்குப் பின்னரே பிறந்தவர். அதனால் அவரது ஆட்சி பற்றி நேரடியாகத் தெரிந்துகொள்ள வாய்ப்பிருக்கவில்லை. அந்த அரச பரம்பரையினர் பற்றிய கதைகளுக்கான கருக்கள், ரஃபெயேல் ஹலின்ஷெட் *(Raphael Holinshed)* என்பவர் சற்றே மிகைப்படுத்தி எழுதிய கிரானிக்கிள்ஸ் ஆஃப் இங்லண்ட், ஸ்காட்லண்ட், அயர்லண்ட் *(Chronicles of England, Scotland, Ireland - 1577)* என்ற நூலிலிருந்து எடுக்கப்பட்டவை. ஹாம்லெத் கதை 13ஆம் நூற்றாண்டில் லத்தீன் மொழியில் எழுதப்பட்ட கதையைத் தழுவியது. அதை எழுதிய ஸேக்ஸோ *(Saxo)* எனும் டேனிஷ்காரரின் எழுத்தில் வரலாற்றுக்கும் புனைவுகளுக்கு மான இடைவெளி மங்கலானது. ஷேக்ஸ்பியருக்குப் பழிக்குப் பழி வாங்குவது பற்றிய கதைக்கான கரு கிடைத்த உடனேயே, அதற்குக் கண், காது, மூக்கு வைத்து ஹாம்லெத் எனும் அருமையான காவியத்தைப் படைத்தார். ஆனால் உண்மையி லேயே ஹாம்லெத் என்ற டேனிஷ் அரச குமாரன் இருந்தானா என்பது கேள்விக்குறி. தம் நாடகங்களுக்கு ஆதரவு கொடுத்த அரசர் முதலாம் ஜேம்ஸை மகிழ்விக்க, அவர் எழுதிய டிமனாலஜி எனும் நூலிலிருந்து சில வரிகளையும் சூனியக் காரிகள் கதாபாத்திரங்களையும் தாம் எழுதிய 'மேக்பெத்' நாடகத்தில் ஷேக்ஸ்பியர் சேர்த்தார். கி.மு.44இல் நடக்கும் கதையான ஜூலியஸ் சீஸரில் மணிக்கூடு ஒலிப்பதாக ஒரு குறிப்பு. உண்மையில் கடிகாரம், அக்கதை நடந்த காலத்துக்கு ஆயிரம் ஆண்டுகளுக்குப் பிற்பட்டது என்பது வேறு விஷயம். ஷேக்ஸ்பியர் போலவே, சிலப்பதிகாரத்தைப் படிப்பவர் அவை உண்மையிலேயே நடந்த நிகழ்வுகள் என நம்பும் வகையில் எழுதியவர், கதை சொல்லியவர் இளங்கோ அடிகள். சிலப் பதிகாரம் பற்றிய வரலாற்று உண்மைகள் என்ன?

"சிலப்பதிகாரத்தை யாத்த இளங்கோ சேர நாட்டு அரச குடும்பத்தைச் சேர்ந்தவர். அவர்தம் அண்ணன், சேரன் செங் குட்டுவன் அரியணையில் அமரவேண்டும் என்று விரும்பி ஜோதிடனின் சொல்லைப் பொய்யாக்குமாறு சமணத் துறவி யானார். பின்னர் செங்குட்டுவன் மலைவளம் காணத் தன் மனைவி, தம்பி இளங்கோ, புலவர் சாத்தனார் மற்றும் பரி வாரங்களுடன் சென்றபோது, மலைவாழ் மக்கள் ஒரு முலை யிழந்த பெண்ணொருத்தி கணவனை இழந்து துயருற்று, உண்ணாமலிருந்து மேலுலகு சென்றது பற்றிக் கூறினர். அப்போது சாத்தனார் அந்த மங்கைக்கு நேர்ந்த கொடுமை பற்றித் தனக்குத் தெரியும் என்றும், அவளைப் பற்றி ஒரு காப்பியம் இயற்ற வேண்டுமாறு இளங்கோவைக் கேட்டுக்கொள்ள அவரும்

சிலப்பதிகாரம் எழுதினார். கற்புக்கரசி கண்ணகிக்கு அரசன் இமயத்திலிருந்து கல்லெடுத்து வந்து சிலை வடிக்க முன்வந்தான்" என்றெல்லாம் பள்ளிப் பருவத்தில் என் தமிழாசிரியர் சொல்லிக் கொடுத்ததை, வரலாறு என்றே ஒருகாலத்தில் நம்பினேன். என் ஆசிரியரும் அவற்றை முழுவதுமாக நம்பினார் என்பதையும் அறிவேன். (இவை பற்றிச் *சிலப்பதிகாரம்* 25 காட்சி காதை, 26 கால்கோள் காதை, 27 நீர்ப்படை காதை ஆகிய வற்றாலும் சிலப்–30, 156, 164 வரிகளிலும் அறியலாம்.) மேற்கூறிய வற்றில் வரலாறு எவ்வளவு, தொன்மங்கள் மற்றும் புனைவுகள் எவ்வளவு ?

இளங்கோவடிகள், தொன்றுதொட்டு வழங்கிய கோவலன் – கண்ணகி கதையையே காப்பியமாகப் படைத்தார். அவர் கோவலன், கண்ணகியின் சமகாலத்தவர் அல்லர். சிலப் பதிகாரத்திற்கு வித்தானவை இரு பழங்கதைகள். முதலாவது கதை பற்றிப் புறநானூற்றுப் பாடல்கள் 143 – 147 ஆகியவற்றால் அறியலாம். அப்பாடல்களை கபிலர், பரணர், அரிசில் கிழார், பெருங்குன்றூர்கிழார் ஆகியோர், வையாவிக்கோப்பெரும் பேகனை நல்வழிப்படுத்துமாறு பாடினர். மயிலுக்குப் போர்வை கொடுத்த பேகன், தன் மனைவியை விட்டு வேறு ஒரு மாதிடம் மையல் கொள்ள, அவன் மனைவி துயருற்றுக் கிடப்பதை அரசனுக்கு எடுத்துரைத்தனர் அப்புலவர்கள். பேகனின் மனைவியின் பெயர் கண்ணகி. இக்கதையில் கொண்டவளை விட்டு விட்டு வேறொரு மங்கையை நாடிய பேகன் ஒரு அரசன், ஒரு கோ.வல்லவனான அரசன் (கோ – வல்லான்) கோவலன் என அழைக்கப்பட்டிருக்கலாம். எனவே கோவலன் –கண்ணகி கதாபாத்திரங்கள் உருவாக ஒரு நல்ல உந்துதல் அது எனக்கருது கிறார் வரலாற்றாசிரியர் சிவராசப்பிள்ளை.

அடுத்த கதை மதுரை மருதன் இளநாகனார் பாடிய *நற்றிணைப் பாடல்* (216) வரிகளில் வரும் திருமாவுண்ணி பற்றியது.

> குருகு ஆந்துழணியின் இதணத்து ஆங்கண்
> ஏதிலாளன் கவலை கவற்ற ஒருமுறை அறுத்த
>   திருமாவுண்ணிக்
> கேட்டோர் அனையர் ஆயினும்
> வெட்டோர் அல்லது பிறர் இன்னாரே

என்ற பாடலின் உரையாவது: *குருகுகள் ஆரவாரம் செய்யும் வயற்கரையில் அமைந்ததும் கடவுள் நிலை பெற்றதும் நெருப்புப் போன்ற பூவை உடையதுமான வேங்கைமரம். அதன்மீது கட்டியபரணருகில் அயலான் ஒருவன் செய்த செயலால்*

தோன்றிய கவலை வருத்திட, மார்பகம் அறுத்த திருமாவுண்ணி நின்றிருந்தனள். அவளைப் பற்றிக் கேட்டறிந்தவர்கள் கேட்ட அளவில் விட்டுவிடுவர். அவளிடம் உண்மையான அன்புடை யோர் மட்டுமே அவள் நிலைக்கு வருந்துவர். அங்கனமே தலைவன் பிரிவால் தலைவி வருந்தினும் நான்படும் துயரம் கொண்டிலள்" (பாலசுப்பிரமணியம், கு.வ.2004). சுருக்கமாகச் சொன்னால் திருமாவுண்ணி, தன்னிடம் அன்பு காட்டாத கணவனைப் பிரிந்து வருந்தி, ஒரு முலையைத் திருகி எறிந்து விட்டு வேங்கை மரத்தின் கீழ் நின்றிருந்தாள். இக்கதைக்கும், முலையைத் திருகி எறிந்து மதுரையை எரித்த நெடுவேள் குன்றத்து வேங்கை மர நிழலில் நின்ற கண்ணகி பற்றிக் கூறும் (சிலப்பதிகாரம் 24, 28, 30) கதைக்கும், உள்ள ஒற்றுமை களைக் காணலாம். உண்ணி என்ற பெயர் சேரநாட்டுடன் தொடர்புடைய பெயர். ஒற்றை முலைச்சி தேவதை வழிபாடு, கேரளத்தில் மலையன்மாரிடையேயும், பிற குடியினரிடையே யும் காணப்படுவது. "ஒற்றை முலைச்சியே திருமாவுண்ணியாக இருக்கலாம். சங்க காலத்து ஒற்றை முலைச்சியான திருமா வுண்ணியின் கதையே கண்ணகி கதையென்று கருதலாம்" எனக் குறிப்பிடுகிறார் பி.எல். சாமி. மேலும் பெண் தெய்வச் சிலைகளுக்குப் பருத்த மார்புகளைச் செதுக்குவது அவை வளமைக் குறியீடுகள் (Fertility symbol) என்பதால், "கண்ணகி ஒரு முலையை வட்டித்துப் போட்டதும், மதுரை எரிந்தது என்று கூறியதும் வளமைத் தெய்வக் கருத்தை வலியுறுத்தும். அந்த வளமையின் சக்தியால் மதுரையை எரியூட்டி அழித்தாள்," என்றும் அவர் குறிப்பிடுகிறார். பிற பண்பாடுகளிலும் காணப் படும் தன் முலையை அறுக்கும் தொன்மம், கண்ணகியைப் பொறுத்தமட்டில் அவளது பேராற்றலையும் கற்பின் மேம்பாட் டையும் காட்டும் நோக்கில் கையாளப்பட்டது என்பதும், அது அவளைத் தெய்வநிலைக்கு உயர்த்தும் செயலாகக் காட்டப் பட்டது என்பதும், ஆய்வாளர் பொ. மாதையனின் கருத்து. மேற்கூறிய கதைகள் – பேகன், கண்ணகி, திருமாவுண்ணி – தொன்றுதொட்டு வழங்கியவை. பிற்காலத்தவரான இளங்கோ, சிலப்பதிகாரம் கதையைக் காவியமாகக் கூறியபோது தம்மையும் அந்தக் காவியத்தில் ஈடுபடுத்தியுள்ளார்.

தமிழ் இலக்கியங்களின் காலக் கணிப்புகளைச் செய்து மரபுகளை மீறிய வையாபுரியின் புரட்சிகரமான ஆய்வுகளில் அவர் சிலப்பதிகாரம் – இளங்கோவடிகள் காலம் பற்றி எழுதி யவை சர்ச்சைக்குள்ளானவை. என்றாலும் அவர் கருத்துப்படி,

1. சேரன் செங்குட்டுவனுக்கு இளங்கோ என்ற தம்பி இருந்ததாக வரலாறு இல்லை.

2. இளங்கோ பாடியதாக ஒரு பாடல்கூடத் தொகைநூல்களில் இல்லை. அதனால் அவர் சங்கப்புலவருள் ஒருவரல்லர்.

3. இளங்கோவின் சமகாலத்தவரான மணிமேகலையின் ஆசிரியர் கூலவாணிகன் சாத்தனார் வேறு, சங்கப்புலவர் சீத்தலைச்சாத்தனார் வேறு.

4. இமயவர்மன் நெடுஞ்சேரலாதனுக்கு உற்றதுணையாய் கோவலன் என்பவன் இருந்தான். அவனுக்கும் எட்டுத் தலைமுறைக்குப் பின் வந்தவன் சிலம்பு கோவலன் என்று மணிமேகலை (28 – 103) கூறுகிறது. எனவே இளங்கோ, செங்குட்டுவனுக்கு எட்டுத் தலைமுறை பிந்தியவர் என்று தெரிகிறது.

5. கோவலன் – கண்ணகி கதை கி.மு.650இல் நடந்ததாக யிருக்கலாம்.

மருதன் இளநாகனார் கி.மு.150இல் வாழ்ந்தவர். சேரன் செங்குட்டுவனுக்குப் பின் இரண்டு அல்லது மூன்று தலைமுறைகளுக்குப் பின்வந்தவர். திருமாவுண்ணி கதை கி.மு.நான்காம் நூற்றாண்டு முதல் தமிழகத்தில் வழங்கிய கதை. அவள் சேரன் செங்குட்டுவன் காலத்தில் பத்தினிக் கடவுளாக வழிபட்டிருக்க வேண்டும். மனைவி கண்ணகி, சேரன் செங்குட்டுவனின் சமகாலத்தவள். செங்குட்டுவனின் காலம் கி.மு. 225 – 200; இளங்கோ சிலப்பதிகாரத்தை எழுதியது கி.பி. மூன்றாம் நூற்றாண்டில். எனவே இளங்கோ, செங்குட்டுவனின் தம்பியாக இருந்திருக்க முடியாது. செங்குட்டுவனுக்கு இளங்கோ என்ற தம்பி இருந்ததாகக் கூறப்படும் சிலப்பதிகார அடிகள் பிற்சேர்க்கை என்கிறோம். திருமாவுண்ணி எனும் பத்தினிக் கடவுளின் பெயருக்குப் பதிலாகக் கண்ணகி என்ற பெயரை அளித்து, பேகன் – கண்ணகி வரலாற்றையும் இணைத்து இளங்கோவடிகள் சிலப்பதிகாரத்தை இயற்றினார் என்று சிவராசபிள்ளை கருதுகிறார்.

தமிழ் இலக்கிய வரலாறு எழுதியவர்கள் – மு. வரதராசனார் உட்பட – சிலப்பதிகாரம் பற்றிய தொன்மங்களையும், புனைவுகளையும் வரலாறுபோலப் படைத்தனர். இது ஷேக்ஸ்பியர் வரலாறு எழுதியிருந்தால் எப்படியிருக்குமோ அதுபோலத்தான். இதே கதைதான் தமிழ் இலக்கியவாதிகள் பழந்தமிழகத்தின் நிலவியல் பற்றியும் மனிதகுலத்தின் தோற்றம் பற்றியும் எழுதியவை.

உதவிய நூல்கள்

1. Sivarasa Pillai K N - *Chronology of Early Tamils*
2. *வரதராசன் மு., தமிழ் இலக்கிய வரலாறு*
3. *பெருமாள் அ.கா., தமிழ் இலக்கியங்களின் காலம் பற்றி வையாபுரியாரின் கணிப்பு*
4. *புருஷோத்தம் வி.பி., சங்ககால மன்னர் காலநிலை வரலாறு*
5. *மாதையன் பொ., வரலாற்று நோக்கில் சங்க இலக்கிய பழமரபுக் கதைகளும் தொன்மங்களும்*

இதழ் (75), *காலச்சுவடு*, மார்ச் 2006

9

ககன வெளியிலிருந்து வந்த கடவுளர்

கிரேக்க, ரோமானிய, யூத புராணங்களிலும் இந்தியப் புராணங்களிலும் வானுலகிலிருந்து வந்த மனிதர்களுடன் உறவாடிய கடவுளர், தேவதூதர் பற்றிய கதைகள் பல உள்ளன. அவர்கள் தொழில்நுட்பத்தில் பன்மடங்கு உயர்ந்த, வேற்றுக்கிரகத்தவர் என்றும், அவர்கள் ஆதிகாலம் தொட்டு அவ்வப்போது பூமியில் வந்திறங்கியிருக்க வேண்டும் என்றும் நம்புவர் எரிக் ஃவோன் டேனிகன் (Erik-von-daniken) என்ற ஸ்விட்சர்லாந்து நாட்டவர். இவரது கருத்துப்படி, அந்த வேற்றுலகத்தவரையே, 'காட்டு மிராண்டிகளாக' வாழ்ந்த பூவுலகத்தவர், 'கடவுளர்' எனக் குறிப்பிட்டிருக்க வேண்டும்; அந்தக் கடவுளரே, ஆதிமனிதர்களுடன் இனக்கலப்பு செய்து, அவர்களைப் பரிணாம உயர்வு அடைய வைத்து, அவர்கள் பழம் நாகரிகங்களை உருவாக்க உதவியிருக்க வேண்டும். இந்தக் கற்பிதத்தை இயங்குதளமாக்கி அவர் எழுதிய 26 நூல்கள், 32 மொழிகளில் மொழிபெயர்க்கப்பட்டு, 600 இலட்சம் பிரதிகள் விற்பனையாகியுள்ளன. சில ஆவணப்படங்களும் தொலைக்காட்சித் தொடர்களும் உருவாக்கப்பட்டன. டேனிகனின் கோட்பாட்டைச் சிலர் 'டேனிகனிஸம்' எனக்குறிப்பிடுவர். கடவுளரின் (வான) இரதங்கள் (Chariots of Gods) என்ற அவரது நூல் 1978இல் வெளியாகியது. வேற்றுக்கிரகங்களிலிருந்து வந்தவர் பற்றியும் அவர்களின் விண்கலங்கள் பற்றியும் எழுதப்பட்ட இந்நூல் அமெரிக்கா, ஜெர்மனி மற்றும் இத்தாலியில் விற்பனையில் முதலிடத்தைப் பிடித்தது. டேனிகன் எழுதிய இதர பிரபலமான நூல்கள் ககன வெளியிலிருந்து வந்த கடவுளர் (Gods from Outer Space), கடவுளரின் கனகம்

(Gold of Gods) மற்றும் கடவுளரின் நீள்பயணம் *(Odyssey of Gods)*. டேனிகனின் கருத்துப்படி எகிப்தில் பிரமிடுகள், உருவாக்கப் பட்டதற்கும் பெருநாட்டில் காணப்படும் பெரு நில ஓவியங்கள் *(Geoglyphs)* உருவாக்கப்பட்டதற்கும் காரணம் வேற்றுக்கிரகத் தவர்! உலகமெங்குமுள்ள கலாச்சாரங்களின் பழங்கதைகள் மற்றும் புராணங்களில் விண்வெளியிலிருந்து பறந்து வந்திறங்கிய இரதங்கள் – (இந்தியப் புராணங்களில் விமானங்கள்) – கடவுளர், தேவர்கள் பற்றிக் குறிப்பிடுவதைத் தன் கோட்பாட்டிற்கு ஆதாரங்களாக டேனிகன் தம் நூல்களில் காட்டுகிறார். மேலும் தொல்லியல் முக்கியத்துவம் வாய்ந்த இடங்களையும் புராதன சிதைவுகளையும் சிலைகளையும் தொல்லியல் பொருட்களையும் தன் கோட்பாடுகளுக்கு சான்றுகளாக வைக்கிறார். டேனிகனின் ஆதாரங்கள் பல விவாதத்திற்குரியவை, பல கேள்விக்குரியவை; சில நேரடியாக ஏமாற்று வேலைகள்!

எடுத்துக்காட்டாக, அவர் முற்காலத்தில் பறக்கும் தட்டுகள் வந்ததற்கு ஆதாரங்களாக, அவற்றின் ஓவியங்கள் பொறிக்கப் பட்டுள்ள ஓடுகள் சிலவற்றைக் காட்டினார். அதைத் தொடர்ந்து 1978இல் நோவா என்ற தொலைக்காட்சி நிறுவனம் அந்த ஓடுகள் பற்றி துப்புத்துலக்கி, அவற்றைப் போலியானவை எனக் கண்டுபிடித்தது. அந்த ஓடுகளைச் செய்தவரைப் பேட்டி கண்டு டேனிகனின் புரட்டை அம்பலப்படுத்தியது. அந்த நிறுவனம் நேர்காணல் ஒன்றில் அதுபற்றி டேனிகனிடம் கேட்டபோது, அவர் "சிலர் என் கோட்பாட்டிற்கான ஆதாரங் களைப் பார்க்கவிரும்பினர். அவர்களுக்காகவே சில ஆதாரங் களை உருவாக்க வேண்டியிருந்தது" என்றாராம், முகம் மாறாமல். துணிந்து புரட்டல் காரியங்களில் ஈடுபடுவது டேனிகனுக்குப் புதிதல்ல. 1968இல் பள்ளிப் படிப்பை நிறுத்திய அவர் பள்ளிப் பருவத்திலும், தம் 20 வயதிலும் ஏமாற்றியதற்காக தண்டிக்கப் பட்டார். பின்னர் ஹோட்டல் ஒன்றில் பணிபுரிந்த காலத்தே, போலியான சொத்துப்பத்திரங்களை வைத்து பணம் பெற்று கபளீகரம் செய்ததற்காக தண்டிக்கப்பட்டு மூன்றரை ஆண்டுகள் சிறையிலடைக்கப்பட்டார். அவர் சிறையிலிருந்தபோது எழுதிய நூலே ககனவெளியிலிருந்து வந்த கடவுளர். சிறைவாசம் முடிந்து வெளிவந்தவர் பிரபல எழுத்தாளர் எனக் கொண்டாடப்பட்ட காலத்தில், தன் சிறைத் தண்டனை தன் கோட்பாடுகளைப் பொறுக்காத கத்தோலிக்கச் சபையின் சதியென்றும், அவர்களால் ஜோடிக்கப்பட்ட வழக்கே அவரைச் சிறையிலிட வைத்தது என்று கூறி, ஜெர்மானிய எழுத்துலகில் இடம்பிடித்தார்.

டேனிகனின் நூல்கள் பிரபலமானதற்கு அவர் அளித்த புதுமையான விளக்கமும் அவற்றை அவர் படைத்த முறையும் முக்கிய காரணங்கள். எழுபதுகளில் நான் டேனிகனின் நூல்கள் சிலவற்றை முதலில் படித்தபோது, விவிலியம் மற்றும் புராணங்களில் காணப்படும் பழங்கதைகளுக்கு அவர் கொடுத்த விளக்கங்கள் சுவாரசியமானவைகளாகத் தெரிந்தன. பின்னர் தன் கோட்பாட்டை விளக்க அவர் எடுத்தாளும் ஆதாரங்கள் பற்றித் தொல்லியலாய்வாளர் என்ன கூறுகிறார்கள் என்பதை அறிய முற்பட்டபோதுதான் டேனிகனிஸத்தின் மிகை மற்றும் கற்பனை பற்றி உணர முடிந்தது. கட்டுக்கதைகளை, புனைவுகளை, திரிக்கப்பட்ட உண்மைகளைச் சுவைபடச் சொன்னால் பலரை நம்பவைக்கலாம் என்பதற்கு டேனிகனின் கோட்பாடு ஒரு சிறந்த எடுத்துக்காட்டு. அறிவியலால் எளிதில் விளக்க வியலாத வியத்தகு விஷயங்களைத் தம் கற்பனை கொண்டு விளக்க ஒரு கூட்டம் எப்போதும் இருக்கும்.

1968இல் டேனிகன் எழுதிய 'கடவுளரின் (வான்) இரதங்கள்' என்ற நூலில் வேற்றுலகத்தவர் வந்த விண்வெளிக்கலங்கள் தரையிறங்குமாறு பெரும் தளங்களை, பெருநாட்டில் பழங்குடியினரான நாஸ்கா (Nazca) இனத்தவர் அமைத்துள்ளனர் என்று குறிப்பிடுகிறார். டேனிகன் குறிப்பிடும் வான இரதங்கள் வந்திறங்கிய தளங்கள் பற்றி தொல்லியலாளர் என்ன கூறுகின்றனர்? பெரு (Peru) நாட்டின் தென்பகுதியில் உள்ள நாஸ்கா (Nazca) மற்றும் பால்பா (Palpa) இடையே அமைந்த பீடபூமியில் உள்ள ஒரு பாலைவனம். அங்கு கி.மு.2000இலிருந்து கி.பி.600 வரை வாழ்ந்த கலாசாரத்தவர், நிலத்தில் பெரிய ஓவியங்களை வரைந்துள்ளனர். கோடுகள் மற்றும் ஜியோமிதி கோலங்கள் தவிர குருவி, சிலந்தி, தேன்சிட்டு, குரங்கு, கழுகு போன்ற ஓவியங்களை வரைந்துள்ளது பற்றி இருபதுகளில் தெரிய வந்தது. இப்பகுதி மீது விமானத்தில் பறந்தவர்களில் சிலர், அக்கோடுகள் விமான தளங்களாக இருக்குமோ என வியந்தனர். இதுவே டேனிகனின் கோட்பாட்டிற்கு ஆதாரம்! அந்த நில ஓவியங்கள் (Geoglyphs) மீது 1939இல் பால் கோஸோக் (Paul Kosok) ஆய்வுகளை மேற்கொண்டார். ஏறத்தாழ 200 சதுர மைல் பரப்பில் வரையப்பட்ட நில ஓவியங்களை ஆராய்ந்த கோஸோக், இரும்புத்தாது அடங்கிய சரளைக் கற்கள் கொண்ட மேற்பரப்பை அகற்றியதால் கீழே தெரியும் வெண்மையான மணல் பகுதிகளே, ஓவியங்களின் கோடுகள் என்பதைக் கண்டறிந்தார். கோஸோக்கின் 12 ஆண்டு ஆய்வுக்கு உதவி செய்த மரியா ரெய்ஷ் (Maria Reiche) இந்த ஓவியங்கள் பற்றி 1998இல் அவர் இறக்கும் வரையில் ஆய்வுகளைச் செய்தார். இவரது முயற்சியாலேயே நாஸ்கா நில ஓவியங்கள் யுனெஸ்

கோவினால் 1995இல் பாதுகாக்கப்பட்ட கலாச்சாரச் சின்னங் களாக அறிவிக்கப்பட்டன. நாஸ்கா ஓவியங்களின் சிறப்பம்சங் கள் இரண்டு. ஒன்று, அவை சரளைகளை அகற்றி நிலத்தில் எளிதாக அமைக்கப்பட்ட கோடுகள் என்றாலும், ஆயிரம் ஆண்டுகளாக அழியாமலிருப்பது. இதற்கு முக்கிய காரணங்கள் நாஸ்கா பீடபூமி மழையற்றது, பலத்த காற்று இங்கு வீசாதது, இரண்டாவது சிறப்பம்சம்: இந்த நில ஓவியங்களைத் தரையில் நின்றால் நிலஓவியச் சித்தரிப்பை முழுமையாகக் காணவியலாது. வானத்திலிருந்தோ அல்லது உயர்வான பகுதியிலிருந்தோதான் அவற்றைக் காணவியலும்.

நாஸ்கா நில ஓவியங்களை யார் எதற்காக வரைந்தனர் என்பதற்கு கோஸாக் மற்றும் மரியா ரெய்ஷ் செய்த ஆய்வுகள் பதிலை அளிக்கின்றன. இவற்றை வரைந்த நாஸ்கா கலாசாரத் தவர், போர்க்குணம் கொண்ட இதர குடியினரால் அழிக்கப் பட்டிருக்க வேண்டும் என்று தெரியவந்துள்ளது. அவர்கள் வாழ்ந்த கஹாச்சி என்ற சிதைந்த நகரம் ஒன்று கண்டுபிடிக்கப் பட்டது. ரெய்ஷின் கருத்துப்படி குரங்கு, சிலந்தி போன்ற ஓவியங்கள் சில விண்மீன் கூட்டங்களின் அடிப்படையில் அமைக்கப்பட்டவை. எவ்வாறு கி.மு. 2ஆம் நூற்றாண்டில் வாழ்ந்த தாலமியால் சில விண்மீன் தொகுப்புகள், கரடி, நாய், மாடு, ஓநாய் எனப் பகுக்கப்பட்டனவோ அதுபோல. மேலும் அங்கு வாழ்ந்தவர், இந்தியாவில் கோயிலைச் சுற்றி வலம் வருவது போல, நில ஓவியங்களின், கோடுகள் மீது நடந்து ஆவியுலகத் தொடர்புகளையும் கடவுளரையும் வழி பட்டனர் என்று கூறுகிறார் ரெய்ஷ். சில நேர்க்கோடுகள் சமநாட்களில் (Equinox) கதிரவன் உதித்து மறையும் வரையுள்ள கதிரவனின் பாதையைக் குறிப்பிட்டவை என்பதும் தெளிவாகி யுள்ளது. நில ஓவியம் ஒன்றை உருவாக்க முயன்ற ஆய்வாளர் ஒருவர், ஒரு நில ஓவியம் வரைய ஏறத்தாழ 48 மணிநேரம் தேவைப்படும் என்பதை நிரூபித்துள்ளார். ஆய்வாளர்கள் டேனிகனுக்கு விடுக்கும் கேள்விகளில் சில: 1) இவை விமானத் தளங்கள் என்றால் அவை ஏன் சிலந்தி, குரங்கு, தேன்சிட்டு போன்ற வடிவங்களில் காணப்பட்டன? 2) வான இரதங்கள் இங்கு தரையிறங்கியிருந்தால், மணலில் மாட்டிக்கொண்டிருக்க வேண்டியதுதான். இங்கு ஏதாவது அவ்வாறு மாட்டிக்கொண்ட வான இரதத்தை இன்று காணமுடியுமா? 3) வேற்றுக் கிரகத் தவர் நாஸ்கா கலாச்சாரத்தவருக்கு ஓவியங்களை வரையச் சொல்லிக் கொண்டிருந்தால் என்ன மொழியில் சொல்லியிருப் பார்கள். மேற்கூறியவற்றில் டேனிகன் பதிலளிக்கப் போவ தில்லை. ஏனெனில், வியத்தகு நில ஓவியங்களை ‘திறமையற்ற’, ‘எளிய’ நாஸ்கா கலாச்சாரத்தவர் ககன வெளியிருந்து கடவுளரின்

உதவியில்லாமல் செய்திருக்க முடியாது, என்பது அவர் நிலைப்பாடு.

வேற்றுலகத்தவர் வந்ததற்கு டேனிகனின் முக்கியமான ஒரு ஆதாரம், மாயா விண்வெளி வீரர் என ஆய்வாளர் வேடிக்கையாகக் குறிப்பிடும் புடைச்சிற்பம் ஒன்று. இச்சிற்பம் விரிவாக ஆராயப்பட்டுள்ள மாயா புராணங்களின் அடிப்படையில் அறியப்பட்டுள்ளது என்றாலும், அசாத்திய துணிச்சலுடன் டேனிகன் இச்சிற்பத்தை விண்கலத்தில் செல்லும் விண்வீரரின் சிலை என்று தம் நூல்களில் குறிப்பிடுகிறார். 1949இல் அல்பெர்டோ ரூஸ் *(Alberto Ruz)* என்ற ஆய்வாளர் மெக்ஸிகோவில் பேலங் *(Palenqu)* என்னுமிடத்தில் அமைந்த பிரமிடின் பாதாள அறையில் மூடப்பட்டிருந்த கல்லறை ஒன்றைக் கண்டு பிடித்தார். கல்லறையை மூடிய செவ்வகக் கல்லில் கி.பி.690இல் இறந்துவிட்ட பாகல் எனும் மாயா அரசனின் உருவம் புடைச் சிற்பமாக செதுக்கப்பட்டிருந்தது. அதன் அமைப்பு தொல்லியல் மற்றும் பழம் சிற்பக்கலை பற்றி அறியாதவர்களுக்கு வியப்பளித்தது. பலரைக் குழம்ப வைத்தது. 1974இல் ஹியூ ஹார்ல்ஸ்டன் *(Hugh Harleston)* என்பவர் பாகல்லின் சிற்பம், விண்கலத்தைச் செலுத்தும் விண்வெளிவீரன் சிற்பம் என்றும், அவன் அமர்ந்திருக்கும் விதம் வேகத்தையும், முன்னேறுவதையும் குறிக்கின்றது என்றும் எழுதினார்.

கி.பி. ஏழாம் நூற்றாண்டில் விண்கலங்கள் செய்யப்படவில்லை என்பதை நாமறிந்தாலும், விடுவாரா டேனிகன்! இந்தச் சிற்பத்தையே அவர் வேறு கிரகத்தவர் விண்கலங்களில் வந்ததற்கு ஒரு முக்கியமான ஆதாரமாகக் காட்டுகிறார். உண்மையில், இறந்துவிட்ட பாகல், மரமாகச் சித்தரிக்கப்பட்டுள்ள பூவுலகிலிருந்து விடுபட்டு, ஆவிகளின் உலகில் வாழப் போவதைச் சித்தரிக்கும் புடைச்சித்திரம் அது. கல்லறையின் பக்கவாட்டில் பாகலின் மூதாதையர் சிலரின் பெயர்கள் பொறிக்கப்பட்டுள்ளன. பாகலின் ஆவியுலகப் பயணம் அவனைத் தன் மூதாதையர்களின் ஆவிகளுடன் சேர்க்கவைக்கும் பயணம் என்பது மாயா இனத்தவர் நம்பிக்கை. இந்தச் சிற்பத்தில் டேனிகன், பாகலின் கழுத்துக்கு மேலும், காலின் அடியிலும் செதுக்கப்பட்ட அமைப்புகளை விண்கலத்தின் விசைகள் எனக் குறிப்பிடுகிறார். ஆனால் அவை மாயா மரபுப்படி, பாதாளத்தைக் காக்கும் திறந்த வாய் கொண்ட பாம்பின் தாடைகள்! பாகல் முன்னேறும் விண்கலத்தில் செல்லவில்லை. இறந்துவிட்ட அவன் ஆவியுலகத்திற்கு, பாதாளத்திற்குள் விழும் காட்சியே அது!

பாகல்லின் புடைச்சிற்பம்

டேனிகன் போலப் பறக்கும் தட்டுகள், வேற்றுக் கிரகத்த வரின் வருகை போன்ற கோட்பாடுகளை நம்புபவர் பலர் உள்ளனர். ரேயலியன் (Raelian) என்ற மறையியல் குழுவினர் (Mystic society) விண்வெளியிலிருந்து வந்தவர் – வருபவர் பற்றி நம்புபவர்கள். ஆப்பிரிக்காவில் வாழும் டோகோன் எனும் குடியினர் சிரியஸ் (Sirius) எனும் விண்மீனிலிருந்து வந்த நோமோஸ் (Nommos) எனும் கடவுளை நம்புபவர்கள். இவற் றிற்கும் டேனிகனிஸத்திற்கும் உள்ள முக்கியமான வேற்றுமை, டேனிகனிஸத்தின் இனவுயர்வு வாதம். டேனிகனின் கருத்துப் படி, தென் அமெரிக்காவிலிருந்து சீனா வரை வாழ்ந்த பழங் கலாசாரத்தவர்கள், விண்வெளியிலிருந்து வந்த வேற்றுக் கிரகத் தவருடன் தொடர்பு கொண்டிருந்தார்கள். ஏனெனில், கலாசார உயர்வு, பரிணாம முன்னேற்றம் அடையாத மக்கள் எகிப்திய மற்றும் இன்கா (Inca) பிரமிட்டுகளையும் ஈஸ்டர் தீவு சிலை

சு.கி. ஜெயகரன்

களையும் அவர்களாகவே செய்திருக்க முடியாது. அவை நிச்சயம் விண்வெளியிலிருந்து வந்த, உயர்ந்த, அறிவு தொழில் நுட்பத்தில் மேம்பட்ட வேற்றுக்கிரகத்தவரின் உதவியாலும் இனக்கலப்பாலும் மேம்படுத்தப்பட்ட ஆதிக்குடியினரால் உருவாக்கப்பட்டவை. டேனிகனின் வாதம் வலுவற்றது என்பதை அவர் காட்டும் ‘ஆதாரங்களை’ நோக்கினால் தெரியவரும். எடுத்துக்காட்டாக, மாயா கலாசாரத்தின் கோள்கள் பற்றிய அறிவு மாந்திரீகர் தாம் கோள்கள் – விண்மீன்களைப் பார்த்து அமைத்த குறியீடுகளின் அடிப்படையிலானவை. எகிப்தை ஆண்ட ஃபேரோ பரம்பரையினர், ஆண்டவனின் பிரதிநிதிகள் என நம்பப்பட்டதால், அவர்கள் அடக்கம் செய்யப்பட்ட பிரமிடுகள் ஆயிரக்கணக்கான அடிமைகளின் துணையுடன் கட்டப்பட்டவை. அவற்றைக் கட்ட, காடுகள் பல அழிக்கப் பட்டது. வெட்டப்பட்ட மரக்கட்டைகளையும், சாய்தளம், கயிறு ஆகியவற்றையும் உபயோகித்து கட்டப்பட்டவை. அளவிலா உறுதியுள்ள அன்று வாழ்ந்த எகிப்தியரால் அவை கட்டப்பட்டன. டேனிகனின் கோட்பாடுகளை எதிர்க்கும் ரொனால்ட் ஸ்டோரி *(Ronald Story)*, பழங்கால கலாசாரத்தவர் நமது பாரம்பரியங்கள், மறுவாழ்வு பற்றிய நம்பிக்கைகள் ஆகியவற்றின் அடிப்படையில் பிரமிடுகளையும் நாஸ்கா நில ஓவியங்களையும் ஈஸ்டர் தீவு சிலைகளையும் உருவாக்கினர் எனவும், அவர்கள் கலாசார உயர்வடைந்தவர்கள் எனவும் குறிப்பிடுகிறார். மேலும் அவர்கள் விண்வெளியிலிருந்து வந்த கடவுளர் பற்றித் தெளிவாகக் குறிப்பிடாததற்குக் காரணம் அவர்களின் ஞாபக மறதியல்ல, அப்படியேதும் நடவாததே என்கிறார்.

பழம் நாகரிகங்கள் படைத்தவர்களை டேனிகன் மந்த புத்தியுள்ளவர்களாகவும், கலாசார உயர்வடையாதவர்கள் போலவும் சித்தரித்து அவர்கள் மேம்பட்ட இனத்தவரான ‘கடவுள’ரின் உதவியுடன் பிரமிடுகள் போன்ற கலாசார குறியீடு களை அமைத்தனர் என்றும் கூறும் டேனிகன், மத்திம *(Middle Age)* காலத்தில் பெரும் தேவாலயங்களை *(Cathedral)* அமைத்த ஐரோப்பியர் பற்றி, ஒரு நேர்காணலில் கேட்கப்பட்டபோது, ஐரோப்பியர் ‘அத்தகைய ஞானத்தையும் கலாசார மேம்பாட்டை யும் அடைந்தவர்’ எனப் பதிலளித்தாராம். இந்த வாதத்தின் அடியோட்டம் என்னவென்றால் இனவுயர்வடைந்த வெள்ளைக்காரரால் கலாசார சாதனைகள் படைக்கவியலும். ஆனால் எகிப்திய, மாயா, நாஸ்கா கலாசாரத்தவர் உயர்வடை வதற்கு வேற்றுக் கிரகத்தவர் வந்து இனக்கலப்பு செய்யவும் சொல்லிக் கொடுக்கவும் வேண்டும். இதில் வெள்ளை இன உயர்வு வாதத்தை உணரலாம்.

இனக்கலப்பால் ஒரு குலம் 'உயர்'வடைந்த கதை நம் நாட்டிலும் உண்டு. திருவள்ளுவர். ஆதி – பகவன் என்ற தம்பதியினருக்குப் பிறந்தவர் என்ற கதையொன்று உண்டு. (ஆதி – பகவன் சமணக்கடவுளர் என்பது வேறு விஷயம்) பகவன் என்ற பிராமணர் காசிக்குச் சென்ற வழியில் தனக்கென உணவு சமைத்துக் கொண்டிருந்தாராம். அப்போது பசியால் வாடிக்கொண்டிருந்த ஏழைச்சிறுமி அவரது உணவை களவெடுக்கப் பார்க்க, பகவன் தன் கையில் வைத்திருந்த கரண்டியால் அவள் தலையிலடித்து அவளை விரட்டிவிடுகிறார். பல ஆண்டுகள் கழித்து பகவன் ஆதி என்ற பெண்ணை மணக்கிறார். ஒருநாள் பகவன் ஆதியின் தலையில் உள்ள தழும்பு ஒன்றைப் பார்த்து அதுபற்றிக் கேட்க, ஆதி எவ்வாறு தான் சிறுமியாக இருந்தபோது, கரண்டியால் ஒருவர் தன் தலையில் அடித்ததைக் கூறுகிறாள். அப்போது பகவனுக்கு, அவள் தாம் அடித்து விரட்டிய கீழ்ச்சாதிப் பெண் என்று தெரியவருகிறது. சாதித் 'தூய்மை' பேணத் தமக்குப் பிறக்கும் குழந்தைகளைத் தான் வளர்க்கக்கூடாது என்றும் துணிந்து அந்த பிராமணர் குழந்தைகளை நிராதரவாக விட்டுவிட முடிவெடுக்கிறார். ஆதிக்கு மூன்று குழந்தைகளைத் தருகிறார். இடுப்புக் கீழே தீண்டாமை கிடையாது அல்லவா! ஆதிக்குப் பிறந்த குழந்தைகளில் நிர்க்கதியாக விடப்பட்ட குழந்தைகளில் ஒன்று வள்ளுவர் குலமகன் ஒருவரால் கண்டெடுக்கப்பட்டு வளர்கிறது. திருவள்ளுவராக வளர்கிறது. ஆதியின் மற்றொரு ஆண் குழந்தை அதியமானாகவும், பெண் குழந்தை ஔவையாராகவும் வளர்கின்றனர். இக்கதையின்படி திருக்குறள் யாத்த அறிவுமிகு திருவள்ளுவரும், புலவர்கள் போற்றிய பெண்புலவர் ஔவையாரும், கொடையிற் சிறந்த அதியமானும் சகோதரி சகோதரர்கள். இக்கதையின் அடிப்படை சாதி மேம்பாடு, கீழ்ச்சாதியான வள்ளுவர் குலத்தில் பிறந்தவர் எவ்வாறு சுடர்மிகு அறிவுடன் இருந்திருக்க முடியும், அவர் உடம்பில் உயர்சாதி இரத்தம் ஓடாமல்?

டேனிகன் கூறுவதுபோல, சில இனத்தவரின் இரத்த நாளங்களில் வேற்றுக்கிரகத்திலிருந்து வந்தவர்களின் குருதி ஓடிக்கொண்டிருந்தால், அதை மரபியல் ஆய்வுகள் செய்தால் கண்டுபிடிக்கலாம் அல்லவா? முதலில் 'வேற்றுக்கிரகத்தவர்', அப்படி ஒரு சமுதாயத்தினர் இருந்தால் அவர்கள் பூவுலகத்தவருடன்கூடி இனப்பெருக்கம் செய்யவியலுமா? என்பது அடிப்படைக் கேள்வி. உலகெங்கினும் பரவியுள்ள பல இனத்தவர்கள் மீது நடத்தப்பட்ட மரபியல் ஆய்வுகள், மனித குலம் எனும் வம்ச விருஷத்தின் அடிமரம், ஆப்பிரிக்க இனம் என்பதை

யும் மனிதகுலத்தின் மூதாதையர் இரு லட்சம் ஆண்டுகளுக்கு முன்னர் ஆப்பிரிக்க ஆதித்தாயிடம் உதித்தவர்கள்; அவர்களின் வழித்தோன்றல்கள், ஏறத்தாழ ஒரு லட்சம் ஆண்டுகளுக்கு முன்னர் ஆப்பிரிக்காவைவிட்டு வெளியேறி, உலகின் இதர பாகங்களுக்குக் குடியேறினர் என்பதையும் உறுதிசெய்கின்றனர். இந்த முடிவுகள் உலகின் பல பாகங்களில் கண்டெடுக்கப் பட்ட, பல்வேறு பரிணாம நிலைகளை அடைந்த ஆதிமனித எலும்புகளால் வலுவடைந்துள்ள நிலையில், மரபியல் ஆய்வாளர் இதுவரை கண்டுபிடிக்காதவை, வேற்றுக்கிரகத்தவர் மரபணுக்கள் என்பதை டேனிகன் தெரிந்திருக்க வாய்ப்பில்லை.

தொல்லியல் கோட்பாடுகளைப் படைத்தவர் திறந்த மனத்துடன் தடயங்களைச் சேகரித்து பின் அவற்றை ஆராய்ந்து, ஆய்வு முடிவுகளின் அடிப்படையில் கோட்பாடுகளைப் படைக்க வேண்டும். ஆனால் டேனிகனின் கதையோ, வேற்றுக்கிரகத் தவர் பழங்காலத்தில் பூவுலகிற்கு வந்து இனக்கலப்பு செய்து, கலாசார மேம்பாட்டையும் பரிணாம உயர்வையும் உண்டாக்கினர் என்ற ஊகத்தையே, முடிவாக்கி, அதற்கு உறுதி சேர்க்க 'ஆதாரங்களைத்' தேடியது. இத்தகைய அணுகுமுறை போலி தொல்லியலாய்வு *(Pseudo archaeology)* என்று அழைக்கப்படுகிறது. தமிழ்நாட்டில் சில ஆண்டுகளுக்கு முன் பேரூரில் 'கண்டு பிடிக்கப்பட்ட' பழம் எழுத்துகள் பொறிக்கப்பட்ட மண் ஓடுகள் மற்றும் பாலக்காட்டுக்கருகே கண்டுபிடிக்கப்பட்ட 'இராட்சத ஆதிமனிதத் தடங்கள்' ஆகியவற்றைக் கண்டுபிடித்த தாகக் கூறியவர்களின் அணுகுமுறைகள் இவ்வகையைச் சேர்ந்தவை.

இதழ் (82), காலச்சுவடு, அக்டோபர் 2006

10

நிலை தடுமாறும் பூமி
ஆழிப்பேரலை 2004

2004ஆம் ஆண்டு டிசம்பர் 26ஆம் தேதி காலையில் சுமத்ரா அருகே ஏற்பட்ட கடும் நிலநடுக்கத்தால் வட துருவ அச்சின் மையம் 2.5 செ. மீ. (ஓர் அங்குலம்) கிழக்காக நகர்ந்தது. இதனால் உண்டான பூமிச் சுழற்சி மாற்றத்தால், பகல்பொழுது 2.68 மைக்ரோ செகண்டுகள் குறைந்தது – பூமியின் துருவப் பகுதிகள் வெகு நுண்ணிய அளவில் சற்றே தட்டையாயின, நிலநடுக்கோட்டுப் பகுதிகள் சற்றே புடைத்தன. இதையடுத்து எழும்பிய ஆழிப்பேரலை, இந்துமாக் கடலின் கடற்பகுதிகளைத் தாக்கியது. கண்டத் தட்டுகள் முட்டி மோதி ஏற்படும் கடலடி நிலநடுக்கங்களின் பின் விளைவுகளாக ஏற்படுபவை இந்த அலைகள். சுனாமிகளின் மூலம் பற்றி அறிய கண்டத் தட்டுகள் பற்றியும் அவற்றின் நகர்வு பற்றியும் தெரிந்துகொள்ள வேண்டும்.

மக்கள் வாழும் பகுதிகளை நாம் நாடுகளாகப் பகுத்தது போல, பூமியின் மேற்பரப்பில் இயற்கையால் பகுக்கப்பட்ட கண்டத் தட்டுகள் உள்ளன. அவற்றின் அமைப்பு, பெயர்ச்சி பற்றிச் சென்ற நூற்றாண்டின் பிற்பகுதியில் புவியியல் ஆய்வுகள் தெளிவாக்கின. கண்டத் தட்டுகளின் கருத்தாக்கம் (plate tectonics) புவியியலாய்வில் ஒரு திருப்புமுனையாகும். 1968இல் முதன்முதலாகப் பூமியின் மேல்தோல் போன்ற தட்டுகளின் அமைப்பு பற்றிய வரைபடம் உருவாக்கப் பட்டது. நன்கு அவித்த ஒரு முட்டையின் மேல் ஓட்டை உடைத்துப் பின் உடைந்த பகுதிகளை மறுபடியும் முட்டையின் வெள்ளைப் பகுதியின் மீது பொருத்தினால் எப்படி யிருக்குமோ, அது போன்ற அமைப்பையும் சீரற்ற

சு.கி. ஜெயகரன்

எல்லைகளையும் கொண்டவை கண்டத் தட்டுகள். அந்த அவித்த முட்டையைச் சற்றே அழுத்தினால் சிதறிய ஓடுகள் ஒன்றின் மீது ஒன்றுடன் முட்டும் அல்லது ஒன்று மற்றொன்றின் கீழேயும் செருகிக்கொண்டுவிடும். அவை போலவே கண்டத் தட்டுகள், பூமியில் ஏற்படும் விசைகளுக்கு ஈடு கொடுக்கின்றன. பூமியின் மேல்தோல் போன்ற கண்டத் தட்டுகள் பன்னிரண்டு. இவற்றில் பெரியவை ஆப்பிரிக்க, யுரேசிய, பசிபிக், வடஅமெரிக்க, அன்டார்க்டிக், இந்தோ – ஆஸ்திரேலிய மற்றும் நாஸ்கா தட்டுகள். சிறிய கண்டத் தட்டுகளான பசிபிக் தட்டும் நாஸ்கா தட்டும் முறையே 12,000 கி.மீ. அகலமும் 3,000 கி.மீ. அகலமும் கொண்டவை. இக்கண்டத் தட்டுகளின் பெரும்பகுதி கடலடியில் உள்ளது. யுரேசியத் தட்டின் பெரும் பகுதி நிலப்பரப்பாகும். இத்தட்டுகள் நிலப்பரப்பில் ஏறத்தாழ 120 கி.மீ. கனமும் கடலடியில் 65 கி.மீ. கனமும் கொண்டவை. இவற்றிற்கு அடியிலுள்ள ஆஸ்தினோஸ்பியர் இளகிய நிலையிலுள்ளது. அதன்மீது கண்டத் தட்டுகள், நீரோட்டத்தைப் பொருத்து நங்கூரமற்ற தெப்பங்கள் நகருவதுபோலக் கடலடித் தளம் வெப்பச் சலனத்தினால் விரிவடையும்போது நகர்கின்றன.

நாம் கண்டங்கள் எனக்குறிப்பிடுவது, கடல் மட்டத்திற்கு மேலேயுள்ள கண்டத்தட்டுகளின் உயர்வான பகுதிகள். கடலடியில் காணப்படும் கண்டத்தட்டின் மேற்புறமே கடலடித்தளம். பூமி உருகிய கோளமாகயிருந்த நிலையிலிருந்து குளிரடைய ஆரம்பித்தபோது, பாலைக்காய்ச்சி ஆறவைத்தால் உருவாகும் பாலாடை போன்று, அடர்வு குறைவான பாறைக்குழம்பால் உருவானவை கண்டத்தட்டுகள். அவற்றின் கீழேயிருப்பவை, அடர்வு அதிகமான நில அமைப்புகள் என்பதால் அவை மறுபடியும் பூமிக்கடியில் சென்றுவிடா. இதற்கு ஒரேயொரு விதிவிலக்கு ஒரு கண்டத்தட்டு அடுத்த கண்டத்தட்டின் அடியே செருகி உடைந்து, அப்பகுதியில் (ஆஸ்தினோஸ்பியர்) உள்ள வெம்மையால் இளகிக் களி போலாகும் நிலை. இளகிய நிலையிலுள்ள பாறைக்குழம்பு, சில நேரங்களில் கடலடித்தளத்தில் ஏற்படும் விரிசல்களிடையே வெளியேற கடலடித்தளம் விரிவடையும். இத்தகைய நிகழ்வின் ஆரம்பம்தான் இந்தோனேஷியப் பகுதியில் ஏற்பட்டது.

பதின்மூன்று கோடி ஆண்டுகளுக்கு முன்னர், இந்தியத் தட்டுக்கும் யுரேசியத் தட்டுக்கும் இடையே இருந்த டெதிஸ் எனும் ஆதிக்கடலிலிருந்த படிவப் பாறைகள் நெருக்கப்பட்டு, நெருக்குவிசைக்கு ஈடுகொடுத்து வளைந்து, நெளிந்து, மடிப்பு மடிப்பான மலைத் தொடர்களாக, இமயமலை உயர்ந்தெழுந்தது. இன்னும் இந்தியத் தட்டு, ஆண்டுக்கு ஏறத்தாழ 5 செ.மீ.

விகிதத்தில் நகர்ந்து கொண்டிருப்பதால், இமயமலை ஆண்டுக்கு 5 மி. மீ. உயருவதாகச் சீனப் புவியியலாளர் கண்டறிந்தனர். கண்டத்தட்டு ஆண்டொன்றிற்கு நகரும் விகிதம், நகம் வளரும் வேகத்தைவிடப் பல மடங்கு குறைவானாலும், பல லட்சம் ஆண்டுகளில் அது கணிசமான நகர்வாகும். இந்த நகர்வால், ஒரு கண்டத்தட்டு அடுத்த கண்டத்துடன் மோதிப் புடைத்து, உடைந்து அடுத்த கண்டத்தினடியில் செருகிக்கொண்டுவிடும். அப்படியொரு நிகழ்வின் விளைவே சுமத்ரா நிலநடுக்கம்.

இந்தியக் கண்டத் தட்டு, சிறிய பர்மா கண்டத் தட்டினடியில் செருகும் சுந்தா நிலப்பிளவருகே இந்தோனேஷியாவின் சிமுயெல் தீவிலுள்ள பாசுநாஸரே எனும் ஊருக்கு வடக்கே 42 கி. மீ. தூரத்தில் மையம் கொண்டு மனித வரலாற்றிலேயே பெரியதான நிலநடுக்கம் ஏற்பட்டது. ரிக்டர் அளவில் ஒன்பது என்னும் வீரியத்தில் பேரழிவை ஏற்படுத்திய நடுக்கம் கடலடித் தளத்தின் கீழே 10 கி. மீ. ஆழத்தில் உருவெடுத்தது. நிலநடுக்கம் 70 – 80 கி. மீ. ஆழத்திற்குக் கீழே ஏற்பட்டிருந்தால் சேதாரம் இந்த அளவில் இருந்திருக்காது. அவை ஆழம் குறைவான பகுதிகளில் உருவானால் நிலநடுக்கத்தால் ஏற்படும் சேதம் அதிகம்.

இந்தியக் கண்டத் தட்டு பர்மாத் தட்டுடன் ஆண்டுக்கு 6.1 செ. மீ. விகிதத்தில் நகர்ந்து முட்டிக் கொண்டிருந்தது. ஆனால் அப்பகுதியில் நெருக்குவிசை மேலிட்டது. நெருக்குவிசை மேலிட இந்தியக் கண்டத் தட்டில் (இது 65 – 80 கி.மீ. கனம் கொண்டது) முதலில் நூறு கி. மீ. நீளம் உடைந்ததே நிலநடுக்கத் தின் ஆரம்பம். பின்னர் மேலும் 1,200 கி. மீ. நீளத்திற்குக் கண்டத்தட்டு சிதைந்து பர்மாத் தட்டினடியில் செருகியதால் அப்பகுதியில் பின்னதிர்வுகள் ஏற்பட்டன. அமெரிக்கப் புவியியலாய்வின் (USGS) கணிப்பின்படி செருகிய கண்டப் பகுதி ஓர் ஆப்பை இட்டதுபோலப் பர்மாத்தட்டை 15 மீ உயர்த்தியுள்ளது.

கடலடி நில அதிர்வால் உருவான ஆழிப் பேரலையை – துறைமுகத்தைத் தாக்கும் அலை எனப் பொருள்படுமாறு – ஜப்பானிய மொழியில் 'சுனாமி' (சு – துறை முகம், நாமி – பேரலை) என்பர். உலகத்தில் சுனாமி நிகழ்வுகள் 75% பசிபிக் கடற்கரைப் பகுதியிலும், 12% மத்திய தரைக்கடற்பகுதியிலும், 9% அட்லாண்டிக் கடற்கரைப் பகுதிகளிலும், 3% இந்துமாக்கடல் பகுதியிலும் ஏற்பட்டுள்ளன. பெரும்பாலான சுனாமிகள், கடலடியில் ஏற்படும் நிலநடுக்கத்தாலும் ஐந்து விழுக்காடு கடலடி எரிமலை வெடிப்பாலும் மிகச் சொற்பமான

எண்ணிக்கையில் விண்கற்களின் தாக்கத்தாலும் ஏற்படுகின்றன. நிலநடுக்கத்தின் மையம் கடலடியில், கடலடித் தளத்திலோ கண்டச் சரிவிலோ கடற்கரைக்கு அருகேயோ உருவானால் ஏற்படும் நிலமுறிவுகளால் பெரும்பகுதிகள் தாழ்கின்றன. அப்போது பெருமளவு கடல்நீர் அந்தத் தாழ்வான பகுதிகளை நோக்கி இறங்க, கடல்நீர் கடற்கரைகளிலிருந்து முதலில் உள்வாங்கி 10 – 15 நிமிடங்களில் கடற்கரையை அசுரப் பரிமாணம் கொண்டு மணிக்கு 500 – 600 கி. மீ. வேகத்தில் நீர்மதில்களாக எழுந்து தாக்கும். நடுக்கடலில் 1 மீட்டர் அளவேயிருக்கும் அலைகள் கரைக்கு வரும்போது 10 – 30 மீட்டர் வரை உயர்ந்து கரைகளைத் தாக்கும் வல்லமை பெற்றுவிடும். நீராலான ஒரு பெரும் மதில்போல முன்னேறும் சுனாமி அலைகள் கரையோரங்களில் பேரழிவை ஏற்படுத்தும். ஒரு பெரிய தாம்பாளத்தில் நீரை ஊற்றியபின் அதை வேகமாக ஒருபுறமாகச் சாய்க்கும் போது, அந்த அதிர்வால் மறுபக்கத்தில் தளும்பும் அலைகளுக்கு இவற்றை ஒப்பிடலாம்.

கடந்த நூற்றாண்டுகளில் ஏற்பட்ட சுனாமிப் பேரலைகளின் ஆய்வின் மூலம், சராசரியாக ஆண்டுக்கு ஐந்து சுனாமிகள் பசிபிக் கடற்பகுதிகளில் தாக்கி 50,000 பேரை உயிரிழக்கச் செய்கின்றன என்னும் புள்ளிவிவரம் வெளிவர, சுனாமி பற்றிய முன்னெச்சரிக்கையின் அவசியம் உணரப்பட்டது. சுனாமி அலைகள் தாக்குவதைத் தடுக்கவியலாத நிலையில் அதனால் ஏற்படும் உயிர் மற்றும் பொருட்சேதத்தைக் குறைக்க அமெரிக்க அரசு பசிபிக் கடலடியில் 1948இலிருந்து ஆழ்கடல் கண்காணிப்புச் செய்துவருகிறது. இதற்கெனத் தேசியக் கடல் மற்றும் வானிலை *(National Oceanic and Atmospheric Administration – NAAO)* அமைப்பின், சியாட்டிலிலுள்ள பசிபிக் கடலியல் ஆய்வுக்கூடம், சுனாமி உருவானால் அதை 15 நிமிடங்களில் கண்டுபிடிக்கும் சுனாமீட்டர் *(Tsunameter)* என்னும் கருவியை உருவாக்கியுள்ளது. இக்கருவியின் முக்கியப் பாகம் கடலடித் தளத்தில் நங்கூரமிடப்பட்ட நீரழுத்தமானிகள் *(Bottom Pressure Recorder – BPR)*. இவை அரை செ. மீ. உயரம் கொண்ட சுனாமி அலையையும் ஆறு கி. மீ. (6,000 மீ) ஆழத்திலும் உணரும் நுட்பமான கருவிகள். கடல்நீர் அழுத்தத்தின் சிறிய மாறுதல்களையும் இவை 15 வினாடிகளுக்கு ஒருமுறை பதிவு செய்யும். இவ்வாறு பதிவு செய்யப்பட்ட தகவல் கடல் மட்டத்தில் மிதந்து கொண்டிருக்கும் மிதவையில் அமைக்கப்பட்ட, நீரழுத்தமானியுடன் இணைக்கப்பட்ட கருவிக்கு அனுப்பப்படுகிறது. மிதப்பிலுள்ள கருவி அவற்றை வானிலைச் செயற்கைக் கோள்களுக்கு அனுப்ப, ஆய்வுக்கூடங்கள் அந்த விவரங்களை உடனடியாகப் பெறுகின்றன.

எடுத்துக்காட்டாக, சுமத்ரா நிலநடுக்கம் ஏற்பட்ட சில வினாடிகளில் ஹவாயில் உணரப்பட்டது. இந்த ஆய்வுக்கூடம் நிலநடுக்கம் பற்றிய தகவலைப் பெற்று 15 நிமிடங்களில் நிலநடுக்க வீரியத்தை உணர்ந்து, அதனால் நிலநடுக்க மையத்தினருகே சுனாமி தாக்குதல் ஏற்பட வாய்ப்பிருக்கிறதென்றும், ஆனால் பசிபிக் கடற்கரையோரம் பெரும் சேதம் ஏற்படாது என்றும் தெரிவித்தது. இலங்கைக் கடற்கரையோரம் தாக்குவதற்கான வாய்ப்புகள் இருப்பது பற்றி தங்கள் சோதனைக் கூடத்தில் உணர்ந்தவுடன் 30 நிமிடங்களில், ஆழிப் பேரலையாலும் நிலநடுக்கத்தாலும் ஏற்படக்கூடிய சேதத்தைக் கட்டுப்படுத்துவது, கடற்கரைகளில் அறிவித்து உயிர்ச் சேதத்தைக் குறைப்பது ஆகிய பணிகளை மேற்கொண்டது. இதே நிறுவனம் இந்துமாக் கடலில் உள்ள டிகோ கார்சியா தீவிலுள்ள அமெரிக்க ராணுவத் தளத்திற்கு, சுனாமி தாக்கப்போவது பற்றித் தெரிவித்த ஒரு மணி நேரத்தில், அலை தாக்கியது. இந்தத் தகவலை ஏன் இந்தியா, இலங்கை, மாலத்தீவு போன்ற பாதிக்கப்பட்ட நாடுகள் பெறவில்லை என்னும் கேள்விக்கு சரியான பதிலில்லை. சுனாமி எச்சரிக்கை பெறும் பசிபிக் கடற்கரையையொட்டிய 26 நாடுகளின் அமைப்புபோல இந்தியப் பெருங்கடலின் கரையோர நாடுகளிலும் இருக்க வேண்டியதன் அவசியத்தை இன்று வலியுறுத்தத் தேவையில்லை.

தமிழகம் இலங்கைக் கடற்கரைப் பகுதிகளை, வரலாற்றுக்கு முற்பட்ட காலத்தில் சுனாமி பேரலைகள் தாக்கியிருந்திருக்குமோ என்றால் தாக்கியிருக்கலாம் என்றே பதிலளிக்கலாம். ஆனால் அந்த நிகழ்வுகளைப் புவியியல் அடிப்படையில் புலப்படுத்துவது எளிதன்று. ஏனெனில் சுனாமிகளின் தாக்கம் சில நிமிடங்களே இருக்கும். பேரலைகள் படியவைக்கும் மண், மணல் அளவு, புவியியல் கணிப்பில் மிகவும் சிறியது என்பதால், படிவயியல் அடிப்படையில் தடயங்களைக் கண்டுகொள்வது கடினம். அதாவது படிவங்களின் அடிப்படையில், ஒரு குறிப்பிட்ட காலகட்டத்தில் சுனாமி ஏற்பட்டது என்று கூறவியலாது. ஆனால் ஒரு காலத்தே ஏற்பட்ட பெரும் கடலடி எரிமலை வெடிப்புகளாலும் விண்கல்லின் தாக்குதலாலும் ஏற்பட்ட சுனாமிப் பேரலைகள் பற்றி இதர புவியியல் தடயங்கள் மூலம் இதை அறியலாம். ஆழிப் பேரலைகள் வரலாற்றுக்கு முற்பட்ட காலங்களில் ஏற்பட்டிருக்கலாம். அதனால் கரையோரப் பகுதிகளில் வாழ்ந்தவர் பலர் மாண்டிருக்கவும் வாய்ப்புண்டு.

இலங்கையில் சுனாமியின் வரலாறு எனும், சிங்கள ஆய்வாளர் ஒருவரின் கட்டுரையில் இராஜவளிய மற்றும் மகாவம்சத்தில் கடல் பொங்கியது பற்றிய குறிப்புகள் உள்ளது

சுட்டிக்காட்டப்பட்டது. கேளனிதிஸ்ஸா எனும் அரசன் காலத்தில் (கி.மு. 2ஆம் நூற்றாண்டு) கடல் பொங்கி, இலங்கைக் கடற்கரையின் பெரும்பகுதிகளை மூழ்கடித்ததாகக் கூறப்படுகிறது. அதுபோலவே தமிழகத்திலும் சில வெகுஜன இதழ்களிலும், இணையத்திலும் சங்க இலக்கியங்களில் மக்கள் வாழ்ந்த பகுதிகள் கடலால் அழிந்துவிட்டதாகக் குறிப்பிடுவதை, சுனாமிப் பேரலையின் தாக்குதலாலேயே ஏற்பட்டிருக்க வேண்டுமென சிலர் எழுதினர். இலங்கை புத்தபாலி நூற்களும் சங்க இலக்கியங்களும் குறிக்கும் கடற்கோள்கள், சுனாமியா என்பதற்கு விடை காண ஆழிப்பேரலையின் தாக்குதலையும் அதன் பின்விளைவுகளையும் நோக்கவேண்டும். சுனாமிப் பேரலை நீர்மதிலாகப் பரிணமித்துக் கரைகளைத் தாக்கி, தாழ்வான கடற்கரைப் பகுதிகளில் கரை கடந்து உள்ளே வந்து பின்வாங்கின. கடல் மட்டம் முன்னிருந்த நிலையை அடைந்தது. கடற்கரை நிலப் பரப்பு அளவில் சுருங்கிவிடவில்லை, மறைந்துவிடவில்லை. சங்க இலக்கிய காலக் கடற்கோள்கள் பெரும் நிலப்பகுதிகளைக் கடலில் ஆழ்த்தியதாக நம்பப்படுபவை என்றால், அந்தக் கடற்கோள்கள் சுனாமிகளாக இருக்கமுடியாது.

இதுவரை தாக்கப்படாததால் இந்துமாக்கடல் பகுதியில் சுனாமி பற்றிய புரிதலோ கண்காணிப்போ இருக்கவில்லை. 1900இல் இருந்து பசிபிக் கடற்கரைப் பகுதிகளில் 790 சுனாமிகள் தாக்கியிருக்கின்றன. இப்பகுதியில் இரு ஆண்டுகளுக்கு முன்னர், கண்டத் தட்டுகள் முட்டியதால் எரிமலைகள் குமுறிக் கொண்டிருக்கும் நிலநடுக்கப் பகுதியான பாப்பு நியூகினித் தீவுகளில் நான் பணியாற்றிக்கொண்டிருந்தேன். கால்கள் நாட்டி பரண்மீது கட்டப்படும் பாப்புவா நியூகினித் தீவினரின் வீடுகள் நிலநடுக்கத்திற்கு வளைந்து கொடுத்து நிற்பவை. கடற்கரையோரத்தில் 800 மீட்டருக்கு வீடுகள் கட்டக்கூடாது என்னும் விதியும் இங்கு உண்டு. அங்கு வெற்றிலை போட்டுத் துப்பிக்கொண்டிருந்த கூட்டத்தினிடையே ஒரு சுவரொட்டியைக் கண்டேன். அது சுனாமி முன்னெச்சரிக்கை அறிவிப்பு. சுனாமி வந்தால் என்ன செய்ய வேண்டும் என்று அதில் எழுதியிருந்தது. நிலநடுக்கம் – கடல் உள்வாங்கல் – பேரிரைச்சல் ஆகியவற்றை உணர்ந்தால் பாதுகாப்பான, உயர்வான பகுதிக்கு ஓடுங்கள் என்று கூறியது அந்த சுவரொட்டி. மேலும், பள்ளி மாணவர் முதல் கடற்புறக் கிராமத்தவர்கள் வரை ஆழிப்பேரலையின் சின்னங்கள் பற்றியும், தாக்குதலிலிருந்து தப்பியதற்கான முறைகள் பற்றியும் சொல்லிக் கொடுக்கப்படுகிறது. அந்த அறிவே, வாழ்வா – மரணமா என்பதை நிர்ணயிக்கும். 1999இல் பசிபிக் தீவுகளில் ஒன்றான ஃபடுஹியாவில் கடற்கரை

யோரத்துப் பள்ளியொன்றில், சிறுவர்களுக்கு பாடம் சொல்லிக் கொடுத்துக் கொண்டிருந்த ஆசிரியை, கடல்நீர் கரையிறங்கி உள்வாங்குவதைக் கண்டார். உடனே பள்ளிச் சிறுவர்களை, பள்ளியைவிட்டு நீங்கி மேடான பகுதிகளுக்கு ஓடச்சொன்னார். கடைசிப்பிள்ளையும் ஆசிரியையும் பள்ளியைவிட்டு ஓடிவிட, அடிவானத்தில் நீர் மதிலாக எழுந்த சுனாமிப் பேரலை பள்ளியைத் தாக்கியது. ஆனால் ஆசிரியையின் சமயோசிதத்தால் ஒருவரும் உயிரிழக்கவில்லை. நாகப்பட்டினத்தில் ஏற்பட்ட சுனாமி தாக்கத்திற்கும் மேற்கூறிய நிகழ்ச்சிக்கும் உள்ள ஒரே வித்தியாசம், சுனாமி பற்றிய புரிதல், விழிப்புணர்வு நமது நாட்டில் இல்லாதது.

மனிதகுலத்தில் வரலாற்றில் ஏற்பட்ட முக்கியமான சுனாமிகள் வருமாறு:

- கி.மு. 160இல் கிரேக்கத் தீவான சன்டோரினி வெடித்து எழும்பிய சுனாமி கிரீட் தீவைத் தாக்கியது. இந்த அழிவே மறைந்த கண்டமாகக் கருதப்படும் அட்லான்டிஸ் புனைவின் ஆரம்பம்.

- ஜப்பானின் வடக்கு கீழ்க்கரையிலுள்ள சன்ரிகுவை, 1896இல் தாக்கிய சுனாமியால் 20,000 பேர் பலியானார்கள்.

- 1883இல் ஜாவாவுக்கும் சுமத்ராவுக்கும் இடைப்பட்ட கிரகடாவ் எனும் தீவில் ஏற்பட்ட உலகத்திலேயே பெரும் எரிமலை வெடிப்பால், எழும்பிய 15 மீட்டர் உயரமான சுனாமி அலைகளால் 36,000 பேர் மாண்டனர். இலங்கை, இந்தியக் கடற்கரையைத் தாக்கிய இந்த சுனாமி பனாமா வரை தாக்கியது. இதுபற்றி சென்னை துறைமுக நிறுவனத்தின் அலை அளவுக் கணிப்பு உணர்ந்தது.

- 1946இல், அலாஸ்காவிலிருந்து உருவான அலுஷியன் சுனாமி ஐந்து மணி நேரத்தில் ஹவாயின் கரையைத் தாக்கியதே, பசிபிக் சுனாமி எச்சரிக்கை அமைப்பு உருவாகக் காரணம்.

- சிலியில், 9.5. அளவில், 1960இல் ஏற்பட்ட நிலநடுக்கம் உருவாக்கிய சுனாமியால், 2,200 பேர் பலியானார்கள்.

- 1998இல் பாப்புவா நியூகினியில் ஏற்பட்ட சுனாமி 2000 பேரை மாய்த்தது.

மனிதகுலம் மேற்கூறிய பேரழிவுகளால் பெறும் படிப்பினை என்ன ?

சுனாமி தாக்குதலின்போது தற்காத்துக்கொள்வது பற்றிச் சுனாமி தாக்கும் பகுதிகளான சிலி, ஹவாய், ஜப்பான் ஆகிய நாடுகளில் நாம் கற்ற பாடங்களின் சாரம் வருமாறு:

- பெரும் நிலநடுக்கங்கள் ஏற்பட்டாலும் பலர் உயிர் பிழைப்பர். அவர்கள் சுனாமித் தாக்குதலிலிருந்து தம்மைக் காப்பாற்றிக் கொள்வது அவசியம்.
- கடல் உள்வாங்கல் போன்ற இயற்கை நிகழ்வுகள் தரும் எச்சரிக்கைகளையும் கடலடி ஆய்வு மற்றும் அரசு நிறுவனங்கள் தரும் எச்சரிக்கைகளையும் அலட்சியம் செய்யக் கூடாது.
- சுனாமி அலைத் தாக்குதல் சில சமயங்களில் அடுத் தடுத்து ஏற்படுவதால் முதல் அலை ஓய்ந்தபின் மெத்தனம் அடையக் கூடாது.
- கரையோரத்திலுள்ள வீடுகளை விட்டு நீங்கி, உடைமை களைப் பற்றிக் கவலைப்படாமல், உயர்ந்த பகுதிகளுக்குச் செல்லவும் உயர்ந்த மாடிக் கட்டிடங்களின் முகப்பிலும் வீட்டுக்கூரை அல்லது பெரிய மரங்களின் மீதும் ஏறி அமர்ந்து கொள்ளலாம்.
- பாதுகாப்பான பகுதிக்கு ஓடுகையில் சாலை அல்லது பாதையில் மட்டும் ஓட வேண்டியதில்லை.
- சீறிவரும் அலைகள், அழிந்த வீடுகள், படகுகள், மரங்கள் போன்றவற்றை ஏந்தி வருவதால் அவற்றினின்றும் உங்களைக் காத்துக்கொள்ள வேண்டும்.
- பெரும் நிலநடுக்கத்தை ஏற்படுத்தும் நிலமுறிவால் நிலப்பகுதி தாழ்ந்து கடல்நீர் மேலும் உட்புக வாய்ப்புண்டு.
- சுனாமிக்குத் தப்பி பாதுகாப்பான இடங்களில் தங்கும் போது தப்பிப் பிழைத்தவர் பலருடன் தங்க வேண்டியும் இருக்கும். உள்ள உணர்வைப் பகிர்ந்து கொள்ள வேண்டிய நிலை ஏற்படும்.

கடற்புறப் பகுதிகளில் வாழ்பவர்களுக்கும் அப்பகுதிகளுக்குச் சுற்றுலாச் செல்வோருக்கும் சுனாமி பற்றிய விழிப்புணர்வு ஏற்பட வேண்டும். நிலநடுக்கம், கடற்கரையோரம் ஏற்பட்டால் சுனாமிப் பேரலை எழ வாய்ப்பிருக்கிறது என்னும் புரிதல் தேவை. அதை அறியாமலிருக்கும் நிலையில் உயிர்ச்சேதம் ஏற்படுவதற்கு வாய்ப்புகள் உள்ளன.

எடுத்துக்காட்டாக, லிஸ்பனில் 1755இல் 9 ரிக்டர் அளவில் ஏற்பட்ட நிலநடுக்கத்தின் பின்விளைவுகளைச் சொல்லலாம். வீரியம் கொண்ட நிலநடுக்கம் லிஸ்பன் நகரைத் தரைமட்டமாக்க, பல ஆயிரம் பேர் மாண்டனர். சேதமுற்ற வீடுகளில் எரிந்துகொண்டிருந்த நெருப்பு, காற்றால் எங்கும் பரவ, தப்பிப் பிழைத்தவர்கள் டேகஸ் ஆற்றின் கழிமுகத்தில் கூடினார்கள். அவர்களை 12 மீ உயரம் கொண்ட சுனாமி அலைகள் தாக்க, மாண்டவர்களின் எண்ணிக்கை ஒரு லட்சத்திற்கும் மேலே. இந்தப் பேரழிவு ஏற்பட்ட நாள் நவம்பர் –1 கத்தோலிக்கக் கிறித்துவர் ‘கல்லறைத் திருநாள்’ என்று அழைக்கும் நாள். இந்த இயற்கைச் சீற்றம் தேவகுற்றத்தால் ஏற்பட்டது என்றும் கடவுளின் சாபத்தின் விளைவு என்றும் ஐரோப்பாவில் சில மதவாதிகள் இதற்கு விளக்கம் கொடுத்தனர். பேரழிவுகளால் உலுக்கப்பட்டவர்களுக்கு அவை பற்றிய அறிவுப்பூர்வமான அறிவியல் விளக்கங்கள் கொடுக்கவியலாத நிலையில் ‘சினங்கொண்ட கடவுள்’ போன்ற புனைவுகள் உருவாயின. அப்போது முப்பதே வயது நிரம்பிய இம்மானுவேல் கான்ட் என்ற தத்துவ மேதை, அழிவு கடவுளின் சினத்தால் ஏற்பட்டது என்பது போன்ற கட்டுக்கதைகளை கடுமையாக எதிர்த்தார். ‘ஆழிப் பேரலை ஓர் அரிதான நிகழ்வு. நிலநடுக்கங்கள் பற்றியும், அவற்றால் ஏற்படும் பின்விளைவுகள் பற்றியும் ஆய்வுகளை மேற்கொள்ளவேண்டும். எவ்வாறு சேதங்களைக் கட்டுப்படுத்த வேண்டும் என்பது பற்றி அறிந்து கொள்ளவேண்டும். நிலநடுக்கம் ஏற்படக்கூடிய பகுதிகளை இனங்கண்டு அங்கு நகரங்களை உருவாக்குவதைத் தவிர்க்க வேண்டும்’ என்று எடுத்துக் கூறினார் கான்ட். இதைத் தொடர்ந்து பிரஞ்சு தத்துவஞானி வால்டேர் 1759இல் தாம் எழுதிய கேன்டிடே எனும் நூலில் ‘தெய்வநீதி’ என்று கிறித்தவர்கள் நம்பிய கோட்பாடு பற்றி கேள்வி எழுப்ப அது அன்றைய ஐரோப்பிய அறிவுஜீவிகளிடையே புதிய சிந்தனையை, மறுமலர்ச்சியைத் தூண்டியது. இன்று தமிழகத்தில் கிரகங்களின் நிலைகளும் கர்மவினைகளும் சிலரால் ஆழிப் பேரலைக்குக் காரணங்களாகக் கூறப்பட்டது வேதனைக்குரியது.

ஒரு கணக்குப்படி 20 சுனாமி எச்சரிக்கைகளில், 15 எச்சரிக்கைகள், புலி வருகிறது என்று கூறிப் புலி வராத கதையானாலும், அதில் 25 விழுக்காடு புலி வந்த கதையாதலால் முன்னெச்சரிக்கைகளை அலட்சியம் செய்யக்கூடாது. ஆழிப் பேரலைகள் மறுபடியும் வரலாம். ஆனால் என் வாழ் நாளில் அல்ல.

இதழ் (62), *காலச்சுவடு*, பிப்ரவரி 2005

11

தீ வளையத்தினருகில்

எரிமலைகள் பூமியின் மேற்புறத்தில் நம் தோலில் ஏற்படும் கொப்பளங்கள் போல உள்ளவை. உறங்கும் எரிமலைகளான கிளிமஞ்சாரோ மற்றும் ஃபுஜி மலைகளை நான் பார்த்திருக்கிறேன். ஆனால் சில ஆண்டுகளுக்கு முன் குமுறும் எரிமலையைப் பாப்புவா நியூ கினியின் வடக்குத் தீவான நியூ பிரிட்டன் தீவில் காணும் வாய்ப்பு கிட்டியது.

கண்டங்கள் நகர்கின்றன; எரிமலைகளும் பெருத்த சேதங்களை உண்டாக்கும் நிலநடுக்கங்களும் உலகில் சில பகுதிகளில் மட்டுமே ஏற்படுகின்றன என்ற உண்மை பத்தொன்பதாம் நூற்றாண்டில் அறியப்பட்டது. ஆனால் அதன் காரணங்கள் பற்றி முழுமையான புரிதல் அறுபதுகளில் உருவான கண்டத்தட்டுகளின் கட்டமைப்பு (Plate tectonics) கோட்பாட்டாலேயே ஏற்பட்டது. இதனால் கண்டங்களின் பெயர்வு, மடிப்பு மலைகள் உருவாக்கம், எரிமலைகள் – நிலநடுக்கப் பகுதிகளின் புவியியலமைப்பு போன்றவை விளக்கப்பட்டன. நான் கண்டங்கள் என்றழைப்பவை, கடலுக்கு மேலே தெரியும் நிலப்பரப்பு. கடலடி என்பது கண்டத்தட்டுகளின் மேற்பரப்பு. கண்டத்தட்டுகள் நிலப்பரப்பில் ஏறத்தாழ 120 கி.மீ. கனமும், கடலடியில் 65 கி.மீ. கனமும் உடையவை. கண்டத்தட்டுகளின் அடிப்பகுதி அதற்கும் கீழே இளகிய நிலையிலுள் ஆஸ்தினாஸ்ஃபியர் மீது அமைந்துள்ளது. கண்டத்தட்டுகள் ஒன்றுடன் ஒன்று உரசி, முட்டி முறியும் பகுதிகளில் அடிக்கடி நிலநடுக்கங்களும் முறிந்த பகுதிகளின் வழியாக பாறைக் குழம்பு வெளியேறும்போது எரிமலைகளும் ஏற்படுகின்றன.

சு.கி. ஜெயகரன்

உலகில் 1500க்கும் மேற்பட்ட எரிமலைகள் உள்ளன. இவற்றில் பெரும்பாலானவை, பசிபிக் கண்டத்தட்டைச் சுற்றி யுள்ளதால், இப்பகுதியை "தீ வளையம்" எனப் புவியலார் குறிப்பிடுவர். 12000 கி.மீ. அகலம் கொண்ட பசிபிக் கண்டத் தட்டின் பெரும் பகுதி கடலடியில் உள்ளது. இத்தட்டுடன் இந்தியத் தட்டும் – யுரேஸியத் தட்டும் மோதும் பகுதியில் அமைந்த இந்தோனேஷியா மற்றும் பாப்புவா நியூகினித் தீவுகளில் எரிமலைகளும் நிலநடுக்கங்களும் அடிக்கடி ஏற்படுகின்றன. ஆஸ்திரேலியாவிற்கும் வடக்காக அமைந்துள்ள பாப்புவா நியூகினித் தீவுகளில், கடந்த 150 ஆண்டுகளில் மட்டும் பதினேழு எரிமலை வெடிப்புகள் ஏற்பட்டுள்ளன.

அங்குள்ள ரபால் எனும் ஊருக்கருகில் அமைந்துள்ள தாவுரூர் *(Tavurur)* எரிமலை குமுறிக் கொண்டிருப்பதாக சேதி யறிந்ததும், என் களப்பணிகளுக்கு நடுவில் வார இறுதியில், ரபாலுக்குப் பயணமானேன். எட்டுபேர் அமரும் சிறிய விமானத்தில் பயணித்தபோது, போர்ட் மார்ஸ்பியில் (பாப்புவா நியூகினியின் தலைநகர்) நான் சந்தித்த ஒரு புவியியலாளர், தான் குமுறும் எரிமலையைக் கண்காணிக்கும் ரபாலிலுள்ள ஆய்வு மையத்திற்குப் பணிமாற்றம் செய்யப்பட்டுள்ளதாகவும் எரி மலையைக் காணுமுன் அந்த ஆய்வுமையத்திற்கு வருமாறும் கூறினார். தென்னை மரங்கள் செழித்து வளரும் நியூபிரிட்டன் தீவை நெருங்கியபோது, மேகக்கூட்டங்களிடையே ஒரு கறுத்த மேகம் காற்றின் போக்கில் நீளவாக்கில் மெதுவாக நகர்ந்து கொண்டிருந்தது. அதன் வால் போன்ற அமைப்பு ஒரு சிறிய மலையின் முகப்பைத் தொட்டுக்கொண்டிருந்ததைச் சுட்டிக் காட்டிய என் நண்பர், அதுதான் தாவுரூர் எரிமலை என்றார்.

லாட வடிவிலமைந்த வளைகுடாவின் தென்பகுதியிலுள்ள ஊர் ரபால். இந்த வளைகுடா உண்மையில் சிதைந்த பழம் எரிமலையின் வாய். இதன் ஒருபுறம் உடைந்ததால் கடல் நீர் புகுந்துள்ள இவ்விடத்தை அமிழ்ந்த கால்டெரா *(Caldera of subsidence)* என்பர் புவியியலாய்வாளர்கள். ரபால் எரிமலைக் கண்காணிப்பு நிலையத்திற்குச் செல்லும் வழியில் பல குகை களைக் காண நேர்ந்தது. இவை ஜப்பானியர் சிறைபிடித்த போர்க்கைதிகள், முக்கியமாக இந்தியக் கைதிகள், தோண்டியவை. ரபால் பகுதியில் இரண்டாம் உலகப்போரின் உக்கிரகட்டப் போர், இப்பகுதியினை ஆக்கிரமித்த ஜப்பானியர்களுக்கும் நேச நாடுகளின் கூட்டணியில் இருந்த ஆஸ்திரேலியர்களுக்கும் நடந்தது. வளைகுடா, ஜப்பானிய நீர்மூழ்கிக் கப்பல்கள் தங்கவும், ஜப்பானியப்படை இதர பகுதிகளைத் தாக்கவும் பயன்படுத்தப் பட்டது. இப்போரில் பலர் இறக்கவும் பாப்புவா நியூகினி

ஆஸ்திரேலியர் வசம் வந்தது. இன்றும் இங்கு ஒருவிதமான ஆஸ்திரேலிய ஆதிக்கமே நிலவுகிறது.

ரபால் துறைமுகத்திற்கும் மேற்புறம், உயர்வான பகுதியில் அமைக்கப்பட்டுள்ள எரிமலை கண்காணிப்பு நிலையத்தின் முன்பக்கம் 1878இல் எரிமலையை ஆராயச்சென்று பலியான இரு புவியியலாய்வாளர்களுக்கு நினைவுச் சின்னம் உள்ளது. எரிமலை பற்றி ஆய்வு நடத்துவோர் இந்நிலையத்தில் நிலநடுக்க மானிகள் மூலம், நிலநடுக்கங்களை இடைவிடாது பதிவுசெய்து கொண்டிருக்கின்றனர். எரிமலை வெடிப்பதற்கான அறிகுறி ஏதாவது தென்பட்டால், அப்பகுதியில் வாழும் மக்களுக்கு எச்சரிக்கை விடுப்பர். இந்த எச்சரிக்கைகளின் அலகு ஒன்று, இரண்டு, மூன்று என அதிகரிக்கும். மூன்றாம் அலகு எச்சரிக்கை யென்பது சுற்றுவட்டாரங்களில் உள்ளோர் உடனடியாக அகலவேண்டும் என்பது. 1994இல் எரிமலை வெடிக்கும் முன்னர் ஏறத்தாழ ஒரு லட்சம் பேரை சரியான தருணத்தில் ரபாலை விட்டு வெளியேற்றிப் பெரும் உயிர்சேதத்தைத் தடுத்தனர். தவிர்க்க முடியாத பொருட்சேதமோ பல லட்சம் டாலர்கள்.

நான் எரிமலையை அருகில் சென்று பார்க்க விரும்பியதைக் கேட்ட ஆய்வாளர் சில அறிவுரைகள் வழங்கினார்.

முதலாவது, காலைப்பொழுதில் எரிமலையின் தென் கிழக்குப் பகுதிக்கு வளைகுடாவைக் கடந்து செல்லவேண்டும். இரண்டாவது, எரிமலையை 800 மீ தொலைவு தள்ளியே காண வேண்டும்; அருகில் செல்வது ஆபத்து மூன்றாவது, சுடுநீர் ஊற்றுக்கள் வரும் பகுதி தாண்டி, சிகரத்தை நோக்கிச் சென்றால் விஷவாயுக்களை சுவாசிக்கும் அபாயம் உள்ளது. 1937இல் கடலடியிலிருந்து வெடித்து லாவாவை உமிழ்ந்து உருவான எரிமலை இது. மறுநாள் காலையில் ரபாலிலிருந்து புறப்பட்டு அடுத்த எரிமலையான வல்கனினின் அழகான வட்டமான முகம் கொண்ட கூம்பைச் சுற்றி, 'மடுபிட்' என்னும் கிராமத்தை அடைந்தேன். அங்கு தோலாய் எனும் இனத்தைச் சேர்ந்த ஒரு மீனவருடன் ஒரு விசைப்படகை வாடகைக்கு அமர்த்தி னேன். நான் பேரம் பேசிக் கொண்டிருந்தபோது அங்கு சோளிகை வைத்துப் பல்லாங்குழி விளையாடிக் கொண்டிருந்த இருவரைக் கண்டேன். ஒருவர் வெற்றிலைக்காயையும் பச்சை பாக்கையும் சுண்ணாம்புடன் சேர்த்துக் குதப்பித் துப்பிக்கொண்டிருந்தார். அப்போது காலுக்கடியில் ஏதோ உருளுவது போன்று தோன்றி யது. அதை அடுத்து ஒன்றன்பின் ஒன்றாக வெடிச்சத்தங்கள் கேட்க, திரும்பிப் பார்த்தால் சில கிலோமீட்டர்கள் தள்ளி வளைகுடாவின் எதிர்ப்புறம் தாவுரூர் எரிமலை குமுறிக் கொண் டிருந்தது. என் தோலாய் நண்பர்கள் ஏதும் நடவாததுபோலப் பல்லாங்குழி ஆடிக்கொண்டிருந்தனர்.

நானும் டேவிட் என்ற அந்த மீனவ நண்பரும் விசைப் படகில் ஏறி வளைகுடாவின் குறுக்காக எரிமலைச் சிகரம் நோக்கிப் பயணித்தோம். காற்றின் திசை சாதகமாகயிருந்ததால் எரிமலையின் சாம்பல் எதிர்த்திசையில் வியாபித்துக் கொண்டிருந்தது. படகு மெதுவாக வளைகுடாவின் நீலப்பச்சையான பகுதியைக் கடந்து, எரிமலை குமுறிய கந்தகத்துகள் படிந்த மஞ்சளான பகுதியில் சென்றது. பின்னர் 1994இல் ஏற்பட்ட எரிமலை வெடிப்பின்போது உமிழப்பட்ட பாறையான குழம்பு இறுகி நின்ற இடத்தில் படகை முளையடித்து நிறுத்தி நங்கூரத்தையிட்டார் டேவிட். நான் இறுகிய நுரை இரப்பர் (Foam Rubber) போலத் தோற்றமளித்த லாவாவில் நடக்க முற்பட்டேன். இயலவில்லை. காரணம் இரும்புத் தகடுகள் போன்ற முனைகள், குழிகள். என் மீனவ நண்பர் அதன் மேல் நடப்பது நல்லதல்ல என்று கூறி அப்பாறைகளைத் தவிர்த்து வேறுவழியாக ஒரு மேடு நோக்கிக் கூட்டிச்சென்றார்.

கடற்கரையில் லாவாவின் மேற்பரப்பில் வரும் நுரையீரல் போன்ற பமைஸ் (Pumice) எனும் பாறைகளின் சிதறிய கற்கள், கடலலைகளின் மீது தக்கைகள் போல மிதந்து கொண்டிருந்தன.

எரிமலை வாயிலிருந்து ஏறத்தாழ 600 மீட்டர் தொலைவில் உள்ள ஒரு எரிமலைச் சாம்பல் மேட்டிலிருந்து பார்த்தபோது, ஐந்து அல்லது எட்டு நிமிடத்திற்கொருமுறை எரிமலை வெடித்துக் குமுறியது. ஒவ்வொரு முறையும் பெரும் சத்தத்துடன், புகைமேகம் ஒன்று வானத்தை நோக்கி வெளியேறியது. எரிமலை வெடிப்பை இயற்கையின் தும்மல் என்றே கூறலாம். வாயுக் களுடன் பூமியின் மேற்பரப்பு நோக்கி வரும் பாறைக்குழம்பு, முன்பு வெளியேறிய இறுகிய எரிமலை குழம்புப் பாறையை உடைத்துக்கொண்டு சீற்றத்துடன் வெளிப்படும். எரிமலைக் குழம்பு சுக்குநூறாகச் சிதறுவதால் ஏற்படுவதே எரிமலைச் சாம்பல் மற்றும் கற்கள். மாருதி கார் அளவு கொண்ட பாறைகள் எரிமலையிலிருந்து ஏறத்தாழ 200 மீட்டர் உயரத் திற்குத் தூக்கியெறியப்படுவது கண்டு வாயடைத்து நின்றேன். இவை தூக்கியெறியப்படுவது மணிக்கு 200 – 300 கி.மீ. வேகத்தில். வானமண்டலத்தில் 2 – 3 கி.மீ. உயரத்திற்குச் செல்லும் சாம்பல் பின்னர் மழை போல விழுகிறது. இந்த சாம்பல் துகள்கள் ஒன்றுக்கொன்று உரசுவதால் ஏற்படும் நிலை மின்சாரம் (Static Electricity) மேகமண்டலத்திலிருந்து இடிமின்னலாக அவ்வப்போது எரிமலையின் வாயில் இறங்கிக் கொண்டிருந்தது.

இப்பகுதியிலிருந்து திரும்பி வரும்போது காட்டுக்கோழிகள், எரிமலைச் சாம்பலினுள் குழிதோண்டி இட்ட முட்டைகளை தீவுக்காரர்கள் இருவர் தோண்டியெடுத்துக் கொண்டிருந்தனர். அவ்வப்போது வெடிக்கும் எரிமலையைப் பார்த்துக் கொண்டிருந் தனர். என் படகோட்டி, காற்றின் திசை மாற வாய்ப்புகள் உள்ளதால், சாம்பல் மழை திசை திரும்பி நம் பக்கம் வந்துவிடக் கூடாது என்பதற்காக, மறுபடியும் படகில் ஏறி மடுபிட் கிராமம் செல்லலாம் என்று கூறினார். மடுபிட் கிராமத்தில் எனக்காகக் காத்திருந்த ஊர்தியில் ஏறிப்பயணிக்க ஆரம்பித்தபோது, வாகன ஓட்டுநர் 'நாம் பழைய விமான தளத்தின் வழியாகச் சென்று விடலாம். ஏனெனில் அவ்வழியில் சாம்பல் மழை அதிகமா யிருக்காது' என்று கூறினார். ஒரு முப்பது நிமிடப் பயணத்திற்குப் பின், ஏறத்தாழ 1 மீட்டர் சாம்பலில் ஆழ்ந்து கிடக்கும், அழிந்துவிட்ட பழைய விமானதளம் அடைந்த சிறிது நேரத்தில் சாம்பல் மழை பொழியும் பகுதியை அடைந்தோம்.

அழுகிய முட்டையின் நாற்றம் கொண்ட ஹைட்ரஜன் சல்ஃபைடு மற்றும் கந்தக நெடியுடன் பரவிய சல்ஃபர் டை ஆக்சைடுகளால் ஒரு இருட்டறையில் மூச்சு முட்டுவது போன்று இருந்தது. கண்கள் எரிய ஆரம்பித்தன. தொண்டை வறள ஆரம்பித்தது. ஏனோ என் மனதில் உலகின் அழிவுக்காலம் பற்றி சிறுவயதில் பிரசங்கிமார் உபதேசித்தது நினைவுக்கு

சு.கி. ஜெயகரன்

வந்தது. சாம்பல் புகையினூடே சென்றது ஐந்து நிமிடங்களுக்கும் குறைந்தது என்றாலும் ஏதோ ஒரு யுகம் கடந்தது போன்ற உணர்வு வந்தது. வெளியே வந்தபோது, சில மீனவர் காட்டுக் கோழி முட்டை எடுக்கச் செல்கையில் ஓடமுடியாமல் மாட்டிக் கொண்டு விஷவாயுக்களை சுவாசித்து உயிரிழந்த கதை பற்றி சொன்னார் என் வாகன ஓட்டுநர். எரிமலைச் சிகரத்திலும் அதைச் சுற்றியுள்ள பகுதிகளிலும் படிந்துள்ள சாம்பல் பெருமழை களால் அடித்துவரப்பட்டு கூழ்போல நடைகளிலும், மக்கள் வாழும் இடங்களிலும் பெருக்கெடுப்பது மற்றொரு ஆபத்து. இதே சாம்பல் வளமுடையது என்பதாலேயே எரிமலைகளைச் சுற்றி பல பழத்தோட்டங்களும் பயிரிடப்படும் நிலங்களும் அதைச்சார்ந்த கிராமங்கள் பலவும் உள்ளன.

இப்படித்தான் கி.பி. 79இல் இத்தாலியில், நேப்பிள்ஸுக் கருகிலுள்ள வெஸுவியஸ் எரிமலை வெடித்துக் குமுறி பாம்பெய் மற்றும் ஹெர்குலேனியம் ஊர்களில் வாழ்ந்த பல்லாயிரக் கணக்கான மக்களை மாய்த்தது. சடுதியாக ஏற்பட்ட வெடிப்பால் உண்டால் எரிமலைச் சாம்பல் இந்த ஊர்களில் பொழிந்து மூடியதாலும், விஷவாயுக்களாலும் மூச்சுத் திணறி அவர்கள் சமாதியானார்கள் என்பதும் ஒரு சோகக்கதை. வெஸுவியஸ் அதற்கப்புறம் இருபது முறைகள் வெடித்துள்ளது. கடைசியாக 1944இல் வெடித்தது என்றாலும் வளமான பகுதிகள் என்பதால் இன்று இதைச் சுற்றி மக்கள் லட்சக்கணக்கில் வாழ்கின்றனர்.

(இதுபற்றிய ஆங்கிலக்கட்டுரை அலைவ் (ALIVE) இதழில் 2002இல் வெளியானது.)

இரு கிளிகள் இரு வழிகள்

12

தமிழ்நாட்டில் எரிமலை தோன்றுமா?

நெல்லைக்கருகே அபிஷேகப்பட்டியில் ஒரு மின்கம்பத்தைச் சுற்றி உருகிய பாறை காணப்பட 'நெல்லையில் எரிமலை தோன்றுமா?' என்ற கேள்வியை எழுப்பியது ஒரு நாளிதழ், 1998இல். ஆனைமலை, டாப்ஸ்லிப் அருகே அம்புலிப்பாறையில் 2000இல் மின்சாரக் கம்பம் ஒன்று உருகி 30 அடி சுற்றளவிற்குத் தரை கருகி தனலாகியதால் 'அங்கு எரிமலை வெடிக்கும் அபாயம் உள்ளதாகப் பொதுமக்களும் அதிகாரிகளும் அஞ்சுகின்றனர்' என்றது ஒரு நாளிதழ். தாராபுரம் அருகே கருகம் பாளையத்தில் "பூமி பிளந்து கருந்திரவம் வெளிவந்து கருமையான கட்டியாக மாறியுள்ளது. இதுகுறித்து ஆராய வந்த விஞ்ஞானிகள், விண்ணிலிருந்து ஏதும் விழச் சாத்தியமில்லை. எரிமலை வெடிப்பு ஏற்பட்டால் அணுக்கதிர் வீச்சு (?) அதிகமாயிருக்கும் என்ற நோக்கில் ஆய்வுப் பணிகள் மேற்கொண்டுள்ளனர். அந்த சோதனை முடிவுகளை தமிழகமே எதிர்நோக்கியுள்ளது" என்றது, 1996இல் ஒரு நாளிதழ். 2007 மே 26ஆம் தேதி ஊட்டிக்கருகே மரங்கள் கருகிப்புகைவர அது எரிமலை சம்பந்தப்பட்ட தல்ல என்றனர் அதிகாரிகள். கோத்தகிரிக்கருகே தட்டப் பள்ளம், குடியாத்தம் என மேலும் சிலவிடங்களில் உருகிய கரும்பாறைகள் உருவாக, அந்த நிகழ்வுகள் பொது மக்களிடையே பீதியையும், நாளிதழ்கள் சிலவற்றால் பரபரப்பையும், அந்த இயற்கை நிகழ்வுகளைப் புரிந்து கொள்ளாத அரசு அதிகாரிகள் கூற முற்பட்ட விளக்கங்களால் குழப்பங்களையும் உருவாக்கின. அப்படி மேற் கூறிய பகுதிகளில் என்னதான் நடந்தது?

சு.கி. ஜெயகரன்

கருக்கம்பாளையும் 'பூமிபிளப்பு' நடந்த சில வாரங்கள் கழித்து நான் தாராபுரம் செல்ல நேர்ந்தது. அங்கு என்னைச் சந்தித்த என் நண்பர் ஹரிகோவிந்தராஜ், தான் அந்த நிகழ்வு நடந்த அடுத்தநாளே அந்தப் பகுதியை நேரில் பார்த்ததாகவும், நான் அதுபற்றி விளக்கினால் நல்லது என்று கூறினார். அவர் கூறியதைக் கேட்டபோது அந்த நிகழ்வு ஒருவேளை விண்கல் தாக்குதலால் ஏற்பட்டிருக்குமோ என்று வியந்தேன். எனினும் நேரில் பார்க்காமல் என்ன நடந்தது என்பதை ஊகிப்பது சாத்தியமல்ல என்று நினைத்து அவருடன் கருக்கம்பாளையம் சென்றேன்.

தாராபுரம் – காங்கேயம் சாலையில் பயணித்து, நான் சிறுவயதில் ஏறியிறங்கிய ஊதியூர் மலையருகே அமைந்த பகுதிக்குச் சென்றோம். என் நண்பர், முள்வேலிகள் பல தாண்டி, கருவேல மரங்கள் வளர்ந்துள்ள தரிசுநிலம் ஒன்றிற்கு அழைத்து வந்தார். அங்கே ஒரு மின் கம்பத்தினருகே ஏறத்தாழ 6 மீ நீளத்திற்கும் 3 மீ அகலத்திற்கும் பரந்திருந்த, உறைந்த, தார் போலப் பளபளக்கும் கருமையான கற்கள் சிதறிக்கிடந்த பகுதியைச் சுட்டிக்காட்டினார். அதைச் சுற்றி நின்ற வேலமரம் கருகிக்கிடந்தது. பூமி வெடித்து வந்த கருமையான திரவம் இரண்டு நாட்கள் ஆனபின்னரும் வெப்பமாக இருந்ததால், பொதுமக்கள் பீதியடைந்துள்ளதாக நாளிதழ்கள் கூறியதின் ஆதாரங்கள் என்ன என்பதை அறியமுற்பட்டேன். "அந்தக் கரும்பாறைகள் எரிமலை வெடிப்புடன் சம்பந்தப்பட்டதாக இருக்குமோ என எண்ணிய அரசு அதிகாரிகள் கனரக இயந்திரங்கள் மூலம் அப்பகுதியைத் தோண்டியெடுத்தனர்" என்று சொன்னார் என் நண்பர். அப்பகுதியைப் பார்வையிட்ட ஆர்.டி.ஓ. மற்றும் தாசில்தார் போன்றோர், அரிய இயற்கை நிகழ்வு ஒன்று நடந்ததைப் புரிந்துகொள்ளாமல் அந்த நிகழ்வு பற்றிய தடயங்களை அழித்துவிட்டனர் என்பேன். ஆனாலும்

ஃபுல்குரைட் (இடிப்பாறை)

அவர்கள் தோண்டிய கரும்பாறைகளையும் தோண்டிய குழி களையும் சோதனையிட்டேன்.

ஊதியூர் மலையும், இந்நிகழ்வு நடந்த அந்த மலை சார்ந்த பகுதியும் கிரேனிட் *(Granite)* பாறைகள் உள்ள நிலம்; மேற்பரப் பில் மண்ணும் ஓடைக்கற்களும் கொண்டது. தோண்டிய குழிகளில் கரும்பாறை, எவ்வாறு பெருமரத்தின் வேர்கள் மண்ணில் ஊருவுமோ அதுபோல மண் – மற்றும் அடியிலுள்ள பாறைகளில் ஊடுருவியிருந்தது. ஊடுருவிய கரும்பாறை, குழல்கள் போன்றிருந்தன. அதன் உட்புறம் பளபளப்பாகவும், குழலின் வெளிப்புறம் சாம்பல் நிறத்திலும், அதிகமாக சூளை யில் வெந்த செங்கல் போன்றும் தோன்றியது. மேற்கூறிய தடயங்களைப் பார்த்தபோது அந்தக் கரும்பாறைகள் இடி – மின்னலால் உருவானவை என்பது தெளிவாகியது.

இடி மின்னல் பூமியின் மேற்பரப்பில் உள்ள மண் – பாறை ஆகியவற்றைத் தாக்குவதால் அவை உருகி, உருவாகும் பாறைகளை புவியியலாளர் ஃபுல்குரைட் *(Fulgurite)* என்பர். லத்தீன் மொழியில் ஃபுல்குர் என்றால் இடி – மின்னல் என்ற பொருள். இதை நான் தமிழில் ‘இடிப்பாறை’ என்றழைக்க விரும்புகிறேன். இயற்கையில் உருவாகும் கண்ணாடி போலப் பளபளக்கும் கறுப்புக் கற்களை பொதுவாக ஒப்ஸிடியன் *(Obsidian)* என்பர். ஒப்ஸிடியன், எரிமலை குமுறி வெளிவரும் எரிமலைக்குழம்பு, இறுகும்போது உருவாகுபவை. இடிப் பாறைகள் ஓரளவு ஒப்ஸிடியன் போலத் தோற்றமளித்தாலும், உருவாகிய விதத்தால் முற்றிலுமாக வேறுபட்டது. அபிஷேகப் பட்டியில் ஏற்பட்ட இடிப்பாறை பற்றி எழுதிய பேராசிரியர்கள் இருவர் அவற்றை ஒப்ஸிடியன் என்றே குறிப்பிட்டனர். ஒருவர் அவற்றைத் தமிழ்நாட்டிலுள்ள நிலமுறிவுகளுடன் சம்பந்தப் படுத்தியிருந்தார். ஒருவர் பூமியிலிருந்து ‘வெளிப்பட்ட’ எனப் பொருள்படுமாறு குறிப்பிட்டிருந்தார். அதாவது ஒருவேளை எரிமலையுடன் சம்பந்தப்பட்டிருக்குமோ என்பது போன்று குறிப்பிட்டார்.

தமிழ்நாட்டில், அண்மையில் தோன்றிய கறும்பாறைகள் எரிமலையுடன் எந்தவிதத்திலும் சம்பந்தப்பட்டவையல்ல. தமிழ்நாட்டிலுள்ள கடினப்பாறைகள் 450 மில்லியன் ஆண்டு களுக்கு முற்பட்ட புரதானமான பாறைகள். இந்தப் பாறைகளின் அமைப்பில் எரிமலைகள் ஏற்படுவது அரிது. கண்டத்தட்டுக் களின் அடிப்படையில் தமிழ்நாட்டில் எரிமலை தோன்றாது. இந்தியக் குடியரசின் கீழுள்ள பகுதிகளில், அந்தமான் தீவுகளின் கிழக்குப் பகுதியில் உள்ள பேரன் தீவில் மட்டும் ஒரு உயிருள்ள

எரிமலை உள்ளது. எரிமலைகள் பொதுவாக கண்டத்தட்டுகள் முட்டி மோதும் பகுதிகளில் மட்டுமே உருவாகும். எரிமலைகள் உள்ள பாப்புவா நியூகினி, இந்தோனேஷியா போன்ற பகுதிகளில் எரிமலை வெடிக்குமுன் நில அதிர்வுகள் ஏற்படும்; எரிமலை குமுறி முதலில் எரிமலைச் சாம்பலை உமிழும். பின்னர் அதைத்தொடர்ந்து எரிமலைக் குழம்பு வெளியேறி, பல மீட்டரி லிருந்து சில கிலோமீட்டர் வரை, சகதிபோல் இறுகும் வரை நகரும். தமிழ்நாட்டில் கறும்பாறைகள் தோன்றியவிடங்களில் எங்கும் அத்தகைய நிகழ்வுகள் ஏற்படவில்லை என்பதைக் கவனத்தில் கொள்ளவேண்டும். அவையனைத்தும் இடி–மின்னலின் தாக்குதலால் உண்டானவை.

கார்மேகங்களுக்கிடையே உற்பத்தியாகும் மின்சாரத்தால், இடி – மின்னல் உருவாகின்றன. ஒரு கணிப்பின்படி வளிமண்டலத்தில் ஒரு வினாடியில் ஏறத்தாழ நூறு மின்னல்கள் உருவாகின்றன. அவற்றில் மூன்றில் ஒரு பங்கு மேகங்களிலிருந்து காலிறங்கி, பூமியின் மேற்பரப்பைத் தாக்குகின்றன. அப்போது இடி – மின்னல் ஏற்படும் மேகங்களில் ஏற்படும் மின்சாரம் – மின்னலின் ஒளி, இடியின் பெருத்த ஓசை, அதீத வெம்மை மற்றும் அதிர்வலைகள் ஆக உருவாகி, எஞ்சிய சக்தியே தரையைத் தாக்குகிறது. என்றாலும் இந்த அசுர சக்தியே பலவிடங்களில் காட்டுத்தீயை மூட்டும், உயர்ந்த கட்டிடங்களைச் சிதைக்கும், கால்நடை மற்றும் கானுயிர்களைக் கொன்றுவிடும், இடி இடித்துக் கொண்டிருக்கும் வேளையில் வெட்டவெளியில் இருந்தவர் பலரையும் காவுகொள்ளும். மின்னலின் வெம்மை மூன்று இலட்சம் டிகிரி ஸெல்ஸியஸ் வரை கூடியது. மணல் மற்றும் பாறைகள் பொதுவாக 1600 – 2000 டிகிரி ஸெல்ஸியஸ் வெம்மையில் உருகி கூழ்போலாகிவிடும். இவ்வாறு சடுதியாக உருகிப் பின் இறுகும் பாறைகள் கறுப்பாகவும் பளபளப்புடனும் தோன்றும். வானத்தில் எவ்வாறு மின்னல் பல கிளைகளுடன் தோன்றுமோ அதுபோலவே கிளையாகப் பிரிந்து பூமிக்கடியிலும் ஊடுருவும். மின்னலின் வெம்மையால் உருகிவிடும் பகுதி புழுவின் துளை போன்று, குழாய் போன்று தோற்றமளிக்கும். இவற்றைக் கல்லாகச் சமைந்த மின்னல் *(Petrified lighting)* என்றும் கூறலாம். மின்னலின் ஊடுருவல் பூமியின் மேற்பரப்பிலுள்ள மண் – பாறை அமைப்பைப் பொருத்து சில சென்டிமீட்டர் ஆழத்திலிருந்து ஒன்று அல்லது இரண்டு மீட்டர் ஆழம் வரையும் பாயும். சில சமயங்களில் மின்னல் ஒரேயிடத்தில் நெளிவதுபோலத் தோன்றினால் அது ஒரேயிடத்தைக் கண்ணிமைக்கும் நேரத்தில் பலமுறை தாக்குவதாக உணர வேண்டும்.

1892இல் அர்ஜென்டினாவில் உள்ள ப்ளேட் *(Plate)* ஆற்றின் கரையில், மணலில் கருகிய மரக்கிளை போன்று அமைந்திருந்த இடிப்பாறைகள் பற்றி சார்லஸ் டார்வின் எழுதியுள்ளார். வரலாற்றுக்கு முற்பட்ட காலத்தில் சஹாரா பாலைவனத்தின் தட்ப – வெப்பநிலை வேறுபட்டிருந்தது, அங்கு இடிஇடித்து மழை பெய்தது என்பதற்கான சாட்சி, பழம் மணல் திட்டுகளில் கண்டுபிடிக்கப்பட்ட இடிப்பாறைகள். இவற்றை, பாறைகளை இடி தாக்கி உருவாகும் இடிப்பாறைகளிலிருந்து வேறுபடுத்திக் காட்ட, மணலை ஊடுருவிய மின்னலால் உருவாகிய பாறை எனக் குறிப்பிடுவர். இடிப்பாறைகள், முக்கியமாக குழல் போன்று அமைந்த பகுதிகள் சேகரிப்பவர்களிடையே அதிக மதிப்புடையவை. இதுவரை சேகரிக்கப்பட்ட இடிப்பாறைக் குழாய்களில் நீளமானது, அமெரிக்காவில் உள்ள பீபாடி *(Peabody)* அருங்காட்சியகத்தில் உள்ள 4 மீ. நீளம் கொண்ட குழாய். கருக்கப்பாளையம், அபிஷேகப்பட்டியில் உருவான இடிப்பாறைக் குழாய்கள் 20 முதல் 30 செ.மீ. நீளம் கொண்டவை.

தமிழ்நாட்டில் மேற்கூறிய இடங்கள் தவிர டாப்ஸ்லிப், குடியாத்தம் போன்ற இடங்களில் இடி – மின்னல் அங்கிருந்த மின்சாரக் கம்பங்களைத் தாக்கிப் பின் அவற்றினடியில் தரையிலிறங்கி மணல் மற்றும் பாறைகளை உருக்கியுள்ளன. இந்த நிகழ்வுகளை எரிமலை வெடிப்புடன் இணைத்துப் பேசியவர்கள் மக்களிடையே தேவையற்ற பயத்தை உருவாக்கினர். நான் கருக்கம்பாளையம் சென்றபோது 'அணுக்கதிர் அபாயமிருப்பதால், இப்பகுதியை யாரும் நெருங்க வேண்டாம்' என்று எழுதப்பட்ட அறிவிப்புப் பலகை ஒன்று கேட்பாரின்றிக் கிடப்பதைக் கண்டேன். அங்கே உருவாகிய பாறை அணுக்கதிர் வீசும் தன்மையை உடையவை எனச் சில மேலாண்மையதிகாரிகள் எண்ணியதும் எரிமலை வெடிப்பையும் அணுக்கதிர் வீச்சையும் இணைத்ததும் ஆதாரமற்றவை.

ஹிரோஷிமா – நாகசாகி நகரங்களின் மீது அணுகுண்டுகளை வெடிக்குமுன், அமெரிக்கா அதுபோன்ற அணுகுண்டை சோதனைக்காக 1945இல் நியூ மெக்ஸிகோவில் பூமிக்கடியில் வெடித்தது. வெடிப்புக்குப்பின், வெடிக்கப்பட்ட பகுதி பள்ளமாகவும், வெடிப்பில் உண்டான வெம்மையால் அங்கிருந்த பாளைகள் உருகி, கண்ணாடி போன்ற பாறைகள் உருவாகின. அணுகுண்டு வெடிப்பால் உருவாகிய கண்ணாடிப் பாறைகளை ஆட்டம்ஸைட் *(Atomsite)* எனப் பெயரிட்டனர். அவற்றில் சிறிதளவு அணுக்கதிர் வீச்சுத் தன்மையிருந்தது. அதுபோலவே இந்தியா பொக்ரானில் நிகழ்த்திய சோதனை அணுகுண்டு

வெடிக்கப்பட்ட ஆழ்துளைக் கிணற்றை ஒட்டியும் ஏற்பட்டது. ஆனால் கருக்கம்பாளையம் கறுப்புப் பாறைகளை அணுக்கதிர் வீச்சுடையவை என அரசு அதிகாரிகள் அச்சுறுத்தியது அறிவுடைமையன்று. தமிழ்நாட்டில் திடீரென்று தோன்றிய கறும் பாறைகள் அனைத்தும் இடி – மின்னலின் தாக்குதலால் ஏற்பட்டவை. அவற்றை எரிமலை வெடிப்புகளுடன் சம்பந்தப்படுத்தக் கூடாது.

உயிர்மை, 2007

13

நீர் உயர . . .

நான் பிறந்து வளர்ந்த கொங்குநாட்டின் மீது எனக்குள்ள வாஞ்சைக்கு ஒரு காரணம், அங்குதான் நான் எழுபதுகளில் என் நிலத்தடி நீராய்வுப் பணியை ஆரம்பித்தது. சில மாதங்களுக்கு முன் கோயம்புத்தூர் சென்றிருந்தேன். நகரம் எவ்வாறு 'வளர்ந்துள்ளது' என்பது பற்றிச் சிலாகித்தார் என் நண்பர். நீளக்கால் சட்டை யணிந்த பெண் காவலர் கோகோகோலாக் கூண்டுக்குள் நின்றுகொண்டிருந்தார். 'கோட்டியே' மரச்சாமான் கடை என உலகமயமாக்கலின் சின்னங்கள். கென்டக்கி ஃப்ரைட் சிக்கன் வராவிடில் என்ன, அதற்குக் கொங்கு நாட்டின் பதிலடியாகக் 'கொக்கரக்கோ' எனும் கோழி வறுவல் கடை ரத்தினசபாபதிபுரத்தில் முளைத்திருக் கிறது. மேலும் பிரபல சைவ உணவகங்களின் கிளைகள்; நகரைச் சுற்றிலும் அடுக்குமாடிக் குடியிருப்புகள். 'வளர்ந் துள்ள' இந்நகரமெங்கும் சுவர்களிலும் விளம்பரப் பலகை களிலும் எழுதப்பட்டிருந்த 'விண்ணின் மழைத்துளி, மண்ணின் உயிர்த்துளி' 'இன்றைய மழைநீர் நாளைய குடிநீர்' 'மழைநீர் காப்போம்' போன்ற வாசகங்கள் என்னைக் கவர்ந்தன.

விவிலியத்தில், உலகைப்படைத்த கடவுள், 'வெளிச்சம் உண்டாகட்டும்' என ஆணையிட, வெளிச்சம் ஏற்பட்ட தாகக் கூறப்படுகிறது. அது போலவே 'மழைநீர் காப்போம்' என அரசு ஆணையிட்டால் மழைநீர் காக்கப்படுமா என்று நான் ஒருவரிடம் கேட்டேன். கோவையில் மழை நீர் சேகரிப்புக்காக மேற்கொள்ளப்படும் நடவடிக்கைகள் பற்றி என்னிடம் விளக்கினார் அவர். சாயிபாபா காலனி யில் உள்ள எங்கள் வீட்டுத் தோட்டத்தின் முன், ஒரு மீட்டர் ஆழம், ஒரு மீட்டர் அகலத்தில் குழி தோண்டி அதில் ஜல்லிகளிடப்பட்டுக் கூரையிலிருந்து விழும்

மழை நீர் புகுமாறு அக்குழியில் ஒரு குழாய் செருகியிருந்ததைக் கண்டேன். கோவை மாநகராட்சியின் ஆணைப்படி மழைநீர் சேகரிப்புக்காகச் செய்யப்பட்ட ஏற்பாடு இது என நான் அறிந்தேன். குழியினருகில் இருந்த செம்பருத்தி பூத்துக் குலுங்கிக் கொண்டிருந்தது; தெங்கு குலை தள்ளியிருந்தது என்றாலும் அந்த மழைநீர் நிலத்தடி நீரகத்தைப் போய்ச் சேருமா என்ற கேள்வி எனக்குள் எழுந்தது. என் நண்பரோ, நிலத்தடி நீர் நூறு மீட்டருக்கும் கீழே இறங்கிவிட்டதால், மழைநீர் சேகரிப்புத் தொட்டியின் பயன்பாடு விவாதத்திற்குரியது என்றார். எனக்குப் பேச்செழவில்லை. ஏனெனில் நான் சிறுவனாயிருந்தபோது, கொங்குநாட்டில் பெருவாரியான பகுதிகளில் நிலத்தடி நீர் மட்டம் தரை மட்டத்திலிருந்து 3 – 5 மீ ஆழத்தில் இருந்தது. ஐம்பதுகள் வரை பயிர்களுக்குக் கமலைக் கிணறுகளில் மாடு பூட்டி நீரிறைத்தனர். நிலத்தடி நீர்மட்டம் மேலாகவிருந்த ஆறு, வாய்க்கால் பகுதிகளில் ஏற்றத்தால் நீரிறைத்தனர். அக் காலத்தில் கிணறு தோண்ட விரும்பும் விவசாயி பொதுவாகத் தோட்டத்தின் ‘ஜலமூலை’ எனும் வடகிழக்குப் பகுதியில் கிணறு தோண்டுவார். அருகிலுள்ள அடுத்த தோட்டத்துக்காரர் களும் அவர்களது தோட்டங்களின் வடகிழக்கு மூலைகளில் கிணறுகள் தோண்டியதால், ஒரு கிணற்றுக்கும் அடுத்த கிணற்றுக் கும் ‘ஒரு தோட்ட’ இடைவெளி இருந்தது; இது வாஸ்து நம்பிக்கையால் ஏற்பட்ட மறைமுகமான நன்மை. அக்கினி மூலையான தென்மேற்குப் பகுதியில் தோண்டியிருந்தாலும் அன்று நீர் கிடைத்திருக்கும் என்பது வேறு விஷயம். வடகிழக்குப் பகுதியில், குறிப்பாக எந்த இடத்தில் கிணறு தோண்ட வேண்டும் என்ற முடிவுக்கு வரவியலாத விவசாயிகளில் சிலர், அதிகாலை யில் தோட்டத்திற்குப் பசுமாட்டை ஓட்டிச் சென்று அது எங்கு மூத்திரம் பெய்கிறதோ அங்குக் கிணறு தோண்டினர். வேறு சிலர் குரும்பை ஆட்டின் முதுகின்மீது ஒரு பிடி மண்ணை வைத்து அதை ஓடவிட்டு அது எங்கு நின்று உடலைச் சிலிர்த்து மண்ணை உதறுகிறதோ அங்குக் கிணறு தோண்டினர். குரும்பை யாடு, பசுமாடு தவிர, பச்சைக் கவட்டைக் குச்சி ஏந்தியவர் களுக்கும் ஏக கிராக்கி அன்று. நிலத்தடி நீர் கிட்டும் மட்டத் திலும் அளவிலும் கூடுதல்குறைவு இருந்தாலும் பொதுவாக எல்லா இடங்களிலும் அப்போது நிலத்தடி நீர் இருந்தது. நிலத்தடி நீரின் மட்டம் மேல் மண்ணுக்குக் கீழேயுள்ள மக்கிய பாறைகளில் (இதைக் கொங்குத் தமிழில் ‘மசணை’ என்பர்) இருந்தது. பின் என்ன ஆனது?

ஐம்பதுகளில், காங்கிரஸ் அரசுக் காலத்தில், தமிழ் நாட்டுக் கிராமங்களை மேம்படுத்தக் கொண்டுவரப்பட்ட திட்டங் களில் மின்சாரமயமாக்கலுக்கு முக்கியமான இடம் இருந்தது.

உடனே வசதியுள்ள விவசாயிகளின் கிணறுகளில் மின்சாரத் தால் இயங்கும் நீரேற்றிகள் இயங்க ஆரம்பித்தன. அவை கமலை, ஏர் இறைத்த நீரைவிடப் பலமடங்கு அதிக அளவில் நிலத்தடி நீரை அள்ள ஆரம்பித்தன. அறுபதுகளின் இறுதியில் தோட்டங்களில் கமலைகளின் ஓசையும் ஓய்ந்தது; வயல்வெளி களில் ஏற்றப்பாட்டு கேட்டதும் நின்றது. முன்பு இறைக்கப்பட்ட நிலத்தடி நீரைவிட அதிக நீர் இறைக்கப்பட்டு, அதிக நீரை உட்கொள்ளும் பயிர்வகைகளும் பயிரிடப்பட்டன. ஒருவருக் கொருவர் போட்டிபோட்டுக் கொண்டு கிணறுகளைத் தோண்டி, நிலத்தடி நீரைப் பயன்படுத்திக் கொள்ளவும் நிலத்தடி நீரின் மட்டம் இறங்க ஆரம்பித்தது. தகப்பன் தோண்டிய கிணற்றை மகன் ஆழப்படுத்த ஆரம்பித்தான். அந்தக் காலகட்டத்தில் நிலத்தடி நீர்மட்டம், மக்கிய பாறைகளிலிருந்து தாழ்ந்து அதற்கும் கீழேயுள்ள கடினப் பாறைகளிலுள்ள பிளவுகளிலும் வெடிப்பு களிலும் விரிசல்களிலும் தேங்க ஆரம்பித்தது. விடுவார்களா நம்மவர்கள்? வளைக்குள் ஒளிந்திருக்கும் எலியைத் தேடிப் பிடிக்கும் சாரைப் பாம்புகள்போலத் தோண்டு கிணறுகளின் அடித்தளத்தில் துளைகளிட்டும் கிணற்றின் பக்கவாட்டில் துளைகளிட்டும் கிணற்றின் நீர்ச்சுரப்பைப் பெருக்குவதற்கான காரியங்கள் மேற்கொள்ளப்பட்டன. ஒருவர் 50 மீ தோண்டினால் அடுத்தவர் 60 மீ தோண்டுவார். இப்படியாக ஒருவருக்கொருவர் போட்டிபோட்டுக்கொண்டு நிலத்தடி நீரகத்தை வற்றடித்தனர்.

மணற்கேணி, தொட்டனைத்து ஊறும். ஆனால், கடினப் பாறைகளில் (crystalline rocks) தோண்டப்படும் கிணறுகள் அவ்வாறானவையல்ல. நிலத்தடி நீரகம் (water bearing formation) அள்ள அள்ளக் குறையாத அட்சய பாத்திரமன்று. பூமியின் மேற்பரப்பில் உள்ள நீர்நிலைகளிலும் தாவரங்களின் இலை களிலும் உள்ள நீர், சூரியனின் வெம்மையால் ஆவியாகி, மேகங்களாகத் திரண்டு, வானிலையைப் பொறுத்து மழையாகப் பெய்வதை நீர்ச் சுழற்சி (Hydrolic cycle) என்கிறோம். மழைநீரின் ஒரு பகுதி நிலத்தின் அமைப்பைப் பொருத்து ஓடைகளிலும் ஆறுகளிலும் ஓடிக் கடலில் சங்கமமாகிறது. தரையின் மேற்பரப் பில் வழிந்தோடும் மழைநீரின் ஒரு பகுதி ஏரிகளிலும் குளங்களி லும் தேங்கி, அதன் ஒரு பகுதி சூரியனின் வெம்மையால் நீராவியாக மாற, மீதமுள்ள நீர் நிலத்தடி நீராக பூமியினடியில் இறங்குகிறது. மணற்பாங்கான அல்லது படிவப்பாறைகள் உள்ள பகுதிகளில் மழைநீரில் 12 – 15 விழுக்காடும் பாறைப் பாங்கான பகுதிகளில் 4 – 6 விழுக்காடும் நிலத்தினுள் இறங்கு கிறது. நிலத்திற்குள் இறங்கும் நீரின் ஒருபகுதியால் தாவரங்கள் பயனடைகின்றன. மீதியுள்ள பகுதி வேர்மட்டத்திற்குக் கீழே யுள்ள நுண்துளைகள் வழியாக இறங்கி, பின்னர் ஊடுருவவே

இயலாத கடினப்பாறைவரை சென்று தேங்குகிறது. நிலத்தடி நீரைக் கொண்டுள்ள பூரிதப் பகுதியை நீரகம் என்பர். இந்த நீரகத்தில் தேங்கியுள்ள நீரின் மட்டம், புவியியல் அமைப்பையும் பெய்யும் மழையின் அளவையும் பொருத்தே அமையும்.

எழுபதுகளில் கோவைக்கு அருகாமையில் நிலத்தடி நீர் மட்டம் 30 – 40 மீ ஆழத்தில் இருந்தது. இன்றைக்கு 80 – 100 மீ கீழே உள்ளது. கோவை நகரத்திலும் அதன் சுற்றுப்புறங்களிலு முள்ள விவசாயிகளும் தொழிற்சாலைகளும் குடியிருப்புகளும் நிலத்தடி நீரை அபரிமிதமாகப் பயன்படுத்தியதால் நிலத்தடி நீர்மட்டம் இறங்க ஆரம்பித்தது. ஓராண்டில் உறிஞ்சி எடுக்கப் படும் நிலத்தடி நீர், ஓராண்டில் ஊறியிறங்கும் நீரின் அளவை விடக் குறைவாக இருத்தல் வேண்டும். பல ஆண்டுகளாகச் சேகரமாகி இருப்பில் இருக்கும் நிலத்தடி நீரை அளவுடன் உபயோகப்படுத்த வேண்டும்.

நிலத்தடி நீர், இயற்கையால் புதுப்பிக்கப்படும் வளம் *(Renewable resource)*. நிலத்தடி நீரகத்திலுள்ள நிலத்தடி நீர், வங்கியில் இடப்பட்ட வளரும் மாதச் சேமிப்பு போல. பருவங்கள் தோறும் பெய்யும் மழையின் ஒரு பகுதி நிலத்தடி நீரகத்தில் சேகரமாகிறது. அந்தச் சேகரத்திலிருந்து நாம் ஆண்டுதோறும் எடுத்துப் பயன்படுத்தும் நீரின் அளவு ஆண்டுதோறும் மழை கொடுக்கும் நீரின் அளவைவிடக் குறைவாக இருந்தால் சேகரம் வற்றாது. பருவமழை தவறி, வறட்சி ஏற்படும் ஆண்டுகளில் ஓரளவு சேகரிப்பிலிருந்து எடுக்கலாம். அடுத்த ஆண்டு சராசரி மழையைவிட அதிக மழை பெய்தால், இந்தக் குறைவு நிவர்த்தி செய்யப்பட்டுவிடும். ஆனால், தொடர்ந்து சேகரத்திலிருந்து அதிக அளவு நிலத்தடி நீரை எடுத்தால், முதலுக்கே மோசம் வந்துவிடும். இதை நிலத்தடி நீர் அகழ்வு *(groundwater mining)* என்பர். இதுதான் தொடர்ந்து நடந்துகொண்டிருக்கிறது பெரும் நகரங்களில். கோயம்புத்தூர் பகுதியில் பெய்யும் மழையின் அளவு குறைவே. மார்ச் – ஏப்ரல் மாதங்களில் கோடை மழையா லும் ஜூன் – செப்டம்பர் மாதங்களில் தென்மேற்குப் பருவக் காற்றாலும் அக்டோபர் – டிசம்பர் மாதங்களில் வடகிழக்குப் பருவக்காற்றாலும் ஓராண்டிற்கு ஏறத்தாழ 45 நாட்களில் பெய்யும் சராசரி மழை 65 செமீ மட்டுமே. இந்த மழை நீர் நிலப்பரப்பின் மீது வழிந்தோடுகையில், அதைத் தேக்கி நிறுத்தும் நீர்நிலைகளும் குறைவு. கசிவுநீர்க் குட்டைகள் *(percolation tanks)* மிகுதியான மழையால் பெருக்கெடுத்து வழியும் நீரைத் தடுத்து நிறுத்தித் தேக்கி, நிலத்தடி நீரைப் பெருகவைப்பவை. புவியியல் அமைப்புகளைப் பொருத்து நீரானது இலகுவாக நிலத்தடி நீரகத்தைச் சேருமாறு அமைந்த நிலமுறிவு *(faults)*

போன்ற புவியியல் அமைப்புடைய இடங்களில் தேங்கும். ஆனால் பாசனக் குட்டைகளில் தேங்கும் நீர் நீண்ட நாட்கள் நிலைத்து வாய்க்கால்கள் மூலம் ஆயக்கட்டுப் பாசனத்திற்குப் பயன்படுத்தப்படும்.

கசிவு நீர்க்குட்டைகளில் நிரம்பிய நீர், நிலத்தடி நீராகப் படிப்படியாக இறங்கும். இதனால் மண் – பாறைகளின் அமைப்பைப் பொறுத்தும் நிலத்தடி நீர்மட்டத்தைப் பொறுத்தும் கிணறுகளில் நீர் பெருகும். கோவை – மேட்டுப்பாளையம் தாலுகா வேளாண்மைப் பொறியியல் துறையினர், 86 – 87இல் அமைத்த குட்டைகளினால், அருகாமையிலுள்ள தோண்டு கிணறுகளில் 25இலிருந்து 50 விழுக்காடு நீர்ப்பெருக்கு ஏற்பட்டதாக ஓர் ஆய்வறிக்கை கூறுகிறது. எனவே, நிலத்தடி நீரைப் பெருக்கக் குளங்கள், குட்டைகள், ஏரிகள் இன்றியமையாதவை. ஆனால் கோவையைச் சுற்றியுள்ள குளங்களும் ஏரிகளும் நீர்வரத்துக் கால்வாய்களும் தூர் எடுக்கப்படாத நிலையில் உள்ளன. மேலும் கோவையைச் சுற்றியுள்ள பழம் ஏரிகள் தூர்ந்துபோன நிலையில் அங்கு ஆக்கிரமிப்புக் குடியிருப்புகள் உருவாகியுள்ளன. சில குப்பைமேடாகியுள்ளன. திருச்சி ரோடு சேரன் பேருந்து நிலையம், வாலாங்குளத்தின் ஒரு பகுதியை ஆக்கிரமித்துள்ளது.

கோவைக்கு மேற்கேயுள்ள சிறுவாணி, வெள்ளியங்கிரி மற்றும் குருடி மலைப்பகுதிகளில் உருவாகி ஓடும் சிற்றாறுகள் இணைந்து, நொய்யலாறாகப் பரிணமித்துக் கிழக்காக 250 கி.மீ. ஓடி, கொடுமுடியில் காவிரியாற்றுடன் இணைகின்றன. பேரூருக்கருகில் ஓடும் இந்த ஆற்றை, பழங்காலத்தே ‘காஞ்சி மாநதி’ என்றழைத்தனர். அந்த ஆற்றில் இறங்கிக் குளித்தால் நோய்கள் அகலும் என்ற நம்பிக்கை முன்பு இருந்ததால் அதற்கு நோய் – இல் என்ற காரணப்பெயர் உண்டாகியதாகச் சொல்வர். இன்று இந்த ஆற்றில் நீர் – இல்! இதற்கு, ஆறு உருவாகும் மேற்குப்புற மலைப்பகுதிகளில், சரிவுகளில் இருந்த காடுகள் கண்மூடித்தனமாக அழிக்கப்பட்டு, செம்மேடு – சாடிவயல் பள்ளத்தாக்கு, தடாகம் பள்ளத்தாக்கு ஆகிய பகுதிகளில் பரவலாக விவசாயம் செய்யப்பட்டது ஒரு முக்கியக் காரணம். பொதுவாகக் காடுகளில் பெருமழை பெய்யும்போது, மரங்கள் நீரின் வேகத்தைத் தணித்து, மழைநீர் மண்ணில் இறங்க உதவுகின்றன. கானகத்தின் தரையில் உள்ள மக்கிய செத்தைகள் மழைநீரின் பெருமளவை உறிஞ்சி, மிகுதி கீழேயுள்ள மண்பகுதியில் மெதுவாக இறங்க உதவுகின்றன. மரம் அடர்ந்த மழைக்காடு, சோலைகளில் மக்கிக்கிடக்கும் இலை தழைகள், வேர்கள் பின்னிக்கிடக்கும் தரையை ஓர் இராட்சதப் பஞ்சுக்கு

ஒப்பிடலாம். பெய்யும் மழையின் ஒரு பகுதியை உறிஞ்சிக் கொண்டபின் காடுகள் மிகுதியைத் தெளிவான நீரோடைகளாகப் பெருக்கெடுத்து ஓட வைக்கின்றன. ஆனால், அழிக்கப் பட்ட காடுகளில் பெய்யும் மழைநீர், சத்து நிறைந்த மேல் மண்ணை அரித்துவிடுகிறது. ஓர் ஆய்வின்படி, பாறைகள் மக்கி ஒரு செ.மீ. மண் உருவாக ஏறத்தாழ 400 ஆண்டுகள் பிடிக்கும். ஆறு, ஓடைகள் உற்பத்தியாகும் பகுதிகளில் ஏற்படும் மண் அரிப்பால், மழைநீரைத் தேக்கும் நீர்நிலைகள் தூர்ந்து விடும். இதனால் தேங்கும் மழைநீர் நிலத்தடிக்கு எளிதாகச் செல்லவியலாத நிலையில், பெரும்பகுதி சூரியனின் வெம்மையால் ஆவியாகப் போய்விட வாய்ப்புகளுண்டு.

கொங்குநாட்டில் குறைவாக உள்ள நிலத்தடி நீரிருப்பும் தொழிற்சாலைகளிலிருந்தும் நகரங்களிலிருந்தும் வெளியேறும் கழிவுநீரால் மாசடைந்துள்ளது. கோவை, திருப்பூர் அருகேயுள்ள சாயப் பட்டறைகள் மற்றும் நூலாலைகள் ஆகியவற்றிலிருந்து வெளியேறும் வேதிப்பொருட்களால் நொய்யலாறும் நிலத்தடி நீரும் நாசமடைந்துள்ளன. தமிழ்நாடு மாசுக்கட்டுப்பாட்டு வாரியத்தின் அறிக்கை ஒன்றின்படி, திருப்பூரில் உள்ள சுமார் 520 சாயப்பட்டறைகளாலும் 200 பிளீச்சிங் பட்டறைகளாலும் திருப்பூரைச் சுற்றி 10 – 20 கிமீக்கு நிலத்தடி நீர் பாதிக்கப்பட்டுள்ளது. கோவைக்கருகே, பொன்னையராஜபுரம் மற்றும் தெலுங்குபாளையத்தில் உள்ள 87 சாயப்பட்டறைகளிலிருந்து, நாளுக்கு ஏறத்தாழ 1000 கன மீ கழிவுநீர் கோவை வாய்க்கால் மூலம் உக்கடம் பெரிய குளத்தில் கலந்து நிலத்தடி நீரை மாசுபடுத்திவருவது பற்றி மாசுக் கட்டுப்பாட்டு வாரியத்துக்குப் பல புகார்கள் வந்தன. இந்த வாரியம் சாயப் பட்டறைக்காரர்களுடன் கலந்தாலோசித்துக் கழிவுநீர் வெளியேற்றப்படுமுன், சுத்திகரிக்கப்பட வேண்டியதன் அவசியத்தை உணர்த்தியது. ஆனால், பின்னர் நிறைவேற்றப்பட்ட தீர்மானம், நிலத்தடி நீர் மாசுபடுவது சாயப்பட்டறைக்காரர்களுக்குத் தெரிந்தாலும் கழிவுநீரை எப்படிச் சுத்திகரிப்பது என்று தெரியவில்லை எனவும் 'மத்திய, மாநில அரசு கள் போதுமான நிதியுதவி செய்ய வேண்டும்' எனவும் கூறியது வேடிக்கை! கோவையில் 2003 – 2004இல் நடத்தப்பட்ட சுற்றுப்புறச் சூழல் பற்றிய ஆய்வு அறிக்கை, நிலத்தடி நீரில் கனிமக்கரைசலின் அளவு (Total dissolved solids) ஒரு லிட்டருக்கு 2000 மில்லி கிராம் இருப்பதைக் காட்டியது. குடிநீரில் கனிமக் கரைசல் ஒரு லிட்டருக்கு 500 மில்லி கிராம் குறைவாக இருக்கவேண்டும். மிஞ்சினால் நீரைப் பருக முடியாது; உப்பு நீராகிவிடும்; துணிகளைத் துவைக்கக்கூட இயலாது.

கோவையில் ஏற்பட்டுள்ள இந்த நிலை, இன்றோ நேற்றோ ஏற்பட்டதல்ல; ஐம்பதுகளிலேயே ஆரம்பித்த பிணி. எழுபதுகளில் தொழிற்சாலைகள் மற்றும் நகரக் கழிவுகள் நிலத்தடி நீரை மாசுபடுத்துவது பற்றிப் பேராசிரியர் சிவனப்பனும் நானும் சில கருத்தரங்குகளில் எடுத்துரைத்தோம்; ஆய்வுக் கட்டுரைகள் எழுதினோம். ஆனால் இவையெல்லாம் விழலுக்கு இறைத்த நீராகிவிட்டன.

நிலத்தடி நீர் மாசு பட்டதின், படுவதின் விகிதம் இன்று அதிகரித்துள்ளதற்குக் காரணம், லாபமே கண்ணாயிருக்கும் தொழிலதிபர்களின் அலட்சியமும் மெத்தனமும். இந்தப் பண முதலைக் கூட்டத்தின்முன் மாசு கட்டுப்பாட்டுவாரியம் ஒரு பல்லில்லாப் புலி.

○

சுதந்திரம் பெற்று இருபது ஆண்டுகள் ஆகியும் உணவு தானியச் சாகுபடியில் இந்தியா சுயதேவையைப் பூர்த்தி செய்து கொள்ளும் நிலையை அடைந்திருக்கவில்லை. எனவே அதிக மகசூலைத் தரும் புதுவகைப் பயிர்களைச் சாகுபடி செய்தல், தீவிர – நவீன வேளாண்மை முறைகளை மேற்கொள்ளுதல் போன்ற முக்கியமான கூறுகளைக் கொண்ட பசுமைப் புரட்சி 1967இல் அறிமுகப்படுத்தப்பட்டது; இந்தப் புரட்சி 1978வரை நீண்டது. தமிழ்நாட்டிலும் பசுமைப் புரட்சி மேவியது. இதரத் தமிழ்நாட்டு விவசாயிகள் போலல்லாமல், கொங்குநாட்டு விவசாயிகளுக்குப் புதிய வேளாண்மை முறைகளைத் துணிந்து செய்யும் முன்னோடிகள் என்ற பெயர் உண்டு. எனவே, பசுமைப் புரட்சி கொங்குநாட்டில் பரவியது. பசுமைப் புரட்சியால் அன்று மகசூலைப் பெருக்கிப் பயனடைந்தவர்கள் பணம் படைத்த, நிலம் படைத்த மேல்மட்ட விவசாயிகளே; கையகல நிலத்தில் மானாவாரிப் பயிரை வளர்த்து வயிறு கழுவிய சிறு விவசாயிகள் அல்லர். மக்கட்தொகைப் பெருக்கத்துக்கு ஈடு கொடுத்து வந்த பசுமைப் புரட்சியின் வேகத்திற்கு அவர்களால் ஈடுகொடுக்க இயலவில்லை என்றே கூறலாம். இத்தகைய சமுதாயப் பாதிப்பு தவிர, சுற்றுப்புறச் சூழலின் மீது பசுமைப் புரட்சியின் தாக்கம் என்னவென்பது முழுவதுமாக ஆராயப்படாத ஒன்று. பசுமைப் புரட்சியால் மகசூல் பெருகியதென்னவோ உண்மையானாலும் அதற்காக விவசாயிகள் சூழலியல் ரீதியாகக் கொடுத்த விலை அதிகம். முன்பு விளைவித்த நாட்டுப்பயிர்களை விடுத்து நீரை அதிகமாக உட்கொள்ளும் வீரிய விதைகளை விதைத்து, மேம்பட்ட வேளாண்மை கருதி நிலத்தடி நீரை அதிகமாக உபயோகித்தனர்; மகசூலைப் பெருக்கவும் பாதுகாக்கவும் பயன்படுத்தப்பட்ட வேதி உரங்களும்

பூச்சிக்கொல்லிகளும் களைக்கொல்லிகளும் நிலத்தடி நீரைப் பல இடங்களில் வேதிப் பொருட்களால் மாசுபடுத்தியதும் பல இடங்களில் மேல்மண் களரானதும் மறுக்கவியலா உண்மைகள்.

இந்தக் காலகட்டத்தில்தான் தமிழ்நாட்டில் முதலாவதாக எழுபதுகளில் நிலத்தடி நீரைச் சிக்கனப்படுத்துவது பற்றியும் சொட்டு நீர்ப்பாசனம் (drip irrigation) பற்றியும் விரிந்துரைத்து, மாதிரிப் பண்ணைகளில் அவற்றை அமைத்தவர் கோவை வேளாண்மைப் பல்கலைக்கழகத்தில் பணியாற்றிய பேராசிரியர் சிவனப்பன். காடுகளை அழிப்பதனால் ஏற்படும் விளைவுகளை யும் காடுகள் பராமரிப்பின் அவசியத்தையும் பலவிதமான மழைநீர் சேகரிப்பு முறைகளையும் பல ஆய்வுக் கட்டுரைகளிலும் கருத்தரங்கங்களிலும் வலியுறுத்திய அவர், நிலத்தடி நீரை அதிகப்படுத்தக் கூறிய உத்திகளில் ஒன்று, தரை மட்டத்தின்கீழ் அமைக்கப்படும் அணை (sub surface dam). இதை அணை என்பதை விடத் தடுப்புச் சுவர் என்று கூறுவது பொருந்தும். நிலத்தடி நீர் நிலமட்டத்திற்கு அருகாமையிலிருந்த பகுதிகளில் நிலச் சரிவைப் பொறுத்து, குறுக்காக வெட்டி, தரையின் அடியில் ஒரு தடுப்புச் சுவரைக் கட்டி, அதன்மீது மண் போட்டு மூடி விட அதன் மேற்புறத்தில் நிலத்தடி நீர் பெருகும். பாலக்காட்டில் உள்ள மாதவன் நாயர் பண்ணையில் இத்தகைய அணை யொன்று அமைக்கப்பட்டுள்ளது. அபரிமிதமான மழைப் பெருக்கால் வழியும் நீரை ஆழ்துளைக் கிணறுகளிலிட்டு நிலத்தடி நீரகத்தை வளப்படுத்தலாம் என்பது போன்ற நீர் வளத்தைப் பெருக்க உதவும் அவரது புரட்சிகரமான கருத்துகளைப் பிரயோகித்துப் பயனடைந்தனர் சிலர்.

இன்றைய தேவை, நீர்வளத்தைப் பெருக்க உதவும் ஒரு புரட்சி. இது போர்க்கால நடவடிக்கைபோலச் செய்யப்படல் வேண்டும். வெற்று முழக்கங்கள் எழுப்புவதைத் தவிர்த்து, செய்யப்பட வேண்டியவற்றில் சில:

– நிலத்தடி நீரை எடுப்பதில் சிக்கனமும் கட்டுப் பாடும் தேவை. போட்டிபோட்டுக்கொண்டு ஆழ் துளைக் கிணறுகள் அமைப்பதும் பெரும் நீரேற்றிகள் மூலம் அளவிலா நிலத்தடி நீர் உறிஞ்சப்படுவதும் தடுக்கப்பட வேண்டும். ஒரு கிணற்றுக்கும் மற்றொரு கிணற்றுக்கும், அமைப்பைப் பொருத்து 100 அல்லது 150 மீட்டர் இடைவெளி இருத்தல் வேண்டும். உறிஞ்சி எடுக்கப் படும் நீரின் அளவும் கட்டுப்படுத்தப்பட வேண்டும்.

– ஆறுகள், ஓடைகள் உற்பத்தியாகும் மலைகளிலும் மலைச் சாரல்களிலும் உள்ள காடுகளை அழிப்பதைத் தடுத்து, காடுகள் பேணப்பட வேண்டும். கிராமங்களைச் சுற்றியுள்ள புறம்போக்கு

நிலங்களில் மரங்கள் நடப்பட்டுக் காடுகள் வளர்க்கப்பட வேண்டும்.

– குளங்கள், ஏரிகள் ஆகியவற்றில் தூர் எடுத்து, அவற்றைப் புதுப்பிக்க வேண்டும். பயன்படாத தோண்டு கிணறுகளில், மழைப் பெருக்கால் வழிந்தோடும் நீரைச் செலுத்தி நீர்மட்டத்தை உயர்த்த வேண்டும்.

– மரபு வழி வேளாண்மை முறைகள் பேணப்பட வேண்டும். புன்செய்ப் பயிர்கள், முக்கியமாக உணவு தானியப் பயிர்கள், வளர்ப்பதை ஊக்குவிக்க வேண்டும்.

– கட்டடங்களின் கூரைகளிலிருந்து மட்டுமின்றிச் சாலைகள், விமானதளம் போன்ற பரப்புகளிலிருந்தும் மழை நீரைச் சேகரிக்கலாம்.

இந்த அனைத்துக் காரியங்களிலும் பயனை நுகரப் போகும் பொதுமக்களின் பங்கேற்பு அவசியம். இராமநாதபுரம் மாவட்டத்தில் சில ஊர்களில் ஊருணியில் தூர்வாரும் வேலை காலங்காலமாக ஊராரால் செய்யப்பட்டுவந்தது ஒரு காலம். வாரப்பட்ட தூர், தோட்டங்களுக்கு உரமாகவும் பயன்படுத்தப்பட்டது. கோவையைச் சுற்றிச் சில ஆண்டுகளாக 'சிறுதுளி' எனும் தனியார் இயக்கம் ஒன்று தூர்வாரும் செயலில் ஈடுபட்டுள்ளது வரவேற்கத்தக்கது. அது நீர்வளம் பேணுவதில் உள்ள ஒரு கூட்டுப் பொறுப்பின் அடையாளம் ஆகும். அரசுத் துறைகள் செய்யட்டும், துறைசாரா தன்னார்வக் குழுக்கள் செய்யட்டும் என்று வாளாவிருக்காமல் நிலத்தடி நீரைப் பொதுச் சொத்தெனப் பாவித்துப் பேண வேண்டும்.

என் இளமைக் காலத்தில் என்னை வெகுவாகப் பாதித்த ஒரு பெண் கவிஞர், ஒரு நாட்டின் நலன், குடிமக்களின் மேம்பாடு எவ்வாறு அந்த நாட்டின் நீர்வளத்துடன் இணைந்துள்ளது என்பதை ஒரு பாடலில் அழகாக எடுத்துக்கூறியுள்ளார். அப்பாடல் அன்று அரசாண்ட ஒரு சோழ மன்னனை வாழ்த்தும் முகமாகப் பாடப்பட்டது என நம்பப்படுகிறது.

வரப்புயர நீருயரும்
நீருயர நெல்லுயரும்
நெல்லுயரக் குடியுயரும்
குடியுயரக்கோனுயர்வான்

இதன் எதிர்மறையாக நீர்வற்றக் கோன் நலியும் என்று கொள்ளலாமா? கானகங்களை அழித்துத் தோட்டங்களிட்டு, மணல் வாரி ஆற்றுப் படுகைகளைச் சீரழித்து, நகர் மற்றும் தொழிற்சாலைக் கழிவுகளை ஓடைகளில் ஓடவிட்டு நிலத்தடி

சு.கி. ஜெயகரன்

நீரை மாசுபடுத்தி, குளங்களை நிரப்பிக் குடியிருப்புகளை உண்டாக்கி, கட்டுப்பாடுகளின்றிக் கிணறுகளைத் தோண்ட விட்டு, நிலத்தடி நீரிருப்பை வற்றடித்துக்கொண்டிருக்கும், இயற்கை வளத்தைப் பேணாத சமுதாயம் பற்றி, அரசு பற்றி, ஔவையார் இன்று இருந்திருந்தால் என்ன பாடியிருப்பார்?

இதழ் (92), *காலச்சுவடு, ஆகஸ்ட்* 2007

சு.கி. ஜெயகரனின் பிற நூல்கள்

மூதாதையரைத்தேடி . . .

பல 'கோடி ஆண்டுகள் வரலாறு கொண்ட' நம் பூமியில் எத்தனையோ விதமான உயிரினங்கள் தோன்றின. அவற்றில் பல அழிவுற்றன. பல உயிரினங்கள் வாழ்ந்து தழைத்தன. இயற்கையோடு இயைந்தும் போராடியும் தம்மையும் தம் இனத்தையும் தக்க வைத்துக் கொண்ட பல உயிரினங்களில் பரிணாம வளர்ச்சியில் ஒரு படிதான் ஆறறிவு பொருந்திய நாம். இந்நூல் பரிணாமத்தில் நாம் கடந்து வந்த கட்டங்களை நம் மூதாதையரை அறிய வைக்கும் ஒரு முயற்சி.

மனிதகுலத்தின் முன்னோடிகள் தோன்றிய காலம், படிவப் பாறைகளில் படிந்துள்ள ஆதாரங்கள், அவை படிந்த விதம், இவற்றைக் கால நிர்ணயம் செய்யும் முறை பற்றியும் அகழ்ந்தெடுக்கப்பட்ட எலும்புகள், ஆதி மனிதர் உருவாக்கிய ஆயுதங்களின் சிறப்பு அம்சங்கள், கண்டுபிடிப்புகளின் முக்கியத்துவம், வேறுபட்ட விளக்கங்களால் எழுந்த சர்ச்சைகள் போன்றவற்றையும் இந்நூல் விளக்குகின்றது. இதுவரை அகழ்ந்தெடுக்கப்பட்டுள்ள நம் மூதாதையரைப் பற்றி அறிய உதவும் தடயங்களை விவரிக்கும் இந்நூல் மனிதரின் பூர்வீகம் பற்றி அறிய முற்படும் ஓர் ஆக்கப்பூர்வமான தேடல்.

வெளியீடு : காலச்சுவடு பதிப்பகம்

குமரி நிலநீட்சி

பல்லாயிரம் ஆண்டுகளுக்கு முன் தமிழகத்தின் தெற்கே குமரி எனும் கண்டம் இருந்ததாகவும் அதன் பின்னர் ஏற்பட்ட கடல் கோளால் மூழ்கியதாகவும் கூறும் மரபு நம்மிடையே உள்ளது. தமிழ்மொழியின் தொன்மை மற்றும் தமிழரின் நாகரிக வளர்ச்சி இவற்றின் அடையாளமாக காலங்காலமாக கருதப்பட்டு வரும் கருத்தாக்கம் குமரிக் கண்டம். இதற்கான அறிவியல் ஆதாரங்கள் என்ன? கண்டம் எனக் கூறுமளவுக்கு ஒரு பெரிய நிலப்பரப்பு தமிழகத்தின் தெற்கே இருந்ததா?

இக்கேள்விகளை ஆராய்ந்து கண்டங்களின் பெயர்ச்சி, புவியியல் வரலாறு, அதில் ஆதி மனிதர் தோற்றம், கடல் அடித்தளத்தின் அமைப்பு, கடற்கோள் போன்றவற்றின் பின் புலத்தில் இந்நூல் விளக்குகின்றது. இன்றைய தமிழகத்தின் தெற்கே வரலாற்று காலத்திற்கும் முற்பட்ட காலத்தில் நில அமைப்பு எவ்வாறு இருந்தது போன்றவற்றை நிலவியல் ஆய்வாளரின் கண்ணோட்டத்தில் இந்நூல் தெளிவாக்குகின்றது.

வெளியீடு : **காலச்சுவடு பதிப்பகம்**

என்றாலும் கண்டு கொள்ளவில்லை. எந்த மகேந்திரனை ஒட்ட நறுக்கிப்புடுவேன் என்று எச்சரித்தாளோ அந்த மகேந்திரனிடம் இவள் வலியச் சென்று பேசத் தொடங்கினாள். இல்லையென்றாலும் அதற்கான சூழலை உருவாக்கிக் கொண்டாள். மகேந்திரனுக்கும் ஆசையென்றாலும் அவள் முன்பு கோபம் கொண்டதை நினைத்து சிறிது காலம் ஒதுங்கிச் சென்றான். ஆனால் அவள் விடுவதாய் இல்லை.

பெண்மையின் பசி அவளிடம் தினவு கொண்டு நின்றது. அவள் ஆற்றாமையில் தவித்தாள். மகேந்தரனிடம் மேசையில் கையை ஊன்றிக் கொண்டு பேசும் போது அவன் விழிகளைத் தின்று விடுவது போல் கூர்ந்து பார்ப்பாள். சமயங்களில் தொட்டுப் பேசவும் செய்தாள். பஞ்சும் தீயும் பற்றிக் கொண்டது.

பிரசவத்திற்குச் சென்றிருந்த மனைவியைப் பிரிந்து வறட்சியில் கிடந்தவனுக்கு நல்ல வேட்டையாகி விட்டது. அவர்கள் கணவன் மனைவியைப் போல வெளியிடங்களில் சுற்றுவதும் அறை எடுத்துத் தங்குவதும் சகஜமாகி விட்டதென்று கேள்வி. பாய்ச்சல் கண்ட நிலம் பசுமை காண்பது இயற்கை. பவுனரசி முன்பை விட மினுமினுத்தாள். அவளின் முகத்தில் அப்படியொரு பூரிப்பு. அவள் ராஜபாட்டை நடத்திக் கொண்டிருந்தாள்.

யாராவது ஏதாவது வேண்டி அலுவலகம் வந்துவிட்டால் அவர்களை எதிர்கொள்ளச் செல்லும் அவளுக்குக் குஷியில் திரைப் பாடல் முணுமுணுப்பு வந்து விடும். அன்றைக்கு நல்ல வேட்டை என்பதன் அறிகுறி அது. சந்திராவும் லீலாவதியும் அவளை நிமிர்ந்து பார்ப்பார்கள். அவர்களைப் பார்த்து கண்ணடிப்பாள். மூவருக்கும் முகத்தில் நிலைகொள்ளாச் சிரிப்பு பொங்கும்.

அவளுக்குச் சின்ன விசயமென்றாலும் உடனே தோழிகளோடு கொண்டாடிவிட வேண்டும். அதற்கு எங்கிருந்தாவது பணம் புரட்டி விடும் திறமை அவளிடம் இருந்தது. இப்போதெல்லாம் அவளின் கொண்டாட்டம் வேறு விதமாக மடைமாறியிருந்தது. வருகிறவர்களிடம் மதிய உணவுக்கு இஸ்மாயில் பாய் கடை பிரியாணி வேண்டும் என்று அடம் பிடிக்கத் தொடங்கியிருந்தாள்.

முதலில் யாரோ வேலை விரைவாக நடக்க வேண்டு மென்னும் ஆவலில் அவராகவே பிரியாணியை வாங்கி வந்து

கொடுத்திருக்கிறார். அதன் ருசியில் கட்டுண்ட பவுனரசி இப்போதெல்லாம் மதிய பிரியாணி அவசியம் என்னுமளவிற்கு வந்து விட்டிருந்தாள். ஒரு சிலரைத் தவிர இந்த சிக்கன் பிரியாணிக்கு பெரும் ஆதரவு இருந்தது. எல்லாம் பவுனரசி இந்த அலுவலகத்தில் பணி செய்யும் கொடுப்பினை என்று அவர்கள் பவுனரசி புகழ் பாடிக் கொண்டிருந்தனர்.

ஒரு நாள் காலையிலேயே நெடிய உயரமுள்ள பெண் தன் கைக்குழந்தையோடு அலுவலகத்தில் காத்திருந்தாள். தன் பெயர் சவிதா எனப் பவுனரசியிடம் அறிமுகம் செய்துகொண்டாள். அவள் கணவன் வேலாயுதம் சில தினங்களுக்கு முன் ஒரு விபத்தில் இறந்திருந்தான். ஆசிரியராகப் பணி புரிந்த அவனுக்கு வரவேண்டிய பணப்பலன்கள் குறித்து விசாரித்துத் துரித நடவடிக்கை மேற்கொள்ள சவிதா இவ்வலுவலகம் ஏறுவது இத்துடன் மூன்றாவது முறை.

அவளால் உயர் அலுவலரைச் சந்திக்க முடியவில்லை. வரும்போதெல்லாம் அவர் அலுவல் விசயமாகச் சென்னைச் சென்றிருப்பதாகக் குறிப்பிடுகிறார்கள். அவளுக்கு இங்குள்ள நடைமுறை எதுவும் புரியவில்லை. ஓரமாய் உட்காருமாறு பவுனரசி கட்டளையிட்டிருந்தாள். சோகமே உருவான அவள் பேந்த பேந்த விழித்துக் கொண்டிருந்தாள்.

அவளுக்கு முன்பாக அங்கு வந்திருந்த ஓய்வு பெற்ற ஆசிரியர் மாணிக்கவேலை பவுனரசி நடத்திய விதம் பார்த்து நெஞ்சு பதைத்தது சவிதாவுக்கு. வயதிலும் பணி நிலையிலும் தன்னை விட அவர் உயர்ந்தவர் என்ற நினைவு கிஞ்சிற்றுமில்லை. அவர் தயந்தும் தயங்கியும் அவளிடம் ஏதோ சொல்லிக் கெஞ்சிக் கொண்டிருந்தார். கண்களில் நீர் திரையிட்டு நின்றது. பவுனரசி எதையும் சட்டை செய்யாமல் அலட்சியமாய் அவரை எதிர்கொண்டதைக் கண்டு சவிதா நொறுங்கிப் போயிருந்தாள்.

பவுனரசி நாற்காலியில் பின்புறமாய்ச் சாய்ந்தவாறு இரண்டு கால்களையும் மேஜைக்கு வெளியில் தெரியும்படி நீட்டி சாய்வு நாற்காலியில் சாவகாசமாய்ப் படுத்திருப்பதைப் போல மாணிக்கவேலுக்குப் பதில் சொல்லிக் கொண்டிருந்தாள். சவிதாவுக்குத் தன் தந்தையின் நினைவுகள் வந்து படுத்தின. உள்ளக் குமுறலை வெளிக்காட்டிக் கொள்ளாமல் தன் வேலை

முடிந்தால் போதுமென்ற மனநிலையில் ஏதோ தெய்வத்தை நினைத்து கண்களை மூடிக் கொண்டாள்.

சவிதாவின் நிலையை ஒரு பெண்ணாக பவுனரசி புரிந்து கொள்வாள் என்று அவள் மிகையாக நம்பினாள். ஆனால் மாணிக்கவேலுவிற்கு என்ன நடந்ததோ அதைவிட மோசமாக பவுனரசி நடந்துகொண்டாள். அவருக்காவது முகம் பார்த்துப் பதில் சொன்னாள். சவிதாவை ஏறெடுத்தும் பார்க்காமல் கூந்தல் வாகூசியை எடுத்து வாயில் கவ்விக்கொண்டு பையில் வைத்திருந்த மல்லிகைச் சரத்தைக் கூந்தலில் சரியாகப் பொருத்துகிறோமாவெனக் கைக் கண்ணாடியில் நோட்டமிட்டுக் கொண்டிருந்தாள். கடைசியில் அவள் முகத்தைச் சிடுசிடுவென வைத்துக் கொண்டு கறாராகச் சொல்லி விட்டாள். “எம்மா.. இந்த ஃபைலு மேலிடம் வரை சென்று வரவேண்டியிருக்கு. செலவு செய்யாம எதுவும் ஆகாது. வெறுங்கை முழம் போடாது. சும்மா தேவையில்லாம கெடந்து அலையாதே ஆமா” என்று மனசாட்சியைக் கொன்று விட்டுப் பேசினாள்.

சவிதா தன் நிலைமை மிகவும் மோசமாக இருப்பதாகவும் தன் கணவர் வீட்டினர் தன்னை ராசியில்லாதவள் என்று ஒதுக்கி விட்டதாகவும் பிள்ளைக்குப் பால் வாங்கிக் கொடுக்கக்கூட சிரமப்படுவதாகவும் கதறினாள். பவுனரசி மசியவில்லை. “வர்றவங்க பூரா இப்படியே புலம்பிக்கிட்டிருந்தா நாங்க என்னதான் பண்றது? விரலைச் சூப்ப வேண்டியதுதான்” என்றாள். பிறகு அவளே அதற்கொரு தீர்வையும் சொன்னாள். “இன்னிக்கு உன் வேலை ஆகாது. நீ போயிட்டு நாளைக்குக் காலையிலயே ஐயாயிரம் ரூபா எங்கயோ புரட்டிக்கிட்டு வந்திடு. நாளைக்கு முழு நாளும் உன் வேலைதான். மத்தியானம் உனக்காக மெனக்கெடும் ஐந்து பேருக்கும் சிக்கன் பிரியாணி அவசியம். அதுக்கும் காசு தேத்திக்க. எல்லாம் பணம் வந்ததும் அடைச்சிடலாம். புரியுதா?” என்று அறுத்துப் பேசியதும் சவிதாவால் எதுவும் பேச முடியவில்லை. ஒத்துக்கொண்டு நாளை காலை வந்து விடுவதாகச் சொல்லிச் சென்று விட்டாள்.

மறுநாள் மதியம் தான் அவளால் வரமுடிந்தது. பிள்ளையைத் தூக்கிவராமல் அவள் மட்டும் வந்திருந்தாள். தாமதமாக வந்தாலும் சமயோசிதமாக கையில் பிரியாணி பொட்டலங்கள்

பாலித்தீன் பையில் உட்கார்ந்திருந்தன. இவளைக் கண்டதும் பவுனரசிக்கு மனம் துள்ளத் தொடங்கி விட்டது. அது முகத்தில் புன்னகையாக வெளிப்பட்டது. சந்திராவும் லீலாவதியும் அவர்கள் இருந்த இடத்திலிருந்தே கட்டை விரலை உயர்த்திக் காட்டினார்கள். லீலாசந்திராவிடம் மெதுவாக முனகினாள். "பவுனுன்னா பவுனு தான், சாதிச்சிடுறாளே" என்று அவளின் திறமையை மெச்சிக் கொண்டிருந்தாள்.

"வாம்மா! உன் வேலைதான் நடந்துக்கிட்டிருக்கு. இப்ப முடிச்சிடலாம்" என்றாள் வாயெல்லாம் பல்லாக பவுனரசி. வந்த பெண் மெலிதாகச் சிரித்தாள்.

"பொட்டலங்களை அந்த ரூம்ல வச்சிடு" என்றாள். அறையில் வைத்துவிட்டு வந்தவள் குழந்தையை அம்மா அந்த மரத்தடியில் வைத்திருப்பதாகவும் பால் கொடுத்து விட்டு வந்து விடுவதாகவும் அனுமதி வேண்டினாள். "போ... போ... போய் குழந்தைய பாரு. மத்ததை நான் பாத்துக்கிடுறேன்" என்று வெகு குஷியாக விடை கொடுத்தாள் அவளுக்கு.

பவுனரசியால் அதற்கு மேல் உட்கார முடியவில்லை. பிரியாணி அவளைப் படுத்தத் தொடங்கி விட்டது. அவள் லீலாவதியை அழைத்தாள். லீலாசந்திராவை உசுப்பினாள்.

"நீ போய்க்கிட்டிரு. மகேந்திரன் சாரு வந்திடட்டும். சேர்ந்து வந்திடுறம்" என்றனர் அவர்கள். பவுனரசியைப் பாய் கடை பிரியாணி நிற்க விடவில்லை. அவள் பிரியாணி பொட்டலங்கள் இருக்கும் அறைக்குள் விரைவாகப் பிரவேசித்தாள். அவளுக்கென்று ஒரு பொட்டலத்தை எடுத்துக் கொண்டாள். அவள் பொட்டலம் பிரிக்கும் சத்தம் லீலாவதிக்கும் சந்திராவுக்கும் கேட்டதும் "சாப்பாட்டுப் பிசாசு அவ. யாருக்கும் காத்திருக்க மாட்டா" என்று பேசிக் கொண்டார்கள்.

இரண்டு நிமிடங்கள் ஓடியிருக்கும். அறைக்குள்ளிருந்து பவுனரசியின் அலறல் சப்தம் கேட்டது. யாருக்கும் எதுவும் புரிய வில்லை. லீலாவதியும் சந்திராவும் எழுந்து ஓடினார்கள். அங்கு அவர்கள் கண்ட காட்சியில் அப்படியே உறைந்து நின்றார்கள்.

பொட்டலம் பிரித்தபடி மேசையில் இருந்தது. உள்ளே வாழையிலையில் மடித்தபடி பிரியாணி அளவிற்கு மஞ்

சள் நிறத்தில் மலம் மடித்து வைக்கப்பட்டிருந்தது. நாற்றம் குடலைப் பிடுங்கியது. பிரியாணி அவசரத்தில் பவுனரசி எங்கேயோ பார்த்துக் கொண்டு ஒரு கை மலத்தை அள்ளி கையில் வைத்திருந்தாள். அதில் சில துளிகள் புடவையில் சிதறியிருந்தன. அவளால் அவமானம் தாங்கிக் கொள்ள முடியவில்லை. அதற்குள் அலுவலகத்தில் இருந்த மற்றவர்களும் ஓடி வந்திருந்தனர். அவர்கள் அனைவரும் அங்குக் கண்ட காட்சியில் அவமானம் அப்பித் தின்ன எதுவும் பேச முடியாமல் அவரவர் இருக்கைக்குச் சென்று சேர்ந்தனர்.

கையைக் கழுவி வந்திருந்தாள் பவுனரசி. எத்தனையோ சோப்புகள் போட்ட பின்னும் மல வாடை இன்னும் போகாதது போல அவளுக்குத் தோன்றிற்று. அவமானத்தைச் செரிக்க முடியாமல் அவள் தேம்பித் தேம்பி அழுது கொண்டேயிருந்தாள். பக்கத்தில் நின்றிருந்த சந்திராவும் லீலாவதியும் செய்வதறியாது திகைத்து நின்று அவள் கண்களைத் துடைத்துவிட்டுக் கொண்டிருந்தனர்.

அவர்களுக்கென்று மீதமிருந்த பொட்டலங்களை பார்த்த போது குமட்டிக்கொண்டு வந்தது. லீலாவதி அவற்றை மெதுவாக எடுத்துச் சென்று மறைவாக எறிந்தாள். செய்தி வெளியில் சென்று விடக்கூடாது என்றும் அது அனைவருக்குமான அவமானம் என்றும் ரகசியமாய் உரையாடிக் கொண்டிருந்தனர். மேசையில் தலை கவிழ்ந்திருந்த பவுனரசி நினைத்து நினைத்து விடாமல் தேம்பிக்கொண்டிருந்தாள். சிவந்திருந்த கண்கள் சங்கராமீனைப் போலக் காட்சி தந்தன.

மறுநாளிலிருந்து பவுனரசி அலுவலகம் வருவதை நிறுத்தியிருந்தாள். செய்தி எங்கும் பரவி விட்டது. அவளால் வெளியில் தலைகாட்ட முடியவில்லை. வீட்டின் மூலையில் சுருண்டு கொண்டு அவள் அழுத வண்ணமே இருந்தாள். சரியாக அவளால் தூங்க முடியவில்லை. உண்ண முடியவில்லை. எந்த உணவைப் பார்த்தாலும் அவளுக்கு மலத்தின் உருவாய் தெரிந்தது.

எங்கும் மல வாடை அடிப்பதாக அரற்றினாள். பெருக்கிய இடத்தையே திரும்ப திரும்பப் பெருக்கினாள். சுத்தம் செய்த இடத்தையே திரும்பத் திரும்ப நீர் ஊற்றிக் கழுவினாள். தன்

கையை நுகர்ந்து பார்த்து முகம் சுழித்தாள். மலத்தின் நிறத்தில் இருக்கும் மலர்கள், மஞ்சள்தூள், புடவையென அத்தனையையும் வெறுத்தாள். அறைக்குள் அவளாகவே பேசிக்கொண்டு சிரிப்பாய்ச் சிரித்துக் கொண்டிருந்தாள்.

ஒரு வாரம் கழிந்து போயிற்று. காலையிலேயே வீட்டின் எதிரே கூட்டம் அலைமோதி நின்றது. பவுனரசி இப்படிச் செய்வாள் என்று யாரும் எதிர்பார்க்கவில்லை. ஏதோ பைத்தியம்போல உளறிக் கொட்டி அரற்றிக் கொண்டிருப்பாள், நாளானால் சரியாகி விடும் என்றுதான் எல்லாரும் கருதினார்கள். ஆனாலும் அவளுக்கு இந்த முடிவு தான் ஆறுதலாய்த் தோன்றியிருக்கும் போல.

உள்ளேயிருந்து அவளைத் தூக்கிக்கொண்டு வந்து பெஞ் சில் கிடத்தினார்கள். அவள் தூக்கு மாட்டியிருந்த மஞ்சள் நைலான் கயிற்றை அறுத்து ஓரமாய்ப் போட்டிருந்தார்கள். அவள் உருண்டையாய் நீண்டு கிடக்கும் மலத்தைப் போல மஞ்சள் புடவையில் கிடந்தாள். புடவையில் மலம் சிதறிக் கிடப்பதைப் போல சரக்கொன்றை மலர்கள் ஓவியமாய்த் தீட்டப்பட்டிருந்தன.

வீட்டுக் காரியங்கள் முடிந்து மயானக்கரையில் ஆக வேண்டிய பணிகள் நடந்துகொண்டிருந்தன. விறகும் வறட்டியும் அடுக்கி எரியூட்டிவிட்டுத் திரும்பியபோது காற்று பலமாக வீசிற்று. தீ நாகங்கள் உயர உயரமாய்ப் படமெடுத்து ஆடின. சுற்றி நிற்பவர்களைக் கொத்த வருவதைப்போல தீச் சுவாலைகள் மலத்தின் நிறத்தில் நீண்டு எழுந்தன. சொல்லி வைத்ததைப் போல எல்லோரும் நாசியைப் பிடித்துக் கொண்டார்கள். ஒரே மல வாடை தாங்க முடியவில்லையென்று அவர்கள் பேசிக்கொண்டே சென்றதெப்படியென இன்னமும் அனுமானிக்க முடியவில்லை.

- சிறுகதை காலாண்டிதழ் - ஜூலை 2021.

★ ★ ★

2

பெருகும் வாதையின் துயர நிழல்

தனியொரு மரமாய்த் தவித்திருப்பதின் துயரங்கள் சொல்லில் அடங்காதவை. அந்த அவஸ்தை அனுபவித்தவர்களுக்குத் தெரியும். கிராமத்து வெள்ளந்தி மனிதர்கள்தான் சொல்லிக் கொள்வார்கள், "தலைவலியும் வயித்துவலியும் தனக்கு வந்தாதான் தெரியும்". எப்பவும் நாலைந்து பேரோடு புழங்கியவர்கள் திடீரென பெரும் சுழலில் மாட்டி எல்லாவற்றையும் ஒரே நாளில் இழந்து நிர்கதியாய் நிற்பது போன்ற வலி உலகத்தில் எதுவுமில்லை. எப்பவும் யாரோ ஒருவரின் சத்தத்தோடு காட்சி தரும் வீடுகளை அடர் மௌனத்தில் காண நேர்கையில் பழகியவர்களுக்குப் பதறிவிடும். அணுக்கமாய் நின்றவர்கள் கைவிட்டுப் போய் அதே வீட்டில் மிச்சப்பட்டவர் வாழ நேர்ந்தால் வீட்டின் மௌனமே அவரைக் கொன்று விடும். பலரும் அப்படிப் போய் சேர்ந்திருக்கிறார்கள்.

முகுந்தனும் நானும் அப்படியோர் இல்ல மௌனச் சுழலில் தான் சிக்கித் தவிக்கிறோம். துளியும் சிந்தாமல் மலையுச்சி கொண்டு சேர்க்க, நிபந்தனையில் கொடுக்கப்பட்ட கண்ணாடிக் குப்பி கை நழுவ, நட்டாம் பாறையில் போட்டுச் சுக்குநூறாய் உடைத்தது போலாகி விட்டது. முகுந்தன் இப்படிச் செய்வானென நான் ஒருபோதும் எதிர்பார்க்கவில்லை. கண்டவர்கள்

அவனை வார்த்தை ஊசிகளால் சல்லடையாக்கியிருந்தார்கள். மூதேவி, பேய், பிசாசு, தரித்திரமென்று சிறப்புப் பட்டங்கள் வேறு. அடைமழையையொத்த இடைநில்லா தீச்சொல்மழை. அதில் மூழ்கித் திணறினான் முகுந்தன். சாபச் சொற்களின் வசைமொழியை அவன் மீது பூக்களைப் போலப் பலரும் சொரிந்துகொண்டேயிருந்தனர். பயமும் நம்பிக்கையின்மையும் கூடி நின்று என்னைப் படுத்தின. பதற்றத்தில் விழிகள் பிதுங்கி அதிர்ந்து நின்று கொண்டிருக்கிறேன்.

என் மகன் என்பதற்காக அவனுக்குச் சப்பை கட்டவில்லை. ஒரு நாளும் அப்படியொரு முடிவுக்குப் போக மாட்டேன். அவன் செய்தது தவறல்ல. மகா தவறு. சகிக்க முடியா பெரும்பாதகம். அதில் எனக்கு எந்த மாற்றுக் கருத்துமில்லை. ஆனால்? அறியாத வயது. இழப்பின் ரணம். துயர வண்டு எலும்பு மஞ்சைக்குள் ஊடுருவித் துளைக்கும் வலி. வெதும்பிய மாம்பிஞ்சு உள்ளம். கைநழுவிப் போன ஏமாற்றம். எதிர்பாராது கிட்டிய திடீர் அதிர்ச்சியில் அவன் உலகம் பேரிருள் சூழ்ந்து சூனியமாகி போன பிரமை. அவனால் இன்னும் தாங்கிக் கொள்ள முடியவில்லை. வேறென்றும் சொல்லத் தெரியவில்லை எனக்கு.

அவனுக்கு எதிர்கொள்ளும் பக்குவமில்லை. முன்பே தெரிந்திருந்தால்கூட மனம் அதற்கேற்பத் தயாராகிவிடும். ஆனால் இஃது அப்படி நிகழவில்லை. யாரும் நினைத்துப் பார்த்தோமா? ஆளும் பேருமானவர்களே இன்னும் செரித்துக்கொள்ள முடியாமல் தவிக்க, அவன் என்ன செய்வான்? விளையாட்டுப் புத்திகூட மாறாப் பாலகன்.

ஆறு மாதங்கள் முன்வரை அவன் போலப் பிள்ளையுண்டா என்று புகழ்ந்தார்கள். இதற்கு முன்பு அவன் இப்படிக் கீழ்த்தரமாய் நடந்துகொண்டதில்லை. தெருவே அறிவுக்கொழுந்து என அவனைக் கொண்டாடிற்று. அப்படிப் பெயரெடுத்தவன். அவன் வயதொத்தவர்கள் அவனைப் பொறாமையில் கரித்துக் கொட்டுவதுண்டு. எல்லாவற்றிலும் சுட்டியாகத்தான் இருந்தான். அவன் உதட்டைச் சுழித்துக் கொஞ்சிப் பேசும் தமிழுக்கு அடிமையாகதவர் இந்தத் தெருவில் யார்? “முகுந்தா செல்லம் முகுந்தா செல்லம்” என்று வாய்க்கு வாய் கூப்பிட்டுக் கொஞ்சிய மனங்கள் இப்போதென்ன, பாறையாய்ச் சமைந்து விட்டனவா?

நானும் பார்த்துக் கொண்டுதானிருக்கிறேன். ஆளாளுக்கும் வியாக்கியானம். அவர்களால் முடிந்த கொடுஞ்சொற்கள். முடியவில்லை. அவன் வயதில் அவர்கள் இப்படிக் கொடும் இழப்பைச் சந்தித்திருக்கிறார்களா? இழப்பின் வலி உணரா மனசு என்ன மனசு? குப்பைக் கூடை.

எடுத்தேன் கவிழ்த்தேன் என்று பேச எனக்குத் தெரியாதா? எத்தனை நேரமாகும்? பழகிய பழக்கத்திற்கு அதுவா அழகு? ஏற்கெனவே நொந்து நூலாகிக் கிடக்கிறேன். அந்த நூலிலா தோரணம் கட்டி விளையாட நினைப்பது? அறுந்த நூலின் வலி தோரணக் காகிதம் அறியுமா? தாங்கி நின்ற நன்றிக் கடன் காகிதத்திற்கு இருக்காதா? ஆளாளுக்கு இப்படி நடந்துகொள்கிறார்கள்? நூல் வீழ்ந்தால் தோரணக் கதி அதோ கதிதான். அதை உணரும் நிதானம் யாருக்குமில்லை

முகுந்தன் இன்னும் அழுகையை நிறுத்தவில்லை. தவமணி, பனிமலர் புகைப்படங்களின்கீழ் அவர்களை வெறித்தபடி அமர்ந்துகொண்டிருந்தான். கண்களுக்குள்ளிருந்து யாரோ கோலிக் குண்டுகளை உருட்டி விட்டுக் கொண்டிருந்தார்கள். துயரத் துளிகள் கண்ணாடித் திரவமாய் உருண்டு கொண்டேயிருந்தன. பிள்ளை இந்தப் பாடு படுகிறான். தாய் கல் மனத்தோடு அப்படியே பார்த்துக் கொண்டிருக்கிறாள். புகைப்படச் சட்டகத்திற்குள் அப்படியென்ன ஒய்யாரச் சிரிப்பு? தாயின் புன்னகையை விழிகளில் ஏந்தியபடி விடாமல் தேம்பிக் கொண்டிருந்தான் முகுந்தன்.

ஆத்திரக்காரனுக்குப் புத்தி மட்டு என அப்பா அடிக்கடி சொல்வதுண்டு. நானும் ஒரு முட்டாள். துளியும் ஐயமில்லை. அவனை இந்நேரத்தில் அடித்திருக்கக் கூடாது. பொறுமையைக் கையாண்டிருக்க வேண்டும். நிதானமாக யோசித்திருக்க வேண்டும். என்ன செய்வது? அவனை அடிக்க வேண்டுமென்றா அடித்தேன்? அதுயென்ன என் வாழ்நாள் இலட்சியமா? ஒவ்வோர் அடியும் அவன் மீதா விழுந்தது? என் உயிர் மீதல்லவா விழுந்தது. மற்றவர் வாயை மூட எனக்கு வேறு வழி தெரியவில்லை.

என்னை நானே தாக்கிக் கொண்டதைப்போல நான் துடித்ததை நீங்கள் அறிவீர்களா? என் உயிர் பட்ட அவஸ்தையை

மீனா சுந்தர் ❈ 25

நான் யாரிடம் சொல்லியழ முடியும்? கூட அழவும் ஆளில்லாமல் தவமணி போய்விட்டாள். போனவள் எங்களையும் சேர்த்து அழைத்துச் சென்றிருக்கலாம். ஒரு வழியாய் எல்லாம் முடிந்து போயிருக்கும். இப்படி நாளும் கிழமையும் நாயாய் இம்சைப் படத் தேவையில்லை.

ஊருலகம் தெரியாத ஆம்பளையை இப்படி அனாதையாக விட்டுப் போகிறோமே என்று கொஞ்சமாவது யோசித்தாளா? ஆத்திரத்தில் எனக்கு என்னென்னவோ கெட்ட வார்த்தைகளெல்லாம் வருகின்றன. எனக்கென்ன தெரியும்? வெந்நீர் போடக்கூடத் தடுமாறுவேன். அவளுக்குத் தெரியாதா? எரிவாயு அடுப்பைப் பற்ற வைக்க திறப்பியைக் கீழே அசைக்க வேண்டுமா? மேலே அசைக்க வேண்டுமா என்பதுகூட அறிந்தவனல்லன் நான். பாத்திரம் விளக்குவது, வீட்டைக் கூட்டுவது, குழம்பு தாளிப்பது, கறி காய் வெட்டி கூட்டு செய்வதென்று எத்தனை வேலைகள்? ஏதாவது தெரியுமா எனக்கு?

அம்மா சிறு பிள்ளையாய் இருந்த போதே 'ஆம்பளைக்கு அடுப்படியில என்ன வேலை?' என்று விரட்டி விடுவாள். அம்மா படும் வேதனை தாளாமல் உதவி செய்ய திரும்பவும் ஓடுவேன். விட மாட்டாள். இட்லி மாவறைப்பதற்கு ஆட்டுக்கல்லில் அவள் போராடுவதைப் பார்க்க கண்ணில் நீர் வந்து விடும். 'நான் ஆட்டுறேன்மா!' என்று துக்கத்தில் என் குரல் கம்மும். 'நீ போயி பாடத்தைப் படி ராசா! உன் கையி கடுக்கும். தாங்க மாட்டே' என்று கருமமே கண்ணாகி விடுவாள். அப்படி வளர்ந்த பிள்ளை நான்.

திருமணத்திற்கு பின் தவமணி முழுவதுமாய் தாங்கிக் கொண்டாள். எந்த வேலையும் அவள் எனக்குக் கொடுத்தது மில்லை. நான் செய்ததுமில்லை. திருமணம் ஆனதிலிருந்து நாங்கள் பிரிந்திருந்த நாட்களை எண்ணி விடலாம். ஒட்டுப்புல்லைப் போல் ஒட்டிக்கொண்டாள். என்னை விட்டு எங்கும் போக மாட்டாள். எங்காவது உறவினர் வீட்டிற்குச் சென்றால்கூடத் தங்க மாட்டாள். 'அவிங்களுக்கு ஒரு வேலையும் தெரியாது. சாப்பிடக் கஷ்டப்படுவாங்க' என்று ஓடி வந்து விடுவாள்.

இப்படி இருந்தவனிடம் இரவில் திடீரென உதிரும் எரிநட்சத்திரம் போல ஒரே இரவில் எல்லாமும் கைவிட்டுப்

போனால் என்ன செய்ய முடியும்? நடுக்கடலில் வீழ்ந்த ஆகாயவிமானம் போல் அன்று வீழ்ந்தேன். உதிரிப்பாகங்களும் கிடைக்காத வீழ்ச்சி. தவமணி மட்டுமா போனாள்? துணைக்குப் பனிமலரையும் அழைத்துச் சென்று விட்டாள். பாழும் பிஞ்சு என்று பார்த்தாளா?

பனிமலர் இந்த வீட்டின் தேவதை. இது தவமணிக்குத் தெரியாதா? வீட்டில் இருந்தவர் இரண்டு பெண்கள். இருவரும் ஒரே நேரத்தில் மரண வாகனமேறினால் நாதியற்ற ஆண் எங்கே போவான்? அவனுக்குப் போக்கிடம் ஏது? மகள் வயது ஏழு தான். விடுத்தான் பிள்ளை. வாண்டுக்குட்டி. நான் அப்படி என்றாவது நினைத்ததுண்டா? இரவில் என் மயிரடர் மார்பில் பரவிக் கொண்டு அவள் படுத்தும் இம்சைகளை அத்தனை ஆனந்தமாய் அனுபவிப்பேன். அவள் என் மீசை முறுக்கி விளையாடுவாள். ஒரு பக்கம் முறுக்கி மறுபக்கம் தாழ்த்தி முகுந்தனை அழைத்து "அப்பாவைப் பாரேன்டா!" என்று கேலிச் சிரிப்பாள். அந்தச் சிரிப்பு நொடியில் உருக வைக்கும் இராசயனக் கலவை. அவளை என் தாயென்று அழைப்பேன். உச்சி முகர்வேன். முத்தங்களை அள்ளியள்ளி வாரி இறைப்பேன். அவள் மூச்சுத் திணறிச் சிணுங்குவாள்.

அத்தனை துடுக்காகப் பேசும் பிள்ளையை யாராவது கண்டதுண்டா? எங்கள் வீட்டின் மூத்த கிழவியென்று கேலி பேசுவேன். அத்தனை சின்ன வயதில் அப்பன் மீது யாராவது அவ்வளவு பாசம் வைக்க முடியுமா? தெரியவில்லை. என்னை விளையாட்டாய் யாரும் திட்டினால்கூட வரிந்து கட்டிக்கொண்டு வாயடிப்பாள். வம்பிழுத்து உண்டு இல்லையென்று ஆக்கி விடுவாள். வீட்டுக்கு வரும் சமயம் என் தங்கை பவித்ரா வேண்டுமென்றே என்னுடன் வம்பிழுப்பாள். பனிமலர் முகம் மாறி விடும். உம்மென்று பார்த்துக்கொண்டேயிருப்பாள். அப்பனைத் திட்டுவதைக் காணப் பொறுக்காமல் கண்கள் கரை கட்டி நிற்கும். கண்ணீரோடு சண்டைக்கு மல்லுக் கட்டுவாள்.

ஒரு நாள் தங்கை கேட்டாள்.

"உங்க அப்பா என்ன ஊரிலில்லாத அதிசயமா?"

"ஆமா... எங்களுக்கு அதிசயந்தான்"

"இது உங்க அப்பா இல்ல. எங்க அண்ணன். எங்க அண்ணனை எங்க வீட்டுக்கு அழைச்சிட்டுப் போறேன்"

"ம்... என்னை விட்டுட்டு வரமாட்டாங்க"

"நீயும் உங்க அம்மாவும் தனியா இருந்துக்கிடுங்க. நீங்கதான் ஒழுங்கா சோறுகூடப் போட மாட்டேங்கறீங்களாமே"

அவளை வெறுப்பேற்றுவாள்.

"இல்லை. நான் எங்க அப்பா கூடத்தான் தினமும் சாப்பிடுவேன். நீங்க பொய் சொல்றீங்க"

"சரி சரி வாண்ணே! நாம போவோம்"

என்னை இழுப்பதுபோல நடிப்பாள் தங்கை.

"அப்பா வந்தா நானும்கூட வந்திடுவேன்"

"எங்க அண்ணனுக்கு மட்டும்தான் சோறு போடுவேன். நீ பட்டினியாதான் கிடக்கணும்"

"நீங்க கொடுக்க வேண்டாம். அப்பா எனக்குக் கொடுப்பாங்க"

"நான் பிடுங்கிக்கிடுவன்"

"சோறு இல்லன்னா பரவாயில்லை. எங்க அப்பா கூட இருந்தா எனக்குப் பசிக்காது"

அவள் இறப்பதற்கு முன்பு நடந்த கடைசி உரையாடல் இது.

ஐயோ என் மகளே! இப்படி அநியாயமாய் போவதற்கா பேசினாய்? போகும்போது அப்பனையும் அண்ணனையும் கொஞ்சமாவது நினைத்துப் பார்த்தாயா? இதோ அண்ணன் செய்த கொடுஞ் செயலைப் பார்த்தாயா? யாராவது செய்யத் துணிவார்களா? ஒன்றுக்கும் கையாலாகா உன் அப்பன் நானென்ன செய்வேன்?

அந்தப் பக்கத்து வீட்டு அத்தை பரணிகா எப்படியெல்லாம் பழகினாள்? காலையில் அவள் போட்ட பேயாட்டத்தைப் பார்த்தாயா? அவளும் என்னதான் செய்வாள்? ஸ்கூட்டி வாங்கி ஒரு மாதம்கூட ஆகியிருக்கவில்லை. அதற்குள் அவள் கண்ணெதிரே எரிந்து பஸ்பமானால் யார் தாங்கிக் கொள்வார்கள்.?

உன் அண்ணனுக்கு அப்படியென்ன ஆத்திரம்? கேட்டால் நீயும் அம்மாவும் வைத்திருந்த வண்டி இதுதான் என்கிறான். அதுவும் சிவப்பு வண்ணமாம். சிவப்பு வண்ணத்தில் உலகத்தில் ஒரே வண்டிதான் இருக்குமா? பார்த்தவுடன் உங்கள் நினைவுகள் வந்து விட்டதாம். நீங்கள் இறப்பதற்கு இந்த வண்டி தானே காரணமென்று பைத்தியம் பிடித்தவன்போலச் செயல்பட்டிருக்கிறான். வீட்டில் இருந்த மண்ணெண்ணையை எடுத்துப் போய் தீ வைத்திருக்கிறான். சற்று நேரத்தில் இடமுலை பிய்த்தெறிந்த கண்ணகியின் மதுரை போலச் சிதிலமாகி விட்டது வண்டி...

தீப்பற்றிய வண்டியைப் பார்த்துக் காறி காறித் துப்பியிருக்கிறான். பின் கை கொட்டிச் சிரித்தானாம். யாரால்தான் இதைப் பொறுத்துக் கொள்ள முடியும்? காசு போட்டு வாங்கியவள் இதைக் கண்ணால் பார்த்துச் சும்மா இருப்பாளா? பிடித்து நன்றாகச் சாத்தி விட்டாள். வண்டி எரிந்த வேதனையில் அவள் நிதானமிழந்து விட்டாள். ஆனால் அவள் கணவர் சற்றுப் பொறுமையாக நடந்து கொண்டது தான் சற்று ஆறுதல்.

தகவல் கேட்டவுடன் பதறி ஓடிப் போய்ப் பார்த்ததும் நான் அதிர்ந்து விட்டேன். இந்தச் சம்பவத்தைக் கிஞ்சிற்றும் எதிர்பார்க்கவில்லை. “டேய்! என்ன காரியம்ன்டா செய்திருக்க?” என்று ஓங்கி இரண்டு அடிகள் போட்டேன். அவன் சுருண்டு விழுந்து விட்டான். இல்லையென்றால் பரணிகா விடமாட்டாள் போலிருந்தது. அவள் மேலும் அடிக்கப் பாய்ந்தாள். அவள் கணவர் ஓடி வந்து தடுத்தார். அவர் நிலைமையைப் புரிந்துகொண்டார்.

“விடுங்க சார்! அவன் குழந்தை. எதோ ஒரு வேகத்துல செய்திட்டான். வண்டிதானே வாங்கிக்கிடலாம். தாயில்லாப் பிள்ளையபோட்டு அடிக்காதீங்க” என்றார். ஆனால் பரணிகா விடுவதாய் இல்லை. அவள் பத்ரகாளியாய் மாறியிருந்தாள். ஒப்பாரி வைத்துக் கூப்பாடு போட்டாள். ஊரே கூடி விட்டது. வேறு வழியில்லை. நானாகவே முந்திக் கொண்டேன்.

“செஞ்சது தப்புதான் பரணி. சின்னப் பையன் தெரியாம செய்திட்டான். மன்னிச்சிக்கிடும்மா. பிரச்சனைய பெருசாக்க

வேண்டாம். நீ மனசைப் போட்டுக் குழப்பிக்காத. நான் புதுவண்டி வாங்கித் தந்திடுறேன்" என்றேன்.

அவள் எதையும் காதில் வாங்கும் நிலையில் இல்லை. பேயுரு கொண்டு கத்தினாள்.

"இங்கப் பாருய்யா... நீ வாங்கித் தரலைன்னா யாரு விடுவா? புள்ளையா பெத்து வச்சிருக்க? பேயி... சண்டாளி... அது மூஞ்சையும் முகரையையும் பாரேன்" என்றாள் பரணிகா.

நான் விக்கித்துப் போய் நின்றேன். இப்படிப் பேசுவாள் என்று கனவிலும் எதிர்பார்க்கவில்லை. புது வண்டி வாங்கித் தருகிறேன் என்று சொன்ன பிறகும்கூட அவள் விடுவதாய் இல்லை. இப்படி மோசமாக நடந்துகொள்கிறாளே என்று மனம் துடித்தது. பெரும் வேதனையாக இருந்தது. பழகிய முகத்தைக்கூடப் பார்க்காமல் எடுத்தெறிந்து பேசினாள்.

அவள் கணவர் நெருங்கி வந்தார்.

"சார்... நீங்க போங்க. அப்புறம் பேசிக்கிடலாம்" என்றார்.

"யோவ்! இங்க பாருய்யா. வாங்கித் தாரேன்னு ஊருக்கு முன்னால வாயில வடை சுட்டுட்டு அப்பனும் மவனும் எங்காவது கிளம்பிப் போயிடாதீங்க. இன்னிக்கு சாயந்திரத்துக்குள்ள எனக்கு வண்டி வந்தாகணும் ஆமா" என்றாள்.

அவளை அசமடக்கினார் கணவர்.

"சாயந்தரத்துக்குள்ள வண்டி ஏற்பாடு செய்திடுறன் சார்!" என்று உறுதி கொடுத்தபோது என்னையுமறியாமல் எனது குரல் உடைந்தது. பொதுவெளியென்பதால் மிகவும் சிரமப்பட்டுக் கட்டுப்படுத்திக் கொண்டேன். வீட்டிற்கு வந்து விட்டோம். மனம் ஓரிடம் நின்று நிலைகொள்ளாமல் மின்கம்பியில் அடிபட்ட பறவையாய் துடித்தது. பரணிகாவின் வார்த்தைகள் நெருப்புக் கொப்புளங்களாய் உள்ளுக்குள் எரிந்தன.

'எப்படியெல்லாம் பழகியவள். தவமணியிருந்தபோது எப்படியெல்லாம் உறவு கொண்டாடினாள்? அவள் இருந்திருந்தால் இப்படிப் பேசியிருப்பாளா? அண்ணன் என்று வார்த்தைக்கு வார்த்தை மருகியவள் வாய்யா, போய்யா என்று பேச எப்படி மனம் வந்தது? செய்த தவறை ஒப்புக்கொண்டாகி விட்டது. பதிலியாக புது வண்டி வாங்கித் தருவதாக உறுதியும்

கொடுத்தாகி விட்டது. என் உயிரைப் பணயம் வைத்தாவது மாலைக்குள் வாங்கித் தருவேன். அதில் தவறினால் நீ கேள். அதற்கு மேல் என்னதான் செய்ய முடியும்?'

முகுந்தன் நல்ல நிலையில் இல்லை. தாயிழந்த அவன் மனம் பழம் பறி கொடுத்த வெற்றுக் காம்பாய்த் தவித்துக் கொண்டிருக்கிறது. அவனை அடிப்பதால் என்ன பயன்? தாய், தங்கை நினைவுகள் அவனைப் படுத்துகின்றன. அவனால் இயல்பாய் இருக்க முடியவில்லை. வண்டி விபத்து நடந்து அம்மாவும் தங்கையும் இறந்தார்கள் என்பதை அவனால் செரிக்க முடியவில்லை. எல்லாவற்றிற்கும் அந்த வண்டிதான் காரணமென்பதை மட்டுமே அவன் மனம் நம்பித் தொலைக்கிறது. அந்தப் பாதிப்பிலிருந்து முதலில் அவனை மீட்டெடுக்க வேண்டும். அதற்கு நல்ல உளவியல் மருத்துவரைச் சந்திக்க வேண்டும். அவனோடு மனம் விட்டு ஆழமாக உரையாட வேண்டும். உண்மை என்னவென்பதை அவன் மனம் ஏற்றுக் கொள்ளச் செய்ய வேண்டும்.

வண்டிப் பிரச்சனையை விட்டுவிட்டு என் மனம் முகுந்தனைச் சுற்றியே வட்டமிட்டுக் கொண்டிருந்தது. இப்போது செய்ய வேண்டியது இதுதான். அவன் மனத் துக்கத்தை ஒவ்வொன்றாய்ப் பொறுக்கித் தூர வீச வேண்டும். அவனுக்கான மனமகிழ் சூழலைக் கட்டமைக்க வேண்டும். அவனைப் பண்பட்ட நிலமாக மாற்ற வேண்டும். அதில் உள்ள களைகளை அகற்றி தூர எறிய வேண்டும். பிறகு, நல்ல விதைகளைத் தூவிப் பயிரிட வேண்டும். அதற்கு அறம் தெளித்து நல்லுரமிட வேண்டும். அதில் செழிக்கும் செடி கொடிகளை ரசிக்க அவனைப் பழக்க வேண்டும். விளையும் காய் கனிகளைப் புசிக்க பழக்க வேண்டும்.

பக்குவம் ஒரு நாள் வாழும் ஈசலில்லை. அஃது ஆலமரம். ஆழமாய் வேர் பிடிக்க வேண்டும். சுற்றிலும் விழுதிருக்க வேண்டும். அதற்குச் சில காலம் பிடிக்கலாம். இருந்து விட்டுப் போகட்டும். அது வரை பொறுமை காப்பதே புத்திசாலித்தனம்.

பரணிகா அத்தனை நிகழ்வுகளையும் உடனிருந்து பார்த்தவள். தவமணி இழந்த சமயம் என் ரத்த உறவுகளைவிட அதிகமான வேதனையில் துடித்தவள். அவளுக்கே அப்படியெனில் தவமணி

உதிரத்தில் உதித்தவன். அதுவும் பன்னிரண்டு வயது பாலகன். தாயிழந்த அதிர்ச்சியிலிருந்து அவனால் இன்னும் வெளிவர முடியவில்லை.

"நான் வாங்கித் தந்துவிடுகிறேன் பரணிகா! உன் வார்த்தைகளை இனியும் கேட்க எனக்குச் சக்தியில்லை. எப்பாடு பட்டேனும் இன்று மாலைக்குள் உனக்கு வண்டி வந்து விடும்"

மன உறுதியுடன் முகுந்தனைப் பார்த்தேன். அவன் இப்போது சற்று ஆறுதலடைந்திருந்தான். பிரச்சனையை மறந்து தொலைக்காட்சியில் கார்ட்டூன் படம் பார்த்து மகிழ்ந்து சிரித்துக் கொண்டிருந்தான். நான் தவமணியின் புகைப்படத்திற்கு முன்பு நின்றேன்.

என் கையில் அவள் அணிந்திருந்த சங்கிலியும் தாலியும் இருந்தன. அவள் நினைவாகப் பொக்கிசமாக் காத்து வந்தவை. பிள்ளையும் புருசனும் அவமானப்பட்டுத் துடிக்கையில் அவள் இருந்தாலும் இதைத்தான் செய்திருப்பாள். பொக்கிசத்தை விட மானம் மரியாதை முக்கியம். என் கண்கள் உருகி ஒழுகின. தீபம் ஏற்றி அவளுக்கு முன் வைத்தேன். மேலெழும் ஒளி துடித்து ஆடியது. அவள் தலையாட்டுவது புரிந்தது. நான் புறப்பட்டு விட்டேன்.

மாலை அதே போன்ற சிவப்பு நிற வண்டியைப் பரணிகா வீட்டின் முன் நிறுத்தினேன். "அய்... அம்மா உன் புது வண்டி திரும்ப வந்திடுச்சி" என்று துள்ளினாள் பரணிகா மகள் சௌந்தர்யா. அவள் முகத்தில் குறுக்கும் நெடுக்குமாய் பளீர் மின்னல். வெளிக்காட்டிக் கொள்ளாமல் வெளியில் வந்தாள் பரணிகா. பக்கத்தில் அவள் கணவர் வந்து "வாங்க சார்!" என்றார்.

அவருக்கு ஒரு புன்னகையை வலிந்து கொடுத்தேன்.

"ஏன் சார், அவ எதோ ஆத்திரத்துல பேசிட்டா. அதுக்காக இப்பவே போய் வாங்கிட்டு வரணுமா?" என்றார்.

நான் எதுவும் பேச முடியவில்லை. சிரிப்பதைப்போல நடித்தேன். வண்டியைச் சுற்றி ஏற இறங்க பார்த்தாள் பரணிகா. ஒரு வார்த்தை பேசவில்லை. இத்தனை சீக்கிரம் வாங்கித் தருவேன் என்று எதிர்பார்த்திருக்க மாட்டாள். உடனே கிடைத்ததும் அவள் மகிழ்ச்சிக்கு அளவில்லை. அது அவள்

முகத்தில் அப்பட்டமாய்த் தெரிந்தது. வண்டியின் சாவியைப் பரணிகா கணவரிடம் ஒப்படைத்தேன்.

“வர்றேன் சார்!”

“உள்ள வாங்க சார்! டீ சாப்பிட்டுப் போலாம்”

எப்போதும் போல அழைத்தார்.

“பரவாயில்லை. வர்றேங்க” என்று திரும்பிய போது சௌந்தர்யா ஓடி வந்து “மாமா” என்றாள். அவளைப் பார்க்கும் போதெல்லாம் தூக்கிக் கொஞ்சிப் பழக்கியாயிற்று. தன்னைத் தூக்கச் சொல்லி கைகளை உயர்த்தி நின்றாள். என்னால் என்ன செய்வது என்று முடிவெடுக்க முடியவில்லை. “ம்... தூக்குங்க” என்றாள் மழலை மொழியில் கட்டளையாக. அதற்குமேல் தட்ட முடியவில்லை. தூக்கிய போது என் கண்கள் தானாய் கலங்கின. அவள் என் கண்களின் மீது தன் பிஞ்சுக் கரங்களை இசைத்தாள். இதயத்திலிருந்து ஒரு முத்தமெடுத்துப் பரிசளித்தேன். குழந்தையும் தெய்வமும் ஒன்று. அந்த மனத்தில் கறைகளுக்கு வழியேது?

இரவு எட்டு மணி இருக்கும். முகுந்தனும் நானும் உணவருந்தினோம். மனம் லேசாகியிருந்தது. முகுந்தனுக்குத் தூக்கம் கண்களைச் சுழற்றியது. அத்துடன் சிரமப்பட்டுத் தொலைக்காட்சியைப் பார்த்துக் கொண்டிருந்தான். சற்று நேரத்தில் அந்த இடத்திலேயே தூங்கிப் போய்விட்டான். நான் அலைபேசியை எடுத்துக்கொண்டு வெளியில் வந்தேன்.

“சொல்லுங்க சார்!” என்றான்

“வர்றீங்களா?” கேட்டேன்.

“சரிங்க சார்!”

“இரண்டு பசங்களை அழைச்சிட்டு வாங்க”

“சொன்னீங்களே சார்!”

“மறந்திடுவீங்கன்னு ஞாபகப்படுத்தினேன்”

“மறக்க மாட்டேன் சார்! இன்னும் பத்து நிமிசத்துல அங்க இருப்பன்”

பத்து நிமிடத்தில் வந்து நின்றான் சாகுல். அவனுடன் இரண்டு கல்லூரி மாணவர்கள். படித்துக்கொண்டே பகுதி

நேரப் பணியாற்றுபவர்களாம். அரைமணி நேரத்தில் அத்தனை பொருள்களையும் வண்டியில் ஏற்றிவிட்டார்கள். தூக்கத்திலிருந்த முகுந்தன் எழுந்து திருதிருவென முழித்தான். கிளம்பிய போது வெளியில் நின்றிருந்த மஞ்சள் அரளி போக வேண்டாம் என்பதைப் போல இடவலமாய்க் காற்றில் அசைந்தது. தரையில் சில மஞ்சள் கண்ணீர்த்துளிகள் உதிர்த்திருந்தன.

எல்லாவற்றையும்விட முகுந்தன் எனக்கு முக்கியம். அவன் இயல்பாக எல்லாவற்றையும் மறக்க வேண்டும். அவனை உயர்ந்த இலட்சிய மகனாக வளர்க்க வேண்டும். அவன் சாதிக்கப் பிறந்தவன். முந்தி தவமிருந்து பெற்ற பிள்ளை அவன். அந்தச் சத்தியத்திற்காக எல்லாவற்றையும் சகித்து வாழ்பவன் நான். இங்கிருந்தால் இலட்சியத்தை வெற்றி கொள்ளச் சாத்தியமில்லை. இந்த வேதனை பொழுதுகள் மேலும் மேலும் அவனை நிலைகுலையச் செய்து விடும். கொஞ்ச காலம் விட்டுப் பிடிப்போம். முகுந்தன் எல்லாவற்றிலிருந்தும் மீண்டு வரட்டும். என்னைச் சமாதானப்படுத்த முயலாதீர்கள். என் வலி எனக்குத்தான் தெரியும். நான் போய் வருகிறேன்.

- **பேசும் புதிய சக்தி - ஆகஸ்டு 2021.**

★ ★ ★

3

மிதவை

மழை வரும் போலிருந்தது. காற்று லாகிரி வஸ்து எதுவும் பயன்படுத்தியிருக்குமோ என்னவோ?! தறிகெட்டு பேட்டை ரௌடியாய் விசிலூதிக் கொண்டிருந்தது. மரங்கள் பேய்களாய் உருமாறியிருந்தன. அதன் வேர்க்கரங்களின் விரல்கள் ஆக்டோபஸ் போல மண்ணை இறுகப் பற்றி யிருந்ததால் தப்பித்தன. என்ன? அதன் பொருட்டு அவை அந்தரத்தில் பறவையாகும் வாய்ப்பை இழந்துவிட்டிருந்தன. தெருப் புழுதி அநியாயத்திற்குக் காற்றின் முதுகில் ஏறி அமர்ந்துகொண்டு குதியாட்டம் போடத் தொடங்கியிருந்தது. யாருக்கும் தொந்தரவின்றி ஓரமாய்ப் படுத்திருக்கும் வயதான யாசகனைப் போல வேலியோரம் ஒதுங்கிக் கிடந்த சருகுகள் சுழலின் இழுப்பில் மாட்டிக்கொண்டு படாத பாடு பட்டன. எல்லாமும் சற்று நேரப் பரபரப்பு என்பதைப்போல சிறு தூறலுடன் அடங்கிப் போயின. "வந்த மழையை இந்தக் கேடு கெட்ட காத்து நவத்திக்கிட்டுப் போயிடுச்சே" என்று தெருவில் யாரோ திட்டிக்கொண்டு போகிற சப்தம் கேட்டது.

திண்ணையில் படுத்திருந்த பெருமாளய்யா இருப்புக்கொள்ளாமல் தவித்தார். மழைக்காட்சியை விடவும் பெரிதும் ஏமாந்தவளாகப் பொன்னம்மா அவருக்குக் காட்சி தந்தாள். கண்ணீரும் கம்பலையுமாக மார்பில் அடித்துக்கொண்டு

தெருவில் ஓடிய பொன்னம்மாவின் காட்சி பெருமாளய்யாவைப் படுத்திக் கொண்டிருந்தது. புரண்டு எண்ணத்தை வேறு திசையில் செலுத்த முயன்றும் முடியவில்லை. தோற்றுப் போனார். எழுவதும், அமர்வதும், சிந்தனை வயப்பட்டு நாசியை உருவி தரையைப் பார்ப்பதும், குளத்தங்கரை வரை நடப்பதும், கரையில் நின்று குளத்தை வெறிப்பதும், திரும்பி வருவதுமாக நிலை காள்ளாமல் தவித்தார்.

பெருமாளய்யா மனம் ஏர் உழுத வயலாகியிருந்தது. சேரும் நீருமாய் குழம்பி நிற்கும் பதம். அவ்வயலில் விழுந்த நாணயத்தை கண்டெடுக்க முடியுமா? என்ன முடிவெடுப்பது என்று புரியாமல் தவித்தார் பெருமாளய்யா. யாரிடம் இதைப் பகிர்ந்துகொள்வது என்பதும் விளங்கவில்லை. அவர் வயதொத்த நண்பர்கள் போய்ச் சேர்ந்திருந்தார்கள். இருப்பவர்கள் அடுத்த தலைமுறைப் பிள்ளைகள். சொன்னால் கேட்க மாட்டார்கள். ஏட்டிக்குப் போட்டி. ஆளுக்கொரு யோசனை. அவரவர்க்கொரு செயல்பாடு. ஒற்றுமையில்லை. உணர்வுமில்லை. திருந்தாத ஜென்மங்கள்?!

மருத்துவமனையில் பிள்ளை மிகவும் துவண்டு கிடந்தாள். வேரை இழந்த வெயில் செடி நிலம் பிரிந்த துக்கத்தைத் தாங்க முடியாமல் துவண்டுக் கிடைப்பதைப்போல அவள் முகம் பரிதாபமாய்க் காட்சி தந்தது. தெரு நாய் குதறிய இடங்களில் ரத்தம் துடைத்துக் களிம்பு தடவியிருந்தார்கள். எரிச்சல் இன்னும் இருக்குமோ என்னவோ?! அடிக்கடி 'உஷ்!' 'உஷ்!' என்று சத்தம் எழுப்பிக் கொண்டேயிருந்தாள். பொறுக்க முடியாத வலியை அடிக்கடி இறுக்கி மூடும் அவளின் கண்கள் சொல்லாமல் சொல்லிக் கொண்டிருந்தன. அது பார்ப்பதற்கு மலம் கழித்த விலங்கொன்று தம் ஆசன வாயைச் சுருக்கி விரிப்பதைப் போலிருந்தது.

பொன்னம்மா தன் முந்தியால் விசிறியபடியே, இடது கையால் தாடைக்கு முட்டுக் கொடுத்திருந்தாள். ஆதரவாகச் சுவரில் சாய்ந்து கொண்டிருந்தாள். "இப்படியெல்லாம் அனுபவிக்கணும்ன்னு எந்தலையில எழுதியிருக்கு" என அவள் விதியை நொந்து விசும்பினாள். வழியும் கண்ணீரைத் துடைக்கும் பிரக்ஞைகூட அவளிடமில்லை. துடைக்காத கண்ணீர் காய்ந்து கண்களிலிருந்து நீர்ச்சுவட்டைக் கீழ் நோக்கி வழிய விட்டிருந்தது.

"பாவியளா... இந்தத் தெருவுல ஆம்பளங்களே இல்லையா? கால் கழுவுறதுலர்ந்து குளிக்கற வரைக்கும் எல்லாமுமா இருந்திச்சே பேச்சிக்குளம். அந்தத் தீர்த்தக்கொளத்த நாசம் பண்ணீட்டாங்கெளே... கேக்க ஒரு நாதியில்லையா? குளத்துத் தண்ணி நல்லாருந்தா நாங்க ஏன்யா பத்து வய தாண்டி போர்செட்டுக்குக் குளிக்கப் போறம்? ஊருக்குப் பொதுவான கொளத்துல ஒரு குடும்பத்துக்கு மட்டும் அப்பபடியென்ன ராச்சியம் வேண்டிக் கெடக்கு? கேக்குறதில்லையா? அவிங்க மீன் வளர்த்துக் கொள்ளையடிக்க அன்னாடந் தேவக்கி நாங்க அல்லாடணுமா? பொஞ்சாதி, புள்ளங்க இப்படி அவஸ்தப் படுதுங்களேன்ற எண்ணமிருந்தா இங்க இருக்கற ஆம்பளைங்க இப்படி இருப்பீங்களா?"

பொன்னம்மாளின் ஆத்திரம் வார்த்தைகளாய் வெடித்துக் கொண்டிருந்தன. தன்னியலாமையை எண்ணி அவள் நிதானமின்றி விடாமல் புலம்பிக் கொண்டேயிருந்தாள். குளிக்கச் சென்ற தன் மகளை நாய் கடித்துக் குதறிய செய்தியறிந்தபோதும் இதே வார்த்தைகளைச் சொல்லித்தான் ஓலமிட்டுக் கொண்டு தெருவில் ஓடினாள். அவளின் அழுகையும் ஓலமும் தடுமாறி தடமாறி பிசிறடித்த குரலில் அரவமற்ற வெளியில் கசிந்து கொண்டேயிருந்தன.

நகரத்திலிருந்து தெற்குப்புறமாய் நேர்வகிடு எடுத்ததைப் போலச் சரியாகப் பதின்மூன்று கிலோமீட்டர். திருஞானசம்பந்தபுரம் பேருந்தில் ஏறி ஆலமரத்துப்பட்டி பேருந்து நிறுத்தத்திலிருந்து கிழக்காய் செல்லும் மண்சாலையில் ஒரு கிலோமீட்டர் நடை தூரத்தில் உட்கார்ந்திருந்தது சோலையத்தூர். பெயருக்கேற்ற வளங்கொழிக்கும் கிராமம். வண்டல் நிலம். எங்கும் வயல்காடுகள். கொழிக்கும் நெல் விவசாயம். பசேலெனக் காட்சி தரும் ஊரின் பிம்பம் நினைக்கும் தருணங்களில் கண்களுக்குள் கொடைக்கானல் குளிர்ச்சியைக் கொண்டு வந்து கொட்டும்.

வயல் மேனியில் படர்ந்த தேமல்திட்டு போல அங்கொன்றும் இங்கொன்றுமாய் நான்கைந்து தெருக்கள். ஓமரொட்டியைப் போலக் குச்சியாய் நீண்டிருக்கும் தெருக்களில் குருவிக்கூடுகளைப் போலக் கீற்றுக் குடிசைகள். குடிசைகளில் உழைப்பைத் தவிர ஏதுமறியாத அப்பாவி மனிதர்கள். வயல்வெளி வீரர்கள். கள்ளங்கபடுகள் தெரியாத வெள்ளந்தி உள்ளங்கள். யார் யாரோ

பசியாற பட்டினியாய் கிடந்து சேற்றில் உழலும் விவசாயக் கூலிகள். அன்றைக்குக் கூலியில் வயிற்றைக் கழுவும் அவர்களுக்கு அன்னாடங் காய்ச்சிகள் என்று சமூகத்தில் மதிப்புறா பட்டப் பெயருண்டு.

ஊரில் சாந்தலிங்கமூர்த்தி வீடு மட்டும்தான் வசதி வாய்ப்புள்ள குடும்பம். பண்ணையார் தொனியும் மிடுக்கும் அவரின் மூன்று மகன்களிடமும் எந்தக் குறையுமில்லாமல் வெளிப்படும். ஊரைச் சுற்றி நிலபுலன்கள், காடு கரைகள் என எல்லாவற்றையும் வளைத்துப் போட்டிருந்தனர். மக்களை வெளியுலகம் தெரியாமல் வைத்துக் காரியங்களைச் சாதித்துக் கொள்வதில் சமத்தர் சாந்தலிங்கமூர்த்தி. எந்தக் காரியத்திலும் எவரும் அவரையோ, அவர் குடும்பத்தினரையோ எதிர்த்துக் கருத்து கொண்டிருக்க வாய்ப்பில்லை. இருந்தால் சாந்தலிங்கமூர்த்தி விடவும் மாட்டார். எப்படியோ அடக்கி ஒடுக்கி ஒன்றுமில்லாமல் செய்துவிடுவதில் வல்லவர் சாந்தலிங்கம்.

ஊரின் முகப்பில் நான்கு ஏக்கர் தென்னந்தோப்பில் உயர்ந்து நின்றது சாந்தலிங்கம் வீடு. பக்கம் பக்கமாய் மூன்று மகன்களுக்கும் தனித்தனி மாடி வீடுகள். மகன்கள் மூன்று பேரையும் ஊரை எப்படித் தங்கள் கட்டுப்பாட்டில் வைத்துக்கொள்வது என்று நன்றாகப் பழக்கியிருந்தார் சாந்தலிங்கம். படிப்பறிவற்ற, ஏமாளி மக்களை எப்படிச் சுரண்டிக் கொழுப்பது என்பதில் அவர்களுக்கு ஆராய்ச்சிப் பட்டம் கொடுக்கும் அளவிற்கு நச்சுத்தனங்கள் மனமெங்கும் குடிகொண்டிருந்தன.

வயல்காட்டு உழைப்பில் ஊனையும், உயிரையும் உருக்கிக் கொண்டிருந்த மக்களுக்கு நடுநாயகமாய் அமைந்திருந்தது பேச்சிக்குளம். அதுவே ஊரின் அத்தனைக்கும் ஆதாரம். பெயருக்கேற்ற அழகோடு நீர் தளும்பும் குளத்தைப் பார்க்க மனத்தில் அப்படியொரு ரம்மியம் பெருகும். ஆண், பெண்ணுக்கென்று இரண்டு படித்துறைகள். சுற்றிலும் கல்வாழைச் செடிகள். அகன்று கிடக்கும் கரைகளில் தலைவிரிந்து நிற்கும் நிழல் மரங்கள். சிலுசிலு காற்று என ஊரின் தண்ணீர்த் தேவதையாய் மின்னினாள் பேச்சி.

காலை தொடங்கி மாலை வரை படித்துறையில் ஓய்விருக்காது. பெரியவர்கள், சிறுவர்கள் என மாறிமாறி குளத்தில் புழங்கும் சப்தம்

கேட்டபடி இருக்கும். பெருமாளய்யா சிறுவனாய் இருந்தபோது நண்பர்களுடன் விளையாடிய நீர் விளையாட்டுகள் நினைவில் ஆடின. நீச்சலடிப்பதும், குட்டிக்கரணமடிப்பதும், நீரில் மூழ்கி வேறு இடத்திற்கு நீருக்குள்ளேயே நகர்ந்து செல்வதும், பிடிக்க முடியாமல் மற்ற சிறுவர்கள் அழுவதும், கண்கள் ரத்தச் சிவப்பேறி வீடு வந்து அம்மா, அப்பாவிடம் அடி வாங்கி ஓடி ஒளிவதும் எனப் பல நினைவுகள் பெருமாளய்யா கண்களில் நீர்த்தாரைகளை வரவழைத்தன.

எப்படி இருந்த குளம்? அந்தத் தேவதையை மூளியாயாக்கி விட்டான்களே! யார் கேட்க முடிகிறது? கேட்டால் விடுவார்களா சாந்தலிங்கத்தின் மகன்கள்? தொடை தெரிய வேட்டியைத் தூக்கிக் கட்டிக்கொண்டு வந்து விடுவார்கள். திட்டுகிற கெட்ட வார்த்தைகளைக் கேட்க எவருக்கு சக்தி இருக்கிறது? ஊர்க்காரர்களில் சிலரை மதுவுக்கு அடிமையாக்கி வைத்திருந்தார்கள். அவர்களுக்கு வேண்டிய மட்டும் மது விருந்து நடத்தி தயார் செய்வார்கள். அவர்களை விட்டு சம்பந்தப்பட்டவர்களின் தாயை, தங்கையைக் கொச்சைப்படுத்திப் பேசச் சொல்வார்கள். இந்தக் கொடுமை வேறெங்கு நடக்கும்? பாவிகள் ... கொடும் பாவிகள்... மாபாவிகள்!

மூன்றும் பெண் பிள்ளைகளாய்ப் போயிற்று பொன்னம்மாளுக்கு. கடைக்குட்டிக்கு நான்கு வயதாய் இருக்கும்போது பொன்னம்மாள் கணவன் ஒரு மர்மக் காய்ச்சலில் திடீரென மாண்டு போனான். இடி விழுந்த தென்னையைப்போலப் பொன்னம்மாள் கருகி நின்றாள். வளர்த்து ஆளாக்க வேண்டிய மூன்று பெண் பிள்ளைகளுக்காகக் காலக்கொடுமையைச் செரித்துக் கொண்டாள். எட்டாம் வகுப்பு படித்திருந்த பொன்னம்மாள் சற்றே விவரமானவள். நடவு வயல் கூலி பிரிப்பதிலிருந்து தொலைக்காட்சிச் செய்தி கேட்டுப் புரிந்து கொள்வது வரை ஆர்வமுடையவள். மற்றவர்களுக்கு எப்போதும் சினிமாவும், ஆடல் பாடல் நிகழ்ச்சிகளும்தான். செய்திச் சேனல்களைக் கண்டாலே அவர்களுக்கு முகம் ரணகளமாய் மாறிவிடும். எப்போதும் நாடகம் பார்ப்பவர்களைப் பொன்னம்மாள் கரித்துக் கொட்டுவாள்.'குடும்பத்துக்கு ஆகாத செய்திக என்னென்ன இருக்கோ அத்தனையும் அதுல காட்டுறான். பாத்துட்டுச் சீரழிஞ்சி போங்க' என்பாள்.

மூத்தவள் வெண்ணிலா பிறந்த பிறகு மூன்று வருடங்கள் கழித்து அடுத்தவள் காந்திமதி பிறந்தாள். அவளும் பெண்ணாய்ப் போனதால் இத்துடன் போதும் என்று நினைத்தவள் திரும்பவும் கருவுற்றாள். ஆண் பிள்ளை ஆசையில் அந்தப் பிள்ளையைப் பெற்றெடுக்க நினைத்தவளுக்குத் திரும்பவும் இடி. அதுவும் பெண்ணாய்ப் போனது. 'போதும் பொண்ணு' என்று அவளுக்குப் பெயர் வைத்து, அத்துடன் ஆண்பிள்ளை ஆசைக்கு மூட்டை கட்டி விட்டாள்.

வெண்ணிலாவுக்குப் பதினைந்து வயது எட்டி விட்டது. பிள்ளைகள் ஒவ்வொருவருக்கும் மூன்று ஆண்டுகள் வித்தியாசம். அடுத்தடுத்து வாழைக்கன்றுகளாய் வளர்ந்து நின்றார்கள். மூன்று பேருக்கும் பொலிவான முகம். படிப்பிலும் சுட்டித்தனமாய் இருந்தார்கள். எப்பாடு பட்டேனும் மூவரையும் படிக்க வைத்து ஆளாக்கி இந்த ஊரை விட்டே கடத்திவிட வேண்டுமென்பது பொன்னம்மாளின் இலட்சியத் தாகமாய் இருந்தது.

குளம் சுத்தமாக இருந்தவரை அனைவரும் பயன்படுத்தி வந்தனர். எந்நேரமும் ஊரின் மத்தியில் இருந்ததால் பயமின்றி வருவதும், புழங்குவதும், வழக்கத்தில் இருந்தது. இது எப்படியோ சாந்தலிங்கத்தின் மூத்த மகன் கருணாகரன் கண்ணை உறுத்தத் தொடங்கிற்று. மாமனார் வீட்டுக்குப் பிள்ளை, குட்டிகளுடன் சென்று தங்கியிருந்தபோது அங்கு மீன் வளர்ப்பில் கிடைக்கும் வருமானத்தைத் தன் மைத்துனன் தெரிவிக்க, திரும்பி வந்த அன்றே குளக்கரையில் வந்து அமர்ந்துகொண்டு விட்டான் கருணாகரன்.

எத்தனை மீன் குஞ்சுகள் விடலாம்? ஆண்டிற்கு எவ்வளவு வரும்படி கிடைக்கும் என உறுமீன் வருமளவு காத்திருந்த கொக்கைப் போலக் காத்திருந்து மெல்ல மெல்ல காரியம் செய்தான். ஊரில் மேட்டுத்தெரு வெங்கடாசலத்திற்கென்று மக்களிடம் தனிச்செல்வாக்கு உண்டு. முதலில் அவரை மடக்க எண்ணினான். ஊர்க்கோயிலுக்கு மண்டபம் கட்டிப் புதுப்பித்துக் கும்பாபிஷேகம் செய்யும் யோசனையைத் தெரிவித்து பூனை நடையாய் காய் நகர்த்தினான்.

"சும்மா கெடக்குற குளம். சும்மா கெடக்குற தண்ணி. நீங்க கோடையில தண்ணி வத்தி புடிச்சித் திங்குற மீனை நானெ

எல்லாருக்கும் தாறேன். கோயில் செலவுக்கும் பணம் தாறேன். சும்மா கெடக்குற தண்ணில மீன் குஞ்சு வாங்கி விடலாம்னு நெனக்கிறேன். நீங்க புழங்குறபடி புழங்குங்க... யோசிச்சு சேதி சொல்லுங்க".

பட்டும் படாமல் பேசினான். பேச்சில் அடிக்கடி "சும்மா கெடக்கற" குளம் என்பதை அழுத்திச் சொன்னான். காயம் படாமல் மெதுவாய் தாக்கினான். வெங்கடாசலம் ஊரில் உள்ளவர்களிடம் கலந்தார். சிலர் எதிர்ப்பு தெரிவித்தாலும், கோயில் பணி என்பதால் பலர் ஒத்துழைக்கவே செய்தனர். "சும்மா கெடக்குற தண்ணியில அவரு மீன் வளர்க்குறதுல நமக்கென்னடா சங்கடம்? சும்மா கெடக்குற குளத்துல வேற என்ன வருமானம் இருக்கு? கோயிலப் புதுப்பிக்க பணம் தாறேங்குறாரு. அத எவனாவது விடுவானா? ஒத்துக்கிடுவோம்ய்யா".

குளத்தை மீன் வளர்க்கக் கொடுத்து விடுவது என்று முடிவு செய்தனர்.

அன்று தொடங்கிய மீன் வேட்டை, அவனே எதிர்பார்க்காத வருமானம், கருணாகரன் குளத்தை இனி தன் கட்டுப்பாட்டிலிருந்து விடுவதில்லை என்ற முடிவிற்கு வந்தான். சில ஆண்டுகள் ஊர்க்குத்தகைப் பணத்தைச் சரியாகத் தந்து வந்தவன், திடீரென வெங்கடாசலம் இறந்துபோக, அதிலிருந்து பணம் கொடுப்பதை நிறுத்திக் கொண்டான்.

ஊரில் சிலர் கருணாகரனை அணுகினர். அவர்களிடம் வெங்கடாச்சலம் தன்னிடம் மொத்தமாகப் பணத்தைப் பெற்றுக் கொண்டு விட்டதாகவும், இனி வருடந்தோறும் குளத்தில் மீன் வளர்த்துக்கொள்ள தனக்கே முழு உரிமை உள்ளது என்றும் வாதிட்டான். சிலர் எதிர்த்துக் கேட்டபோது அண்ணன் தம்பிகள் சேர்ந்து அவர்களை அடித்து உதைத்தார்கள். ஊரை இரண்டாக்கி இவர்கள் கூத்தாடியாய்க் கொண்டாட்டம் நடத்தினர். பெரும்பான்மைத் தரப்பைத் தன் பக்கம் இழுத்து வைத்துக் கொண்டார்கள். அவர்களுக்கு அவ்வப்போது சில எலும்புத் துண்டுகளைக் கடிக்கக் கொடுத்ததால் வாய்மூடிக் கிடந்தார்கள்.

குளத்தை முழுவதுமாக கைவசப்படுத்திக் கொண்டான் கருணாகரன். ஆண்டு முழுவதும் மூன்று தவணைகளாக மீன்

பிடிக்குமளவிற்கு குஞ்சுகளை விட்டான். பல்வேறு தீனிகளைப் போட்டான். கோழி, பன்றியின் கழிவுகளைச் சேகரித்து அள்ளி வந்தான். மீன் நன்கு வளர வேண்டுமென்னும் யோசனையில் அழுகிய இறைச்சிக்கழிவுகளை வண்டி வண்டியாய்க் கொண்டு வந்து கொட்டினான். கேட்க நாதியில்லாமல் போயிற்று. அவன் கொடி உயரப் பறந்தது.

குளத்தில் புழங்கிக் கொள்ளலாம் என்ற சலுகையைக் கருணாகரன் வழங்கியிருப்பதாகப் பெண்கள் பேசிக்கொண்டனர். சில நாள்கள் கழித்து நீரின் நிறம் மாறி சாக்கடை நிறமாய், கழிவுகள் ஊறி நொதித்தன. நொதி வாயுவின் நீர்க்குமிழிகள் குளமெங்கும் முட்டை முட்டையாய்க் காட்சி தந்தன. குளத்தில் குளித்தவர்களுக்கு உடம்பு அரிக்கத் தொடங்கிற்று. குளத்தின் நீர்க்கொப்புளங்கள் உடலில் தோன்றத் தொடங்கின. உபாதைகள் பெருகியதும் மக்கள் பயன்படுத்துவதை அவர்களாகவே நிறுத்திக் கொண்டார்கள். சில காலத்தில் குளப்புழக்கம் அறவே அற்றுப் போகத் தொடங்கிற்று. இதைக் கண்டு கருணாகரன் எல்லையில்லாமல் மகிழ்ந்தான்.

மக்கள் தடுமாறி அலைந்தனர். பெண்களின் சங்கடங்களைச் சொல்ல முடியவில்லை. எல்லையில்லாமல் போயிற்று. மக்கள் குளிப்பதற்காக தடுமாறி அலைந்தனர். விவ்சாயத்திற்காக வயல்வெளிகளில் போடப்பட்டிருந்த ஆழ்குழாய் போர்வெல் நோக்கி நகரத் தொடங்கியிருந்தனர். அப்படிச் சென்ற இடத்தில் தான் வெண்ணிலா நாய்க்கடிக்கு ஆளாகி இதோ மருத்துவமனையில் வலி தாளாமல் மயங்கிக் கிடக்கிறாள்.

மகள்படும் துயரத்தைத் தாங்க முடியாதவளாய் தவித்தாள் பொன்னம்மாள். இந்தத் துயரத்திற்கு எப்படியாவது முடிவு கட்ட வேண்டுமென்று அவள் மனம் ஆலாய்த் தவித்தது. ஆண்கள் எவரும் இது குறித்துக் கேட்கவில்லை என்பது அவளுக்குப் பெருத்த ஏமாற்றமாய் இருந்தது. இனியும் எவரும் கேட்பார்கள் என்ற நம்பிக்கை அவளுக்கு வரவில்லை. தானே களமிறங்க எண்ணினாள் பொன்னம்மாள்.

அன்று மாலை நேரம். பன்றிக் கழிவுகளுடன் குளத்திற்கு வந்திருந்தான் கருணாகரன். அவள் மிகப் பணிவாக அவனிடம் முறையிட்டாள்.

"ஐயா... நாங்க உங்கள அண்டியிருக்கிறோம். உங்கள விட்டா எங்களுக்கு எப்படி வாழ நாதியில்லையோ, அதுமாதிரிதான் இந்தக் கொளமும். இதைவிட்டா பொழங்க எங்களுக்கு வேறு நாதியில்ல. இதுல கண்டதையும் கொண்டு வந்து கொட்டுறீக. நாத்தம் தாங்க முடியல. குளிக்க போர்செட்டுக்குப் போயி வெறி நாயி கொதறிடுச்சி எம்புள்ளய. புள்ளயால ஓடி வர முடியல... ஆசுபத்திரில ஊசி போட்டுக் கெடக்குறா. அவ மொகத்த ஒரு தாயா என்னால பாக்க முடியலிங்க... உங்கள கையெடுத்துக் கும்புடுறன் சாமி... இந்தக் கொளத்த திரும்பவும் எங்ககிட்ட கொடுத்துடுங்க."

கருணாகரன் இதைச் சற்றும் எதிர் பார்க்கவில்லை. அவன் உடனே ஏக வசனததில் அவளைத் திட்டத் தொடங்கினான்.

"ஏண்டி !. பொட்டக்கழுத... ஆம்பளங்களே அடங்கிக் கெடக்குறான். தாலியறுத்த முண்ட, கொழுப்பு அடங்காம வந்துட்டியா ? ஆம்பளையிருந்தா அடக்கி வச்சிருப்பான். இல்லன்னா உடனே உனக்கு துளுத்துக்கிட்டு அலையுது. அரிப்பெடுத்தா சொல்லு, நான் வந்து அடக்கறேன்"

கெட்ட வார்த்தைகளை அள்ளிக் கொட்டினான் கருணா கரன். அவளால் ஒரு கட்டத்திற்குமேல் தாங்க முடியவில்லை. அவள் எதற்கும் துணிந்தவளாக ஒரு முடிவுடன் இருந்தாள். பதிலுக்குப் பொன்னம்மாளும் விடவில்லை. வார்த்தைக்கு வார்த்தை கோபத்திற்குக் கோபம் என்று முரண்டு நின்றாள்.

ஊர் கூடி விட்டது. கருணாகரனுக்குப் பெருத்த அவமானமாகப் போய்விட்டது. பொன்னம்மாள் பேசுவது நியாயமென்றாலும் எவருக்கும் அவளுக்கு ஆதரவாய் பேசும் துணிச்சலில்லை. வந்தவர்கள் பொன்னம்மாளை அடக்கு வதிலேயே குறியாய் நின்றனர். கருணாகரன் ஒரு கட்டத்தில் ஊரையே திட்டினான். பொறுத்துப் பார்த்த பெருமாளய்யா தளர்ந்த நடையில் குளத்தங்கரை வந்து சேர்ந்தார்.

"தம்பி... பொன்னம்மாள் சொல்றது நாயந்தானே?" என்று எதையோ சொல்ல வாயெடுக்க..

"அட... இங்கப் பாருய்யா சண்டியர்" என்று ஏளனமாய் சிரித்தான்.

பெருமாளய்யாவுக்குக் கோபம் ‘சுள்’ளென்று ஏறிவிட்டது.

“சண்டியரு... நொண்டியரெல்லாம் இருக்கட்டும்... ஊருக்குப் பாத்தியப்பட்ட குளத்துல இனி பன்னிப்பீ கொட்ட நான் விட மாட்டேன்’ என்றார். பொன்னம்மாள் உட்பட ஊரார் யாரும் இதைச் சற்றும் எதிர்பார்க்கவில்லை. பெருமாளய்யாவின் வார்த்தைகளில் இறுகிய கரும்பாறையின் உறுதி.

“என்ன பண்ணுவே?” கருணாகரன்.

“தடுப்பேன்”

“இப்ப தடுத்துப் பாரேன்”

“நீ கொட்டிப் பாரேன்”

பதிலுக்குப் பதில். கருணாகரன் விக்கித்துப் போனான்.

“இந்தா கொட்டுறேன்...” என்று கருணாகரன் கழிவுப் பையை எடுத்துப் போனான். ஒரு முடிவோடு பெருமாளய்யா விரைந்து சென்று பையைப் பிடித்து இழுத்தார்.

“ஏண்டா கெழட்டுப்பயலே!” என விளித்துக் கொச்சை வார்த்தைகளால் அர்ச்சித்து அவரைப் பிடித்துப் பலமாகத் தள்ளினான். தடுமாறி படித்துறைக் கல்லில் அய்யோ எனச் சாய்ந்து சுதாரித்து எழுந்தார் பெருமாளய்யா.

மண்டையில் லேசான தெறிப்பு. கீறல்களின் காயத்தடங்கள். உங்களுக்கெல்லாம் வெட்கமாயில்லையா? என்று ஊராரைப் பார்த்துக் காறித் துப்புவதைப்போலப் பெருமாளய்யாவின் இரத்தம் எட்டிப் பார்த்தது.

பக்கத்திலிருந்தவர்கள் அவரை மருத்துவமனைக்கு அழைத்துக் கொண்டு விரைந்தார்கள். மருத்துவமனையிலிருந்து கட்டுப் போட்டு கொண்டு வந்து படுக்க வைக்கப்பட்டிருந்தார் பெருமாளய்யா. மண்டையெங்கும் விண்ணென்ற வலி பரவி நின்றது. பொன்னம்மாள் திண்ணையில் படுத்திருந்த பெருமாளய்யாவைக் கண்டு கதறினாள்.

“வெடலப் பயலுகளே சூடு சுரணையில்லாம இருக்குறப்ப நீ ஏய்யா போயி அந்த மொரட்டுப் பயகிட்ட மோதின? ஒருத்தன் ராச்சியம் பண்றான். ஊரே அவனைக் கண்டு மிரளுது. அவன் என்ன கொள்ளிவாய்ப் பிசாசா? இப்படி நடுங்கிச் சாகுறாங்களே” என்றவள்,

“அந்தப் பய திருந்தப் போறதில்லே... கொட்டட்டும்... இன்னும் என்னென்ன எழவிருக்கோ எல்லாத்தையும் கொண்டு வந்து கொட்டட்டும். இந்த மானங்கெட்ட பயலுக மண்டையில என்னிக்கி உறைக்குதோ அன்னிக்கு கேக்கட்டும். ஆனா ஒண்ணு..” என்று நிறுத்தினாள். அவளுக்கு மூச்சு ஆத்திரத்தில் இரைத்தது. ஆக்ரோசமாய் விழிகளை உருட்டினாள். காய்ந்த உதட்டை ஈரப்படுத்திக்கொண்டு கத்தினாள்.

“ஒரு உசுரு போகாம.. இதுக்கு ஒரு முடிவு வரப் போறதில்லை”

பொன்னம்மாள் உச்ச கோபத்தில் உரத்து கத்திக்கொண்டே போய் விட்டாள்.

இரவு பெருமாளய்யா புரண்டு புரண்டு படுத்தார். மனசு ஓரிடத்திலும் நிலைகொள்ளாமல் அலை பாய்ந்துகொண்டே யிருந்தது. மண்டைவலி மேலும் அதிகரித்திருந்தது. ஒற்றுமை, உணர்வில்லாத ஊரை நினைத்துக் குமைந்து கொண்டேயிருந்தார். வேதனையும் ஆற்றாமையும் வெக்கை கக்கிப் பெருமூச்சாய் வெளிப்பட்டன. மனத்திற்குள் யோசனைகள் அலை பாய்ந்தன.

‘புள்ளங்க இல்லாத வாழ்க்கையில ஆதரவா இருந்தவ என் பொஞ்சாதி அஞ்சலை. அவளும் போன வருசம் போய்ச் சேந்துட்டா. அண்ணன் வீடு, தம்பி வீடுன்னு அங்கயும் இங்கயும் சோறு வாங்கித் திங்கறதுல இனியும் மனசு ஒப்பல. நடை தள்ளாடிப் போச்சு. நடந்தா மூச்சு வாங்குது.’

கண்கள் துக்கத்தில் பனியாய் உருகின பெருமாளய்யாவுக்கு.

‘நம்ம கண்ணு முன்னாலயே இப்படியொரு பொஞ் சாதி தனியா கெடந்துப் தவிக்கிறாளே... ஒத்தையா நின்னு போராடுறாளே... இந்தப் பயலுக புத்தியில்லாம திரியறானுகளே’ என்று வெதும்பினார்.

‘உனக்கு மூணு புள்ளிங்க பொன்னம்மாள்... வளத்து ஆளாக்க வேண்டிய கடம இருக்கு... அதுக வாழைமரமா தழைக்கணும். நிய்யி பட்ட கஷ்டத்துக்குக் கண்ணால கண்டு ரசிக்கணும். எனக்கு என்ன இருக்கு? காலம் போன கடசியில இந்தக் கட்ட ஒன்னுக்கும் ஆகாம போயிடுமோன்னு தவிப்பா இருக்கு.’

மனத்திற்குள் எண்ண ஓட்டங்கள் சாரையாய் அணிவகுத்தன.

அன்று இரவு அவருக்குத் தூக்கமில்லை. மூச்சைப்பிடித்து யாரோ இழுப்பது போலிருந்தது. நெஞ்சில் சொல்ல முடியா ரணம். துக்கத்தின் கனம் ஏறி மிதித்தது. உடம்பில் இயல்பு நிலை குலைந்து விட்டதை நன்கு உணர்ந்தார் பெருமாளய்யா.

பெருமாளய்யா கும்மிருட்டில் குளம் நோக்கி மெல்ல அடிவைத்து நகரத் தொடங்கினார். குளத்தில் கருணாகரன் கொட்டிய கழிவுகளைத் தின்றபடி குதியாட்டம் போட்டுக் கொண்டிருந்தன மீன்கள்.

விடிந்ததும், விடியாததுமாய் ஊரில் ஒரே இரைச்சல். எல்லோரும் குளக்கரை நோக்கி பதற்றத்துடன் ஓடிக் கொண்டிருந்தனர். நெருங்க நெருங்க எங்கும் ஒரே அழுகுரல். முகத்தில் அறையும் கதறல். வாயிலும் வயிற்றிலும் அடித்துக்கொண்டு ஆர்ப்பரித்து நின்றது மக்கள் கூட்டம்..

"படுபாவிப் பய... நேத்தி அடிச்சதுமில்லாம இப்படிச் செய்திட்டானே!"

பெண்கள் குமுறிக் கொட்டினர். செய்தி அலை அலையாய்க் காற்றில் பறந்தது.

அதுவரை அமைதி காத்த ஊர் வாய்கள் நறநறவென கருணாகரனை மென்றுத் துப்பின. ஓர் இளங்கூட்டம் கருணாகரனைத் தேடிக் கொண்டு ஓடியது.

சுற்றி நிற்பவர்களைப் பார்க்கவோ, குரல்களைக் கேட்கவோ பிடிக்காமல் ஆயாசமாகக் குளத்தில் குப்புறக் கவிழ்ந்து கிடந்தார் பெருமாளய்யா... குளத்தின் உள்ளே மீன்களைப் பார்த்துச் சிரித்த அவரின் புன்னகை முகத்தை ரசித்து முத்தமிட்டுக் கொண்டிருந்தன மீன்கள்.

- மகாநதி - அக்டோபர் 2020.

★ ★ ★

4

நியதி

பழனி பேருந்து நிலையத்தில் கூட்டத்திற்கு ஒருபோதும் குறைச்சலிருப்பதில்லை. ஜே ஜே என்று சொல்வார்களே அஃது இங்கு நிரந்தரம். பயணிகளா, பக்தர்களா என்று அடையாளம் காண முடியாத நெரிசல். திருவிழாக் காலங்களில் மட்டும்தான் என்றில்லை. அனுதினமும் நிலைமை இப்படித்தான். இத்தனைக்கும் முன்போல பேருந்து நிலையம் இல்லை. அஃது எவ்வளவோ மாற்றங்களைக் கண்டு விட்டது. மிகப் பெரிய அளவில் விரிவுபடுத்தப்பட்டு புதிய வசதிகள் ஏற்படுத்தப்பட்டுவிட்டன. அதன் விரிவாக்கத்திற்கென்றே வையாபுரி குளத்தின் கீழ்த்திசையில் குறிப்பிட்ட அளவு கொலை செய்யப்பட்டு இதற்காகவே தூர்க்கப்பட்டு விட்டது என்பது தனிக்கதை.

கோயிலுக்குச் செல்ல புதிதாக ஒரு மாற்று வழி இதன் மூலம் ஏற்படுத்தப்பட்டது. வெளியூர், உள்ளூர் பேருந்துகள் தனித்தனியே நிறுத்த ஏற்பாடு செய்தாகிப் பல வருடங்கள் கடந்துவிட்டிருந்தன. ஆனாலும் நெரிசல் குறைந்தபாடில்லை. எள் விதைத்தால் நிலத்தில் விழாது என்பார்களே அப்படி எப்போதும் மனிதத் தலைகள். எல்லா பெருமையும் பழனியாளும் குமரனுக்கே அடக்கம். அவனைக் காணத்தானே இத்தனை ஜனத்திரள்.

குமரனை இறைவனுக்கே இறைவனெனப் பக்தர்கள் துதிக்கிறார்கள். முற்றும் கனிந்த

ஞானப்பழமாம் அவன். அந்த ஞானப்பழத்தை விழிகளால் உண்டு பசியாற காலங்காலமாய் எத்தனை பேர் படையெடுத்து வருகிறார்கள். இங்குத் தூணிலும் துரும்பிலும் அவன் மயம். எங்கும் அவனின் அரசாளுமை. கடைகளில் அவன் இசையோட்டம். அடிவாரத்தில் நேர்த்திக் காவடிகள். கிரிவலப் பாதையில் எப்போதும் கசியும் முருகன் போற்றிப் பாடல்களின் ரீங்காரம். அவனின் ராஜஅலங்காரத்தைக் காண கண்கோடி வேண்டுமென்று இரண்டு கண்களால் மட்டும் பார்த்த அடியார்கள் ஏங்கி நெக்குருருகிறார்கள். இந்தக் கூட்டத்திற்கும் கூச்சலுக்கும் விலகித்தான் முருகன் மலையேறி விட்டானோ என்று நினைக்கத் தோன்றிற்று. நெரிசல் வாழ்க்கைதான் பழனிக்கு நிரந்தரமோ என்று நினைத்துக் கொண்டார் பவித்திரமாணிக்கம். அன்றைய கூட்டமும் அவர் எண்ணத்தை மௌனமாய் மெய்ப்பித்துக் கொண்டிருந்தது.

பேருந்து நிலையத்திலிருந்து பார்த்தாலே மலைக்கோயில் தெரியும். வெளியூலிருந்து வருபவர்கள் இங்கிருந்தே மலையைக் கண்டு கையெடுத்துவிட்டு தான் கோவிலை நோக்கி நடக்கத் தொடங்குவர். நடைபாதையெங்கும் வியாபாரிகளின் அணிவகுப்பு. நசநசப்பு. கொய்யா, சப்போட்டா, இலந்தை, நாவல், மா, மலைவாழை, ஆரஞ்சு, மாதுளை, அன்னாசி, முலாம், பப்பாளி எனப் பருவத்திற்கேற்ற பழங்கள். கோடையில் வெள்ளரி, தர்பூசணியெனக் களை கட்டும். அருகில் மலைகளின் இளவரசி கொடைக்கானல். அவள் மார்புகளிலும் வயிற்றிலும் விளையும் ஆப்பிள், பிளம்ஸ், கேரட், பேரிக்காய், கிவிப்பழங்களும் இறங்கி பழனிக்கு முருகனைக் காண வந்து விடும். கொய்யா, பழனியின் பரம்பரைச் சொத்து. அதன் நாடி நரம்புகளிலும் கொய்யாவின் வேர்கள். மண்ணின் செழுமை எல்லா பருவத்திலும் கொய்யாவைப் பிதுக்கித் தள்ளி விடுகின்றன. அன்றாடம் கிடைக்கும் பொருளாகி விட்டது கொய்யா.

பழனிக்கு வருபவர்கள் பஞ்சாமிர்தம் வாங்கிச் செல்வதைப் போல ஆயக்குடிக் கொய்யாவையும் ஒரு கட்டு கட்டிப் போகிறார்கள். இங்குள்ள சிவப்புக் கொய்யாவுக்கு அத்தனை மவுசு. வெட்டினால் வெற்றிலை வாய்க் கிழவி சிரிப்பது போலிருக்கும். இரத்தத்தின் வெள்ளை அணுக்களைப்போல அங்கங்கே விதைகள். இதற்கு மருத்துவ குணம் அதிகமென்பதால் கூடுதல் மதிப்பு.

இங்கு விளையும் கொய்யாவுக்கு அத்தனை ருசி. அது செடியில் தொங்கும் அல்வாத் துண்டு. எல்லாம் முருகன் வாழும் இந்த மண்ணின் மகத்துவம் என்று கொய்யா வியாபாரிகள் விற்பனையில் பெருமை பேசுவார்கள். பேருந்து நிலையமெங்கும் கொய்யாவின் அரசாட்சி. தினமும் ஆயக்குடிச் சந்தையில் கொள்முதல் செய்து பழனியில் விற்க வந்துவிடுவார்கள். சிலர் சொந்தமாகவும் பயிரிட்டிருப்பதாகச் சொல்கிறார்கள்.

பவித்ரமாணிக்கத்திற்குச் சொந்த ஊர் திருநெல்வேலிப் பக்கம். வேலை நிமித்தமாக இங்கு வந்தவர் தங்கி விட்டார். குமரனின் பாதத்தில் குடியிருப்பதில் அத்தனை பெருமிதம் அவருக்கு. பவித்திரம் பழங்களின் காதலன். அவருக்கு இங்கு விளையும் கொய்யா மீது அலாதிப் பிரியம். எதை விடுகிறாரோ, இல்லையோ இதைத் தவறாமல் வாங்கி விடுவார். பேருந்து நிலைய இடது ஓரம் உணவகப் பக்கம் கடை விரித்திருக்கும் இலஞ்சியம் பாட்டி அவரின் நிரந்தரக் கொய்யா வியாபாரி. அவரிடம் பொய், பித்தலாட்டம் இருக்காது. அன்பொழுகப் பேசுவார். நல்ல பழங்களாகத் தருவார். பழங்கள் சரியில்லையென்றால் சொல்லிவிடுவார். நம்பி வாங்க நமக்கு இலஞ்சியம் பாட்டிதான் என்ற நம்பிக்கையை அவர் ஏற்படுத்தியிருந்தார்.

வாரத்திற்கு இரண்டு அல்லது மூன்று முறை அவரிடம் பவித்திரம் கொய்யா வாங்கி விடுவார். பவித்திரம் கொய்யா தின்னும் அழகே அழகு. கொய்யாவைச் சிறு துண்டுகளாக நறுக்கிக் கொள்வார். சிறிது இந்துப்பும் மிளகுப்பொடியும் கலந்து குலுக்கி வைத்துக்கொண்டு தொலைக்காட்சி, செய்தித்தாள் பார்க்கும்போது சாப்பிடுவதே தெரியாது. பவித்திரத்திற்கு அதில் அப்படியொரு தனிவிருப்பம். கொய்யாவிற்கு 'ருசிகர் மன்றம்' வைக்காதது தான் குறைச்சல்.

இலஞ்சியம் பாட்டியின் கணவர் அம்மாபட்டி. நெடுநெடுவெனச் சவுக்குக் குச்சியில் சிலுப்பி நிற்கும் ஊசியிலைப் போல ஒடிசலான தேகத்தில் உரோமக் காடு. கலைந்து கிடக்கும் சருகுகளாய் முகத்தில் ஒழுங்கு செய்யப்படாத வெண்தாடி. எலும்பும் தோலுமான உடற்கட்டுமானம். குண்டுசோடாவில் புதைந்த கருங்கோலிக்குண்டு போன்ற உள்புதைந்த கண்கள். கடுகடு முகத்தவர். எப்போதும் சினந்து விழுவார். பழம் விற்பவரைப் போலத் தெரியாது. சண்டைக்காரர் கணக்காய்

முகத்தை வைத்துக்கொண்டு 'வாங்கினால் வாங்குங்கள்' என்பதான அவரது நடவடிக்கைகள் புதிதாய் வருகிறவர்களுக்கு வெறுப்பை ஏற்படுத்தும்.

இது குறித்துப் பவித்திரத்திற்கு நெடுநாள் ஐயம் உண்டு. பாட்டிக்கு இத்தனை வயதிலும் அத்தனை முக லட்சணம். பொலிவான புன்னகை. செந்தூரத்தில் வட்டமாய்ச் சிரிக்கும் நெற்றி. அன்பு தவழும் வார்த்தைகள். லெட்சுமி கடாட்சம் என்பார்களே அத்தனையும் பொருத்தம். பாட்டிக்கு எப்படி இந்த சிடுமூஞ்சி மனிதன்? இப்படிக் கடுக்கிறாரே என்று நினைத்துக் கொள்வதுண்டு.

முதலில் சந்தித்தபோதே அவர் மீது ஒரு தவறான சித்திரம் விழுந்துவிட்டது. பவித்திரம் வாயைக் கொடுத்து பிடுங்கு பட்டுவிட்டார். அன்றைக்குக் கொய்யா வாங்கச் சென்றபோது இலஞ்சியம் இல்லை. எங்கோ சென்றிருந்தார். அம்மாபட்டி தான் அங்கு உட்கார்ந்திருந்தார். பவித்திரம் கொய்யாத் தட்டில் நல்லனவாகப் பார்த்துப் பொறுக்கி வைத்துக் கொண்டிருந்தார்.

அப்போதே அம்மாபட்டியின் முகம் மாறிவிட்டது. "பழத்தைப் போட்டுப் புரட்டாதிங்க. எல்லாம் நல்ல பழம் தான்" என்றார். இவருக்கு ஒரு மாதிரியாக ஆகிவிட்டது. "இங்க ஒரு பாட்டி இருப்பாங்களே, அவங்க எங்க?" என்றார். "ஏன்?" என்றார் அம்மாபட்டி. நான் அவங்ககிட்டதான் வழக்கமா பழம் வாங்குவென். அவங்க உங்களை மாதிரி சிடுசிடுன்னு விழுந்ததில்லை. நீங்க என்னவோ இப்படிப் படுத்தறீங்க" என்றார். "என்ன படுத்துது? அந்தக் கேடுகெட்ட செறுக்கிக்கு நல்லது கெட்டது தெரியாது. உங்கள மாதிரி ஆளுங்க நல்லா ஏமாத்திட்டுப் போயிடுவீங்க. அதான் அவளைத் தேடுறீங்க. பழம் வாங்க வந்த உங்களுக்கு ஆளு முக்கியமா?" பழம் முக்கியமா என்று அம்மாபட்டி முகத்தை மிகவும் கொடூரமாக வைத்துக் கொண்டுக் கேட்டார். பவித்திரத்திற்குக் கோபம் தலைக்கேறி விட்டது. "ஆளுதான்ங்க முக்கியம். பழம் முக்கியமில்லை" என்று வெடுக்கெனச் சொல்லிவிட்டார். அவ்வளவுதான்.

"அப்படின்னா பழத்தட்டுலருந்து கையை எடுங்க. நீங்க பழம் வாங்கினது போதும்" என்றார் அம்மாபட்டி. இந்த வார்த்தைகளைக் கிஞ்சிற்றும் பவித்திரம் எதிர்பார்க்கவில்லை.

அவருக்குப் பெருத்த அவமானமாகப் போய்விட்டது. இது மாதிரியான ஒரு நிலையை அவர் இதுவரை எதிர்நோக்கியதில்லை. அருகில் இருந்த பிற கொய்யாப் பாட்டிகள் இவரைப் பரிதாபமாகப் பார்த்தனர். அந்தப் பார்வையில் "இங்க வாங்க" நாங்க தர்றோம். இத்தனை அவமானம் உங்களுக்குத் தேவையா?, என்ற வினாவும் அழைப்பும் இருந்தன.

அந்தப் பக்கம் நெருங்கிப் போனாலே "இங்க வாங்க இங்க வாங்க"வெனப் பாட்டிகள் கையைப் பிடித்து இழுக்காத குறைதான். அப்படிக் கெஞ்சுவார்கள். அத்தனை பேரையும் புறந்தள்ளிவிட்டுத்தான் பவித்திரம் இலஞ்சியத்திடம் செல்வார். அன்று இலஞ்சியம் இல்லையென்றாலும் அவர் இடத்தில் இருப்பவை இலஞ்சியத்தின் பழங்கள் என்ற எண்ணத்தில்தான் பவித்திரம் அங்குச் சென்றார். கடைசியில் இந்தக் கிழவனிடம் இப்படி அவமானப்படும்படி ஆகிவிட்டதே என்று மனத்திற்குள் மருகி நின்றார்.

பவித்திரத்தால் தாங்கிக்கொள்ள முடியவில்லை.

"இதுயென்ன ஒலகத்தில் இல்லாத அதிசயப் பழங்களா? என்னமோ சும்மா கொடுக்கற மாதிரி இப்படிக் கடுகடுன்னு எரிஞ்சி விழறாரு? நீயே வச்சிக்கய்யா ஒன் அதிசயப் பழத்தை" என்று கடகடவென வார்த்தைகளைக் கொட்டிவிட்டார். அந்தக் கோபத்துடனே அங்கிருந்து நகர எத்தனிக்கும் சமயம் சரியாய் வந்து சேர்ந்தார் இலஞ்சியம். தலையில் வியாபாரத்திற்காகச் சந்தையிலிருந்து கொள்முதல் செய்யப்பட்ட கொய்யாப்பழக் கூடை இருந்தது.

"என்னங்க சார் பழம் வாங்காம போறிங்க?" என்றபடியே கூடையை இறக்கி வைத்தார் இலஞ்சியம்.

"ஏன்ங்கம்மா இவரு யாரு? உங்க வீட்டுக்காரரா? பெரிசா சட்டம் பேசறாரு?" என்றார் பவித்திரம்.

அம்மாபட்டிக்குப் பொறுத்துக்கொள்ள முடியவில்லை.

"இங்க பாருங்க. தேவையில்லாம பேசக் கூடாது" என்றார்.

அவரை இலஞ்சியம் பாட்டி அசமடக்கினார்.

"கொஞ்சம் சும்மா இருங்க. அவங்க நம்ம சாரு. நம்மகிட்ட தான் எப்பவும் பழம் வாங்குவாங்க" என்றாள்.

"சொன்னாரு... சொன்னாரு... நிய்யிதான் அள்ளியள்ளிக் கொடுப்பியாம். நானெல்லாம் வியாபாரியா தெரியலை அவருக்கு" என்றார்.

பவித்திரத்திற்குக் கோபம் தலைக்கேறியது. இருப்பினும் இலஞ்சியத்தின் கனிந்த முகம் அவரைத் தடுத்தது. பொறுத்துக் கொண்டார்.

இந்த உரையாடல் நடந்துகொண்டிருக்கும்போதே எங்கிருந்தோ இரண்டு சிறு பிள்ளைகள் ஓடி வந்து அவரைச் சூழ்ந்து கொண்டனர். இருவருக்கும் பத்து வயதிற்குள்தான் இருக்கும். அவர்களைக் கண்டதும் அவர் முகத்தில் அப்படியோர் அரசக்களை. குழந்தைகள் இருவரும் அவரைக் கட்டிக் கொண்டு முத்தமிட்டனர். பவித்திரத்தின் மீதான சினம் பறந்துவிட்டது. பிள்ளைகளைப் பார்த்த அடுத்த கணம் செவ்வந்தியாய் முகம் மலர்ந்து விட்டது.

இரண்டு பேரையும் வாரிக்கொண்டு இவரும் பதிலுக்கு முத்தமிட்டார். பிள்ளைகளின் கன்னத்தை அவரின் வெளிறிய தாடிமயிர்கள் வருடின. அவர்கள் கூசிச் சிரித்தார்கள். அவர்கள் எதுவோ வேண்டுமென்று கொஞ்சியும் கெஞ்சியும் கேட்கத் தொடங்கினர். அடுத்த கணம் அவர் அவ்விடத்திலிருந்து எழுந்து விட்டார். "அம்மா பை பை" என்று குழந்தைகள் மகிழ்வின் உச்சத்தில் நின்று இலஞ்சியத்துக்குக் கைகளை ஆட்டினர்.

"அப்பாகூடப் பத்திரமா போயிட்டு வாங்கடி கண்ணுகளா" என்று விடை கொடுத்தார் இலஞ்சியம்.

பவித்திரம் மனத்தில் ஏகப்பட்ட குழப்ப ரேகைகள். அம்மாபட்டியை அதிசயம் போல் பார்த்தார். இப்படிச் சண்டைக் கட்டி மல்லுக்கு நின்று கொண்டிருந்த மனுசன் தன்னையும் சண்டையையும் அப்படியே அனாதையாக்கிவிட்டு குழந்தைகளுடன் எழுந்து போவார் என்று அவர் எதிர்பார்க்க வில்லை. அந்தரத்தில் சண்டை உயிருக்குப் போராடிக்கொண்டு கேலியாய்ச் சிரித்தது. அம்மாபட்டியின் மனம் எல்லோருக்கும் வாய்க்குமா? அவர் வயதான குழந்தை. சிடுசிடு குணத்துடன் அடம் பிடிக்கும் குழந்தை.

குழந்தைகள் மாய வித்தைக்காரர்கள். அவர்களின் ஒவ்வொரு செயலும் சமாதானத்தை நோக்கியே அழைத்துச் செல்லும்.

அவர்கள் எப்படிப்பட்டவரையும் தங்கள் புன்னகையால் வசீகரித்துக் கொள்கிறார்கள். அவர்கள் அழுகிறபோது கடவுளர்கள் அழுகிறார்கள். அவர்கள் சிரிக்கிறபோது அவர்களும் வாய்விட்டுச் சிரிக்கிறார்கள். இஃது அவர்கள் இருவருக்கும் மட்டுமே தெரிந்த இரகசியம். குழந்தைகளின் அன்பிற்கு அடிமையாகாதவர் உலகில் யார்? எங்கிருந்தோ திடீரென வந்த இந்தக் குழந்தைகளின் வருகைக்கு இத்தனை வலிமையா?

இலஞ்சியத்தைப் பார்த்துக் குறும்பாய் சிரித்தார் பவித்திரம். அதில் ஆயிரம் அர்த்தங்கள். மனதார வாழ்த்தும் மனப்பாங்கு. நல்லாருங்க என்றிசைக்கும் இதய ஒலி. பவித்திரத்துக்கு இரண்டு, ஐயங்கள். ஒன்று, அவர்கள் மிகத் தாமதமாகத் திருமணம் செய்து கொண்டிருக்க வேண்டும். இரண்டு, இந்தச் சிடுமூஞ்சிக்காரருடன் வாழ்வதே பெரிய விசயம். அதுவும் இந்த வயதில் எப்படி முத்து முத்தாக இரண்டு குழந்தைகளைப் பெற்றாள்?

பவித்திரத்தின் கணக்கில் இலஞ்சியத்துக்கு எப்படியும் அறுபது வயது இருக்கலாம். மூத்தவளுக்கு பத்து வயதென்று வைத்துக் கொண்டாலும் ஐம்பது வயதில்தான் குழந்தை ஈன்றிருக்க முடியும்? அதற்குப் பிறகுதான் இளையவள். ஒத்த அன்பில் வாழ்கிற வாழ்வில் வயதுக்கென்ன வேலை? எந்த வயதிலும் தலைவன் தலைவி தான். செம்புலப் பெயல் நீராய்க் கரைய வயது ஒரு சமாச்சாரமா என்பதைப் போல அவர்கள் இனிக்கும் வாழ்க்கை ஒளிர்ந்தது. இந்தக் காதல் சமன்பாடு எவ்வளவு பேருண்மை.

இந்தக் கிழவனை விட்டுத்தள்ளுங்கள். அவருக்கென்ன? ஒரு நாள் கூத்து. ஆனால் இத்தனை வயதில் சுமந்து பெற்றுக்கொள்ள ஒரு மனம் வேண்டும். அது தாய்மை வழியும் தியாக மனம். அதில் எள்ளளவும் ஐயமில்லை.

இலஞ்சியத்தைத் தெய்வம்போல் நோக்கச் செய்தது. கையெடுத்து வணங்க வேண்டும் போலிருந்தது. எல்லாவற்றிற்கும் மேலாக இலஞ்சியத்தின் முக லட்சணம் அப்படி.. இந்த வயதிலும் அப்படியொரு வசீகரம். சிவந்த முகத்திற்கு வெற்றிலைச் சிவப்பு கூடுதல் அழகு. சிரிப்பில் மிளிரும் லெட்சுமி கடாட்சம். அதிர்ந்து பேசத் தெரியாத தெய்வீகக் குணம். இது மாதிரி சிரித்த முகராசிக்காரர்களுக்கு எல்லாமும் வெற்றியாய் முடியும்.

பவித்திரத்தின் மனத்தில் பலவித எண்ண அலைகள்.

"இந்தாங்க! நானே புதுப்பழங்களா பொறுக்கி எடுத்திட்டேன். அவருகிட்ட இதுக்கா சண்டை கெட்டினீங்க?" அவரு பேச்சுத்தான் சுடுதண்ணி ஊத்தின மாதிரி. குணத்துல சொக்கத்தங்கம் என்று கணவனை விட்டுக்கொடுக்காமல் பேசிய இலஞ்சியம் கொய்யா பழப் பையை எடுத்துத் தந்தார்.

"இத்தனை வயசுலயும் அதே அன்போட இருக்கீங்களே. சந்தோசமா இருக்கும்மா! வயசு என்ன வயசு? உங்க புள்ளைங் களைப் பார்க்கறப்ப நிறைவா இருக்கு. மூத்தவ பொறந்தப்ப உங்களுக்கு எத்தனை வயசு இருக்கும்?"

"எத்தனை வயசா இருந்தாலென்ன? இந்த வையாபுரிக் கரையில தான ரெண்டு கண்ணுகளையும் கண்டெடுத்தோம். பொறந்த வாடை கூட மாறலை. அவுகள பெத்த புண்ணியவாளுக போட்டுட்டுப் போயிட்டாளுக. மூத்த கண்ணுக்கு அஞ்சி வயசாகறப்ப அதே இடத்துல ரெண்டாவதையும் கண்டு தூக்கிட்டு வந்தாரு. ஒதுங்கப் போன மனுசன் உறவைக் கொண்டு வந்திச்சி. அன்னிலேர்ந்து ரெண்டும் நான் பெத்த புள்ளைகதான். அந்த மனுசன் அப்பங்காரன் தான்".

இலஞ்சியம் சாதாரணமாகச் சொல்லிக் கொண்டிருந்தார். பவித்திரம் அப்படியே விக்கித்துப் போய்விட்டார். அவர் கண்களில் நீர் திரண்டு விட்டது. நெகிழ்ந்து செய்வதறியாது நின்றார். இலஞ்சியம் திரும்பவும் தொடர்ந்தார்.

"அவரு சின்ன வயசுலயே அப்பா, அம்மாவ இழந்து பாசத்துக்காக ஏங்கினவரு. தான் செஞ்ச தப்புக்குப் பிள்ளை களைப் பலிகடாவாக்கிட்டுப் போன மனுசங்களப் பாத்துப் பாத்தே அவரு இப்படி ஆயிட்டாரு. இதுக்கு முன்னாடி ஒரு ஆம்பளைப் புள்ளைய வளர்த்தோம். ராஜதுரைன்னு பேரு. அது சென்னையில வேலையில இருக்கு. அப்பறமா ஒரு பொம்பளப் புள்ள கோடீஸ்வரி. அதை மதுரையில கெட்டிக் கொடுத்திருக்கம். அதுகளும் இந்த வையாபுரித் தாயோட புள்ளங்கதான். எங்களுக்குன்னு பொறந்த இரண்டு புள்ளங்களையும் சாமி அழைச்சிக்கிட்டு. சின்ன வயசுலயே போய் சேர்ந்திடுச்சிங்க. இந்தப் புள்ளங்க அந்தப் புள்ளங்க உசிரத் தாங்கித்தான் எங்ககிட்ட வந்திருக்குன்னு சொல்லுவாரு"

பவித்திரம் இலஞ்சியத்தின் அருகில் உட்கார்ந்துவிட்டார்.

“காசு பணம் சேர்க்கலை சாமி! படுத்து எழ சொந்த வீடு இருக்கு. பொழச்சிக்க கொஞ்சம் நிலமிருக்கு. நான் வளர்த்த செல்லங்க எங்களை உட்கார வச்சி சோறு போடணும்ன்னு கூப்டிச்சிங்க. போனா தங்கமா பாத்துக்கிடும்ங்க. ஆனா இவரு மாட்டேன்னுட்டாரு. வளர்த்த கூலிக்கு கழிக்கப் போறியான்னு உசிரப் புடுங்கிக்கற மாதிரி கேட்டாரு. நானும் அத்தோடு விட்டுட்டன். புள்ளைகளும் மாசந்தவறாம வந்துப் பாத்துட்டுப் போறதோட சரி”

பவித்திரத்திற்கு அவர்களைக் கையெடுத்து வணங்கத் தோன்றியது.

“யாருகிட்டயும் எதுக்குடி பணிஞ்சி நிக்கணும்? அவங்க காசு தாறாங்க. நாம பொருளைக் கொடுக்கிறம். புடிச்சா வாங்கட்டும். இல்லயின்னா என்ன குடியா முழுகிடப் போகுது? ஆளுக்கு ரெண்டு கொய்யாவைத் தின்னுட்டு படுப்பம்பாரு. அத்தனையிலும் இன்னும் பிடிவாதம் சார்!”.

இலஞ்சியம் சொல்லச் சொல்ல... அம்மாபட்டி மீதான தவறான சித்திரம் பவித்திரத்திற்குள் துகள் துகளாய் உதிரத் தொடங்கின.. அதற்குள் யாரோ கொய்யா கேட்டு வந்ததால் இலஞ்சியம் வியாபாரத்தில் மூழ்கி விட்டார். பவித்திரத்திற்கு ஒரு தேநீர் சாப்பிட வேண்டும் போலிருந்தது. இலஞ்சியத்திடம் விடை பெற்று, அருகிலுள்ள கடைக்குச் சென்று விட்டார்.

தேநீரை உறிஞ்சியபடியே அம்மாபட்டியை மனதிற்குள் அசை போட்டுக் கொண்டிருந்தார் பவித்திரம். அங்கிருந்தபடி அவரின் கண்கள் இலஞ்சியத்தின் கொய்யாக் கூடையை வெறித்துக் கொண்டிருந்தன. சற்று நேரத்தில் இரண்டு குழந்தைகளும் அம்மாபட்டியும் கொள்ளைச் சிரிப்போடு வந்து சேர்ந்தார்கள். பிள்ளைகள் கைகளில் நோட்டுப்புத்தகங்களும் அவர்களுக்குப் பிடித்த சில தின்பண்டங்களும் இருந்தன. அவர்கள் இருவரும் அப்பனைக் கட்டிக்கொண்டு முத்த மழை பொழிந்து கொண்டிருந்தனர். அம்மாபட்டி திக்குமுக்காடிப் போனார். இலஞ்சியம் பிள்ளைகளையும் அம்மாபட்டியையும் செல்லமாய் விரட்டிக் கொண்டிருந்தார்.

“இது என்ன வீடா? உங்க சவுகரியத்துக்குக் கூத்தடிக்கிறதுக்கு? அப்பனுக்குப் புள்ளைகங்களப் பாத்தா தலை காலு புரியாதே.

அந்தப் பக்கம் எழுந்து போங்க. வியாபாரத் தளத்துல இப்படித்தான் விளையாடுறதா?"

இலஞ்சியம் அவர்களை ரசித்தபடியே பொய்க் கோபத்தில் திட்டிக் கொண்டிருந்தார்.

பவித்திரத்திற்குக் கண்கள் கலங்கி வழிந்தன. 'இப்படிப்பட்ட அபூர்வ மனிதரிடமா காலையில் பகைத்துக் கொண்டேன்?' மனம் வெதும்பியது. அன்று தீராத சங்கடத்துடன் வீட்டிற்குக் கிளம்பிப் போனார். கோபமிருக்குமிடத்தில் குணமிருக்குமென்று சொல்லக் கேட்டதுண்டு. இப்போது அதை உருவத்தில் பார்க்கிற வாய்ப்பு.

அன்று முழுவதும் பவித்திரத்தின் மனத்திற்குள் அம்மாபட்டி அரசாட்சி நடத்திக் கொண்டிருந்தார். அவர் குறித்த சிந்தனையாகவே இருந்தது. இரவும் சரியாகத் தூங்க முடியவில்லை. இந்தக் காலத்திலும் இப்படிப்பட்ட மனிதர்கள் வாழ்ந்து கொண்டிருக்கிறார்களா? என்று நெக்குருகிப் போனார்.

மறுநாள் காலையிலேயே பேருந்து நிலையம் கிளம்பி விட்டார். 'அவரிடம் சென்று எந்த முகத்தை வைத்துக் கொண்டு கொய்யா வாங்குவது? திரும்பவும் அவமானப்படுத்தும்படி பேசிவிட்டால்?' தயக்கம் பலமுனைகளில் அவரைத் தடுமாறச் செய்தது. இருந்தும் அவர் மனத்தில் அப்படியொரு உறுதி.

'போவேன். அவர் எத்தனை அவமானம் செய்தாலும் திரும்பத் திரும்பப் போவேன். அவர் ஒரு ஞானத்தந்தை. மலையடிவாரத்தில் மனித உருவில் உலாவும் முருகன் இவர்தான். முருகன் திட்டினால் கோபித்துக்கொள்ள முடியுமா? அவரிடம் உள்ளவை கொய்யாப் பழங்களல்ல. அத்தனையும் முருகன் வைத்திருந்த ஞானப்பழங்கள். ஞானப்பழத்தில் ஏது குற்றங்குறை? இனி ஒரு போதும் கொய்யாவைப் பொறுக்கி எடுக்க மாட்டேன். அவர் நல்லவற்றைத்தான் தருவார். அவரிடம் கெட்டவையென்று எதுவுமில்லை'

பவித்திரம் பேருந்து நிலையத்தை நெருங்கினார். தூரத்தில் இருந்தே பார்த்துவிட்டார். இன்றும் இலஞ்சியம் அந்த இடத்தில் இல்லை. அம்மாபட்டிதான் இருந்தார். 'இருக்கட்டும். எனக்கு எந்தத் தயக்கமுமில்லை. நான் போகிறேன்'.

பவித்ரம் கொய்யாக் கூடையை நெருங்குகையில் சத்தம் கேட்டது. யாரோ அம்மாபட்டியிடம் சண்டை

கட்டிக்கொண்டிருந்தார். பதிலுக்கு அம்மாபட்டிக்குச் சொல்லவா வேண்டும்?

"வாங்குனா வாங்குங்க. இல்லாட்டியும் போங்க. அதுக்காக விலையைக் குறைக்க முடியாது. அசலுக்கு தக்கதான் விக்க முடியும். நீங்க கேட்கறது அசலுக்கே மோசம்ங்க."

கத்திக்கொண்டே பையைப் இவர் இந்தப் பக்கம் இழுக்க... அவர் அந்தப் பக்கம் இழுக்க... இடையில் பரிதாபமாய் ஊஞ்சலாடிக் கொண்டிருந்தது கொய்யா. அச்சமயம் எதிரே வந்த பவித்திரத்தைப் பார்த்தது விட்டார் அம்மாபட்டி. என்ன நினைத்தாரோ அவரையுமறியாமல் அம்மாபட்டி சட்டெனச் சிரித்துவிட்டார்.

பவித்திரத்திற்கு அப்போதுதான் உயிர் வந்தது.

"சார்! நீங்க பரவாயில்லை இவரைப் பாருங்க. அசலுக்கே போராட வேண்டியிருக்கு" என்றார் அம்மாபட்டி.. பவித்திரம் மெல்ல வாயைத் திறந்து சில வார்த்தைகளை நழுவ விட்டார்.

"சார் சாமி கும்புட வந்த இடத்துல வியாபாரிங்க வயிறெரியக் கூடாது. கொடுத்திட்டுப் போங்க" என்றார் பவித்திரம். வந்தவருக்கு அந்த வார்த்தைகள் மனதைத் தைத்திருக்கும் போல. பணத்தை எடுத்துக் கொடுத்தார்.

"நான் ஒத்துக்க மாட்டேன். நான் ஒன்னும் வயிறெரிஞ்சிக் கொடுக்கலை. மனமுவந்துதான் கொடுக்கறேன். நீங்க கொடுக்கறதைக் கொடுங்க" என்றார் அம்மாபட்டி. திரும்பவும் வீம்பு, அடம். அம்மாபட்டி பிடியாய் நின்றார்.

பவித்திரத்திற்குச் சிரிப்பை அடக்க முடியவில்லை.

'இந்த மனிதனை எப்படிப் புரிந்து கொள்வது என்றே தெரியவில்லையே!' என்று நினைத்தபடி மேலே பார்த்தார்.

பால் வண்ணத்தில் பறவையொன்று கடந்து சென்று கொண்டிருந்தது.

- நால்வர் காலாண்டிதழ் - செப் 2021.

★ ★ ★

5

சிறகிலிருந்து பிரிந்த இறகொன்று

மழைக்காலப் பின்னிரவில் ஒரு நாள் அப்பா உறக்கம் கலைந்து எழுந்து உட்கார்ந்திருந்தார். நான், அம்மா, தம்பி மூவரும் உறங்கிக் கொண்டிந்தோம். நான் எழுந்து பார்த்தபோது அவர் மட்டும் சிறகிலிருந்து பிரிந்த ஒற்றை இறகைப்போலத் தன்னந்தனியாக அமர்ந்திருந்தார். அவரால் அதற்கு மேல் தூங்க முடிய வில்லை. ஏதோ கனவோ அல்லது பழைய நினைவோ அவரை வாட்டத் தொடங்கியிருக்க வேண்டும். ஏற்கெனவே அவர் குறித்து எனக்கு ஏற்பட்டிருந்த அனுபவத்தில் இவ்வாறு நினைத்துக் கொண்டேன்.

அவருக்கு அதிக மகிழ்ச்சியோ அல்லது அதீத துக்கமோ ஏற்பட்டால் இப்படித்தான் நடந்துகொள்வார். துக்கமா, மகிழ்ச்சியா என்பதை எவரும் அத்தனை சீக்கிரம் கண்டறிந்துவிட முடியாது. அவராகச் சொன்னால்தான் உண்டு. ஆனால் மனிதர் கல்லுளிமங்கன். அவர் வாயிலிருந்து சிறு சொல்லைக்கூட அவ்வளவு எளிதாகப் பிடுங்கி விட முடியாது. தன் கஷ்டம் பற்றி பிறர் தெரிந்து கொள்ளக் கூடாது என்பதில் மனிதர் அத்தனை கவனமாக இருப்பார். உள்ளுக்குள் வைத்துப் புழுங்கி அவிந்தாலும் பரவாயில்லை என்னும் தனி ரகம்.

அவருக்கு இந்தப் பழக்கம் எப்போதிருந்து ஏற்பட்டதென்று சொல்ல முடியவில்லை. முதலில்

அவரை இவ்வாறு கண்டபோது பயந்து போனேன். அதுவும் இரவு நேரமென்பதால் ரொம்பவும் குழப்பமாக இருந்தது. நாளாக நாளாகப் பழகி விட்டது.

கேட்டாலும் ஒன்றும் பெரிதாகச் சொல்லப் போவதில்லை. அவரின் கஷ்டம் அவரோடு என்ற கொள்கையுடையவரை யார் என்ன செய்ய முடியும்? மகிழ்ச்சியாக இருந்தாலாவது ஒருவேளை பகிர்ந்துகொள்வார். துக்கம் என்றால் அவ்வளவுதான். அது அவரோடே புதைந்து மடிந்து விடும். அவ்வாறு புதைந்த துக்கங்கள் ஒன்றா, இரண்டா? அவர் துக்கங்களின் சேமிப்புக் கிடங்கு. ஒன்றிரண்டு நாட்கள் மிகவும் இறுக்கமாகக் காட்சி தருவார். வேறு யாரும் அத்தனை சீக்கிரம் அவரை இயல்பு நிலைக்குக் கொண்டு வந்து விட முடியாது. அவராகவே ஆனால்தான் உண்டு. அதன்பிறகு எப்படியோ அவராகவே சமாதானமாகி விடுவார்.

புரண்டு படுக்கும் போதுதான் அன்று எதேச்சையாக கவனித்தேன். பத்துக்குப் பதினைந்து அளவில் இருக்கும் இந்த அறை போன்ற அமைப்புதான் எங்களின் கசந்த மாளிகை. அப்படித்தான் அதனைச் சொல்லத் தோன்றுகிறது. நாங்கள் உறங்கும் இடம், உண்ணும் இடம், உடை மாற்றும் இடம் எல்லாவற்றிற்கும் இது தான். மற்றவர்கள் அதை வீடென்று ஒத்துக்கொள்கிறார்களோ இல்லையோ, நாங்கள் அப்படித்தான் அழைத்துக் கொள்கிறோம். கூரைத் தகரம் இரவு விளக்கின் வெளிச்சத்தில் தகதகத்தது. இதைத் தவிர வெளியே ஒரு சிறு கீற்றுக்கொட்டகை உண்டு. அது எங்களின் சமையலறை. மற்றபடி இந்த நூற்றைம்பது சதுர அடிக்குள்தான் எங்கள் நால்வரின் இயல்பு வாழ்க்கை.

அமர்ந்திருந்த அப்பாவை அரைத்தூக்கத்தில் பார்த்தேன். அவர் மனமொடிந்து தவிப்பது முகத்தில் எழுதியிருந்தது. ஒரு மகனாக என்னால் அவர் வலியோடு துடிப்பதை எப்படித் தாங்கிக்கொள்ள முடியும்? தூக்கமொழிந்து இந்த நடுநிசியில் துடிக்குமளவிற்கு அப்படியென்ன நடந்து விட்டது? யாரிடமாவது இதைப் பகிர்ந்து கொண்டால்தானே மனம் அமைதியுறும். மற்றவர்களை விட்டுத் தள்ளுங்கள். மகன் என்னிடம் சொல்வதற்கு அவருக்கென்ன தயக்கம்? அந்த

அளவிற்கு நான் இன்னும் வளரவில்லையென எண்ணுகிறாரோ? எனக்கும் பதினைந்து வயதாகி விட்டது. நல்லது கெட்டது எனக்குத் தெரியாதா?

அதற்கு மேலும் என்னால் பொறுக்க முடியவில்லை. "அப்பா" என்றழைத்தேன். என் பக்கம் திரும்பியவர் முகத்தையே கொஞ்ச நேரம் வெறித்துப் பார்த்துக் கொண்டிருந்தார். அது அதீத குழப்பத்தின் ஆழ்நிலை வெளிப்பாடு. அவர் தன்னிலை மறந்திருந்தார் என்று சொல்லவா வேண்டும்? "அப்பா" என்று திரும்பவும் அழைத்தேன். என்ன என்பது போலத் தலையாட்டினார். "ஏம்ப்பா தூங்கலையா?" என்றேன். ஒரு துண்டு மௌனத்தைப் பதிலாகக் கொடுத்துப் பிறகு "ஒன்னுமில்லை கண்ணா! நீ படு" என்று முடித்துக் கொண்டார்.

அப்பா என்னை எப்போதும் செல்லமாக அப்படித்தான் அழைப்பார். கண்ணாயிரம் என்ற என் முழுப் பெயரை அவர் ஒரு நாளும் அழைத்து நான் கேட்டதில்லை. தம்பியை இவ்வாறு செல்லப்பெயர் சொல்லி அழைத்ததில்லை. சின்னவனே என்று அழைப்பதோடு சரி. அவன் பெயர் மாடசாமியை ஏனோ உச்சரிக்க மாட்டார். அது குல தெய்வத்தின் பெயராம். அவனே இவனேயென என்று குலதெய்வப் பெயரைச் சொல்லி அழைக்க மனமில்லையாதலால் சின்னவனே என்ற காரணப்பெயர் அவனுக்கு. அவனைவிட என் மீதுதான் அவருக்குக் கொள்ளைப் பிரியம். ஆகவேதான் கண்ணா கண்ணாவென்று உருகுவார்.

தூக்கமும் அசதியும் என்னைப் படுத்தின. வேறுவழியின்றி நான் படுத்துக்கொண்டு விட்டேன். ஆனால் என்னாலும் அதற்கு மேல் தூங்க முடியவில்லை. புரண்டு படுத்து கண்களை மட்டும் மூடியிருந்தேன். அப்பாவின் குழப்பம் என்னவாக இருக்குமென்று மனத்தில் தீரா உரையாடல். தூக்கம் வராத இரவு எவ்வளவு அவஸ்தை? ஊரே உறங்கிக் கொண்டிருக்க, இரவுப் பூச்சிகளின ரீங்காரம் மட்டும் ஒலிக்கும் வேளையில், தாங்கிக்கொள்ள முடியாத் துக்கத்தில் உழன்று தவித்துப் பார்த்தவர்களுக்குத் தெரியும் இரவு எவ்வளவு நீளமானதென்று. அது மகா கொடுமை. உள்ளறுக்கும் ரணம். அதற்குமேல் அதை விவரிக்கத் தெரியவில்லை.

தூக்கம் என் கண்படுக்கையில் படுத்து ஓய்வெடுக்க ஏங்கியபடி கால் கடுக்க என்னருகே நின்றுகொண்டேயிருந்தது. நான்

அதனைச் சட்டை செய்யாமல் விழித்துக் கொண்டேயிருந்தேன். அது அவமானத்தில் கூனிக்குறுகி அருகிருக்கும் இருட்டுக்குள் ஒளிந்து கொண்டு நான் மெய் மறப்பேனாவென எட்டியெட்டிப் பார்த்துக் கொண்டேயிருந்தது. என் மனம் மாபெரும் விவாதக் களமானது.

'அப்பா எதற்காக இந்நேரம் எழுந்து உட்கார்ந்து கொண்டிருக்க வேண்டும்? இது பெரும் அவஸ்தையில்லையா? அவருக்கு மட்டுமென்ன இந்தத் துன்பம்? துன்பம் வரவும் வழியில்லையே. இன்றுதான் அவர் வாய்க்கு வாய் என் தம்பியென்று உரிமையோடு உச்சிமுகரும் பரந்தாமன் வந்து சென்றிருந்தாரே. பலமுறை அழைத்தும் நேரமின்மையால் வரவில்லையென்று இவரே சமாதானம் சொல்லிக் கொண்டிருப்பார். அதிசயம்போல் இன்று காட்சி தந்திருக்கிறார். அவரின் வருகை எல்லையில்லா மகிழ்ச்சியையல்லவா வழங்கியிருக்க வேண்டும்? அந்த மகிழ்ச்சியில் அவர் தன்னை மறந்தல்லாவா தூங்கியிருக்க வேண்டும்? ஒருவேளை அதீத மகிழ்ச்சியின் தள்ளாட்டமா இது?'

பரந்தாமன் என்ற பெயரைக் கேட்டாலே துள்ளிக் குதிப்பவர் அப்பா. கூடப் பிறந்த தம்பி பக்கத்தில் இருக்கிறார். இவர் பாலருந்திய தாயின் மார்பில்தான் அவரும் பாலருந்தி வளர்ந்திருக்கிறார். அவர் பெயரை ஓர் நாளும் நிறைவாக உச்சரித்துப் பார்த்ததில்லை. "யலே கந்தன்பயலே" என்றுதான் வேண்டா வெறுப்பாக கூப்பிடுவார். பேச்சில் ஒரு ஒட்டு உறவு இருக்காது. அந்தக் குரல் சொந்தத் தம்பியைக் கூப்பிடுவதுபோல இருக்காது. யாரோ வேற்றாளை கடமைக்காக அழைப்பது போலிருக்கும். அவரைப் பற்றி ஒரு நாளும் சிலாகித்துப் பேசியதில்லை. ஆனால் பரந்தாமனைப் பேசினால் நேரம் போவது தெரியாது அவருக்கு. முகத்தில் மகிழ்ச்சி தாண்டவமாடும்.

பரந்தாமன் இதே தெருவில் பிறந்து வளர்ந்தவர். வேலை கிடைக்கும்வரை இந்தத் தெருவில் உலாவியவர். இந்த மண்ணின் உப்பைச் சுவைத்தவர். இங்கு உலாவிய காற்றைத்தான் பலவருடக் காலம் தன் நுரையீரல் பையில் நிரப்பிக் கொண்டவர். இப்போது சென்னையில் ஓர் அரசு நிறுவனத்தில் உயர்ந்த பதவியில் இருக்கிறார். அங்கேயே நிரந்தாரமாகக் குடியேறி விட்டார். அவர்

மனைவியும் அரசுப் பணியில் இவரைவிட உயர்ந்த அதகாரியாக இருக்கிறார் என்று அப்பா பெருமிதத்தோடு சொல்லுவார்.

இருவரும் கை நிறைய சம்பாதிக்கிறார்கள். இரண்டு ஆண் பிள்ளைகளும் நன்றாகப் படித்துக் கொண்டிருக்கிறார்களாம். மூத்தவனை எப்படியாவது மருத்துவக் கல்லூரியில் சேர்த்துவிட வேண்டுமென்று தவியாய் தவிக்கிறார்களாம். நுழைவுத் தேர்வுக்காக லட்சங்களை வாரியிறைத்து இப்போதே தயார் செய்யத்தொடங்கி விட்டார்கள். அப்பாவோடு பேசும்போது அதைப் பெருமையாகச் சொல்வாராம் பரந்தாமன். இளையவன் எட்டாவது படித்துக் கொண்டிருக்கிறானாம். அவனுக்கு வருடாந்திர படிப்புக் கட்டணமே பல ஆயிரங்களாம். அதைச் சொல்லும்போது பரந்தாமன் மகிழ்ந்தாரோ இல்லையோ, அப்பாவிற்கு அப்படியொரு சந்தோஷ மின்னல் முகமெங்கும்.

சிறு வயதில் அப்பாவோடு பரந்தாமன் விட்டுப் பிரிய மாட்டாராம். அவருடன் கொண்டிருந்த உறவை நினைவுக்கு வரும் போதெல்லாம் சொல்லி சொல்லிச் சிலாகிப்பார் அப்பா. இருவரும் ஒன்றாக ஓடியாடி விளையாண்ட நினைவுகளை அப்பா வாயால் கேட்கக் கொடுத்து வைத்திருக்க வேண்டும். அத்தனை சுவாரசியமாய் அந்தக் கதையை நகர்த்திச் செல்வார் அப்பா.

சொல்லும்போதே அப்பா கண்களில் நீர் திரையிடும். அப்பாவின் அப்பா அதாவது என் தாத்தா சிறு வயதிலேயே தவறி விட்டாராம். ஆகவே அப்பாவால் தொடர்ந்து படிக்க முடியவில்லை. குடும்பச் சுமைகளைப் பன்னிரண்டு வயதிலேயே சுமக்கத் தொடங்கி விட்ட அப்பாவால் இந்த நிமிடம் அதை இறக்கி வைக்க முடியவில்லை. சுமைகளைக் கைமாற்றிக்கொள்ள ஆள் வேண்டுமே. இனி நான் ஆளாகி சுமந்தால்தான் உண்டு. பாட்டிக்குத் தெருக் குப்பைகளை அள்ளும் வேலை. இப்போதுபோல தள்ளுவண்டியெல்லாம் அச்சமயம் கிடையாது. தலைச்சுமையாகவே அத்தனையையும் சுமக்க வேண்டும். நாற்றமெடுத்த வாழ்க்கை. எல்லோரும் தங்களைச் சுத்தமாக வைத்துக் கொள்ள எதையெதை அருவருப்புடன் கழித்துப் போடுகிறார்களோ அதைச் சுமப்பதற்கென்றே ஒருவருக்கு வாய்க்கிறதென்றால் அதற்குப் பெயரும் வாழ்க்கைதானா? அதுவே யாரோ ஓர் அரசியல் பிரமுகரின் சிபாரிசில்தான் கிடைத்ததாம். பாட்டியின் வருமானத்துடன் அப்பாவின்

சொற்ப வருமானமும் தான் அப்பாவிற்குப் பிறகிருந்த மூன்று பிள்ளைகளைக் கரையேற்ற உதவியிருக்கிறது.

அப்பாவிற்குப் படிக்கும் பிள்ளைகளைப் பார்த்தால் பேராசை. கொள்ளைப் பிரியம் என்பார்களே அப்படி. அவர்களை அள்ளி முத்தமிடாத குறைதான். தான் சென்று படிக்க முடியாத ஏக்கம் இன்று வரை அப்பாவிற்கு உண்டு. அது ஒரு தீராத வேதனையென்று அப்பா சொல்கையில் அவரின் குரல் கம்மும். ஆகவே படிக்கும் பிள்ளைகளுக்கு அவர் என்ன வேண்டுமானாலும் செய்யத் துணிவார். நமக்குக் கிடைக்காத ஒன்று அவர்களுக்காவது கிடைக்கட்டுமே என்ற தாராளம். அதில் சுகம் காண்பார்.

பல இன்னல்களுக்கிடையிலும் பாட்டியிடம் பேச்சு வாங்கிக் கொண்டே சித்தப்பா கந்தவேலை அப்பா பள்ளிக்கு அனுப்பியிருக்கிறார். ஆனால் பரந்தாமன் படித்த அளவிற்கு சித்தப்பா கவனமுடன் படிக்கவில்லை. கொஞ்சம் வளர்ந்ததும் ஊர் சுற்றத் தொடங்கி விட்டார். அப்பாவிற்கு அதில் தாள முடியாத வருத்தமுண்டு. சொல்லிச் சொல்லிப் பார்த்தவர் ஒரு கட்டத்திற்கு மேல் வெறுத்து எக்கேடோ கெட்டுப் போ என்று தலைமுழுகி விட்டாராம்.

என்ன செய்வது? அவரும் எங்கள் குலத்தொழிலின் உரிமையை யாருக்கும் தாரை வார்க்காமல் கையிலெடுத்து விட்டார். சித்தப்பாவும் அறுந்த செருப்பின் ஆயுளை நீட்டும் தொழிலில் அமர்ந்து விட்டார். பழனி பேருந்து நிலையத்தின் முகப்பில் சுருண்டிருக்கும் நத்தையைப்போலக் கூனியபடி அமர்ந்து அறுந்த செருப்பை யாராவது கொண்டு வருவார்களா என்று தவமாய்த் தவம் கிடப்பவர் என் சித்தப்பா என்பதை நான் பெருமையாகவா சொல்லிக்கொள்ள முடியும்? வேகாத வெயிலில் ஒரு கோணிப்பையின் நிழலில் வெந்து சாகிறார் மனிதர். அடிக்கும் காற்றுக்கும் கொளுத்தும் வெயிலுக்கும் கிளப்பும் புழுதிக்கும் இந்தக் கோணிச்சாக்கு எம்மாத்திரம்?

காலையிலிருந்து இந்தப் பேருந்து நிலையத்தின் ஒட்டுமொத்தப் புழுதியும் கசடும் செருப்பு தைக்கும் தொழிலாளி மீது மட்டுமே படியுமோ என்னவோ? ஒருத்தரைப் பார்த்ததைப்போல அத்தனை பேருந்து நிலைய முகப்பிலும் இந்த

அழுக்கு மனிதர்கள். அறுந்த செருப்புக்கும் கிழிந்த பைகளுக்கும் நூல் கோர்க்கும் அவர்கள் வாழ்க்கையில் ஏகப்பட்ட கிழிசல்கள். அவர்களிடம்தான் சிலரின் அதிகார மிடுக்கு. சொத்தை எழுதிக் கேட்பதைப் போலப் பெரும் பேரம். ஐம்பது பைசாவிலும் ஒரு ரூபாயிலும் கோட்டை கட்டி விடுபவர்கள்போல.

அப்பா மேற்குப் புறத்தில் என்றால் சித்தப்பா கிழக்குப் புறம். வாயிற்கும் வயிற்றிற்கும் பற்றாத வருமானத்தில் சித்தப்பாவிற்குக் குடிப்பழக்கம் வேறு. இரண்டும் பெண் பிள்ளைகள். அது குறித்துச் சொட்டுக் கவலையில்லை. எவர் சொல்வதையும் கேட்காமல் தான்தோன்றித்தனமாக நடந்துகொள்கிறார் என்பது பத்தாம் வகுப்பு படிக்கும் எனக்கே தெரிகிறதென்றால் அப்பாவிற்குத் தெரியாதா? தம்பியை நினைத்து அவ்வளவு வேதனை. சொன்னது பாதி. சொல்லாமல் உள்ளுக்குள் குமைவது பாதி.

அப்பா பன்னிரண்டு வயதில் கோணி ஊசியையும் சாக்கையும் எடுத்துக் கொண்டு பேருந்து நிலையம் வந்தவர். இன்றும் அந்த இடம் மாறவில்லை. நிரந்தரமாக அங்கேயேதான் அமர்ந்திருக்கிறார். சிறு வயதில் பரந்தாமனுக்கு அப்பா தன்னாலியன்ற உதவிகளைச் செய்வாராம். படிக்கிற பிள்ளைக்குக் காசு எங்கிருந்து வருமென்று செலவுக்குக் காசு தருவாராம். வேலை முடிந்து இரவு வீட்டிற்குச் செல்லும்போது தின்பண்டங்கள் வாங்கிச் செல்வாராம். அவர் அப்பாவும் பேருந்து நிலையத்தின் மற்றொரு புறம் செருப்பு தைக்கும் நிபுணராக இருந்தவர்தான். அவர் வாழ்வாங்கு வாழ்ந்தது அந்தத் தனியார் பேருந்து ஓட்டுனருக்குப் பிடிக்கவில்லையோ என்னவோ?! ஒரு நாள் நேராகக் கொண்டுவந்து ஏற்றி விட்டான். அமர்ந்த இடத்திலேயே இடது கையில் செருப்பையும் வலது கையில் ஊசிநூலையும் பிடித்தபடியே அமரராகிவிட்டார் அவர்.

பரந்தாமன் ஒரே பிள்ளையென்பதால் அவர் அம்மா எப்படியோ சமாளித்தார். தவிர அவரின் தாய்மாமன்கள் உதவிகள் கிடைத்தன. சமாளித்துக் கொண்டார். நிலைமையைப் புரிந்துகொண்டு பரந்தாமன் கண்ணும் கருத்துமாய்ப் படித்தார். கல்விதான் யாவற்றிலிருந்தும் விடுதலை தரும் என்பதை அவர் சிறு வயதிலேயே உணர்ந்த ஞானியாகத் திகழ்ந்தார். அப்பாவும் அவரும் அப்போதே பெரிய சிந்தனையாளர்களைப்போல

உரையாடிப் பலவற்றையும் விவாதித்துக் கொள்வார்களாம். அவரின் வாழ்வையும் துயரத்தையும் சொல்லிச் சொல்லியே அப்பா என்னையும் தம்பியையும் படிக்கத் தூண்டினார்.

ஒரு நாள் ஏதோ வேகத்தில் அவர் கலங்கியபடிப் பேசினார்.

"ஏங்கண்ணு... உனக்கு இந்தக் கந்தவேலுப்பய சித்தப்பன் இல்லை. சென்னையில இருக்கற என் தம்பி பரந்தாமன் தான்யா உன் சித்தப்பன். நீ படி ராசா. என் தம்பி எல்லாத்தையும் பாத்துக்கிடும். அதுக்கு வேலை ஒழிய மாட்டேங்குது. நம்ம மாதிரியா? பெரிய ஆபீசரா இருந்தா அப்படித்தான். ஓய்வு ஒழிச்சலில்லை. நிய்யி ரெண்டு வயசா இருந்தப்ப ஊருக்கு வந்திட்டுப் போனது. நானும் போனு பண்ணறப்பவெல்லாம் சொல்லிட்டுத்தான் இருக்கேன். ஊருக்கு ஒரு தடவ வந்துட்டுப் போய்யா. உம் முகத்தைக் கொண்டு காட்டு. என் பிள்ளைகளுக்கு புத்திமதிய சொல்லிட்டுப் போ. என்னாலதான் படிக்க முடியலை. என் பிள்ளைகளாவது உன் மாதிரி உசந்த பதவிக்கு போகணும்யா, வழி காட்டு"

அப்பாவிற்குத் தன் சொந்தத் தம்பி கந்தவேல் மீது தீராத கோபம் இருந்தது.

"இந்த நாடுமாறிப்பெயல படிக்க வெக்கணுன்னு எவ்வளவு பிரயாசைப்பட்டேன் தெரியுமா? என்ன செய்யறது? தலையில எழுதினதைத் தண்ணியால அழிக்க முடியுமா? விதி வலியதுன்னு சொல்றதைப்போல இந்தக் கேடுகெட்ட தொழில்லயே வந்து உக்காந்துட்டானே. நினைச்சா என் சரீரமே நடுங்குது. என்னைப் படிக்க வைக்கிற மவராசன்தான் போய் சேந்துட்டாரு. இவனுக்கு நான் இருந்தேனே. அது போதாதா? குலத்தொழிலைக் காக்க வந்த கோயமுத்தூர் மாப்பிள்ளை மாதிரி அதோ உட்கார்ந்திருக்கான் பாரேன் என்று தலையில் அடித்துக் கொள்வார்.

பரந்தாமன் மீது அப்பாவிற்கு வேறெந்த எதிர்பார்ப்பு மிருந்ததாக தெரியவில்லை. காசு பணம் கண்றாவிக்கெல்லாம் ஆசைப்படாத ரகம். அவர் பேச்சிலிருந்து சிலவற்றை அனுமானிக்க முடியும்.

பரந்தாமன் தன் வீட்டிற்கு வருவதே பெருமையென்று எண்ணினார் அப்பா. எங்கள் முன்னிலையில் அவரைத் தம்பி

பரந்தாமா என்று அணைத்துக் காட்ட வேண்டும். பரந்தாமன் தன்னை அண்ணா அண்ணாவென்று உருகுவதைப் பிள்ளைகள் நாங்கள் பார்த்து வியக்க வேண்டும். அவர் அணிந்திருக்கும் விலையுயர்ந்த நவநாகரிகமான உடைகள், வாட்ச், மோதிரம், காலணி பார்த்து தன் பிள்ளைகள் பெருமை கொண்டு ஆசை துளிர்க்க வேண்டும். படித்தால்தான் இப்படிப்பட்ட வாழ்க்கையென்று எங்கள் ஆழ்மனத்தில் தோன்ற வேண்டும். தங்களுக்கும் இப்படிப்பட்ட உயர்ந்த உறவுவொன்று இருக்கின்றது என்று மனத்தால் நினைத்துப் பெருமிதம் கொள்ள வேண்டும். இப்படிப்பட்ட ஆசைகள்தான் அவருக்குள் இருந்தன.

அதோ, வருகிறார் இதோ வருகிறார் என்று அப்பா சொல்கிற போதெல்லாம் எனக்கே ஒரு கட்டத்திற்கு மேல் வெறுப்பாகத்தான் இருந்தது. உண்மையான பாசம் இருந்தால் எத்தனை வேலையிருந்தாலும் ஒதுக்கி வைத்துவிட்டு வந்திருக்க வேண்டும். அப்படி வராத அவரையெண்ணி எதற்காக அப்பா இப்படி லொம்பாடு படுகிறாரென நானே நினைத்திருக்கிறேன். சின்ன வயதில் வாழ்ந்த வாழ்க்கையையேவா இன்னும் அவர் நினைத்துக் கொண்டிருக்கப் போகிறார்? அவரவருக்கும் ஆயிரத்தெட்டு வேலைகள். சூழ்நிலைகள். வரவேண்டுமென்று நினைத்தாலும் தடுக்கும் இடையறாப் பணிகள். இதெல்லாம் அப்பாவிற்குப் புரியாதா?

எப்படியோ நேற்று தான் அப்பாவின் நெடுநாள் எண்ணம் நிறைவேறிற்று. ஏதோ பணியின் நிமித்தமாக பழனிக்கு வந்து விட்டார் பரந்தாமன். அவர் நேராக வீட்டிற்கு வராமல் பேருந்து நிலையத்தின் எதிரே ஒரு தங்கும் விடுதியில் தங்கியிருக்கிறார் என்ற செய்தி கிடைத்ததும் அப்பா தன் கடையைக் கூட விரிக்கப் போகவில்லை. காத்திருக்கத் தொடங்கி விட்டார். அவர் வருகையின் பொருட்டு வீட்டைத் தூய்மைப் படுத்தி வைக்க அம்மாவுக்கு ஏகப்பட்ட உத்தரவுகள். வருவார் வருவார் என்று பார்த்தால் மாலை மூன்று மணி வரையும் அதற்கான எந்தச் சுவடுமில்லை. அப்பாவால் அதற்குமேல் நிலைகொள்ள முடியவில்லை.

"ஏங்கண்ணு! பஸ்டாண்டு பக்கம்தானே. நமக்குத் தெரியாதா? நாமலே போய் பார்த்து கூட்டியாந்திடுவமா?" என்று என்னை அழைத்தார். எனக்கு அது அத்தனை சரியாகப்

படவில்லை. ஆனால் சொல்வதைக் கேட்கும் நிலையில் அப்பா இல்லை. நான் மறுத்துப் பார்த்தும் பலனில்லை. "நீ வாய்யா! நான் சொல்லுறதைக் கேளு. தம்பி நாம வந்து பார்க்கலைன்னுகூட நினைக்கலாமில்ல? போய் ஒரு எட்டு பார்த்துட்டு வந்திடுவம்" என்று என்னை வலுக்கட்டாயமாக அழைத்துக்கொண்டு விடுதிக்குச் சென்றார்.

விடுதியில் இருந்தவர்கள் அப்பாவிற்கு நன்கு அறிமுகமாகி யிருந்தார்கள். நாங்கள் உள்நுழைந்ததுமே வாட்ச்மேன் கூவினார்.

"யலே!வீராச்சாமி... எங்க நீ பாட்டுக்குக் கேட்டுக் கேளியில்லாம உள்ள நொழையுற? என்னா விசயம்டா?"

"என் தம்பி வந்திருக்குங்க. பார்த்துட்டுப் போலாம்ன்னு வந்தன்" என்றார் அப்பா.

"என்னது ஒந் தம்பியா? அந்தப் பக்கம் தைச்சிக்கிட்டிருப்பான், போய் பாரு"

கிண்டலடித்தார் வாட்ச்மேன்.

"இல்லங்க... பரந்தாமன்னு இருக்கும் பாருங்க. சென்னையிலருந்து வந்திருக்கு"

வாட்ச்மேன் முகம் சட்டென மாறியது.

"அவரா? ஒந் தம்பியா?" அவர் பேச்சில் அத்தனை ஏளனம்.

"ப்போ... ப்போ... மொத மாடியில ஏழாம் நம்பர் ரூம். போயி நல்லா பாரு" என்று என்னவோ சொல்லி அலட்சியமாய் முனகினான் வாட்ச்மேன்.

அறையின் வெளியே உதவிக்குப் பையன் நின்றிருந்தான். இவரைக் கண்டதும் "யோவ்... யாருய்யா வேணும்?" என்றான். விவரத்தைச் சொன்னதும் "இப்ப பார்க்க முடியாது. அவங்க முக்கியமான வேலையா இருக்காங்க. அப்பறம் வா" என்று விரட்டினான். அப்பாவைப் பார்க்க பாவமாக இருந்தது. அவர் என்னைச் சமாதானம் செய்து வீட்டிற்கு அனுப்பி வைத்தார். காத்திருந்து அவரைப் பார்த்து வீட்டிற்கு அழைத்து வருவதாகச் சொன்னார்.

நான் வீடு வந்து விட்டேன்.

மாலை ஆறு மணியிருக்கும். பரந்தாமன் இல்லாமல் அப்பா மட்டும் வீடு வந்து சேர்ந்தார். அவர் முகத்தில் சோகக்களைகள்.

இருந்தும் மறைத்துக் கொண்டு அவர் எங்களுக்காகப் பேசினார்.

“தம்பிக்கு ரொம்ப முக்கியமான வேலையாம். இன்னொரு நாள் வர்றேன்னு அவசரமா கிளம்பிப் போயிட்டு” என்று முடித்துக் கொண்டார்.

நெடுநாள்கள் கழித்துப் பார்த்தவர், பேசி மகிழ்ந்தவர், வீட்டிற்கு வராததைக்கூடப் பூசி மெழுகியவர் இரவில் இப்படி தூக்கமில்லாமல் தவிப்பது ஏனென்று விளங்கவில்லை.

மறுநாள் காலை அப்பா வழக்கம்போல் கடை விரிக்கப் போய்விட்டார். பள்ளிக்குச் செல்லும் வழியில் நேற்று தங்கும் விடுதியில் அறைக்கு வெளியே உதவிக்கு நின்றிருந்த அண்ணனைப் பார்த்தேன். அவரும் என்னைக் கண்டுகொண்டு சிரித்தார்.

“என்னயிருந்தாலும் உங்கப்பனுக்கு இப்படிக் கோபம் வரும்ன்னு நான் நினைக்கலடா” என்றார் அண்ணன்.

“என்ன சொல்றீங்க?” என்றேன்.

விடுதியில் நடந்ததை விவரித்தார் அண்ணன்.

பரந்தாமன் வந்ததும் அவரைப் பார்க்க அவரது நண்பர்கள் என்று சொல்லிக்கொண்டு ஐந்து பேர் வந்திருந்தார்கள். அறுவரும் குடியும் கூத்துமென்று கொண்டாடினார்கள். அப்பா பல மணி நேரம் அங்கேயே காத்திருந்தார். உச்ச போதையில் சிகரெட் பற்ற வைக்க வெளியே வந்தார் பரந்தாமன். வீராசாமி எழுந்து ஓடினார். இவரைக் கண்டதும் காணாதது போல் முகத்தைத் திருப்பிக்கொண்டு நின்றார் பரந்தாமன். “தம்பி பரந்தாமா! எப்படிய்யா இருக்க?” என்றார் வீராசாமி. அதற்குள் உள்ளிருந்த நண்பர்கள் இருவர் வந்திருக்கிறார்கள். “யாருய்யா இது? அண்ணன், தம்பின்னுக்கிட்டு” என்றார் அவர்களில் ஒருவர். பரந்தாமன் சற்றும் கூசாமல், “ஹே... வீராசாமி எப்படி இருக்க?” என்றதும் அதிர்ந்து போனார் வீராசாமி. “தம்பி” என்றார் வீராசாமி. “இங்க பாரு.. இங்கெல்லாம் வரக்கூடாதுன்னு தெரியாதா உனக்கு?” என்ற பரந்தாமன் உள்ளே சென்று சட்டைப் பையிலிருந்து நூறு ரூபாய் பணம் எடுத்து வந்து வேண்டா வெறுப்பாக “வச்சிக்க” என்றார். இதைக் கிஞ்சிற்றும் எதிர்பார்க்கவில்லை வீராசாமி. “பணத்துக்காக வரலை தம்பி!” என்றிருக்கிறார் அப்பா. “சரி வச்சிக்க” என்று

சொல்லிவிட்டு அறைக்கதவை மூடிவிட்டாராம் பரந்தாமன்.

அப்பா ஏன் தூங்காமல் தவித்தார் என்பதை இப்போது புரிந்து கொள்ள முடிந்தது. எனக்கு ரத்தம் கொதித்தது. "வேண்டும்.. பரந்தாமன் பெரிய புடலங்காய் என்று பெருமை பேசிக்கொண்டு திரிந்த அப்பாவிற்கு இது வேண்டும் இன்னமும் வேண்டும்" என்று நினைத்துக் கொண்டேன். அறைப் பையன் தொடர்ந்தார்.

"டேய்! இன்னிக்குக் காலையில உங்கப்பன் ஒரு கடிதம் எழுதிட்டாருடா. அவர் சொல்ல சொல்ல நான்தான் அதை எழுதினேன். அந்தாளு செத்திருவான்டா" என்றார்.

நான் எதுவும் பேசாமல் அவரையே பார்த்தேன்.

"நீ பழைய பரந்தாமனாய் இருப்பாய் என்றுதான் பாசத்தில் பார்க்க வந்தேன். நீ நினைப்பதுபோல நூறு கொடுப்பாய் என வரவில்லை. நான் இன்றும் செருப்பு தைத்துதான் வாழ்கிறேன். ஆனால் என் பிள்ளைகளை இலட்சியக் கனவுடன் வளர்த்து வருகிறேன். அவன் என்று பிறந்தானோ அன்றிலிருந்து தினச் சம்பாத்தியத்தில் நூறைச் சேமித்து வருகிறேன். அதில் ஒரு பெருந்தொகை இப்போது உள்ளது. பல இக்கட்டான சூழலிலும்கூட அதில் நான் கை வைத்ததில்லை. என் பிள்ளைகளின் படிப்புக்காக மட்டுமே அது. நீ வந்து என் பிள்ளைகளுக்குப் புத்திமதி சொல்லுவாய். உன்னைக் கண்டால் என் பிள்ளைகளுக்கு உந்துதலாய் இருக்குமென்று தான் அழைத்தேனே தவிர வேறென்றுமில்லை. உன் பிச்சைக் காசு இந்த நூறு ரூபாயை அங்கேயை உன் முகத்தில் எறிந்திருப்பேன். அப்பவும் நீ அவமானப்படுவதை என் மனம் ஒத்துக்கொள்ளவில்லை. இந்தக் கடிதத்துடன் நீ கொடுத்த தொகையையும் என் பிள்ளைகளுக்காக நான் சேர்த்து வைத்திருக்கும் வங்கிப் புத்தகத்தின் நகலையும் அனுப்பியுள்ளேன். நன்றி!".

மறுநாள் இரவு படுத்ததும் அப்பாவின் குறட்டைச் சத்தம் கேட்டது.

- சிகரம் - ஜனவரி 2021.

★ ★ ★

6

மாமிச வெப்பம்

அவன், அவளுக்காக நெடுநேரமாய்க் காத்திருந்தான். அந்தக் காத்திருப்பில் காட்டுப் புதர்களென ஆசைகள் குறுக்கும் நெடுக்குமாய் மண்டத் தொடங்கின. அவன் பணி புரியுமிடம் பேருந்து நிலையத்திலிருந்து மூன்று கிலோ மீட்டர். அது வளர்ந்து வரும் புறநகர்ப் பகுதி. அங்குப் பகலில் பொழியும் உக்கிர வெயிலில் அவன் மேனி முழுவதும் நனைந்திருந்தது. அவன் வேர் பிடுங்கிய கீரைத் தண்டென வாடிக் களைத்திருந்தான்.

தொடக்கத்தில் பத்தாண்டுக் காலம் அவனுக்குப் பெயர் கொத்தனார். அதற்குள் சித்தாளாய் வேலை கற்றுக் கொண்ட பயிற்சிக் காலமும் அடக்கம். சிமெண்ட்டோடும் செங்கல்லோடும் போராடும் துயர வாழ்வெனினும் அதனை ரசித்துச் செய்தான். அதன் அடையாளமாய் கைகள் காய்ப்பேறி மரத்துக் கிடந்தன. இப்போது அவன் பதவி உயர்வு பெற்று விட்டான். பத்துப் பேருக்கு வேலை தரும் மிடுக்கு அவனிடமிருந்தது. சில கொத்தனார்களும் சித்தாள்களும் அவனை மேஸ்திரி என்றழைப்பதில் அவன் வானத்தில் மிதந்தான். சிமெண்டின் அழுக்கேறிப் பூத்த கை, கால்களுடன் செம்பழுப்பில் வெளுத்துக் கிடக்கும் மீசையைச் சற்றே முறுக்கி விட்டிருந்தான்.

அவனால் நிற்க முடியவில்லை. உடலின் சோர்வு கால்வழியே இம்சித்தது. கால் கடுப்பில் குதிகால் உளைச்சலெடுத்தது. அருகிலிருக்கும்

திண்டில் சுவற்றில் சாய்மானம் போட்டு அமர்ந்து கொண்டான். கண்கள் கிறங்கி சொக்கின. விலா எலும்பின் பக்கவாட்டில் வலியெடுத்தது. அதிலிருந்து முட்டிக் கொண்டு படபடத்தன பால் வண்ணச் சிறகுகள். உயர்ந்திருக்கும் மலை முகடுகளை அவன் அனாயசமாகக் கடந்துகொண்டிருந்தான். அடுத்திருக்கும் பனிப்பாறைகள் பவளப்பாறைகளாய் காட்சி தந்தன. அதில் பனிச்சறுக்கில் மிதந்தபடி ஏகாந்தமாய் சுற்றித் திரிந்தான். அங்கிருந்து திடும்மெனப் பள்ளத்தாக்குகளில் குதித்தான். உடலை வளைத்து வளைத்துக் குட்டிக்கரணம் அடித்தான். ஆர்ப்பரிக்கும் அருவியைச் சுருட்டித் தன் சட்டைப்பையில் வைத்து வறட்சியில் தவிக்கும் தன் ஊருக்கு எடுத்துச்செல்ல முடியுமாவென்று யோசித்தான். காலை விரித்து அகண்டு கிடக்கும் நதியை அவன் உடம்பையே குறியாக்கி நிர்வாணமாய்ப் புணர்ந்து கொண்டிருந்தான்.

அவனும் அனந்தநாயகியும் முதன் முதலில் சந்தித்துக் கொண்ட நினைவுகளில் அவன் சஞ்சரிக்கத் தொடங்கினான். சில மாதங்களுக்கு முன்பு இதே மாட்டுத் தாவணியில் இரண்டாம் காட்சி படம் பார்த்துவிட்டு ஊர் செல்வதற்காகக் காத்திருந்தான். அவனுக்கு எதிரில் ஒரு பையை வைத்துக்கொண்டு தன்னந்தனியாய் நின்று கொண்டிருந்தாள் அனந்தநாயகி.

இவனையே விட்டு விட்டுப் பார்த்துக் கொண்டிருந்தாள். இவனுக்கும் சபலம். அவளைக் குறுகுறுவென பார்க்கத் தொடங்கினான். நாற்பது வயதைக் கடந்து மூன்று பிள்ளைகளுக்குத் தாயாகிய பின்பும் அனந்தநாயகியின் கட்டு குலையவில்லை. கன்னக் கதுப்புகளில் மெலிதான கரும்படலம் பரவத் தொடங்கியதைத் தவிர அவளின் வெள்ளரி நிறத்தில் எந்தக் குறைச்சலுமில்லை. பார்த்ததும் எந்த ஆணையும் பெருமூச்சு விடச் செய்திடும் அவளின் வாலிப்பான பெண்மைக்குப் பாண்டுவும் விதிவிலக்கல்ல.

சற்று நேரத்தில் அவள் இவனை நெருங்கி வந்து நின்றாள். இவனுக்கு ஒரு பக்கம் ஆசை. மறுபக்கம் ஏதும் விவகாரமாகிவிடப் போகிறதென்று பயம். அவள் மெல்ல பேச்சுக் கொடுத்தாள். "எந்த ஊருக்குப் போறீங்க?" என்றாள். பாண்டு இது மாதிரி சமயங்களில் அவசரப்பட மாட்டான். சற்று நிதானித்து "நீங்க?" என்று எதிர்கேள்வி கேட்டான். அவள் "திருச்சி"யென்று பதில் சொன்னதும் பாண்டுவும் சமயோசிதமாக

மீனா சுந்தர் ✤ 71

"திருச்சிதான்" என்றான். அவள் "எனக்கொரு டிக்கெட் எடுக்க முடியுமா?" என்றாள். "ஏன் என்னாச்சு?" என்றான். வீட்டு வறுமை. இங்கதான் ஒருத்தரப் பார்க்க வந்தேன். அவரு வரலை என்றாள். பாண்டுவுக்கு சபலம் உச்சியில் ஏறி நின்றது. "அதுக்கென்ன நான் எடுக்கறேன்" என்றான்.

இருவரும் ஏறிக்கொண்டார்கள். பேருந்தில் நான்கைந்து பேர் தான் இருந்தார்கள். இருவரும் கடைசி இருக்கைக்கு மூன்று இருக்கைக்கு முன்பு வசதியாக உட்கார்ந்து கொண்டார்கள். நடத்துநர் சீட்டைக் கொடுத்துவிட்டுப் போய்விட்டார். இப்படியொரு பெண்ணுடன் உரசிக்கொண்டு பயணம் போகும் வாய்ப்புக் கிட்டுமென பாண்டு நினைக்கவில்லை.

அவன் மனைவி அவனை விட்டுப் பிரிந்து இரண்டு ஆண்டுகள் ஆகியிருந்தன. 'அவள் கிடக்கிறாள் மூதேவி!' என்று நினைத்துக் கொண்டான். 'இப்படித் தங்க தாம்பாலம் போல் மடியில் வந்து விழுந்த அதிர்ஷ்டத்தை என்னவென்பது?' மனம் தாறுமாறாய்க் குதூகலித்தது. அவன் ஊருக்குப் போவதையே மறந்து திருச்சிக்குப் போய்க் கொண்டிருந்தான். அன்று தொடங்கிய பழக்கம். இருவரும் எண்களைப் பரிமாறிக் கொண்டார்கள்.

சலசலக்கும் நீரின் சத்தம்போலப் பேருந்தின் இயக்கு ஒலி அவ்விடம் முழுமையும் நீக்கமற பரவிக்கொண்டேயிருந்தது. ஹாரன் ஒலியின் அளவைக் கூட்டி ஓட்டுநர் அடித்த சமயம் திடுக்கிட்டு நிமிர்ந்தான் பாண்டுரங்கன். அப்போது தான் முழுமையாய் நிகழ் காலத்திற்கு வந்திருந்தான். பேருந்து நிலையமெங்கும் மரவட்டைகளாய்ப் பேருந்துகள் அலைந்தன. சட்டைப்பையில் ஒலித்த அலைபேசியைக் கண்ணைச் சுருக்கி பார்த்தபோது அனந்தநாயகியிடமிருந்து அழைப்பு வந்ததை உறுதிப்படுத்திக் கொண்டு "எங்கருக்குற?" என்றான். அவன் குரலில் அத்தனை தகிப்பு. ஆசை மனத்தை உந்தித் தள்ளிக் கொண்டிருந்தது. அவள் என்ன பதில் சொன்னாள் என்று தெரியவில்லை. அவன் எழுந்து அரக்கபரக்கவென மூர்க்கத்தனமாய் ஓடினான். அனந்தநாயகி தயாராயிருந்த பேருந்தினருகில் நின்றபடி "பாண்டு! பாண்டு!" எனக் குரல் கொடுத்துக் கொண்டிருந்தாள். சப்தத்தைச் செவியில் உள்வாங்கியபடியே அவன், அவளை நெருங்கிக் கொண்டிருந்தான்.

திருச்சி பேருந்தில் ஏறுவதற்காக வலது கையில் கனக்கும் பையுடன் ஓடிக் கொண்டிருந்தான் குபேந்திரன். பேருந்து இயந்திர நத்தையென மெல்ல நகரத் தொடங்கியிருந்தது. இதை விட்டால் குறைந்தபட்சம் பத்து நிமிடங்களாவது காத்திருக்க வேண்டும். இந்த இரவு நேரத்தில் கொட்டக் கொட்ட விழித்து நிற்பது மிகவும் சிரமம். பேருந்துகள் எழுப்பும் புழுதியில் நிற்க மூச்சடைத்தது. கொசுத் தோழிகளின் நச்சரிப்பு வேறு தாங்க முடியவில்லை. அவர்கள் இந்த இடமென்று ஏதுமில்லாமல் உடல் முழுவதும் முத்தமிட்டுக் கொண்டிருந்தார்கள்.

குபேந்திரனுக்குப் பேருந்தில் ஏறிவிட்டால் போதுமென்றிருந்தது. கண்ணை மூடிச் சற்று அசரலாம் என்ற எண்ணம் அவனுக்கு. அது சரியும் கூட. விழுப்புரத்திற்கும் விருதுநகருக்கும் என்ன தொடர்பு? இரண்டு ஊர்ப்பெயர்களும் வி என்ற எழுத்தில் தொடங்குகிறது என்பதைத் தவிர. வட தமிழகத்தின் ஒரு குக்கிராமத்தில் பிறந்து வளர்ந்த குபேந்திரன் இப்படித் தென் தமிழக நகரமொன்றில் பணியின் நிமித்தமாகத் தங்க நேரிடும் என்று நினைத்ததில்லை. பாடப் புத்தகத்தில் கர்மவீரர் பற்றிப் படிக்கையில் அவர் பிறந்த ஊர் விருதுப்பட்டி என்னும் விருதுநகர் என்று படித்ததோடு சரி. வேறு அறிமுகமில்லை. ஆனால் இன்று விருதுநகரில் இண்டு இடுக்கெல்லாம் அத்துப்படி. நகராட்சி அலுவலகத்தில் இளநிலைப் பொறியாளராய் பணி. தனியே அறையெடுத்து மாதமொரு முறை திருச்சியிலிருக்கும் அக்கா வீட்டிற்கும் மறுமுறை அப்பா, அம்மாவைப் பார்க்க விழுப்புரத்திற்கும் சென்று வருவதை வழக்கமாக்கி வைத்திருந்தான் குபேந்திரன்.

குபேந்திரன் பேருந்தில் ஏறிய போது அனைத்து இடங்களும் நிரம்பியிருந்தன. நடத்துநர் உள்ளே வாங்கண்ணே இடமிருக்கென்று கூவிக் கொண்டேயிருந்தார். நடத்துனர்களுக்கு மட்டும் தான் இல்லையெனினும் எப்பவும் உள்ளே அழைக்கும் பெரிய மனம். குபேந்திரன் யோசனையோடே உள்ளே சென்றான். நடுநாயகமாக இருந்த மூன்று நபர்கள் அமரும் இருக்கையொன்றில் ஓர் ஆணும் துப்பட்டாவால் தலையை மூடிய ஒரு பெண்ணும் உட்கார்ந்திருந்தனர். அண்ணே கொஞ்சம் நகர்ந்து உட்காருங்கண்ணே என்றதும் அந்த ஆண் நடத்துனரைப் பார்த்து முறைத்தான். "பாண்டு அண்ணே! ஒன்னும் நினச்சிக்காதீங்க. வேற யாரும் இறங்கினா சாரை நகர்ந்து உட்காரச் சொல்லிடுறேன்" என்று உறுதி மொழி

மீனா சுந்தர் ✤ 73

கொடுத்துக் கொண்டிருந்தார். தொடர் பயணத்தில் நடத்துநரைச் சரிசெய்து வைத்திருந்தான் பாண்டு.

குபேந்திரன் தன் பையை மேலே வைக்கும் சமயம் பக்கத்திலிருந்த பெண் துப்பட்டாவை நகர்த்தி கூர்ந்து பார்த்தாள். "பார்த்து வையிங்க. தலையில விழுந்திடப் போகுது" என்றவள் கலகலவெனச் சிரித்தாள். குபேந்திரன் ஒரு முறைக்காக மெல்ல உதட்டை பிரித்துச் சிரிக்க முயன்றான். அவனால் முடியவில்லை. பக்கத்தில் அமர்ந்திருந்த பாண்டுரங்கன் முகம் வாடிப் போயிருந்தது. அவன் எதையோ இழந்ததைப்போல ஜன்னல் வழியே வெளியில் விழிகளை வீசியிருந்தான்.

குபேந்திரன் இருக்கையில் ஒடுங்கியபடி உட்கார்ந்து கொண்டான். அவனுக்கு சவுகரியமாக உட்கார முடியவில்லை. அனந்த நாயகி பாண்டுவின் கைகளைக் கிள்ளி, "அந்தப் பையன் பாவம். கொஞ்சம் நகர்ந்து உட்காரு" என்றாள். பாண்டு வேண்டா வெறுப்பாக கொஞ்சமாய் அசைந்து கொடுத்தான். அவள் திரும்பவும் துப்பட்டாவை விலக்கி "வசதியா உட்கார்ந்துக்கிடுங்க. நாங்க திருச்சியிலதான் இறங்குவோம். கொஞ்சம் அட்ஜஸ் பண்ணிக்கிடுங்க" என்றாள். இவன் ஒத்துக் கொள்வதைப்போல லேசாகத் தலையை ஆட்டி வைத்தான்.

பேருந்து வெளியில் வந்து சன்னமாக வேகமெடுத்தது. ஜன்னல் நீள நீளமாய்க் காற்றை அறுத்து உள்ளே அனுப்பிக் கொண்டிருந்தது. நடத்துநர் பயணச் சீட்டுகளைப் போட்டுக் கொண்டிருந்தார். சர்ச்சில் தரும் தட்டை அப்பத்தைப்போல இவர் செவ்வக வடிவ பயணச்சீட்டை ஒவ்வொருவருக்கும் தந்துகொண்டே வந்தார். பயணச்சீட்டை முடித்து கணக்கை நேர் செய்தபிறகு நடத்துநர், ஓட்டுநர் இருக்கைக்கு இடது புறம் தன் இருக்கையில் அமர்ந்து கொண்டார். ஓட்டுநர் பேரொளியை அணைத்து மங்கலான ஊதா நிற ஒளியை பேருந்தெங்கும் பரவ விட்டார். துள்ளல் வகை பாட்டு செவியைக் கிழித்துக் கொண்டிருந்தது. அதையும் மீறி பலரும் ஆழ்ந்த உறக்கத்திலிருந்தனர். சிலர் கண்களை மூடி தூக்கம் வராமல் உழன்றபடியிருந்தனர்.

குபேந்திரன் கண்களை மூடியிருந்தான். பாண்டு நிலையாக உட்காராமல் இங்குமங்கும் அசைந்து கொண்டேயிருந்தான். அது அவனுக்குப் பெரும் தொந்தரவாக இருந்தது. பேருந்தின்

சன்னமான ஓட்டத்திற்கிடையே பாண்டுவும் அனந்தநாயகியும் எதையோ கிசுகிசுத்தபடியே இருந்தனர். அவர்களுக்கிடையே பேச்சில் பெரும் எள்ளலும் துள்ளலும் ஊடாடிக் கிடந்தன. இடையிடையே அவர்கள் எழுப்பும் பெரும் சிரிப்பொலி அவர்களின் மகிழ்ச்சியை வெளிக்காட்டிக் கொண்டேயிருந்தது. சற்று நேரத்தில் எல்லாம் அடங்கி ஓர் இயல்பு நிலை வந்தது போலிருந்தது.

குபேந்திரன் தன்னை அசைத்தபடி நகர்ந்து அமர எத்தனித்த பொழுதில் அவன் எதேச்சையாக பாண்டுவைப் பார்த்தான். அதிர்ந்து போனான். பாண்டு அனந்தநாயகியின் மேல் செங்கோணத்தில் படர்ந்திருந்தான். உதட்டைப் பனம்பழம் சப்புவதைப்போலச் சப்பி ருசித்துக் கொண்டிருந்தான். அவள் மூடிய கண்களைச் சுருக்கி வலியைப் பொறுத்துக் கொண்டிருந்தாள். பாண்டுவின் கைகள் அவள் நெஞ்சில் அலைந்துகொண்டு இருந்தன. ஜாக்கெட்டின் பித்தான்கள் விடுவிக்கப்பட்டிருந்தன. புதிதாய் கழுவிய இரண்டு பருத்த சர்க்கரை வள்ளிக் கிழங்குகளைப்போல அவளின் மார்புகள் சற்றே தளர்ந்து ஒதுங்கிக் கிடந்தன. அவன் அவிக்காத பச்சைக்கிழங்குகளை கடித்து ருசிக்கும் குழந்தைகளைப்போல அவள் மார்பில் முகம் வைத்துத் தேய்க்கத் தொடங்கினான். அவள் மோனலிசா ஓவியம் போல் சரிந்து கிடந்தாள். இவன் நா தூரிகையால் வண்ணம் தீட்டிக் கொண்டிருந்தான்.

குபேந்திரனுக்கு என்ன சொல்வதென்று தெரியவில்லை. கல்லூரிக் காலத்தில் நண்பர்களோடுச் சேர்ந்து பார்த்த இரண்டாம் ஜாமப் படங்களின் காட்சிகள் நினைவிலாடின. விடுதியில் வார்டனிடம் மாட்டிக்கொண்டு மன்னிப்புக் கடிதம் எழுதிக் கொடுத்த நிகழ்வுகளெல்லாம் தேவையில்லாமல் நினைவில் வந்து தொந்தரவு செய்தன. இன்று நேரில் இப்படியொரு காட்சியைப் பார்ப்போம் என்று அவன் நினைக்கவில்லை.

அவனுக்குத் தொந்தரவாகவும் அதே சமயம் அருவருப்பாகவும் இருந்தது. எழுந்துகொள்ளலாம் என்றாலும் வேறு எங்கும் இடமில்லை. திரும்பிப் பார்த்தால் பேருந்தே தூங்கிக் கொண்டிருந்தது. அவன் மெல்ல எழுந்துகொள்ள முயன்றபோது பாண்டுவின் முகம் அவள் வயிற்றில் ஊர்ந்து கொண்டிருந்தது. பாண்டுவை வலது கையால் தன்னோடு இறுக அணைத்துக்கொண்டு இடது கையால் எழ முயன்ற

குபேந்திரனை இழுத்து அமரும்படிச் செய்து கண்களால் வேண்டினாள் அனந்தநாயகி. "ப்ளீஸ்" என்று வாய் முனகிற்று. இதைச் சற்றும் எதிர்பார்க்காத குபேந்திரன் சப்தநாடியும் ஒடுங்கி அப்படியே உட்கார்ந்து விட்டான்.

பாண்டு அருந்தியிருந்த மதுவின் வாடை மெல்ல பரவி நின்றது. தண்ணீர் பாட்டிலில் கலந்து வைத்திருந்த மதுவின் கலவையை அனந்தநாயகியும் பேருந்தில் இரண்டு முறை அன்னாத்திக் கொண்டதைக் குபேந்திரன் கவனிக்கத் தவறவில்லை. ஆனால் அது மதுவின் கலவையென்று அவனுக்கு அப்போது தெரியாது. அவர்கள் இருவரும் ராஜபோதையில் மிதந்தனர். அவள் எல்லாவற்றிற்கும் வளைந்து கொடுத்தாள். அவன் வயிற்றின் மத்தியில் இருந்த தொப்புள் பள்ளத்தை வெறிகொண்ட முத்தங்களால் தூர்க்க முயன்று கொண்டிருந்தான். அது தூர்ந்து போகாத விரக்தியில் அவன் உதட்டுப் பூச்சிகள் மெல்ல கீழ்நோக்கி ஊர்ந்தன. அதில் மானை வேட்டையாடும் புலியின் பாய்ச்சல் இருந்தது.

பேருந்து திருச்சிக்குச் சம தூரத்தில் சென்று கொண்டிருந்தது. அநேகமாக ஓட்டுநர், நடத்துநர், குபேந்திரன், பாண்டு, அனந்தநாயகி ஐவரும் தான் விழித்துக் கொண்டிருந்தனர். ஓட்டுநருக்கு பின்புற இருக்கையில் யுவதியொருத்தி அரை தூக்கத்தில் அலைபேசியை நோண்டிக் கொண்டிருந்துவிட்டு அவளும் சற்று நேரத்தில் தூங்கிப் போனாள். குபேந்திரன் தன் மனத்தை ஒரு நிலைப்படுத்த முயன்றான். கண்களை மூடித் தூங்குவதுபோல நடிக்க முயன்றான். ஆனால் அவனை எதுவோ தூங்கவிடவில்லை. அவன் தாபத்தில் தவித்தான். திருமணமாகாத அவன் கன்னி மனத்தில் காமத்தின் கற்பனைகள் கொடி கட்டிப் பறந்து கொண்டிருந்தன. அவன், அவர்களைப் பார்க்கக் கூடாது என்று தான் நினைக்கிறான். ஆனால் அவனால் முடியவில்லை. தன் முகத்தைக் கர்சீப்பால் மூடித் தூங்குவதாய் பாவனை செய்து கொண்டு திருட்டுத்தனமாய் பாண்டுவின் மோகன ஆட்டத்தை ரசிக்கத் தொடங்கினான்.

அனந்தநாயகி அப்படியொன்றும் நிதானமில்லாமல் இருக்கவில்லை. அவளுக்கு குபேந்திரனின் ஒவ்வொரு நகர்வும் தெரிகிறது. இருந்தும் பாண்டுவை அவளால் தடுக்க முடியவில்லை. தடுத்தாலும் கேட்கும் ரகமில்லை அவன். பாண்டு எல்லை மீறிக் கொண்டிருந்தான். அவன் இடதுகையால்

புடவையை மன்னிக் கொண்டிருந்தான். அனந்தநாயகி திரும்பத் திரும்ப இழுத்து விட்டுக் கொண்டிருந்தாள். அவன் பல்லை நறநறவெனக் கடித்தான். பிறப்பை இழிவு செய்யும் ஒரு கெட்ட வார்த்தையை முனகியபடியே துப்பினான். அவள் மனத்திற்குள் அவமானத்தால் சுருண்டாள். "ஓசியிலயாடி காட்டுற. அத்தனைக்கும் காசு வாங்கிக்கறேல்ல. அப்பறமென்ன இழுத்து இழுத்து மூடுற. நல்ல மூடுல இருக்கறப்ப நாராசம் பண்ணாத, சொல்லிப்புட்டன்" என்று அவளுக்கு மட்டும் கேட்கும்படிச் சொற்களை உதிர்த்தான்.

அனந்தநாயகியால் அதற்கு மேல் ஒன்றும் செய்ய முடியவில்லை. அவள் கைகள் தளர்ந்து ஒதுங்கிக் கொண்டன. பாண்டுவின் கை திரும்பவும் புடவையை மன்னிக் கொண்டிருந்தது. அவன் கீழிருந்து புடவையை மேல் நோக்கி சுருட்டிய போது குபேந்திரன் கண்டு கொண்டு விட்டான். அவள் தொடைகள் மாம்பழ நிறத்தில் தென்னங் குருத்தின் அடிக்கிழங்கென உருண்டு திரண்டிருந்தன. அதில் தன் கையால் அவள் சிலிர்க்குமளவிற்கு மெது மெதுவாய் உரசி விட்டுக்கொண்டே வந்தவன், முகத்தைச் சடாரெனக் கீழ்நோக்கிப் புதைத்துக் கொண்டான். அவள் உணர்ச்சி தாங்காமல் இரண்டு தொடைகளையும் இறுக்கி அணைத்துக் கொண்டாள். அவளால் அதற்குமேல் தன்னைக் கட்டுப்படுத்திக்கொள்ள முடியவில்லை. அவள் மேல் நோக்கி முகத்தை வைத்துக்கொண்டு கிறங்கிய நிலையில் தன் விழிகளை மூடிக்கொண்டு கீழ் உதட்டை மேல் பற்களால் கடித்து உணர்ச்சிகளைத் தின்று கொண்டிருந்தாள்.

என்னதான் மெதுவாகப் பேசினாலும் குபேந்திரனுக்கு பாண்டுவின் சொற்கள் காதில் விழுந்து விட்டன. காசுக்காக உடலைக் கொடுக்கிறாள் என்றதும் இவனுக்கும் அவள் மீது ஆசை கொப்பளித்துக்கொண்டு வந்தது. ஆனாலும் அவளின் அழகிற்கு இந்த நாதாரிப் பயல் எதற்கு? அவள் எப்படி ஒத்துக் கொண்டாள் என்று குழம்பினான் குபேந்திரன். அவன் இளமை அவனைப் பந்தாடிக் கொண்டிருந்தது.

நிதானமற்று துவண்டு கிடந்த அனந்தநாயகியின் இடது கை குபேந்திரனை உரசிக்கொண்டு கிடந்தது. பாண்டு குப்புற வீழ்ந்திருந்ததால் குபேந்திரன் அவளின் கையைப் பற்றினான். சட்டென அனந்தநாயகி விழித்துக் கொண்டாள். குபேந்திரன் கையைப் பயத்தில் உதறிக் கொண்டான். அனந்தநாயகி

அவனைப் பார்த்து மெல்லச் சிரித்தாள். அந்தச் சிரிப்பில் ஒரு போதையிருந்தது. குபேந்திரனுக்குத் திக் திக் கென்றிருந்தது.

அவனுக்கு விவரம் தெரிந்து ஒரு பெண்ணின் கரத்தை இப்போது தான் காமத்தில் பற்றியிருக்கிறான். அந்த மென்மையை அனுபவிப்பதற்குள் அவள் விழித்துக்கொண்டு விட்டாள். பாண்டுவை எழ விடாமல் அடி மடியிலேயே அமுக்கிக் கொண்டு எங்கிருந்தோ ஒரு துண்டுக் காகிதத்தை எடுத்துக் குபேந்திரனிடம் கொடுத்தாள். அதில் அவள் அலைபேசி எண் இருந்தது. அப்பறமா போன் பண்ணுங்க என்பது போல சைகை செய்தாள். குபேந்திரனுக்குக் கைகள் நடுங்கின. சட்டைப் பையில் துண்டுச் சீட்டை வைத்துக் கொண்டான்.

"திருச்சி வந்திடுச்சி. தூங்குறவங்க எழுந்திருங்க" என்று நடத்துனர் குரல் கொடுத்தார். பேருந்து மத்திய பேருந்து நிலையத்திற்குள் நுழையும் சமயம் பேருந்து முழுவதும் பளிச்சென மின்னின. நீல நிறம் எங்கோ ஓடி ஒளிந்து கொண்டது. பாண்டு நிமிர்ந்து உட்கார்ந்தான். அவன் வாயும் முகமும் சொதசொதவென ஈரமாகியிருந்தன. அவன் துண்டால் முகத்தைத் துடைத்துக் கொண்டான். அனந்தநாயகி உடைகளை சரி செய்து கொண்டிருந்தாள். திரும்பவும் தலைக்குப் போய் சேர்ந்திருந்தது துப்பட்டாவின் முக்காடு.

திருச்சி பேருந்து நிலையத்தில் இறங்கியதும் பக்கத்தில் உள்ள கட்டணக் கழிப்பறைக்குச் சென்று முகம், கை, கால்களை சோப்பால் கழுவிக்கொள்வது அனந்தநாயகியின் வழக்கம். தலையில் வைத்திருந்த மல்லிகைச் சரம் கசங்கிப் போயிருந்தது. அதை எடுத்துக் குப்பைக் கூடையில் போட்டாள். இடதுபுறம் உள்ள தேநீர்க் கடைக்கருகில்தான் எப்போதும் கணவர் சத்தியமூர்த்தியும் பிள்ளைகளும் காத்திருப்பது வழக்கம். அந்த இடம் நோக்கி அவள் பறந்தாள்.

கணவன் சத்தியமூர்த்தி சக்கரநாற்காலியில் அமர்ந்தவாறே ஏதோ செய்தித்தாளைப் படித்துக் கொண்டிருந்தான். பிள்ளைகள் அவருக்கருகில் விளையாடிக் கொண்டிருந்தனர். அனந்தநாயகி அவர்களை நெருங்கியதும் கடைக்குட்டிப்பயல்தான் கத்தினான். "ஹே... அம்மா வந்திட்டு" மற்ற இருவரும் எழுந்து ஓடி வந்தார்கள். அவர்களை வாரிக் கொண்டு முத்தம் கொடுத்தாள். சத்தியமூர்த்தி செய்தித்தாளை மடித்து வைத்துவிட்டுச் சிரித்தார். "ஏன் இவ்ளோ நேரம்?" என்றார். "அம்மா விட மாட்டேன்னுடுச்சி"

என்றாள். "இருந்திட்டுக் காலையில வர வேண்டியது தான?" என்றார் சத்தியமூர்த்தி. "உங்களை விட்டுட்டு அங்க தனியா என்னால இருக்க முடியுமா?"வெனக் குரும்பாய்ச் சிரித்தாள். "ஆமாடி செல்லம்... எங்களாலயும இருக்க முடியாமத் தான் இப்படிப் பஸ் டாண்டுல வந்து காத்துக் கெடக்கோம்" என்றான். அனந்தநாயகிக்கு லேசாய் கண்கள் கலங்கின. இருந்தும் காட்டிக் கொள்ளாமல் சமாளித்தாள்.

வீட்டிற்கு வந்ததும் பிள்ளைகளுக்கு வாங்கி வந்திருந்த தின்பண்டங்களை எடுத்துக் கொடுத்தாள். அவர்கள் அந்த அதிகாலையிலும் போட்டி போட்டுக் கொண்டு தின்றார்கள். தின்ற இடத்திலேயே மூவரும் தூங்கிப் போனார்கள். அனந்தநாயகி பிள்ளைகளை ஒழுங்கு செய்து வரிசையாகத் தூங்க வைத்தாள். பிறகு பையிலிருந்து ஒரு குவார்ட்டர் பாட்டிலை எடுத்துக் கணவனிடம் கொடுத்தாள். சத்தியமூர்த்திக்கு ஆனந்தத்தில் ஒன்றும் புரியவில்லை. அவன் பாட்டிலை வாங்கி முத்தம் கொடுத்துவிட்டுச் சிரித்தான். "இந்தாங்க! இதுல சிப்ஸ், காராமணி யெல்லாம் இருக்கு" என்றாள். சத்தியமூர்த்தி முதல் மிடற்றை உறிஞ்சியபடி, "அத்தை என்னதான் சொன்னாங்க?" என்றான்.

அனந்தநாயகி ஒவ்வொரு முறையும் அம்மா வீட்டிற்குச் சென்று பணம் வாங்கி வருவதாகத்தான் சொல்லிக் கொண்டிருக்கிறாள். அனந்தநாயகியும் சத்தியமூர்த்தியும் ஒருவரையொருவர் விரும்பி வீட்டினர் எதிர்ப்பை மீறி திருமணம் செய்துகொண்டவர்கள். அப்பா அவள் சிறு வயதாக இருக்கும் போதே இறந்து விட்டார். அம்மாதான் எல்லாவற்றையும் பார்த்து வளர்த்து எடுத்தாள்.

அம்மாவிற்குத் தன் தம்பிக்கு இவளைத் திருமணம் செய்து வைக்க ஆசை. ஆனால் இவள் அதற்கு முன்பே சத்தியமூர்த்தி வசம் சரணடைந்திருந்தாள். சேலத்தில் வாழ்ந்த வாழ்க்கைக்கு அன்றோடு முழுக்குப் போட்டுவிட்டுத் திருச்சிக்குக் கிளம்பி வந்தவர்கள் தான். மூன்று பிள்ளைகளும் ஆகிற்று. எந்தக் குறையுமில்லாமல் சத்தியமூர்த்தி வாழ்க்கையை நகர்த்தி வந்தான். சத்தியமூர்த்தியின் அன்பில் கரைந்தவள் தன் அம்மாவையே மறந்து போயிருந்தாள். பிறகு ஆசை வந்து பார்க்கலாம் என்று தோன்றியபோது அவர்கள் இவர்களின் ரத்தம் குடிக்கக் காத்திருப்பதாகத் தகவல் கிடைத்தது. அத்தோடு அந்த ஆசைக்கு முற்றுப்புள்ளி வைத்துவிட்டாள்.

அவனுக்குக் காய்கறிச் சந்தையில் மூட்டைத் தூக்கும் வேலை. வரவுக்கும் செலவுக்கும் சரியாய் இருந்தது. மூன்றும் ஆண் பிள்ளைகளாய்ப் போனதில், வேறு கவலையில்லாமல் போனது. பிள்ளைகள் வளர்ந்து விட்டால் பிழைத்துக் கொள்வார்கள் என்று நிறைவு கொண்டனர். ஒரு சமயம் காய்கறி மூட்டைகளை இறக்கிக் கொண்டிருந்தபோது எங்கிருந்தோ வந்த லாரி தறி கெட்டு ஓடியதில் நிலைகுலைந்த சத்தியமூர்த்தி இரண்டு கால்களையும் காவு கொடுத்திருந்தான். அத்தோடு அவன் ஆட்டம் அடங்கி வீட்டில் முடங்கியவன்தான்.

வீட்டில் தரித்திரம் தலையெடுத்தாடியது. இருந்த நகை நட்டுகள் அடகுக் கடைகளில் காணாமல் போய்விட்டன. தெரிந்தவர்களிடம் வேண்டிய மட்டும் கடன் பெற்றாகி விட்டது. பிள்ளைகள் வளர வளர அத்தனைக்கும் ஆசைப் பட்டார்கள்.

சத்தியமூர்த்தி வாய் விட்டு அழுவான். "என் பிள்ளைங்க திங்கற நேரத்துல நான் இப்படி முடங்கிப் போயிட்டனெ" தலையிலடித்துக் கொண்டு கதறுவான். வாடகைக் கொடுக்கவும் வழியில்லாமல் போனது. ஒரு வேளை உணவுக்கும் உத்தரவாதமில்லாமல் நிலைமை படு மோசமாக ஆனபோது தான் சேலம் சென்று அம்மாவைச் சரணடைந்து உதவி கேட்க திட்டமிட்டாள் அனந்தநாயகி. உள்ளுக்குள் அச்சம் தானெனினும் நிலைமை கட்டுக்கடங்காமல் செல்வதை வைத்து சத்தியமூர்த்தி ஒத்துக்கொண்டான்.

சேலத்திற்குப் பேருந்து ஏறினாள் அனந்தநாயகி. ஆனால் அங்கே சென்ற பிறகுதான் தெரிந்தது... அம்மா காலமாகி இரண்டு வருடங்கள் ஆகியிருந்தன. அவளின் சொத்துகளை தாய் மாமன் அப்படியே லவட்டிக்கொண்டு விட்டான். இவள் வந்த செய்தியறிந்து அவன் உக்கிரமாகி விட்டான். அவள் உயிரோடு இருந்தால் என்றைக்கும் சொத்திற்குப் பங்கம் வரும் என்று கருதியவன், "ஓடிப்போன சிறுக்கி என்னா தைரியமிருந்தா திரும்ப ஊருக்குள்ள வருவா. எங்க அக்கா இருந்தா வருவாளா?" என்று கொலைவெறியோடு இவளைத் தேடி அலைந்தான்.

தப்பித்தால் போதுமென்று பக்கத்து வீட்டில் பகல் முழுவதும் பதுங்கியிருந்துவிட்டு இரவில் வண்டி ஏறினாள். திருச்சிக்குச் செல்லும் பேருந்தைக் கவனிக்க ஆள் போட்டு இருக்கும் சங்கதியறிந்து மதுரை சென்று அங்கிருந்து திருச்சி

செல்ல வண்டி ஏறினாள் அனந்தநாயகி. மதுரையில் பேருந்திற்கும் வழியில்லாமல் நின்ற சமயம் ஆபத்பாந்தவனாக அறிமுகம் ஆனவன் தான் பாண்டு. அன்றிலிருந்து பாண்டுவைப் பார்க்கச் செல்லும் சமயமெல்லாம் அவள் தன் தாயைப் பார்க்கச் செல்வதாகவே சொல்லத் தொடங்கினாள். இறந்து போன தன் தாய் இன்னும் வாழ்வதாக நம்ப வைத்திருந்தாள் அனந்தநாயகி.

மது போதை உச்சியில் ஏறி நின்றது சத்தியமூர்த்திக்கு. அவனுக்குக் கண்கள் சுழற்றின. அவன் ஒழுங்கற்ற நிலையில் இரண்டு கைகளையும் கால்களையும் அகல விரித்துக் கொண்டு படுக்கையில் சரிந்திருந்தான். அவனுக்கு முன்பே தூங்கிப் போயிருந்த அனந்தநாயகிக்கு உடம்பு ரணமாய் இம்சித்துக் கொண்டிருந்தது.

குபேந்திரன் அக்கா வீட்டிற்கு வந்திருந்தான். தெரு முனையில் இருந்த கடையில் பற்பசை வாங்கிக்கொண்டு திரும்பியவன் அனந்தநாயகியைக் கண்டு அதிர்ந்தான். அவள் இவனைச் சட்டை செய்யாமல் கடையில் எதையோ வாங்கிக் கொண்டிருந்தாள். அவளிடம் நெருங்கி மெல்லச் சிரித்தான். அவள் நெருப்பை மிதித்ததைப் போலத் துடித்தாள். "நீங்க...?" என்று இழுத்தான். அவள், "யாரு நீங்க?" என்று தவிர்த்தாள். "முந்தா நாள் மதுரையிலருந்து பஸ்ல வந்தீங்கள்ல?" என்றான். மதுரையா? நானா? என்ன சம்பந்தமில்லாம பேசறீங்க என்றாள். குபேந்திரன் குழப்பத்தின் உச்சத்தில் இருந்தான். அனந்தநாயகி விடுவிடுவென நடந்து வேகமாகக் கடந்தாள்.

அவளையே வெறித்துக் கொண்டு நின்ற குபேந்திரனுக்கு ஏதோ யோசனை பட்டதைப் போலத் தன் சட்டைப் பையைத் துழாவினான். அவள் கொடுத்த அலைபேசி எண் இருந்தது. தன் அலைபேசியில் எண்களை அழுத்திக் காத்திருந்தான். மூன்றாவது மணியோசையில் அவள் எடுத்தாள். "யாரது?" என்றாள். "நான்தான் அன்னிக்கு பஸ்ல நம்பர் கொடுத்தீங்கள்ல?" என்றான். அவள் பக்கம் அடர்ந்த மௌனம். சற்று நேரத்தில் அழைப்பு துண்டிக்கப்பட்டு விட்டது. இந்தச் செயல்கள் அத்தனையையும் அனந்தநாயகி செய்வதைப் பார்த்துக்கொண்டு கடையில் நின்றிருந்தான் குபேந்திரன். வந்தவள் அனந்தநாயகி தான் என்பதை உறுதிசெய்து கொண்டான். ஆனாலும் எந்தப் பெண் வெளிப்படையாக இந்த மாதிரி காரியங்களை ஒத்துக் கொள்வாள் என்று சமாதானம் செய்துகொண்டான்.

மீனா சுந்தர் ✤ 81

அனந்தநாயகிக்குப் படபடவென்றிருந்தது. அவள் குபேந்திரனை நன்கு அடையாளம் கண்டு கொண்டாள். அவன் முகத்தில் விழிக்க அவளுக்கு வெட்கமாய் இருந்தது. அவன் இவ்வளவு வெளிப்படையாய் வந்து தன்னிடம் இப்படிக் கேட்பான் என்று அவள் எதிர்பார்க்கவில்லை. பேருந்தில் சந்தித்த அவன் எந்த ஊரோ என்றிருந்த நிலையில் அவன் இந்தப் பகுதியில் தன்னை எதிர்கொள்வான் என்று அவள் ஒருபோதும் எதிர்பார்க்கவில்லை. அவன் அழைத்த அலைபேசி எண்ணை ஒரு பெண் பெயரில் குறித்து வைத்துக் கொண்டாள்.

அந்த மாதக் கடைசியில் பாண்டு ஏனோ அழைக்கவில்லை. இரண்டு மூன்று முறை முயன்று பார்த்தாள். அவன் தொடர்பிலிருந்து அறவே விடுபட்டுப் போயிருந்தான். அனந்தநாயகிக்கு ஒன்றும் புரியவில்லை. நிலைமை கழுத்தை இறுக்கியது. நீண்ட யோசனைக்குப் பின் அவளுக்குக் குபேந்திரன் நினைவு வந்தது. "அது சரியா? அவன் ஒத்துக் கொள்வானா?" அவன் வலிய வந்து விசாரிக்கையில் யாரென்றே தெரியாது என்று முகத்தில் அடித்த மாதிரி மறுத்த நினைவுகள் அவளை இம்சித்தன.

அவன் அலைபேசி எண்ணை யார் பெயரில் வைத்தோம் என்று தெரியாமல் தடுமாறினாள். அன்று மாலை குபேந்திரனைத் தொடர்பு கொண்டு மதுரைக்குச் செல்ல முடிவெடுத்திருந்தாள் அனந்தநாயகி. அம்மாவைப் பார்த்து வருவதாக ஏற்கெனவே சத்தியமூர்த்தியிடம் அனுமதி பெற்றிருந்தாள். குபேந்திரன் அலைபேசி எண்ணை எடுத்த போது அதுவரையில்லாத வகையில் கைகள் நடுங்கின. நெஞ்சில் இனம் புரியாத பதற்றம். எண்களை நிதானித்து ஒவ்வொன்றாக அழுத்திக் காத்திருந்தாள். அஃது உடனே பேசியது.

நீங்கள் அழைக்கும் தொலைபேசி எண் உபயோகத்தில் இல்லை.

- குறி - ஜனவரி 2021.

★ ★ ★

7

உயிர்வேலி

உச்சிவெயில் மண்டையைப் பிளந்து கொண்டிருந்தது. வெக்கையின் ரணம் வைக்கோல் கூலத்தில் திகுதிகுவெனப் பரவும் தீயைப் போல உடலெங்கும் பற்றிப் படர்ந்தது. வியர்வை நசநசத்த உடம்பில் அப்படியொரு சொல்லமுடியா நரகம். அதீத வேதனையின் உச்ச எரிச்சல். நெல்லின் சுனை அரிப்பாய் மேனியில் முள்பாய் விரித்திருந்தது அழுக்கு. குண்டுமணியைப் போன்று வழியும் துளி வியர்வையின் உருளும் ஓட்டம் உடம்பில் ஒரு பூச்சி ஊர்ந்து செல்லும் உணர்வை ஏற்படுத்திற்று.

"யிந்தப் பாழாப் போன காத்தும் காணுலியே... புழுக்கம் தாங்காமெத்தென் அதுவும் எங்காவுது ஓடி ஒளிஞ்சிடுச்சோ இன்னுவோ?"

மனத்திற்குள் அலுத்துக் கொண்டாள் அஞ்சலை.

பேருந்து நிலையத்தில் எந்தக் கவலையுமின்றி கொசுக்கள் கச்சேரி நடத்திக் கொண்டிருந்தன. அறிவிக்கப்பட்டிருக்கும் காவலர் உடல்தகுதித் தேர்வில் கலந்துகொள்ளுமோ என்னவோ?! அவ்வளவு சிரத்தையாய் அவைப் பழத்திற்குப் பழம் நீளந்தாண்டும் பயிற்சியில் ஈடுபட்டிருந்தன. குட்டிக் கொசுக்களும் ஈக்களும் பெற்றோருக்குத் தெரியாமல் அருகிருந்த சாக்கடை நதிப் படித்துறையில் கண்கள் ரத்தச் சிவப்பேற குட்டிக்கரணம் அடித்துக் கொண்டிருந்தன.

சாக்கடைச் கருஞ்சாந்தின் துர்நாற்றத்தை வடிகட்டி பேருந்து நிலையமெங்கும் நீக்கமறத் தூவிக் கொண்டேயிருந்தது பொறுப்புமிக்க காற்று. பாவம் அதற்கு ஓய்வு ஒழிச்சலில்லை. கால்கள் இல்லையெனினும் ஒரு நாளும் அது முடங்கிக் கிடக்க எண்ணியதில்லை. இதற்கிடையில் பேருந்து நாட்டையாளும் வராகப் பேரரசர் தன் படை பரிவாரங்களுடன் நகர்வலம் போய்க் கொண்டிருந்தார். பின்தொடரும் இளவரசர்கள் முகத்தில் அத்தனை கொண்டாட்டம். குதியாட்டம். கொர்கொர்ரென நாசிப் பியானோவிலிருந்து சிதறும் வல்லிசை. தூரத்திலிருந்து அவற்றை மொத்தமாய்ப் பார்க்கையில் பெருங்களிறொன்று ஆடியசைந்தது.

பேருந்து நிலையமே வாழ்விடமாய் மாறிப்போன பிச்சைக்காரர்கள், முடவர்கள், அபலைகள் கொசுக்களின் பாதுகாக்கப்பட்ட புகலிடமாய் மாறியிருந்தனர். சுத்தம் செய்யப்படாதந்த வளாகத்தைப் போல அவர்களும் கந்தலோடு கந்தலாய் காட்சி தந்தனர். இவற்றிற்கிடையே உழலும் மக்கள் கூட்டம். காற்றுக்கும் வியர்க்கும் ஜனப்புழுக்கம். எள் குவியலாய் ஆட்களின் நெரிசல். அவர்களுக்குள் ஊடாடித் தவிக்கும் பெருங்கூச்சல். இத்தனைக்கிடையிலும் குரலுயர்த்தும் ஊசிமணி, காசிமணி விற்கும் குறிஞ்சியின் தலைமக்கள்.

பேருந்து நிலையத்தின் இடது ஓரம் ஒதுங்கி நின்று கொண்டிருந்தாள் அஞ்சலை. விற்பனைக்காக வாங்கி வைத்திருந்த காய்கறிப் பொதியுடன் முந்தானையை விசிறியாக்கிச் சமாளித்துக் கொண்டிருந்தாள் அவள். புழுக்கத்தில் வியர்க்கிறதா அல்லது மனப்பதட்டத்தில் வியர்க்கிறதா என்று கண்டறிய முடியாததாய் இருந்தது அவளின் தவிப்பு. ஊரின் நினைவும் பிள்ளைகளின் நினைவும் அவளை ஆட்டிப் படைக்கத் தொடங்கின.

அவளின் ஊர் திருத்துறைப்பூண்டியிலிருந்து மன்னார்குடி செல்லும் பேருந்து வழித்தடத்தில் அமைந்திருந்தது. இங்கிருந்து பதினெட்டு கிலோமீட்டர் தூரம். கோட்டூர். முக்கால் மணி நேரப் பயணம். கோட்டூரில் இறங்கி வடக்குத் திசையில் மூன்று கிலோ மீட்டர் சென்றால் நெருஞ்சினக்குடி வந்துவிடும். அடுத்த ஐந்து நிமிடங்களில் ஷேர் ஆட்டோவிலோ மினி பேருந்திலோ சொந்தக் கிராமத்திற்குள் பிரவேசித்துவிட முடியும்.

அவள் மன்னார்குடி பேருந்தை எதிர்நோக்கிக் காத்திருந்தாள்.

திருத்துறைப்பூண்டியில் அதிகாலையிலேயே சந்தை

கூடிவிடும். கிழக்கில் வேதாரணியத்திலிருந்து வரும் பச்சைக் காய்கறிகளுக்கு அத்தனை ருசி. சுற்றுப்பட்ட கிராமங்களில் நல்ல மதிப்பு. இத்தனைக்கும் எங்கும் கடற்கரையின் உப்பு படர்ந்த நிலம். நல்ல தண்ணீர் பாய்ச்சல் குறைவு. கிணறுகளிலும் உப்பு கலந்த தண்ணீர். இருந்தும் எப்படியோ இருக்கும் வளத்தைச் சரியாகப் பயன்படுத்தி சந்தைக்கு வந்து சேர்கின்றன பச்சைக் காய்கறிகளும் பூக்களும்.

சந்தைக்கு வந்த பிறகுதான் அஞ்சலைக்குச் செய்தி தெரிந்தது. இல்லையெனில் வந்திருக்கவே மாட்டாள். அவளுக்குக் கண்ணீர் நீருக்குள்ளிலிருந்து தலையை நீட்டும் பாம்புக் குட்டியாய் எட்டிப் பாரத்துக் கொண்டிருந்தது. நெஞ்சில் துயரச் சுமையின் அடர்த்தி. இழுத்த மூச்சு வெளிவராமல் உள்ளுக்குள் தலைமுடிச் சிக்காய்ச் சுருண்டு நிற்பதைப் போன்ற உணர்வு. பிள்ளைகளின் நினைவில் இரண்டு மூன்று முறை அவள் ஏங்கி சிறிய ஒலியுடன் பெருமூச்சு விட்டாள். “இப்படியே உயிர் போய் விடுமோ?!” அவள் பயத்தின் உச்சியில் நின்று தவித்தாள்.

பிள்ளைகளை விட அவளுக்கு எதுவும் முக்கியமில்லை. ஒவ்வொன்றிலும் கவனம் செலுத்துவாள். ஆம்பளை இல்லாம வளர்ந்த பிள்ளைங்க தானே என்று ஊரில் யாரும் பேசிவிடக்கூடாது. ஒவ்வொன்றிலும் அத்தனை கரிசனம். படிப்பிலும் சுத்தம், சுகாதாரம் உள்ளிட்ட பழக்க வழக்கங்களிலும் மற்ற பிள்ளைகளைவிட ஒருபடி மேல் என்று தெருவாசிகள் அஞ் சலை காதுபடப் பேசியிருக்கிறார்கள். அதைக் கேட்ட சமயம் அஞ்சலை கண்களில் நீர் திரண்டு கொட்டி விட்டது. அவ்வளவு பெருமிதம். பிள்ளைகள் தான் இப்போதைக்கு அவளின் உலகம்.

சந்தையில் காய்கறிகளை வாங்கிக் கொண்டிருந்த போதுதான் அது தெரிந்தது. ஒரு கடையில் வியாபாரத்தைப் பார்க்காமல் கூட்டமாய் நின்று எதையோ எட்டி எட்டிப் பார்த்துக் கொண்டிருந்தார்கள். தொலைக்காட்சி ஓடும் சத்தம் கேட்டது. எதுவோ சினிமா நிகழ்ச்சி என்றுதான் முதலில் நினைத்தாள். பிறகு சுதாரித்து வியாபாரத்தைப் பார்க்காமலா சினிமாவைப் பார்ப்பார்கள் என்ற ஐயம் தோன்ற அருகில் நின்றவர்களிடம் என்னவென்று விசாரித்தாள். அதற்குப் பதட்டமாய் ஒருவர் பதில் சொன்னார்.

விபரம் அறிந்ததும் துடித்துப் போய் இவளும் கூட்டம் விலக்கி எட்டிப் பார்த்தாள். தொலைக்காட்சி கதறிக் கொண்டிருந்தது.

சம்பவத்தைக் காட்டி காட்டி விவரித்துக் கொண்டிருந்தார்கள். இடையிடையே அரசியல்வாதிகள், அரசு அதிகாரிகள், பொதுமக்கள் அவரவர்க்குத் தோன்றிய எண்ணத்தைப் பகிர்ந்து கொண்டிருந்தார்கள். பார்த்த அடுத்த நொடி அதிர்ச்சியில் ஆடிப்போய் விட்டாள் அஞ்சலை. சப்தநாடியும் ஒடுங்கிப் போய்விட்டது. பாறையாய் உறைந்து போன தன் நெஞ்சில் கை வைத்தபடி அவள் பதட்டத்துடன் தொலைக்காட்சியைப் பார்த்துக் கொண்டிருந்தாள். கண்களிலிருந்து நீர்த்தாரைகள் இயல்பாகியிருந்தன.

ஆழ்குழாய்க் கிணற்றில் விழுந்திருந்த சிறுவன் உடல் முழுமையும் கீழே இறங்க கைகளை மட்டும் பக்கவாட்டில் உயர்த்தி தலைக்கு மேலாக ஆட்டிக்கொண்டேயிருந்தான். அது பார்ப்பதற்கு மரத்தின் உச்சியில் புதிதாய்த் தோன்றிய செம்பழுப்புத் தளிர்கள் காற்றில் அசைவதைப் போலவும், சேற்றில் புதைந்த பறவையொன்றின் இறக்கைகள் மட்டும் மேலே கிடந்து துடிப்பது போலவும் தோன்றின. அவன் விரல்களின் நடுக்கம் இதயத்தின் லப்டப் ஒலியை மொழிபெயர்த்துக் கொண்டிருந்தது.

உச்சந்தலையின் மீது மேலிருந்து மீட்புப் பணிக்காகத் தோண்டும் மண்துகள்கள் இறப்புச் சடங்கில் அரிசியைத் தூவுவது போல உதிர்ந்து கொண்டிருந்தன. அவன் உயிராய் இருப்பதற்கான காட்சிப் பிம்பம் அந்த அசைவுகள் தான். அசைவுளினூடே முனகியபடி அவன் அழுது கொண்டேயிருந்தான். அவன் அழுகையொலி கேட்டுத் துக்கத்தில் புள்ளினங்கள் பறப்பதை நிறுத்தியிருந்தன. இலைகளும் அசையவில்லை. காணப் பொறுக்காமல் கதிரவன் அஸ்தமித்திருந்தான். தூரத்துப் பாறைகளும் அழுது சிதறின. கரையாத நெஞ்சும் கரைந்து இளகின. ஆனால் ஆழ்குழாய் மட்டும் அடம் பிடித்துக்கொண்டு அவனை மேலே விடாமல் இறுகப் பிடித்துக் கொண்டிருந்தது.

பூமித்தாய் மேலும் அவனை கீழே விட்டுவிடாதபடி தாங்கிப் பிடித்துக் கொண்டிருந்தாள். அவள் அவனைத் தூக்கி மேலே எறியுமளவிற்கு கரங்களின் நீளமில்லாமல் தவித்தாள். ஆனால் அவ்னைத் தூக்குவதாய் சொல்லி உள்ளிறங்கும் இயந்திரக் கரங்கள் அவனை மேலும் அழுத்தி கீழே தள்ளும் ஒவ்வொரு முறையும் அவள் குமுறி வெடித்தாள். உள்ளே பூமித்தாயும் வெளியில் பெற்ற தாயும் கதறிக் கொண்டிருந்தார்கள். அந்தக் கதறல்களின் ஒத்திசைவை உலகமே பார்த்துக் கொண்டிருந்தது.

அழுகையினூடே "அம்மா! அம்மா!" என்றழைக்கும் சிறுவனின் குரல். உலகத்தின் ஆகப் பெரும் துயரத்தின் குரலை அன்றுதான் பலரும் கேட்டனர். பார்ப்பவர் இதயங்களைப் பிழிந்துகொண்டிருந்தான் சிறுவன். அவனின் இளவம்பஞ்சுக் குரல் இரண்டடி அகலமுள்ள கிணற்றுக்குள் மோதி மோதி அடிபட்டு கீழே விழுந்து நசுங்கின.

இருநூறாவது அடியில் அவன் சிக்கித் தவித்துக் கொண்டிருந்த வேளை உலகத் தாய்களின் பால் வார்க்கும் கொங்கைகள் தீக்கொன்றையாய்க் கருகிக் கொண்டிருந்தன. கருவறைகள் தீ வைக்கப்பட்ட செங்கல் சூளையாய் உச்சநிலையில் கொதித்தன. அதிலும் பெற்ற தாயின் கருவறை இந்த உலகத்தை ஒரு நொடியில் பஸ்பமாக்கிவிடும் கொதிநிலையில் கனன்று கொண்டிருந்தது. அவளின் எரியெழுந்த மார்புகளைச் சுரந்த பாலின் ஈரம் அணைத்துக் கொண்டிருந்தது.

குழந்தைக்குத் தைரியமூட்ட அவனின் அம்மாவைப் பேச வைத்திருந்தார்கள். அம்மாவின் குரல் குழந்தைக்குக் கேட்கும்படி ஏற்பாடுகள் செய்திருந்தனர். அம்மா நிதானமில்லாமல் தலைவிரி கோலமாய் யாரோ கைத்தாங்க அரை மயக்கத்தில் தள்ளாடி நின்று கொண்டிருந்தாள். அவள் வாய் அனிச்சையாக உளறிக் கொண்டிருந்தது. "நான் அம்மா இருக்கேன்ம்மாஆஆ... உன்னய காப்பாத்திடுவேன்டீ" என்று கிழிந்த தொண்டையில் அந்தத் தாய் உயிரின் அடியாழத்திலிருந்து பூமியின் கடைசிப்புள்ளி வரை கேட்கும் தொனியில் அலறிக் கொண்டேயிருந்தாள்.

அவ்வளவுதான். தொலைக்காட்சியைப் பார்த்துக் கொண்டிருந்த அஞ்சலை சந்தையில் நிற்கிறோம் என்பதையும் மறந்து வாய்விட்டுக் கதறிவிட்டாள். கை, கால்களில் நடுக்கம் தொற்றிக்கொண்டு விட்டது. இனி ஒரு நிமிடமும் அவளால் அங்கு நிற்க முடியாது என்ற நிலைமையில் வாங்கிய காய்கறிகள் போதுமென்று பேருந்து நிலையம் நோக்கி பதட்டத்துடன் நடக்கத் தொடங்கிவிட்டாள்.

இன்றைக்குப் பார்த்து இந்தப் பேருந்தும் எங்கே போய்த் தொலைந்தது என்று தெரியவில்லை. அஞ்சலைக்கு வீட்டில் தனியாக விட்டு வந்திருந்த பிள்ளைகள் நினைவு பெரும்சுமையாய் படுத்தத் தொடங்கிற்று. தன் வீட்டிற்குப் பக்கத்திலும் இப்படியொரு ஆழ்குழாய்க் கிணறு மூடாமல் கிடக்கிறதே என்று நினைத்ததும் அவளுக்குப் பதட்டத்தில் கண்கள் பொங்கி விட்டன.

'சிறு குழந்தைகள் தெரு முழுவதும் இருக்கின்றன. விவரமறியாத பிள்ளைகள். விளையாட்டுத்தனமாய் அங்கே வந்து நடக்கக் கூடாத ஒன்று நடந்துவிட்டால் என்ன செய்வது? அதை மூடக்கூடாதா?' என்றுதான் கேட்டாள். அதற்கு வயல் சொந்தக்காரன் வந்தியதேவன் திட்டிய திட்டு கொஞ்ச நஞ்சமில்லை. அவன் உபயோகித்த கெட்ட வார்த்தைகள் அகராதியில் இல்லாதவை. சொல்ல முடியாது. அத்தோடு விட்டுவிட்டாள் அஞ்சலை. ஆனாலும் அந்தக் கிணற்றைப் பார்க்கும் ஒவ்வொரு நிமிடமும் அவளுக்கு மரண வேதனையாக இருக்கும். இவளாகவே சில கருவேல முள் அலம்பலை வெட்டி அந்தப் பக்கமாய் மறைத்துப் போட்டிருந்தாள்.

இதோ எந்த ஊரிலே அவள் பயந்தது போலவே நடந்து விட்டது. ஆழ்குழாய்க் குழந்தையின் தவிப்பும் அழுகையொலியும் பேருந்து நிலைய இரைச்சலையும் தாண்டி அவள் காதில் ஒலித்துக் கொண்டேயிருந்தது. தன் குழந்தையே கிணற்றில் விழுந்து தத்தளிப்பது போன்று அவளுக்குக் கற்பனை ஓடிற்று. அவள் நடு நடுங்கிப் போய்விட்டாள். ஏற்கெனவேதான் சிதைந்து சின்னாபின்னமாகி நிற்பதாகவும் இது போன்ற கொடும் துன்பத்தைத் தாங்கும் மனநிலை தனக்கு இல்லை என்றும் அவள், வேண்டாத தெய்வங்களையெல்லாம் வேண்டிக் கொண்டு நின்றுகொண்டிருந்தாள்.

அஞ்சலையின் கணவன் செம்மணி ஒரு வருடத்திற்கு முன்பு தான் இறந்து போயிருந்தான். எதிர்பாராத இழப்பு. அஞ்சலையால் இன்னும் தாங்கிக்கொள்ள முடியவில்லை. அந்தப் பாதிப்பிலிருந்து அவளால் இந்த நொடிவரை வெளிவர முடியவில்லை. பல நேரங்களில் அவனுடன் வாழ்ந்த பதினொரு வருட வாழ்க்கை நினைவுகளில் அறுத்துக் கொண்டிருந்தது. செம்மணியோடு அவள் பகிர்ந்து கொண்ட அன்பின் விளைவாய் விளைந்து நிற்கும் இரண்டு குழந்தைகளையும் அணைத்தபடி பல நேரங்களில் தனக்குள் கதறுவாள். செம்மணி தன் மனைவியின் மீது அப்படியொரு அன்பைச் செலுத்திக் கொண்டிருந்தான். அவளைத் தாங்கு தாங்கென்று தாங்குவான். ஒரு வகையில் அஞ்சலை அவனுக்கு மாமன் மகள்.

செம்மணி அம்மா லோகாம்பாள் அவள் பெற்றோருக்கு ஒரே பிள்ளை. லோகாம்பாளின் பெரியப்பா மகன்தான் அஞ்சலையின் அப்பா திருவேங்கடம். லோகாம்பாளும் திருவேங்கடமும் ஒன்றாய்ப் பிறந்த அண்ணன், தங்கைகளை மிஞ்சுமளவிற்கு

அவர்கள் இறக்கும்வரை வாழ்ந்திருந்தனர். அண்ணன், தங்கைப் பாசத்தில் யாருக்கும் அவர்கள் சளைத்தவர்களில்லை.

லோகாம்பாள் திருமணத்திற்குப் பிறகு அண்ணன் வீட்டில் சென்று வாரக்கணக்கில் தங்கிவிட்டு வருவாள். அப்போதெல்லாம் செம்மணியும் கூட வருவான். தன் மாமன் மகளுடன் சிறுபிள்ளையாய் இருக்கும் தருணத்திலிருந்தே ஓடியாடி விளையாடியவன் செம்மணி. அஞ்சலைக்குச் செம்மணியுடன் விளையாடுவதில் கொள்ளைப்பிரியம். அவர்கள் விளையாடுவதைப் பார்த்து அண்ணனுக்கும் தங்கைக்கும் அத்தனை பேரானந்தம். அண்ணியும் அவர்களுடன் சேர்ந்து கொண்டு பேச்சுப்பழக்கம் போடுவாள். ஒரே கிண்டலும் கேலியுமாய்ப் பொழுது கழியும். வளர வளர செம்மணியும் அஞ்சலையும் ஒருவரையொருவர் விரும்பத் தொடங்கினர். இதையறிந்த குடும்பத்தினருக்கு அத்தனை மகிழ்ச்சி. இரண்டு குடும்பங்களும் மனமொத்து இருவரையும் இல்லற வாழ்வில் இணைத்து வைத்தனர்.

செம்மணிக்கு விவசாய வேலைகள் அத்துப்படி. அனைத்து வேலைகளையும் இழுத்துப் போட்டுக்கொண்டு செய்வான். நாற்று பறிப்பது, ஏர் ஓட்டுவது, அறுவடை செய்வது, கதிர்க்கட்டு தூக்குவது, களத்தில் கதிரடிப்பது, மூட்டைத் தூக்குவது என்று யாவற்றிலும் திறமை கொண்டிருந்தான். அவனோடு சேர்ந்து வேலை செய்வதற்கு ஆட்கள் போட்டி போடுவார்கள். அவன் எல்லா வேலையிலும் ஈடுபாடும் திறமையும் கொண்டிருந்தான். வயதானவர்கள் அவனுடன் வேலைக்குச் சென்றால் தங்களுக்கு அதிகம் வேலை தராமல் செய்து முடிப்பான் என்று கருதி அவனுடன் இணைந்து கொள்வார்கள்.

அஞ்சலைக்குத் திருமணமான மறுவருடமே பொன்னி பிறந்துவிட்டாள். அதன்பிறகு நான்கு வருடங்கள் கழித்துத்தான் புவியரசன் பிறந்தான். ஆணொன்று, பெண்ணொன்று என அமைந்ததில் அத்தனை பேரானந்தம் இருவருக்கும். மனைவி மக்களை அவனைப்போலப் பார்த்துக் கொண்டவர்கள் இந்த ஊரில் யாருமில்லை. முறைமாமன்கள் "என் தங்கச்சி ரொம்பக் கொடுத்து வச்சவடா!" என்று கிண்டல் பேசுகிற அளவிற்குக் குடும்பத்தைத் தாங்குவான். வாழ்க்கை சீரான நிலையில்தான் சென்றுகொண்டிருந்தது. ஒரு வருடத்திற்கு முன்பு, சென்ற வெள்ளாமை நேரத்தில் இப்படியொரு துயரம் நடக்குமென்று யார் நினைத்தார்கள்.?

களத்தில் கண்டுமுதல் செய்யப்பட்ட நெல் மூட்டைகள் அடுக்கிக் வைக்கப்பட்டிருந்தன. களத்திலிருந்து நான்கு வயல்களைத் தாண்டிதான் சாலை அமைந்திருந்தது. அங்கேதான் மூட்டைகளை ஏற்றிச்செல்லும் வண்டி நின்று கொண்டிருந்தது. களம் வரைக்கும் வண்டி வருவதற்கு வழியில்லை. களத்திலிருந்து மூட்டைகளை ஆட்கள்தான் தலைச் சுமையாய் தூக்கிச்செல்ல வேண்டும்.

வேலை செய்துகொண்டிருந்தோரில் ஆறு பேர் சற்று வயதானவர்கள். அவர்களைப் போக மீதமிருந்த நான்கு பேரும் மாற்று மூட்டை போட்டு தூக்கிச் செல்லத் தயாரானார்கள். களத்திலிருந்து மூட்டை தூக்குபவர் வாய்க்காலைத் தாண்டி கொண்டு தர வேண்டும். ஆகவே மற்ற மூவரும் வாய்க்காலுக்கு அந்தப்பக்கமாய் நின்றுகொண்டார்கள். தவிர, மூட்டை தூக்குமிடத்தில் பலமான ஆள் நிற்க வேண்டும். அங்குதான் மூட்டையைக் கீழிருந்து தூக்கித் தலையில் குனிந்தபடி வாகாய் வாங்க வேண்டும். மற்றவர்களுக்கு இந்தச் சிரமமில்லை. அவர்கள் நேருக்கு நேராய் நின்றபடி மூட்டையைத் தலைமாற்றிக் கொள்வதுதான். எல்லாவற்றையும் கணக்கிட்டுத்தான் செம்மணியை அங்கு நிறுத்தியிருந்தார்கள்.

மூட்டைகள் களத்திலிருந்து வண்டிக்குச் சென்று கொண்டேயிருந்தன. செம்மணி இயந்திரம்போல இயங்கி மூட்டையைக் கொண்டு அடுத்த ஆளிடம் தந்துகொண்டிருந்தான். களத்தில் வயதானவர்கள் ஒருபுறம் நின்று தூக்கிவிட்டுக் கொண்டிருந்தார்கள். இன்னும் பத்து மூட்டைகள் மீதமிருக்கும் நேரத்தில் எதிர்பாராத விதமாய் அந்தச் சம்பவம் நடந்தது. மூட்டையைத் தூக்கிக்கொண்டு ஓட்டமும் நடையுமாய் வாய்க்காலைத் தாண்டி திரும்பவும் வரப்பில் ஏறும் இடத்தில் கொதகொதவென சேறாய் ஆகிவிட்டிருந்தது. வாய்க்கால் நீரில் கால் நனைத்தபடி ஏறியதில் சேற்றில் கால் புதைந்து வழுக்கி நிலைதடுமாறிய செம்மணி அப்படியே குப்புறச் சாய்ந்தான். பக்கத்திலிருந்த எல்லைக்கல்லில் தலை மோத. அவன் தலைமேல் மூட்டை சாய்ந்து தலையை அமுக்கிக் கிடந்தது.

எதிரே வந்த குணசேகரன் இதைப் பார்த்து அய்யோவென கத்தியபடி ஓடினான். களத்திலிருந்தவர்களும் பதறியபடி ஓடி வந்தார்கள். வந்ததும் பதற பதற மூட்டையைத் தூக்கி அப்புறப்படுத்த ரத்தவெள்ளத்தில் மூச்சு பேச்சில்லாமல் கிடந்தான் செம்மணி. “ஐயோ... செம்மணி...!”என்று ஆண்களும் தலையிலடித்துக்

கொண்டு கதறியழ சற்று நேரத்தில் பெரும் கூட்டம் கூடி விட்டது. செம்மணியைத் தூக்கிக்கொண்டு மருத்துவமனைக்கு ஓடினார்கள். அங்குச் சென்ற வேகத்திலேயே மருத்துவர்கள் கைவிரித்தனர். எல்லாமும் ஒரு கனவைப்போல சற்று நேரத்தில் நடந்து முடிந்து போயிருந்தது.

செய்தி கேள்விப்பட்டு அஞ்சலை அந்தரத்தில் பறக்கும் காகிதம் போல வந்து சேர்ந்தாள். வயல் தலைமாட்டிலிருந்து செம்மணியைத் தூக்கி வந்தபோதே பறந்து வந்த அஞ்சலை நிதானமிழந்து "அய்யோ"வெனச் சாய்ந்தாள். பக்கத்திலிருந்த குழியில் மல்லாந்து பின் தடுமாறி எழுந்து அழுகையும் ஆர்ப்பரிப்புமாய் மண்ணில் கிடந்து புரண்டாள். அவளுக்குக் காலிலும் கையிலும் பலமான அடி. சிராய்ப்புகளில் ரத்தம் கசிந்தது. கணவனின் துக்கத்தில் அவளுக்குத் தன்னைப் பற்றிய நிதானமில்லை. அவள் பித்துப் பிடித்தவள்போல செம்மணியைக் கட்டிக்கொண்டு கதறினாள். குழந்தைகள் இரண்டும் செய்வதறியாது அம்மாவைப் பிடித்துக் கொண்டுத் தேம்பின. அஞ்சலையின் கை சற்று நேரத்தில் நன்றாக வீக்கம் கண்டுவிட்டது.

செம்மணியை நெருப்புக்கு இறையாகக் கொடுத்துவிட்டு படுத்தவள் தான். கையை அசைக்க முடியவில்லை. துக்கமும் கைமுறிவும் அவளைப் படுத்தின. அவளும் பார்க்காத வைத்தியமில்லை. மாவுக்கட்டுப் போட்டு எண்ணெய் விட்டதில் முன்பைவிடச் சற்று பரவாயில்லை. எப்படியாயினும் கை முன்போலச் செயல்பட மறுத்தது. உள்ளுக்குள் விண்ணென்று தெறித்தது. கையில் முன்போலத் தெம்பில்லை. இடது கை போயிருந்தால்கூட கவலைப் பட்டிருக்க மாட்டாள். வலது கை ஆனதில்தான் அவளுக்கு இன்னும் பெருத்த சோகம்.

சொந்த பந்தங்கள், வந்தவர்கள், போனவர்கள் எல்லாரும் துக்கம் விசாரித்துவிட்டுப் போய்விட்டார்கள். இரண்டு சிறு குழந்தைகளை வைத்துக்கொண்டு அஞ்சலை தவித்துப் போனாள். இரண்டும் நன்றாகத் தின்று பார்க்கும் வயது. வயல் வேலைக்குப் போகும் நிலையில் உடம்பு இல்லை. எல்லாவற்றையும் யோசித்துப் பார்த்தவளுக்குத் தான் இந்தக் காய்கறி விற்பனை பிடிபட்டது. காலையில் திருத்துறைப்பூண்டி சென்று சந்தையில் வாங்கி வந்தால் மாலையில் வீட்டிலேயே வியாபாரம் களைகட்டிவிடும். சமயத்திற்குத் தக்க கிழங்கு, சுண்டல் போன்றவற்றையும் செய்து விற்று வந்தாள்.

பெரிய அளவில் வருமானமில்லயென்றாலும் சாப்பாட்டிற்குச் சிக்கலில்லாமல் கை கொடுத்தது. காலையில் சந்தைக்குப் புவியரசன் எழுவதற்குள்ளாகச் செல்ல வேண்டும். அது அறிவிக்கப்படாத விதி. இல்லையெனில் அவன் பெரும் கலவரம் நடத்தி விடுவான். பொன்னி ஓரளவு சூழலைப் புரிந்துகொண்டாள். அவளிடம் செய்தியைச் சொல்லி அவளுக்கு திண்பண்டங்களைக் கொடுத்துவிட்டுச் செல்லுவாள்.

மூன்று வீடுகள் தள்ளியிருக்கிற பவுனம்மாள் கர்ப்பிணி என்பதால் வேலைக்குச் செல்வதில்லை. அவளிடமும் சொல்லி வைத்திருந்தாள். பொன்னியைப் பவுனம்மாள் வீட்டிற்குச் சென்று தம்பியுடன் விளையாடிக் கொண்டிருக்கும்படி அறிவுறுத்தியிருந்தாள். தான் வரும் வரை பத்திரமாகத் தம்பியைப் பார்த்துக் கொண்டிருக்க வேண்டுமென்று அவளிடம் மன்றாடிச் சொல்லிக் கொண்டிருப்பாள். பவுனம்மாளிடமும் திரும்பத் திரும்ப வலியுறுத்துவாள். திரும்பி வரும்போது பவுனம்மாளுக்குப் பிடித்த பண்டம் வாங்கி வந்துக் கொடுப்பாள்.

பலமான யோசனையில் தலையில் கை வைத்தபடி உட்கார்ந்திருவந்தவளுக்கு மன்னார்குடி பேருந்து வட்டமிட்டு நிற்பது அப்போதுதான் உரைத்தது. கூட்டம் சிட்டுக் குருவிகளென பறந்து பேருந்தை மொய்த்தது. அடித்துப் பிடித்து ஏறி கூட்டத்தில் நசுங்கியபடி கோட்டூரில் வந்து இறங்கியபோது அவளுக்கு அப்பாடா என்று இருந்தது. விளங்காமல் போன வலது கையை நினைத்து நொந்தபடி பக்கத்திலிருந்த பெண்ணிடம் பையை இடதுபக்க இடுப்பில் தூக்கி வைக்க வேண்டினாள். இடது கையால் பையை அணைத்தபடி வடக்குத் திசையில் அவள் பறக்கத் தொடங்கினாள். நடையில் அப்படியொரு வேகம். நடக்கிறாளா, ஓடுகிறாளா என்று குழம்புகிற நிலை. மனத்தில் ஓர் இனம் புரியா படபடப்பு. ஆற்றாமை. பரபரப்பு. பரிதவிப்பு.

உடனே வீடு போய்ச் சேரவேண்டும் என்று மனம் ஆலாய்த் தவித்தது. நா வறண்டு தொண்டைக் குழியில் சொட்டு ஈரப்பசையில்லை. நடுத்தொண்டையில் கிடுக்கிப் போட்டதைப் போல இறுக்கி அடைத்தது. மேல்மூச்சு கீழ்மூச்சு வாங்கிற்று. தண்ணீர் குடிக்க வேண்டும் போலிருந்தாலும் நிற்க மனமில்லை. பிள்ளைகளைக் காணும் ஆவலாதி தாங்கி நடக்க உந்தித் தள்ளிற்று. அப்போதைக்கு அவளுக்கு எப்போது குழந்தைகளைப் காண்போம் என்பதைத் தவிர வேறு சிந்தனையில்லை.

நெருஞ்சினங்குடியில் கால் வைத்ததும் அவளின் நெஞ்சுக்குழிக்குள் பயம் நாகபாம்பாய்ப் படமெடுத்து ஆடத் தொடங்கியது. தெரு முக்கிலேயே பல குழந்தைகள் விளையாடிக் கொண்டிருந்தனர். அஞ்சலை பதட்டத்துடன் அவர்களை நோக்கினாள். அங்கு தன் குழந்தைகள் இல்லாதது கண்ட அவளுக்கு மேலும் பதட்டம் கூடிற்று. நடையும் ஓட்டமுமாய்ப் பவுனம்மாள் வீட்டிற்குச் சென்றாள். வீடு அரவமில்லாமல் இருந்தது. அஞ்சலைக்கு அழுகையே வந்துவிட்டது. உடைந்த குரலில் அழைத்தாள்

"பவுனம்மா... ஏ பவுனம்மா!"

எந்தப் பதிலுமில்லை. வீடு திறந்து தான் இருந்தது. திரும்பவும் சற்று சத்தத்தைக் கூட்டி அழைத்தாள். குரலில் நடுக்கம் கூடியிருந்தது. அப்போதுதான் தூக்கத்திலிருந்து எழுந்த பவுனம்மாள் உடம்பை நெளித்து யாரு? என்றாள்.

"நான் தான் பவுனு.. அஞ்சலையக்கா. எங்க என் புள்ளங்க?" என்றாள்.

"இங்கத்தான்க்கா விளையாடிட்டு இருந்தா பொன்னி. புவி தான் உன்னயக் காணாம அழுதுக்கிட்டு இருந்தான். என்னமோ நல்லா அசதியா போயிட்டு. என்னிய அறியாம கண்ணசந்திட்டன்" என்று விளக்கம் சொல்லிக் கொண்டிருந்தாள் பவுனம்மாள். அஞ்சலைக்கு அதற்கு மேல் அங்கு நிற்க முடிய வில்லை. பேயுரு கொண்டவள் போலச் சத்தமாகக் கூவினாள்.

"ஏஏஏ.. பொன்னி... ஏஏஏ.. பொன்னி..."

".............................."

"அம்மா வந்திட்டண்டி செல்லங்களா! எங்க இருக்கிங்க?"

அவள் அழுகையினூடே வீட்டை நோக்கி ஓடினாள்.

கண்ணில் பட்ட குழந்தைகளிடமெல்லாம் கேட்டுப் பார்த்தாள். எல்லோரும் கை விரித்தார்கள். அஞ்சலைக்கு ஆழ்குழாய்க் கிணற்றில் தவிக்கும் குழந்தையின் நினைவுகள் ஓடின. பதைத்து ஓடி வீட்டை அடைந்தவள் வீடும் பூட்டிக் கிடப்பது கண்டு மிரண்டாள். தன் பிள்ளைகளுக்கு என்னவோ ஆகிவிட்டது என்று நடுங்கி குலத் தெய்வமான மின்னடியானை உச்சரித்துக் கொண்டே அனிச்சையாய் ஆழ்குழாய்க் கிணறு இருக்கும் பகுதிக்கு ஓடினாள். அதன் ஓரமாய் புவியரசன்

மீனா சுந்தர் ❖ 93

அணிந்திருந்த கால்சட்டைக் கழற்றிக் கிடந்தது கண்டு அதிர்ந்தாள். "ஐயோ மோசம் போயிட்டேனே" என்று தலையிலடித்துக் கொண்டு ஒப்பாரி வைத்து அந்த இடத்திலேயே மயங்கிச் சரிந்தாள்.

அருகில் இருந்தவர்கள் அவள் முகத்தில் தண்ணீர் தெளித்து வீட்டின் பின்புறமுள்ள புங்கன் நிழலில் அமர வைத்திருந்தார்கள். மயக்கம் தெளிந்து பார்த்தவள், அங்கே விரிக்கப்பட்டிருந்த பாயில் புவியரசன் ஆழ்ந்த உறக்கத்தில் இருப்பதைக் கண்டாள். "என் தங்கமே!" என்று வாரிக்கொண்டு தேம்பித் தேம்பி அழுதாள். அவளுக்கு ஆனந்தமும் துக்கமும் கலந்து கண்ணீராய் வடிந்தன.

"தம்பி கால்சட்டையிலயே வெளிய போயிட்டான்மா! கால் கழுவி விட்ட உடனே தூங்கிட்டான். நம்ம வீட்டுக்குப் பின்னாடி தான்மா இருந்தேன் நான். நீ டிவி பார்த்தியா? தம்பி மாதிரி ஒரு சின்னப்புள்ள போரு குழாயில விழுந்திடுச்சிம்மா! அவனைப் பார்க்கவும் எனக்குத் தம்பி ஞாபகமா ஆயிட்டும்மா! போருக்குழாயி பக்கம் முள்ளு வெட்டிப் போட்டியே, இங்க போட்டியாம்மா?" என்று பின்புறமுள்ள அகலமான வாய்க்காலைக் காட்டினாள். சுற்றி நின்ற கூட்டம் அவள் அறிவாய்ப் பேசும் அழகை ரசித்துக் கொண்டிருந்தது.

"இப்ப கோடையில பிரச்சனையில்ல. தண்ணி நாள்ல இந்த வாய்க்கா நிறைய வெள்ளமா பொங்கி வருமுல்ல... தம்பி போயி இறங்கிட்டா என்னம்மா பண்றது? அதான் நீ விறகுக்கு வெட்டிப் போட்டேல்ல.. இந்தக் கருவ முள்ளுகளை இழுத்துட்டுப் போயி வாய்க்கால அடச்சிப் போட்டுக்கிட்டிருந்தன். அப்பா இருந்தா கவலையில்ல. நாமதான செய்யணும்? நமக்குன்னு வேற யாரும்மா இருக்கா?"

பொன்னி கருத்தாய்ப் பேசிக் கொண்டேயிருந்தாள். சுற்றியிருந்தவர்களின் கண்கள் கலங்கி விட்டன. அஞ்சலை தொண்டையடைக்கும் துக்கத்துடன் பொன்னியை இழுத்து நெஞ்சோடு அணைத்துக் கொண்டாள். அவள் கண்களில் துக்கமும் தாய்மையும் ஒரு சேரப் பொங்கி வழிந்தன.

- கல்கி - பிப்ரவரி 2021.

★ ★ ★

8

தீய்மெய்

மருத்துவமனை வாசலில் இடப்புறம் சற்றுத் தள்ளி அமைதியாய் நின்றுகொண்டிருந்தது வாகை. பரந்து விரிந்த கிளைகளில் எப்போதும் பறவைகளின் ஆரவாரம். வெயில் பிழிந்தெடுக்கும் வேளையில் பார்வையாளர்கள் இந்த இடத்தில் அமர்ந்துதான் தங்களைக் காய வைத்து இளைப்பாறிக் கொள்வர். ஆறாத கதை பேசி ஆறுவர். இங்கு வரும் மனிதர் அழுகைக்கு மனமிரங்கி ஆறுதல் சொற்களைப்போல மரம் தன் இலைகளை உதிர்க்கும். மிகைத் துக்கத்தில் ஏங்குபவர்களுக்கு அது மரத்தின் பெரிய கண்ணீர்த் துளியெனக் தோன்றலாம். மரம், இன்று சம்புலிங்கத்திற்கு எப்படி ஆறுதல் சொல்வது என்று தெரியாமல் திணறி நின்று கொண்டிருந்தது. அதன் வேர்ப் பாதங்களில் சரணடைந்திருந்த சாம்புலிங்கம், மற்றொரு மரத்தில் தன்னைப் போலவே ஒற்றையாய் அமர்ந்திருக்கும் பறவையை வைத்த கண் வாங்காமல் பார்த்துக் கொண்டிருந்தார்.

வந்து இரண்டு நாட்கள் ஆகிவிட்டன. எந்த முன்னேற்றமும் இல்லை. மருத்துவர்ளும் செவிலியர்களும் வரும்போதெல்லாம் உதட்டைப் பிதுக்கிச் செல்வது இன்னும் ரணவலியாய் இம்சித்தது. கோகிலா இப்படிச் செய்வாள் என்று யாரும் எதிர்பார்க்கவில்லை. தனக்கே இப்படி இருக்கிறதெனில் தன் மகன் சங்கரன் எப்படித் தாங்கிக்கொள்ளப் போகிறானோ என்று சம்பு ஏங்கிப் பெருமூச்சு விட்டார். கருப்புத் திராட்சையைப்

போலிருக்கும் அவர் கருவிழிகளை யாரோ பிழிந்தது போல துயர ரசம் வழிந்துகொண்டிருந்தது. இரண்டு நாள்களுக்கு முன்பு வரை ஒரு பூஞ்சோலையாய் மகிழ்ந்து குலுங்கிய சங்கரன் குடும்பம் இப்படிப் பூகம்பக் குலுங்கலுக்கு ஆளாகுமென்று யாரும் நினைக்கவில்லை.

எல்லாம் ஒரு கனவைப் போல நிகழ்ந்துவிட்டிருந்தது. ஒரே இரவில் சம்புலிங்கத்தின் மானமும் மரியாதையும் கரித்துகள்களாக காற்றில் பறந்துவிட்டன. எவர் முகத்திலும் விழிக்க வெட்கப்பட்டார் சம்பு. 'ஊரில் இனி எப்படித் தலைநிமிர்ந்து நடக்க முடியும்?' என்று மருத்துவமனையிலிருந்தே கற்பனை செய்து பார்த்தார். அவரால் தாங்க முடியவில்லை. இத்தனை ஆண்டுகாலமும் சொத்து சுகத்தைச் சேர்த்தாரோ இல்லையோ, அவருக்கென்று சொல்லும்படி நற்பெயரைச் சேர்த்து வைத்திருந்தார். குருவி சேர்ப்பதைப் போல சேர்த்த அந்தப் பெயர் இன்று ஆற்றுவெள்ளத்தில் அடித்துச் செல்லப்பட்ட மண் கரையாய் சிதிலமாகி விட்டது. கீழே குனிந்தபடி மேலும் தேம்பத் தொடங்கி விட்டார் சம்பு.

கோகிலாவுக்கு அந்த வீட்டில் என்ன குறைச்சல்? மாமியார் தொந்தரவா? சங்கரன் சிறு குழந்தையாய் இருந்த போதே அவனின் தாய் அமிர்தம் போய்ச் சேர்ந்துவிட்டாள். மாமனார் சம்புவால் சங்கடமா? அவர் தாயி என்றுதான் மருமகளை அழைப்பார். அத்தனை பாசம். தன் மகளைப் போலத்தான் அவளை நடத்தினார். சங்கரனால் ஏதும் பிரச்சனையா? அவன் வாயில்லாப் பூச்சி. உரிமையில் எப்போதாவது கோபம் கொண்டாலும் அடுத்த நிமிடம் வலியப் பேசி விடுகிற ரகம். குழந்தை பாவனா, தீபா இருவரும் அப்பா செல்லம். ஆகவே அவர்களுடன் விளையாடவே அவனுக்கு நேரம் போதாது.

அந்த வீட்டில் ஒரு ராணியைப் போலத்தான் இருந்தாள் கோகிலா. அவளைத் தவிர பெண்ணென்று யாருமில்லை. அவள் அரசாண்டு கொண்டிருந்தாள். அத்தனை செல்வாக்கு. வீட்டில் ஏதும் பிரச்சனை என்றாலும் பரவாயில்லை. வெளிப் பிரச்சனைக்குப் பயந்து இப்படி ஒரு முடிவெடுக்க எப்படி அவளுக்கு மனது வந்தது என்று தெரியவில்லை. முத்து முத்தாய் இரண்டு பிள்ளைகள். அதுவும் பெண் பிள்ளைகள். கொஞ் சமாவது யோசித்திருக்க வேண்டாமா? பாவி இப்படிச் செய்து தவிக்க விட்டுவிட்டாளே.

சம்புவால் எந்த நிலையிலும் அவள் செய்ததை நியாயப்படுத்த முடியவில்லை. தன் மகன் சங்கரன் தலையில் இப்படியா எழுதியிருக்கும்? சிறு வயதிலேயே தாயை இழந்தான். அவன் பிள்ளைகளும் இப்போது அப்படி ஆகிவிடுமோ என்று நினைக்கும் போது ஈரக்குலை நடுங்கிற்று. தாயை இழந்த பிள்ளையைக் காப்பாற்றி வளர்க்க என்ன பாடுபட்டேன்? எத்தனையோ பேர் அடுத்த திருமணம் குறித்துப் பேசினார்கள். ஆனால் வருபவள் தன் பிள்ளையை எப்படி நடத்துவாளோ என்ற பயத்தில் அந்த யோசனையை தொடக்கத்திலேயே கிள்ளி எறிந்து விட்டார். அது பற்றி யாரும் பேசினால் முகத்தில் அடித்தாற்போல் பேசி அணை கட்டிவிடுவார் சம்பு. கொஞ் சநாளில் அந்தப் பேச்சு முற்றிலும் மறைந்து போயிற்று.

சங்கரன் தாயில்லை என்று ஒரு நாளும் ஏங்கிவிடாதபடி அன்பைப் பொழிந்தார் சம்பு. அவன் என்ன நினைக்கிறானோ அதற்கு உடன்பட்டார். சில நேரங்களில் அடம் பிடிப்பான். தவறென்று தெரியும். இருந்தாலும் பொறுத்துக் கொள்வார். பின் அவன் நல்ல மனநிலையில் இருக்கும்போது தவற்றைப் புரிய வைப்பார். செல்லம் கொடுத்து வளர்ப்பது என்பது அவன் வாழ்க்கையை பாழாக்கிவிடக்கூடாது என்பதில் தெளிவாக இருந்தார். அவனை ஒழுக்கசீலனாக வளர்த்து எடுத்தார்.

படிப்பு மட்டும்தான் அவனுக்கு வேப்பங்காயாய்க் கசந்தது. அவரும் எவ்வளவோ சொல்லிப் பார்த்தார். எட்டாவது வரை அவன் சென்று வந்ததே பிறகு பெரிதாகப் பட்டது. அத்துடன் நிறுத்திக் கொண்டான். சொந்தமாய் விவசாயம் நிலம் இருந்தது. இரண்டு ஏக்கரும் பொன்னாய் விளையும் பூமி. அவற்றில் இறங்கி விட்டான். கடுமையாக உழைக்கத் தொடங்கினான். சம்புவிற்கு ஒரு வகையில் நிம்மதி. மகன் பிழைத்துக் கொள்ளுவான் என்று நம்பிக்கை வந்தது.

வீட்டில் பெண்வாசம் அடித்து பதினைந்து ஆண்டுகளுக்கும் மேலாகி விட்டது. சம்புவும் சங்கரனும்தான் பெண்ணைப் போல அத்தனை வேலைகளையும் செய்துவந்தனர். ஆகவே தாமதப்படுத்தாமல் மகனுக்குத் திருமணம் செய்ய எணணினார். தாயில்லாமல் வளர்ந்த பிள்ளை. இனியாவது தாயைப்போல ஒரு பெண்ணைப் பார்க்கட்டும் என்று எண்ணினார். வருபவள் தாயிற்குத் தாயாகவும் மனைவிக்கு மனைவியாகவும் இருக்க வேண்டும் என்ற எண்ணத்தில்தான் கோகிலாவை

முத்துப்பேட்டைக்கு அருகில் இடும்பாவனம் என்ற ஊரில் பார்த்து முடிவு செய்தார்.

கோகிலாவுடன் பிறந்தவர்கள் ஆறு பெண்கள். சிரமத்தில் உழன்று வளர்ந்த பெண். பொறுப்பாக இருப்பாள் என்று எண்ணினார். ஆறேழு பெண்களுடன் பிறந்தவள் மற்றவர்களை அரவணைத்துச் செல்வாள் என்பது சம்புவின் எண்ணம். அவர் நினைப்பு பொய்க்கவில்லை. கோகிலா அப்படித்தான் நடந்துகொண்டாள்.

அமிர்தம் இறந்த பிறகு வீடே கதியென்று கிடந்த சம்பு சற்று வெளியில் தலை காட்டத் தொடங்கினார். எல்லா பொது நிகழ்வுகளிலும் கலந்து கொண்டார். ஊரில் அவர் மீது அனைவருக்கும் ஒரு மரியாதை இருந்தது. அவரின் நேர்மையும் உண்மையும் வாய்மையும் அவர்கள் அறிந்து வைத்திருந்தனர். ஆகவே விரைவில் ஊர் நலக்கமிட்டியின் தலைவராக தேர்ந்து எடுக்கப்பட்டார். அதிலிருந்து அவருக்கு ஓய்வு ஒழிச்சலில்லை. எல்லா நல்லது கெட்டதிலும் பங்கெடுத்துக் கொண்டார். கிராமத்திற்குத் தேவையான வசதிகள், குளம், குட்டை வெட்டுதல் தென்னை மரங்களை ஏலம் விடுதல் என்று எப்போதும் கிராம வேலைகள் இருந்து கொண்டிருந்தன.

மகன், மருமகள் ஒற்றுமையுடன் வாழ்வது கண்டு சம்பு உள்ளுக்குள் பூரித்தார். அடுத்தடுத்து இரண்டும் பெண் பிள்ளைகளாகப் பிறந்தன. ஊரில் சிலர் முகம் சுழித்தனர். சம்புவும் சங்கரனும் இறைவன் கொடுத்த தேவதைகள் என்று கொண்டாடினர். ஒருவள் அமிர்தம் முகச்சாடையிலும் மற்றொருவள் சம்புவின் முகச்சாயலிலும் இருந்தனர். இருவரும் தாத்தாவுடன் நன்றாக ஒட்டிக்கொண்டனர். வெளியில் சென்று வரும்போது தவறாமல் பிள்ளைகளுக்குத் திண்பண்டங்கள் வாங்காமல் வர மாட்டார் சம்பு. அமிர்தம் போனதிலிருந்து வீட்டில் ஒரு சொல்ல முடியாத இறுக்கம் குடியிருந்தது. அது மெல்ல மெல்ல நழுவி வீட்டில் குழந்தைகள் சப்தம் கேட்டுக் கொண்டிருப்பதில் சம்புவுக்கு முழு நிறைவு.

மருத்துவமனையில் மருத்துவர் அழைப்பதாக பங்காளிப் பையன் சாரதி ஓடிவந்தான். மரத்தடி யோசனையிலிருந்த சம்பு பரபரவென எழுந்து ஓடினார். மருத்துவரைக் கண்டு கும்பிட்டார். அவர் கண்களில் மருத்துவர் நல்ல செய்தி சொல்லமாட்டாரா என்ற ஏக்கம் கண்ணீராய் தளும்பி நின்றது.

“உடம்பு முழுசும் தீப்பிடிச்சி எறிஞ்சதுல உள்ளூறுப்புகள் வரையும் வெந்து கெடக்கு. முக்கால் வாசிக்குமேல வெந்திட்டு. நம்ம கையில என்ன இருக்கு? மருந்து எழுதிருக்கன். கொஞ்சம் கஷ்டம் தான். மனசைத் தேத்திக்கிடுங்க”

மருத்துவர் நிற்காமல் போய்விட்டார். அருகில் நின்றிருந்த கோகிலாவின் அம்மாவும் அக்காளும் கட்டிக்கொண்டு குலுங்கத் தொடங்கியிருந்தனர். வாழை இலையில் முழுவதும் மூடி பிறந்த குழந்தையாய்க் கிடந்தாள் கோகிலா. மஞ்சள் கிழங்கைப் போல இருந்தவள் கரிக்கட்டையாய் கருகிக் கிடந்ததைப் பார்க்க சகிக்க முடியவில்லை. கண்ணை மூடி முனகியபடி சவமாய்க் கிடந்தாள். சங்கரன் அப்பவைக் கட்டிக்கொண்டு கதறினான். சம்பு மகன் வாழ்க்கை இப்படிப் பாழாகி விட்டதை எண்ணி குலுங்கினார். சங்கரனைச் சாரதி மெல்ல அணைத்து வெளியில் அழைத்துச் சென்றான். திரும்பவும் மரத்தடித் தனிமைக்கு தன்னை அடை கொடுத்தார் சம்பு.

‘எல்லாம் அந்தச் செல் சனியனால்தானே நடந்தது. அது எவ்வளவு தொகையிருக்கும்? கொத்தனார் சொன்னான் என்பதற்காக திருடியாய் ஆகி விடுவோமா? அதற்காகவா இப்படி ஒரு முடிவெடுப்பது?’

சம்பு ஓட்டு வீட்டை இடித்துவிட்டு புதிதாக மாடி வீடு கட்ட வேலைகளைத் தொடங்கியிருந்தார். பக்கத்து ஊரிலிருந்து கொத்தனார் சித்தாட்கள் வேலை பார்த்து வந்தனர். சங்கரனும் கோகிலாவும் கூடமாட உதவிக் கொண்டிருந்தனர். பிள்ளைகள் அழுதால் கோகிலா ஓடி விடுவாள். சங்கரன் ஆட்களுக்கு டீ, வடை வாங்கிக்கொண்டு வந்து தருவான். கொத்தனார் புதிய செல் ஒன்று வாங்கியிருந்தான். அதை அனைவரிடமும் காட்டிப் பெருமை பேசிக் கெண்டிருந்தான். கோகிலாவும் அந்தப் புதிய செல்லை வாங்கி ஆசை தீரப் பார்த்தாள். “வழவழன்னு எவ்வளவு அழகாருக்கு? வீடு கட்டி முடிச்ச உடனே ஆளுக்கொரு செல்லு வாங்கணும்னு அவங்க சொல்லிக்கிட்டிருக்காங்க” என்றாள். கொத்தனார் வேலையில் கவனம் கொண்டிருந்தார். உலை கொதித்துக் கொண்டிருந்ததால் கோகிலா அத்துடன் சமையலறைக்குச் செல்லவேண்டியிருந்தது. “அண்ணே! இந்தா வக்கிறன்.. எடுத்துக்கிடுங்க” என்று பக்கத்துச் சுவற்றில் ஜன்னலுக்காக விடப்பட்ட பகுதியில் வைத்துவிட்டு சமையலை நோக்கி ஓடி விட்டாள்.

சங்கரன் டீ, வடை வாங்கி வந்ததும் வேலையை நிறுத்திவிட்டு அனைவரும் சாப்பிட்டார்கள். கொத்தனார் அங்கிருந்த சித்தாளிடம் கோகிலாவிடம் இருக்கும் தன் செல்லை வாங்கி வரச் சொன்னான். அவளும் சமையல் கட்டிலிருந்த கோகிலாவிடம் கேட்க, தான் அப்போதே அங்கு வைத்துவிட்டு வந்த தகவலைச் சொன்னாள் கோகிலா. சொன்ன இடத்தில் சென்று பார்த்தாள் சித்தாள். அங்கு செல் இல்லை. கோகிலா பதறித் துடித்துக் கொண்டு வெளியே ஓடி வந்தாள்.

"அண்ணே... உங்ககிட்ட சொல்லிட்டுதான அங்க வச்சிட்டு வந்தன்"

"அட என்னம்மா அங்க வச்சத சொவரா தின்னுட்டு? நீங்கதான் கையில வச்சிருந்தீங்க. வீட்டுல நல்லா பாருங்க" என்றான்.

அவளுக்கு என்ன சொல்வதென்றே தெரியவில்லை.

"இல்லண்ணே... எனக்கு நல்லா ஞாபகம் இருக்கு. இங்க தான் வச்சேன்" திரும்பவும் கோகிலா.

"செரி... அப்படின்னா நீங்களே எடுத்துக் கொடுங்க" என்று சினந்தான் கொத்தனார்.

அவள் மனம் திக்திக்கென்று அடித்துக் கொண்டது. அந்த இடத்தையே சுற்றி சுற்றிப் பார்த்தாள். அவளுக்கு அழுகை தொண்டையில் அடைத்து நின்றது.

எல்லாவற்றையும் பார்த்துக் கொண்டிருந்த சங்கரன் எரிச்சலாய் சொன்னான்.

"நீ ஏன் அவரு செல்லை வாங்கிப் பார்க்கணும்? இங்க வச்சது எங்க பறந்தா போயிட்டு?"

"இல்லங்க... புது செல்லுன்னு எல்லார்கிட்டயும் காட்டினாரு. பாத்துட்டு அங்கனயே வச்சிட்டுப் போயிட்டன்"

சற்று நேரத்திற்கெல்லாம் அந்த இடத்தில் பதட்டம் தொற்றிக் கொண்டது. கொத்தனார், சித்தாட்கள், சங்கரன், கோகிலா என அனைவரும் ஆளுக்கொரு திசையில் தேடத் தொடங்கினார்கள். என்ன நினைத்தானோ தெரியவில்லை. சங்கரன் திடீரெனச் சமையல் கட்டில் போய் நோட்டம் விட்டான்.

கோகிலாவுக்கு அது பெருத்த அவமானமாய் இருந்தது. தன்னை நம்பாமல் தன் கணவனே வீட்டிற்குள் சென்று

பார்த்தது அவளுக்குத் தீரா வேதனையைத் தந்தது. சூழல் கருதிப் பொறுத்துக் கொண்டாள். அந்த இடத்தையே அலசி விட்டார்கள். செல் கிடைத்தபாடில்லை.

எல்லாரும் சேர்ந்து கோகிலாதான் செல்லை எடுத்து மறைத்துவிட்டாள் என்று முடிவிற்கு வந்தார்கள். "அவெ வழுவழுன்னு இருக்குன்னு சொன்னப்பவே நான் நினைச்சன்" என்று அதற்குத் தூபம் போட்டாள் குட்டையாய் இருந்த சித்தாள். வேலையை அப்படியே நிறுத்திவிட்டு உட்கார்ந்து விட்டனர். கொத்தனார் தன் செல்லைக் கொடுக்கவில்லையெனில் பெரிய பிரச்சினையாகி விடுமென்று எச்சரித்தான். சற்று நேரத்தில் அவர்கள் வேலையை நிறுத்திவிட்டுக் கிளம்பிவிட்டனர். போகும் போது கொத்தனார் சங்கரனிடம், "அண்ணே! உங்களுக்காவ பாக்கறன் எப்படியோ என்ஞ் செல் எனக்கு வந்து சேரணும். இல்லன்னா நான் மனுசனாவே இருக்க மாட்டன், ஆமா" என்று ஏசியபடிப் போய்விட்டான்.

கோகிலா அதிர்ச்சியில் உறைந்து போய் உட்கார்ந்திருந்தாள். அவளுக்குக் கொத்தனார் அல்லது சித்தாளில் ஒருத்தியே செல்லை எடுத்து மறைத்துவிட்டுத் தன் மீது பழி போடுவதாகச் சந்தேகம். அங்கே வைத்த செல் எங்கே தான் போயிருக்கும் என்று அவள் ஆந்து விழுந்தாள். சங்கரனுக்கு இன்னமும் கோகிலா மீதுதான் சந்தேகம். அவள் அடிக்கடி புதிய கேமரா செல் வாங்க வேண்டுமென்று சொல்லியதையெல்லாம் நினைத்துப் பார்த்தான். அவன் மெல்ல கோகிலாவிடம் பேச்சு கொடுத்தான்.

"ஏ.. கோகி.. ரொம்ப அசிங்கமா போயிடும். அந்தச் செல்ல எங்க வச்சிருக்க சொல்லு" என்றான்.

அவள் அவன் தலை மீது சத்தியம் செய்தாள். தன் பிள்ளைகள் மீது சத்தியம் செய்தாள். அவளுக்கு அழுகைப் பீறிட்டுக்கொண்டு வந்தது.

"நீ என் சட்டைப் பையிலிருந்தே அடிக்கடி காசைத் திருடுறவளாச்சே"

"ஏங்க... உங்க பையிங்கறதால எடுப்பேங்க. இல்லங்கள. அது திருட்டா? வீட்டுக்குத் தேவையானத வாங்கத் தான எடுத்திருக்கன்"

சங்கரன் மேலும் மேலும் பேசினான். திருமணம் ஆனதிலிருந்து இப்படிப் பேசியதில்லை. பேச்சு வளர்ந்துகொண்டே சென்றது.

சண்டை இரவிலும் நீண்டுக் கொண்டேபோனது. சம்பு வீட்டிற்கு வந்த பின்னும் அது நீடித்தது. “செரி, காலையில பாத்துக்கலாம். சத்தம் போடாம படுங்க” என்றார் சம்பு.

மனம் ஆறாமல் தவித்தது. சங்கரன் தூங்கி விட்டான். கோகிலா தூக்கம் வராமல் தவித்தாள். தன்னைத் திருட்டுப் பட்டம் கட்டிவிட்டார்களே என்று விசும்பினாள். அவளால் படுக்க முடியவில்லை. எழுந்தாள். சற்று நேரத்தில் சமையலறையில் பேய் அலறல் கேட்டது. ஐந்தடி உயரத்தில் தீபமாய் எரிந்துகொண்டு ஓடினாள் கோகிலா.

சம்புவின் கண்களிலிருந்து தென்னம்பூக்களாய் கண்ணீர் உதிர்ந்தன

‘அய்யோ!’வென்று அலறல் சத்தம் கேட்டது. கோகிலாவின் அம்மாவும் அக்காவும் தலையிலடித்துக் கொண்டு அழுதபடி மருத்துவமனையிலிருந்து வெளியே ஓடிவந்தார்கள். சங்கரன் மருத்துவமனைச் சுவற்றில் முட்டிக் கொண்டு அழுதான். கோகிலா நிலைகுத்தியிருந்தாள்.

காரியங்கள் முடிந்து போயிருந்தன. சங்கரனைக் கட்டிக் கொண்டு பிள்ளைகள் தவித்தன. தலையில் கை வைத்தபடி அவன் செய்வதறியாது ஓரமாய் உட்கார்ந்திருந்தான். சம்பு மனத்தளவில் ஒடிந்துபோயிருந்தாலும் பிள்ளைகளின் தெம்பிற்காக இயல்பாய் இருப்பதைப்போலக் காட்டிக் கொண்டார். கோகிலா வீட்டினர் கோபத்தில் சண்டையிட்டுச் சென்று விட்டனர். சம்புவின் பங்காளி வகை அக்கா மட்டும்தான் இப்போதைக்குத் தங்கியிருந்தாள். வீட்டையும் வாசலையும் கூட்டிச் சுத்தம் செய்தாள். புதிய வீட்டின் வேலைகள் அப்படியே நின்றன. சிமெண்ட் கலவை சிதறி அப்படியே சட்டியில் காய்ந்து கிடந்தன. பக்கத்துப் பெரிய குவளையில் சிமெண்ட் கரைசல் மேலே தெளிந்து கீழே படிந்திருந்தது. காய்ந்த சிமெண்ட்டை அள்ளி ஓரமாய்க் கொட்டினாள். சிமெண்ட் கரைசலைக் கலக்கி தூரமாய் ஊற்றினாள். அதிலிருந்து சிமெண்ட் படிந்த கல் விழுந்தது. ஏதோ ஓர் உள்ளுணர்வில் எழுந்து ஓடினான் சங்கரன். அய்யோவென்று அவன் தலையிலடித்துக் கொண்டு புரண்ட இடம் நோக்கி எல்லோரும் ஓடிக்கொண்டிருந்தனர்.

- தினமணிக் கதிர் - செப் 2020.

★ ★ ★

9

நெகிழ்நிலச்சுனை

விசித்திரங்களின் மொத்த உருவமாய் அம்மா காட்சி தந்தாள். எளிதில் விடை காண முடியாத புதிராகவும் அவள் விளங்கிக் கொண்டிருந்தாள். அவளின் ஆழ் மௌனத்திற்கும் கடுஞ்சீற்றத்திற்கும் பெரும் வேறுபாடு இருப்பதாகத் தெரியவில்லை. இரண்டிற்கும் நூலிழைத் தூரம்தாம். துக்கம், மகிழ்ச்சி இரண்டிற்கும் அவள் செங்குத்தாய் நிற்கும் ஒற்றை மரம்போல் சலனமற்று நின்றாள். எதையும் நிதானத்துடன் அணுகும் மதிநுட்பம் கைவரப் பெற்றவளாக அவள் விளங்கினாள். இந்தப் பிரபஞ்ச ஞானம் அவளிடம் எங்கிருந்தோ வந்து மிக அடர்த்தியாய்ப் பற்றி நின்றது. அதைக் கசடறக் கற்றுத் தேர்ந்த ஞானத் தாயாகியிருந்தாள் அவள்.

பெண்ணின் மனம் ஆழம். அதில் என்ன இருக்கிறதென யாருக்குத் தெரியும்? சொல்லிக் கொள்கிறார்கள். அம்மாவை அப்படிக் கண்டடைய முடியாத ரகசியங்களின் கூட்டு உலைக் கிடங்காகவும் நினைக்கத் தோன்றவில்லை. அவள் தாட்சண்யம் பார்த்துப் பேச மாட்டாள். மனத்தில் பட்டதைப் பொறித்து விடுகிற ரகம். அதில் வேண்டுதல், வேண்டாமை இருக்காது. உயிர்களில் ஏற்ற இறக்கம் காணத் தெரியாத ஒரு வெள்ளந்தி மனுசி அம்மா. எதையும் எளிதில் நம்பி விடும் நெகிழ்வுக்காரி. அதன் பொருட்டுப் பலமுறை ஏமாற்றப்பட்டிருப்பினும் அவள் பொழியும் கருணையின் விழுக்காட்டில் இதுவரை எந்தச் சரிவுமில்லை.

மீனா சுந்தர் ✤ 103

எதிரிக்கும் இரங்கும் பேரன்பின் சுனை அவளிடம் வற்றாமல் சுரந்து கொண்டேயிருந்தது. அவள் ஈரம் கசியும் மானுட ஊற்றின் பூர்வீக நிலம். அந்த நிலம் புனித நதியையும் சாக்கடையையும் சேர்ந்தே சுமக்கிறது. அது தனக்கு விதிக்கப்பட்ட மரபுவழிக் கடமையென்பதைப் போல யாவற்றையும் தன்னில் கையேந்திக் கொள்கிறது. அஃது அகழ்வாரையும் புகழ்வாரையும் இகழ்வாரையும் சர்வ சமமாய்ப் பாவிக்கிறது. அதற்கு மனிதன், விலங்கு, எறும்பு, யானை, பறவை என்கிற பேதங்கள் இல்லை. அனைத்தும் இம்மண்ணில் வாழத் தகுந்த உயிர்கள். அவ்வளவுதான். அவள் அகராதியில் அப்படித்தான் குறித்து வைக்கப்பட்டிருக்கிறது.

அவளுக்கு எப்போதும் உயிர்நேயமுள்ள மனுசியாய் வாழ்வதில் பெருமிதம். இந்தப் பழக்கம் இன்று நேற்றல்ல, அவள் சிறு பிள்ளையாய் இருந்ததிலிருந்து எப்படியோ தொற்றிக்கொண்டு வந்து விட்டது. கிராமத்து வாழ்க்கையும் அங்கு பழகிய அப்பிராணி மனிதர்களும் அவளை இன்று வரை நிரம்பவே பாதித்துக் கொண்டிருக்கிறார்கள். திருமணத்திற்குப் பிறகும் அவளின் ஊர் மாறியதே தவிர மனிதர்கள் மாறவில்லை. எல்லா கிராமங்களிலும் வெவ்வேறு பெயர்களில் ஒரே வகை மனிதர்கள்தான் வாழ்கிறார்கள். அவர்களிடம் ஒருநாளும் ஈரம் வற்றிப் போவதில்லை.

அம்மா அந்தக் காலத்து ஐந்தாம் வகுப்பை நிறைவு செய்திருந்தாள். அப்பாவைவிடக் கூடுதல் படிப்பு என்பதில் அவளுக்கு பெருமை கூத்தாடும். அப்பாவிற்கு அதைத் தாங்கிக் கொள்ள முடியாது. கிண்டலும் கேலியும் கலந்துகட்டிப் பேசுவார்.

'படிச்சி இன்னா செய்யறது? அதுக்கேத்த வெவரம் வேண்டாமா? தொட்டதுக்கும் கண்ணைக் கசக்கறதைத் தானா படிப்பு சொல்லிக் கொடுத்திச்சி? உலக நடப்பப் புரிஞ்சிக்க முடியலையே. 'கொன்னா பாவம் தின்னா போச்சு.' அப்படித்தானே பெரியவங்க சொல்லிக் குடுத்தாங்க. இவளை மாதிரி ஆடு வளர்த்தென், கோழி வளர்த்தென்னு அம்பது நாளைக்கு அழுது கச்சேரி வெக்கவா சொல்லிக் கொடுத்தாங்க?'

அவர் பேசுவதில் நியாயம் இல்லாமல் இல்லை. அம்மா அவ்வளவு இளகிள மனம் கொண்டவளாக விளங்கினாள். அம்மா வளர்ப்புப் பிராணிகளின் பிரியை. அவள் பிறந்து வளர்ந்த வீட்டில் எப்போதும் இருபது கோழிகளுக்கு குறைவிருக்காது.

பத்து ஆடுகள், இரண்டு கறவை மாடுகள். இவை தவிர பரணில் தங்கியிருக்கும் பூனைகள், வீதியில் அலையும் நாய்கள் என்று பெரிய பட்டியலே உண்டு. தான் சாப்பிடுகிறாளோ இல்லையோ அத்தனைக்கும், நேரத்துக்குப் பணிவிடை செய்ய மறக்க மாட்டாள். அத்தனை உயிர்களுக்கும் அவள் தாய்மையின் பிம்பம். அவளைச் சுற்றி வந்து கொட்டமடிக்கும்.

அவளுக்கு மற்ற எல்லாவற்றையும் விட ஆட்டுக் குட்டிகள் மீது அலாதிப் பிரியம். கொள்ளைப் பாசம். தாய் வீட்டில் இருக்கும் போது குட்டிகளைத் தூக்கிக் கொஞ்சுவாள். மடியில் கிடத்திக் கொண்டு பாட்டில் பால் கொடுப்பாள். குழந்தையைப்போலத் தூக்கி முகத்திற்கு நேராக வைத்துக்கொண்டு கதையளப்பாள். பெயர் சூட்டி மகிழ்வாள். அந்தப் பெயர்களைச் சொல்லிச் சொல்லி பழக்குவாள். குரலெடுத்து அழைப்பாள். பெயரைக் கேட்டதும் அவை முயல் குட்டிகளைப் போலப் பாய்ந்து வரும் அழகைக் கைகொட்டிச் ரசிப்பாள். மாலை வேளைகளில் அவற்றோடு விளையாடுவாள். அவைத் துள்ளிக் குதிக்குமழகில் இவளே துள்ளிக் குதிப்பதைப் போலச் 'செல்லக்குட்டி'யெனச் சொல்லி பேரானந்தம் கொள்வாள்.

தாய் வீட்டில் அவையும் குடும்ப உறுப்பினர்கள் போலத்தான். கருப்பு நிறத்திலும் பழுப்பு நிறத்திலும் வெள்ளை நிறத்திலும் குட்டிகள் வீட்டில் இந்த இடமென்றில்லாமல் வளைய வரும். அவற்றிற்கான சுதந்திரத்தை அவர்கள் குடும்பத்தினர் கொடுத்திருந்தனர். அவை அங்கங்கே சிறுநீர்த் தாரையைப் பொழியும். கருப்புமண் மெழுகிய வீட்டின் தரை ஊறி நொதித்து நெகிழும். ஏதோ பூச்சிகள் இளைவதைப் போலப் பார்ப்பதற்கே அருவருப்பு மேலிடும். அவள் முகம் சுழிக்க மாட்டாள்.

மாட்டுச் சாணம் கரைத்த இளமஞ்சள் நீரில் துணியை நனைத்து மெல்லப் பிழிந்து கொள்வாள். பின், துணியை உதறி கையில் படர்த்தி தரையை மெழுகுவாள். தரை பழையபடி ஈரம் காய்ந்து மினுங்கும். அதற்குள் மறு வேலை வைத்து விடும். அந்தப் பக்கம் பார்த்தால் பருத்து முற்றிய கருப்பு உளுந்துகளைப் போலப் புளுக்கைகளை வெளித் தள்ளிக்கொண்டே ஆடுகள் ஓடும். அவள் முகத்தில் ஒரு சலனமும் இருக்காது. "ஏ! திருட்டுக் குட்டிகளா! வேண்டும்ன்னெ என்னை சோதிக்கறீங்களா? நடு வீட்டை நாறடிச்சிட்டு ஓடறீங்களா?" என்று மகிழ்ந்து சிரித்தபடியே சுத்தம் செய்வாள்.

தன் தாய் லோகாம்பாளுடன் வயலுக்குச் சென்று மாலை வேளைகளில் வீடு திரும்பும் சமயம் பார்க்க வேண்டும். இவள் குரலைக் கேட்டால் "ம்மே.ம்மே" என்று அவை போடும் கூச்சல் தாங்காது. கயிற்றில் கட்டாமல் இருந்தால் போதும். அவளை உரசிக் கொண்டு தாவும். அவள் மீது படிக்கட்டில் ஏறுவதைப்போல ஏற முயற்சிக்கும். அவள் அப்படியே கீழமர்ந்து அத்தனையையும் அணைத்துக்கொண்டு முத்தம் கொடுப்பாள்.

கணவன் வீடு வந்த புதிதில் குச்சுவீட்டைப் பார்த்து அதிர்ந்து போனாள். தாய் வீட்டின் ஆட்டுக் கொட்டகையைவிடக் கொஞ்சம் பெரிதான கீற்றுக் கொட்டகை. வீடென்ற பெயரில் ஒரு குடிசை மாளிகை. பெண் கேட்டு வந்த புதிதில் தாத்தாவும் பாட்டியும் அம்மாவின் மனத்தைக் கரைத்திருக்கிறார்கள்.

"காசு பணத்தைச் சம்பாதிச்சிடலாம். நல்ல பையன் கிடைக்கிறது குதிரக் கொம்பா இருக்கு. இந்தச் சம்பந்தத்தை விட்டுட வேண்டாம்"

அம்மாவுக்கும் அப்பாவுக்கும் திருமணம் நிகழந்தேறியது. உண்மையில் அம்மாவுடன் பிறந்த ஐந்து பெண்களை எப்படியாவது கரையேற்றும் நிர்ப்பந்தம் அவர்களுக்கு. இவள் மூன்றாவது பெண். இரண்டு பேருக்கு ஏற்கெனவே திருமணம் முடிந்திருந்தது. நிறைவாக மகனுக்கு ஊர் வியக்க திருமணம் செய்து பார்க்க வேண்டும் என்னும் பேராவல் உள்ளுக்குள் சுழன்று கொண்டேயிருந்தது தாத்தாவுக்கும் பாட்டிக்கும்.

அப்பா அம்மாவை உள்ளங்கையில் வைத்துத் தாங்காத குறை தான். அவளுக்குச் சிறு மனக்கஷ்டமும் ஏற்படாதவாறு பார்த்துக் கொண்டார். அவள் முகம் சற்று வாடியிருந்தாலும் துடித்துப் போவாராம்.

"நீ வசதி வாய்ப்பா வாழ்ந்த பொண்ணு. இப்படிக் கஷ்டப்படுறியெ மதி"யென்று அப்பா சில நேரங்களில் கலங்குவார். "உங்க வீட்டுக்கு மொதல்ல வந்தப்பவே இது நமக்குச் சரிப்பட்டு வராதுன்னு நெனச்சிக்கிட்டு தான் வந்தேன். எங்க அண்ணனும் அண்ணியும் கூட நம்பலை. ஆனா உங்க அப்பா திரும்பத் தொடர்பு கொண்டதும் பயமாதான் இருந்திச்சி. எப்படியோ இன்னாருக்கு இன்னாருன்னு எல்லாம் முடிஞ்சியும் போயிட்டு" என்பார்.

அப்பா குணத்தின் முன் வசதி வாய்ப்புகள் சிறிதாகிப் போயின. அம்மா அப்பாவுடனும் என்னுடனும் வாழ்வை

மகிழ்ந்து கொண்டாடினாள். இருப்பதைக் கொண்டு நிறைவு கண்டாள். காலகாலத்தில் தங்கைகளுக்கும் இப்படியொரு வாழ்க்கை அமைந்து விட வேண்டும் என்று அவள் பார்க்கிற தெய்வங்களையெல்லாம் வேண்டிக் கொண்டாள்.

பிறந்தகம்போல பிராணிகள் வளர்க்க இங்கு வசதியில்லை. மனிதர்கள் வயிறாறுவதே சவாலாக இருந்தது. அது அம்மாவிற்குப் பெருங்குறையாக இருந்தது. ஒரு மனக்கஷ்டம் என்றால் துள்ளித்திரியும் இரண்டு ஆடு, மாடுகளைப் பார்த்தால் பறந்து விடும் என்று நினைப்பவள் அம்மா.

மகளின் எண்ணத்தைப் புரிந்துகொண்ட தாத்தா அப்போது வந்த பொங்கல் வரிசையை ஓர் ஆட்டுக்குட்டியுடன் கொண்டு வந்தார். அம்மாவிற்குக் கண்கள் பூத்துவிட்டன. வாங்கி வந்திருந்த சாமான்களைக்கூடப் பார்க்கவில்லை. பூம்பஞ்சாய் புசுபுசுத்த ஆட்டுக் குட்டியைத் தூக்கிக் கொஞ்சத் தொடங்கி விட்டாள். இது போதும்பா எனக்கு என்று அவள் அப்பாவை நன்றி பெருக்குடன் பார்த்தாள்.

"யம்மா.. இந்தக் குட்டியோட தாயி இறந்து போயிட்டு. ரெட்டைக் குட்டிக போட்டுருந்திச்சி. நீ ஆசைப்படுறியேன்னு ஒன்னு கொண்டு வந்தேன். தாய்க்குத் தாயா இருந்து காப்பாத்திக்க. இது வகையறா நல்லா பலுவும்" என்றார் தாத்தா.

அம்மாவுக்கு அப்போது எட்டு மாதக் கர்ப்பம். நான் வயிற்றில் இருந்த நேரம். அந்த நேரத்திற்கு அவளுக்கு நல்ல துணை கிடைத்துவிட்டது. அதைக் கண்ணும் கருத்துமாய் வளர்த்தாள். காவேரி எனப் பெயர் சூட்டியிருந்தாள். மதிய நேரத்தில் மரத்தடியில் காற்று வாங்கியபடி மடியில் கிடத்திக்கொண்டு, "கவலைப்படாதே காவேரி. இன்னும் கொஞ்ச நாள்ல உனக்குத் தம்பி வந்திடுவான். நல்லா விளையாடலாம்" என்று உரையாடி மகிழ்வாள்.

நான் பிறந்த பிறகு என்னை ஒரு கண்ணாகவும் காவேரியை ஒரு கண்ணாகவும் கருதிக் கொண்டாள். நான் வளர வளர காவேரியைப் பக்கத்தில் தூக்கி வைத்துக்கொண்டு விளையாட்டுக் காட்டுவாள். காவேரி என்னைப் பார்த்துத் தலையை ஆட்டும். நான் கொள்ளைச் சிரிப்பில் மகிழ்வேன். தாயில்லாக் காவேரிக்குப் பொட்டிப்பால் போட்டு பருக்கி விடுவாள். அப்பாவும் இதற்கு பெரிதும் உதவிக் கொண்டிருந்தார்.

ஒரு நாள் எனக்கு பால் கொடுத்துக்கொண்டிருந்த அம்மா அசதியில் கண்ணயர்ந்து போனாள். இடப்பக்கம் ஒருக்களித்துப் படுத்து என்னை வலப்பக்கம் கிடத்தி கீழ்முலையை என் வாயில் திணித்திருந்தாள். உறங்கியபடியே தாயின் அமுதைப் பருகிக் கொண்டிருந்தேன். மறுமுலையில் காவேரி என்னைப் போல மாறியிருந்தது. அது அம்மாவின் மேல் வாகாய் எனக்குத் தொந்தரவில்லாமல் அமர்ந்திருந்தது. அரைத் தூக்கத்தில் விழித்த அம்மா முதலில் திகைத்து என்ன நினைத்தாளோ பிறகு காவேரியை அணைத்துக் கொண்டாள். இதை ஓரக்கண்ணால் அரை மயக்கத்தில் பார்த்த எனக்குப் பொறாமையாக இருந்தது. அம்மாவின் மீதும் காவேரியின் மீதும் ஏனோ கோபம் கொப்பளித்தது.

நன்றாக ஆளாகி வளர்ந்த காவேரிக்கும் சோதனை வந்தது. நான்கு வருடங்கள் கழித்து ஒரு நாள் அடித்த கோரப் புயலில் நாங்கள் குடும்பத்துடன் ஊர்ப் பள்ளிக்கூடத்தில் தங்கியிருந்தோம். மறு நாள் வந்து பார்த்தபோது தெருவே சிதிலமாகிக் கிடந்தது. காவேரி உட்பட பல விலங்குகள் மல்லாந்திருந்தன. அம்மா அன்று அழுத அழுகையை என்னால் மறக்கவே முடியாது. அம்மா மனநோயாளியைப்போல இருந்ததைப் பார்த்த தாத்தா திரும்பவும் ஓர் ஆட்டுக்குட்டியைக் கொண்டுவந்து கொடுத்தார். அம்மா அதற்குப் பொன்னி எனப் பெயர் சூட்டியிருந்தாள். மெல்ல மெல்ல மீண்டு வந்தாள்.

....

காலங்கள் எவ்வளவு வேகமாக உருண்டோடுகின்றன. அதன் பற்சக்கரத்தைக் கட்டிப் போட யாரால்தான் முடியும்?

அப்பா ஒரு நாள் அம்மாவிடம் வினவினார்.

"ஏ மதியரசி... எனக்கென்னமோ சந்தேகமா இருக்குடி..! எழில் நீ பெத்த புள்ளையா? இல்லை இந்த ஆட்டுக்குட்டியான்னு?"

"ஆட்டுக்குட்டின்னு சொல்லாதிய... பொன்னின்னு கூப்பிடுங்க"

"சரி, பொன்னின்னே வச்சிக்க. யாரு நீ பெத்த புள்ள?"

"பெத்தாத்தான் புள்ளயா? எனக்குப் பொன்னியும் புள்ள மாதிரி தான்"

"அப்ப நீ பெரிய ஆடு, அப்படித்தானே?

அம்மாவை வம்புக்கு இழுத்தார் அப்பா.

"பெரிய ஆடோ... சின்ன ஆடோ... அதுகளும் உசிருங்கதானே. தெரு முக்குல பார்க்கறப்பவே கத்திக்கிட்டு ஓடி வருதே. இந்தப் பாசத்துல ஏது ஆட்டுப்பாசம் மனுசப்பாசம்ன்னு?"

"ஏலே எழிலு... ஆட்டுக்குட்டி வம்சமே... பொன்னியோட தம்பி... இங்க வாடா!"

அப்பாவுக்குக் கிண்டல் உச்சத்தில் ஏறி நிற்கும். அம்மாவைக் கேலி செய்கிறாரேயொழிய "பாதகத்தி... வாயில்லா சீவன்னு நினைக்காம இப்படிப் பாசத்தைக் கொட்டி வளர்க்கிறாளே" என்று பெருமிதம் மனத்திற்குள்.

பொன்னி நன்றாகப் பலுவிற்று. ஒண்ணரை ஆண்டில் கருவுற்று ஓர் ஆட்டுக்குட்டியை ஈன்றது. மறு வருடம் சினை பிடித்து இரண்டு ஈத்துகளில் இரண்டு குட்டிகள். அதற்குள் பழைய குட்டியும் கருவிற்குத் தாயராகி விட்டது. இப்படியே எங்கள் வீட்டில் நாலைந்து குட்டிகள் ஆயின.

குட்டிகள் வளர்ந்ததும் ஒவ்வொன்றாய் ஆத்திர அவசரத்திற் கென்று காதர்பாட்சா கடைக்குப் போய்விடும். அப்போதெல்லாம் அம்மா படும் வேதனைக்கு அளவிருக்காது. பொன்னி பலுவி என்ன பயன்? எத்தனை பிள்ளைகளை அவள் பிரிவாள்? குட்டிகளைப் பிடித்துச் செல்லும் போது பொன்னி கதறும் சத்தத்தில் அம்மா நிலைகுலைந்து போவாள். இவள் கண்களில் நீர்த்தாரை வழியும். திரும்பவும் தனியாய் நிற்கும் பொன்னியைப் பார்த்து அம்மா பேசுவாள். "நீ சிவனேன்னு என் அப்பன் வீட்டுக்கே ஓடிப் போயிடு" என்று மூக்கைச் சிந்துவாள்.

ஆடு, மாடுகளை எதற்கு அழகு பார்க்கவா வளர்க்க முடியும்? ஒரு மொடைக்கு விற்றுக்கொள்ளலாம் என்பது தான் அப்பாவின் கணக்கு. அப்பாவைப் பொறுத்தமட்டில் அவை நடமாடும் பணத்தாள்கள். அவற்றை வளர்ப்பது, பராமரிப்பது பணத்தேவைக்காக மட்டுமே. ஆனால் அம்மாவின் கணக்கு இதற்கு நேர் எதிராய் இருந்தது.

அம்மாவிற்கு ஆட்டை ஒரு பிராணியாகப் பார்க்கத் தோன்றவில்லை. அதை வீட்டின் உறுப்பினராகக் கருதினாள். அவற்றின் மீது எல்லையில்லா பாசம் கொட்டி வளர்த்தாள். அப்பா சொல்வதைப்போலத் தன் மகனாக, மகளாக ஆடுகளை

மீனா சுந்தர் ✤ 109

நினைத்து உறவாடினாள். விற்கும் ஒவ்வொரு முறையும் அவள் பரிதவித்தாள். அதன் பிரிவை நினைத்து மருகினாள்.

ஒவ்வோர் ஆட்டை விற்கும்போதும் அப்பாவுடன் சண்டை கட்டுவாள். அழுவாள். ஆர்ப்பாட்டம் செய்வாள். ஆடு வாங்க வந்திருக்கும் கசாப்புக்கடை நபரை எதிரியைப் பார்ப்பதுபோல் பாவிப்பாள். அவளால் நிலைகொண்டு ஓரிடத்தில் நிற்க முடியாமல் இங்கும் அங்கும் அலைவாள். சாடையில் பேசுவாள். உச்சகட்டத்தில் வேலியில் போகும் ஓணானைப் பார்த்துச் சம்பந்தமில்லாமல் காறித் துப்புவாள்.

அப்பா எவ்வளவோ சொல்லியும் அம்மா கேட்பதாக இல்லை.

"ஒரேயடியா எல்லாத்தையும் வித்திட்டு போங்களேன். என்று ஒப்பாரி வைப்பாள். அத்துடன் போய் படுப்பவள் தான். இரண்டு மூன்று நாள்களுக்கு அன்னம் தண்ணி இருக்காது. யாருடனும் பேச மாட்டாள். பிடிவாதமாய்ப் படுத்துக் கிடப்பாள். ஆடு விற்ற காசிருப்பதால் அப்பாவிற்குக் சோற்றுப் பஞ்சமிருக்காது. கடையில் வயிறு நிரப்பி வீட்டிற்கும் வாங்கி வருவார். அம்மா அந்த உணவைத் தொட்டுக்கூடப் பார்க்க மாட்டாள். நஞ்சைப் போலத் தள்ளி வைப்பாள்.

மூன்றாம் நாள்தான் மெல்ல எழுவாள். வாசலை கூட்டி அள்ளுவாள். கொட்டிலைப் பார்த்துக் காணாத ஆட்டை நினைத்துக் கண்ணீர் சிந்துவாள். ஆட்டுக் கவணையைப் பார்த்து ஏதோதோ பேசுவாள். பொன்னி புரிந்ததைப்போல தலையாட்டிக் கத்தும். அதற்குப் பிள்ளையைப் பிரிந்த ரணவலி. அவளிடம் நெருங்கி உரசும். அவளுக்கு இன்னும் அழுகை முட்டும். "எங்காவது ஓடித் தொலையேன். இப்படி பாசம் காட்டி என்னைப் பைத்தியாமா ஆக்கணுமா?" என்று வெறுப்பில் சினப்பாள்.

இந்த முறை பொன்னி இரட்டைக் குட்டிகளை ஈன்றிருந்தது. குட்டிகள் வெளிவருவதற்குள் பொன்னி கதறித் தீர்த்து விட்டாள். அம்மாதான் அருகிருந்து லாவகமாய் நோகாமல் வெளியில் எடுத்தாள். அவ்வளவு துக்கம் அவள் மனத்தில் தேங்கிக் கிடந்தது. அணையுடைத்த வெள்ளமெனக் கண்களிலிருந்து பெரும் பிரளயத்துடன் கண்ணீர் வெளியேறிக் கொண்டிருந்தது. தேம்பிக் கொண்டே என்னை அந்த இடத்திலிருந்து விரட்டி விட்டாள். எனக்கு ஓட மனமில்லாமல் சற்றுத் தள்ளி நின்று கொண்டேன். "பொண்ணா பொறப்பெடுத்திட்டா இந்த

வேதனைய பட்டுத்தான ஆகணும். துடிக்காதே பொன்னி! இந்தா முடிஞ்சிடும்" என்று மூக்கைச் சிந்திக்கொண்டாள். ஈன்ற களைப்பில் பொன்னி களைத்துப் படுத்து விட்டது. பனிக்குட நீரும் குருதியும் கொட்டில் முழுவதும் தளும்பிக் கிடந்தன.

ஒரு சாக்கை விரித்து பொன்னியின் அருகில் குட்டிகளைப் படுக்க வைத்தாள். பொன்னிக்குக் கண்களில் பெருமிதம் பொங்கி வழிந்தது. குட்டிகளை நாக்கால் நக்கிக் ஆராதித்துக்கொண்டே யிருந்தது. கரிய நிற இளவம் பஞ்சின் சிறு தலையணைபோல இரண்டு குட்டிகளும் படுத்துக் கிடந்தன. சற்று நேரத்தில் அப்பா கை நகங்களால் குட்டிகளின் பாதங்களில் இருந்த வழுவழுப்பான கொழும்புப் பகுதிகளைக் கிள்ளி நீக்கிக் கொண்டிருந்தார். ஆண்குட்டி, பெண்குட்டியெனப் பிறந்ததில் அம்மாவுக்கு நிம்மதி. அப்பாவுக்கு ஒன்று ஆண்குட்டியாய்ப் போனதில் சிறு வருத்தம். அம்மா அதற்கும் பெரிதாக வினையாற்றவில்லை. அவள் மௌனத்திற்குள் பல அர்த்தங்கள் முட்டி மோதிக்கொண்டு வலி தாங்காமல் துடித்தன.

குட்டிகள் வளர்ந்து துள்ளிக் குதித்தன. உயரம் குறைந்த சுவர்களில் நன்றாக ஏறிக் குதித்து விளையாடின. எனக்கு மிகவும் உவப்பாகவும் குதூகலமாகவும் இருந்தது. நான் பகல் பொழுதைக் குட்டிகளுடன் கழிக்கத் தொடங்கினேன். நான் குட்டிகளுடன் விளையாடுவதைப் பொன்னி கொட்டிலிலிருந்து பெருமிதத்துடன் பார்த்துக்கொண்டு நிற்கும்.

குட்டிகளுக்கு ஒரு மாதம் நிறைவுற்றிருந்தது. திடீரென அப்பா கொல்லையில் மயக்கம் போட்டு விழுந்தார். முகத்தில் தண்ணீர் தெளித்து நிதானமாய் வீட்டிற்கு வந்த அப்பா மிகவும் களைத்துக் காணப்பட்டார். நேற்று இரவே சாப்பாட்டை வாந்தி எடுத்திருந்தார். "சாப்பாட்டைக் கண்டாலே வெறுப்பாக இருக்கிறது" என்றார். அம்மா மிகவும் பயந்து அழுது கொண்டேயிருந்தாள். நான்காம் வீட்டிலிருந்து பார்க்க வந்திருந்த தங்கபாண்டித் தாத்தா அப்பாவின் கண்களை இடுக்கிக் கொண்டு பார்த்தார். இரண்டு கைகளையும் விரித்துக் காட்டச் சொன்னார். இரண்டிலும் மஞ்சனத்திப் பூக்களின் சாயல் மலர்ந்து கிடந்தது.

"எனக்கென்னமோ மஞ்சக்காமாலை மாதிரி தெரியது. அது முத்தினாதான் வாந்தி வரும். அன்ன ஆகாரம் எடுக்காது. தெம்பில்லாத மாதிரியே இருக்கும். இவன் மயக்கம் போட்டு

விழுந்ததுக்கும் அதுதான் காரணமா இருக்குன்னு தோணுது. எதுக்கும் பரவைக்குப் போயி பார்த்துட்டு வந்தா தேவலாம்" என்று அக்கறையோடு யோசனை சொன்னார்.

அம்மாவிற்குப் "பறவை இருக்கும் திசை கூடத் தெரியாது" என்றாள். 'நாகப்பட்டினம் போய் அங்கிருந்து பேருந்து ஏற வேண்டும்' என்றார்கள். யாரையாவது தெரிந்தவர்களை அழைத்துச் சென்றால் தான் உண்டு. தங்கபாண்டித் தாத்தாவைக் கேட்டதில் வருவதாக ஒப்புக் கொண்டார். மூன்று பேர் போய் வர பேருந்துக் கட்டணம், வைத்தியச் செலவு, சாப்பாட்டுச் செலவுக்கென்று எப்படியும் ஆயிரமாவது வேண்டும். கையில் சேமிப்பென்று எதுவுமில்லை. தடுமாறி அலைந்தாள் அம்மா. கேட்டவர்கள் எல்லோரும் கை விரித்தனர். அந்த ஆண்டு விவசாயம் பாழாய்ப் போயிற்று. இரண்டு போகமும் நீரின்றி காய்ந்த வயல்களால் வறுமை ஒவ்வொரு வீட்டிலும் சம்மணம் பொட்டு அழுத்தமாய் அமர்ந்திருந்தது. யாரை நோக முடியும்?

காதர்பாட்சா கொட்டிலில் நின்றுகொண்டிருந்தார். அம்மாவின் வேண்டுகோளின்படி தங்க பாண்டி அழைத்து வந்திருந்தார். காதர்பாட்சா ரகசியம் கேட்பதுபோலத் தங்கபாண்டியின் காதைக் கடித்தார்.

"என்னய்யா! நல்லா கேட்டியா? அந்தப் பொம்பள ஒத்துக்க மாட்டாளேய்யா. காசு கொடுத்து ஆடு வாங்கப் போறவங்களையே என்னமோ சும்மா ஓட்டி விடற மாதிரி அந்தப் பேச்சு பேசும்" அவர் தயங்கினார். தங்கபாண்டி விவரம் சொன்னதில் பாட்சா நிறைவடைந்திருந்தார். இருப்பினும் கொட்டில் பக்கம் எட்டிப் பார்க்காத அம்மாவை நினைத்துக் குழம்பிக் கொண்டிருந்தார் காதர்பாட்சா.

பொன்னியை விலை பேசும் துக்கத்தை அம்மாவால் தாங்க முடியவில்லை. அம்மா வீட்டிற்குள்ளேயே இருந்தாள். அம்மா எதிர்நோக்கும் விலையைச் சொன்னார் தங்கபாண்டி. காதர்பாட்சா கேட்ட விலையை வீட்டிற்குள் சென்று அம்மாவிடம் கேட்டு வந்தார் தங்கபாண்டி. பாதித் தொகையை முன்பணமாகக் கொடுத்துவிட்டு மீதியை நாளை காலை பெற்றுக்கொள்ளுமாறு தகவல் சொல்லி விட்டுப் பொன்னியின் கயிற்றை அவிழ்த்து இழுத்தார் பாட்சா. பொன்னி எதுவும் புரியாமல் குட்டிகளை விட்டுப் போக மறுத்து முறுக்கிற்று. குட்டிகள் இரண்டும் அவற்றின் மொழியில் கதறின.

காதர்பாட்சா அப்படியே அலேக்காகப் பொன்னியைத் தூக்கி, கொண்டுவந்திருந்த மதிவண்டிப் பெட்டியில் வைத்துக் கட்டினார். பொன்னியின் கதறல் காற்றையும் நடுக்குறச் செய்தது. மிதிவண்டியில் பாட்சா ஏறியதும் அதன் சப்தத் துளிகள் தெருவெங்கும் சிதறிக்கொண்டே போயின. குட்டிகள் பரிதவித்தன. அம்மா மனத்தைக் கல்லாக்கிக் கொண்டாள். ஏனோ இப்போது அவளால் அழ முடியவில்லை.

மறு நாள் காலை தங்கபாண்டித் தாத்தா அம்மாவிடம், என்னை அனுப்பி மீதத் தொகையை வாங்கி வந்துவிடுமாறு அறிவுறுத்திக் கொண்டிருந்தார். நாளை காலை பரவைக்குச் செல்லத் தயாராக இருக்குமாறு படுத்திருந்த அப்பாவிடமும் சொல்லிவிட்டுச் சென்றார். அம்மா என்னை உசுப்பினாள். நான் காதர்பாட்சா கடை நோக்கிச் சென்றேன்.

பாட்சா என்னைக் கண்டதும் சிரித்தார். பொன்னியின் தலை தனியே எடுத்து வைக்கப்பட்டிருந்தது. நெருங்கியதும் அதன் கண்கள் என்னையே வெறித்தன. வளைந்த கம்பியில் தொடைக்கறியின் ஒரு பகுதி தொங்கிக் கொண்டிருந்தது. நான் தொடையையே பார்த்துக் கொண்டிருந்தேன்.

“ஏ பாதகத்தி பெத்த பெயலே... கல்நெஞ்சுக்காராஞ்என்ன காரியம் செய்திட்டேடா?”

அம்மா ஓங்கி என் நடு முதுகில் அறைந்தாள். நான் சுருண்டு விழுந்தேன். பெருங்குரலெடுத்து மாரில் அடித்துக் கொண்டு ஒப்பாரி வைத்தாள். வீடு பேரோலம் பூண்டு நின்றது. அவள் கைகள் நடுங்கின. சதுரம் ஆடிற்று. அம்மாவை இதுபோல் வெறி கொண்டு நான் பார்த்ததில்லை. அவள் அழுகையின் முன் என் அழுகை ஈனஸ்வரமாய் சுருங்கிற்று.

தூரமாய் தேக்கு இலையில் பாட்சா கட்டித் தந்த தொடைக்கறி அனாதையாய்க் கிடந்தது. அப்பாவின் திசையிலிருந்து கசிந்த விசும்பும் சப்தம் கேட்டு அதிர்ச்சியுடன் திரும்பிப் பார்த்தேன். அப்பாவிற்குக் கண்களை மறைக்குமளவிற்கு நீர் தேங்கி நின்றது. நான் என்ன தவறு செய்தேன் என்று விளங்காமல் தவித்துக் கொண்டிருந்தேன்.

- பொதினி - மே 2020.

★ ★ ★

10

புலன் கடவுள்

ஒரு நல்ல தேநீர் குடிப்பதற்காக எவ்வளவு தொலைவு வேண்டுமானாலும் அலுப்பில்லாமல் சுகமாக நடக்கலாம் என்ற கொள்கையுடையவன் கோவிந்து. இதற்காகவே பல நேரங்களில் பலவற்றையும் இழக்கத் துணிந்தவன் அவன். கீழப்பாலத்திலிருந்து பொடிநடையாக புதுத்தெரு, மூன்றாம் தெரு, வைத்தியசாலை, சிவானந்தா பேருந்து நிறுத்தம் என இத்தனை நிறுத்தங்களைக் கடந்து தாய்மடி தேடியோடும் குழந்தையைப்போலப் பழைய பேருந்து நிலையம் வந்து விடுவான் கோவிந்து. அங்குள்ள சிவாஜி தேநீர் நிலையம் அவனின் பரிபூரண தேநீர்க்குடில். ஒரு தேநீர் குடிப்பதற்காக மெய்வருத்தி மெனக்கெடும் அவனைப் பார்க்க வியப்பாகத் தானிருக்கும்.

அவனிடம் ஒரு பழைய மிதிவண்டி உண்டு. அங்கங்கே வண்ணங்கள் உதிர்ந்து துரு படரத் தொடங்கியிருக்கும் அந்தக் காலத்து ஹெர்க்கிளிஸ் வண்டி. பல இன்னல்களுக்கிடையிலும் எப்படியோ அதனைப் பாதுகாத்து வைத்திருந்தான். அது எழுப்பும் கரகர ஒலியைக் காற்றில் சிதறவிட்டபடி ஏகாந்தமாய்ப் பயணிப்பதில் அவனுக்கு ஒரு சுகம். ஒழுங்கு செய்து பதியப்பட்ட ஓர் இசைத் தட்டென அஃது ஒரே சுருதியில் சன்னமாக கசிந்து ஒழுகும். அவன் நெடுநெடுவென ஒட்டகம் மாதிரி நெட்டை உருவம் வேறு. மிதிவண்டி மேலமர்ந்து

அதன் இசைக்குத் தக்க காற்றில் தவழ்ந்தபடி வளைய வருவான் கோவிந்து.

மிதிவண்டிக்கும் அவன் உருவத்திற்கும் சுத்தமாகப் பொருந்திப் போகாது. பார்ப்பதற்கு அந்நிய நிலத்தின் மாறுபட்ட ஐந்து ஒன்று கூனலாய் தலையை மட்டும் உயர்த்தி இடவலமாய் அசைவது போலிருக்கும். தலையில் சும்மாட்டுத் துண்டும் வாயில் புகையும் பீடித்துண்டும் இருப்பின் அவனைப் பட்டிக்காட்டுப் பாமர மனிதன் என்று சொல்லிவிடலாம். நல்லவேளை, கோவிந்துவிற்குத் தலையில் துண்டு கட்டும் வழக்கமோ, பீடி புகைக்கும் பழக்கமோ இல்லாமல் இருந்தது.

இது குறித்து நண்பர்கள் அவ்வப்போது அவனைக் கேலி செய்வதுண்டு. அது பற்றிக் கிஞ்சிற்றும் கவலை கொண்டவனாக அவன் காட்டிக்கொண்டதில்லை. பதிலுக்கு அவனும் தன் தெத்துப்பல் தெரிய சிரிப்பான். "உங்களுக்கு எங்கடா வலிக்குது?" நக்கலாய்க் கேட்டுவிட்டு நகர்ந்து விடுவான்.

உலகில் தேநீர்ச் செடிகள் அற்றுப்போய் இலைகள் பறிக்க வழியில்லாத காலமொன்று வந்தால் கோவிந்து இம்மண்ணுலகில் உயிர் வாழ்வானா என்று சிந்திக்குமளவிற்கு அவன் நடத்தை வித்தியாசமாக இருந்திருக்கிறது. அவன் ஒரு தேநீர் பயங்கரவாதி. தேநீர் எங்கள் உயிருக்கு நேர் என்று சொல்லாததுதான் மிச்சம். இவனைப் போல தேநீர் அரக்கன்கள் உலகில் இருக்கச் செய்வார்களா என்றும் தெரியவில்லை.

பொதுவாக வியாபாரத் தளத்தில் அருகில் கிடைக்கும் பொருளைத் தவிர்த்து அதே பொருளை தொலைவில் சென்று வாங்கினால் பக்கத்துக் கடைக்காரர் வணிகத்தில் தோற்று விட்டார். அதில் எள்ளளவும் ஐயமில்லை. அது தேநீருக்கு மட்டும் பொருந்தாதா என்ன? எவ்வளவு மோசமாகத் தேநீர் தயாரிப்பவர் என்றாலும் தன் கடை சரியில்லையென்பதை யாராவது ஒத்துக்கொள்வார்களா? தன் கடையைவிட அடுத்தவர் கடையில் தேநீர் சிறப்பாக இருக்கிறதென்று வழிப்போக்கன் சொன்னால்கூட சண்டைக்குப் போய்விடுவார்கள்.

ஒரு நாள் விநாயகம் பேச்சுவாக்கில் கோவிந்துவிடம் கேட்டே விட்டான். அதற்கு அவன் சொன்ன விளக்கம் மிகவும் அலாதியானது. இத்தனையளவு தேநீரை ரசித்து ஒருவனால் பேச முடியுமா என்று கூடத் தோன்றலாம். அவர்கள்

போடுவதெல்லாம் தேநீர் அல்லவாம். கழுநீராம். அதற்குத் 'தீநீர்' என்று வேண்டுமானால் பெயர் வைக்கலாமாம். "அந்த அழுக்குத் தண்ணீரை உன் போன்ற கழுதை மனசுக்காரர்கள் வேண்டுமானால் நக்கிச் சுவைப்பார்கள். என்னால் முடியாது விநாயகம்!" என்று முகத்தில் அடித்துச் சொல்லி விட்டான். பாவம் விநாயகத்தின் நிலா முகம் நட்சத்திர மீனைப் போல அறுங்கோணத்தில் செதில் செதிலாய்ச் சுருங்கிற்று.

பாவி, அத்தோடு விட்டானா? ஒரு தேநீர்க்கு டிக்காஷன் எப்படித் தயாரிக்கப்பட வேண்டும், பால் எந்தப் பக்குவத்தில் காய்ச்சப்பட வேண்டும், இரண்டையும் எந்த விகிதத்தில் கலக்க வேண்டும், சர்க்கரை எவ்வளவு சேர்க்கப்பட வேண்டும் அதை எங்ஙனம் ருசித்துப் பருக வேண்டும் என்று வகுப்பெடுக்கத் தொடங்கி விட்டான். அவனைத் தேநீர் என்சைக்ளோபீடியா என்று அழைக்கலாமா என்று தோன்றிற்று. அப்படித்தான் அங்கலாய்த்தான் அவன்.

"ஒரு நல்ல தேநீருக்குப் பால் காய்ச்சுதல் மிக முக்கியம். முதலில் தண்ணீர் சேர்க்காத பாலை நன்றாக முறுகக் காய்ச்ச வேண்டும். பொங்கி வரும் பால் பாத்திரத்தைப் பிடித் துணியால் எடுத்துச் சற்று ஆறும்படிச் சட்டியைச் சுழற்றிப் புகையை வெளியேற்ற வேண்டும். பால் கருகாமல் இரண்டு மூன்று முறை செய்ததும் பாலைத் தனியே எடுத்து வைத்துக்கொள்ள வேண்டும். பிறகு ஒரு பாத்திரத்தில் தேவையான அளவிற்குத் தண்ணீர் எடுத்துக் கொண்டு தேநீர்ப் பொடி தூவி காய்ச்ச வேண்டும். நன்றாக சாறு இறங்கியதும் காய்ச்சிய பாலை ஊற்றி பொங்கும் பக்குவத்தில் அடுப்பையணைத்து வடிகட்ட வேண்டும்." இதன்படி முறையாக சிவாஜி தேநீர் நிலையத்தில்தான் தயாரிக்கிறார்களாம். அதனால் தான் அந்தத் தேநீருக்கு மவுசாம்.

கோவிந்து பெரிய கதாகலாட்சேபமே நடத்திக்கொண்டிருந் தான். அடுத்து தேநீர் குடிப்பதற்கான இலக்கணங்களை வரையறுத்துக் கூறத் தொடங்கினான்.

"குவளையில் கொதிக்க ஊற்றிய தேநீரை ஆற்றக் கூடாது. சுவை மங்கி விடும். அப்படியே ஆவி வெளியேறி ஆடை படர விட வேண்டும். ஆடையை எடுத்துப் போட்டுவிட்டு பிறகு தேநீரை உறிஞ்சிப் பார். சொர்க்கத்தைச் சுவையில் உணர்ந்து பார்க்கலாம்" என்றான் கோவிந்து. அதற்கு மேல் விநாயகத்தால்

பொறுக்க முடியவில்லை. "தேநீர் அறிஞரே! போதும்ப்பா" என்ற விநாயகம் செவிகளை மூடிக் கொண்டு, "உன் பாதத்தைக் காட்டு" என்று நக்கலாய்ச் சிரித்தான்.

கோவிந்து மட்டுமன்று. அவன் குடும்பமே ஒரு தேநீர்ப் பைத்தியக் கூட்டமைப்பு. அவன் அக்கா லட்சுமி இவனைவிடக் கொஞ்சம் முற்றிய பைத்தியம். அவள் எதிர்பார்ப்பிற்கு ஒரு துளி குறைந்தாலும் தாட்சண்யமில்லாமல் எடுத்துக் கொட்டி விடுவாள். சங்கடப்படுவார்களே என்று நினைக்க மாட்டாள் பாதகி. கேட்டால் 'ஒரு நல்ல தேநீர்கூடத் தயாரிக்கத் தெரியாமல் வாழ்ந்தென்ன பயன்?' என்று வினா வேறு. அவளிடம் பேசிச் சமாளிக்க முடியாது. சரியான ராங்கி.

தேநீரில் வகை வகையாய்ச் சொல்வான் கோவிந்து. நமக்குத் தெரிந்தது ஒன்றுதான். அது எப்படியிருப்பினும் உறிஞ்சிக் குடிப்பது. ஆனால் கோவிந்து அப்படியில்லை. தேநீரை பாகம் பிரித்துத் தர நிர்ணயம் செய்யும் வல்லுநன் அவன். அவனுக்கு எப்பவும் அரக்கு போல் தேநீர் வேண்டும். முதல் மிடற்றைச் சுவைத்ததும் உச்சியில் மெலிதான கசப்பும் துவர்ப்பும் கலந்து ருசிக்க வேண்டும். சுடச்சுட தேநீரிலிருந்து கிளம்பும் வெண்புகையை அத்தனை ரசிப்பான். அதன் ஒரு துளியைக்கூட வெளியே கசிய விடாமல் நாசிக்கிண்ணத்தில் முழுவதுமாய் ஏந்திக்கொள்ள வேண்டுமென்னும் பேராசை மனசு அவனுக்கு.

ஒரு மழை நாளில் விநாயகமும் அவனும் கும்பகோணத்திற்கு

நல்ல தேநீர் கிடைத்துவிட்டால் அதை அவன் உறிஞ்சிக் குடிக்குமழகே தனிதான். கண்ணை மூடி மிடறு மிடறாய் அனுபவித்துத் தொண்டைக்குள் இறக்குவான். குளிர்காலமெனில் சொல்லத் தேவையில்லை. தேநீர்க் குவளையைக் குழந்தையைக் கொஞ்சுவதுபோலக் கொண்டாடித் தீர்த்துவிடுவான். இரண்டு உள்ளங்கைகளுக்கிடையில் குவளையை வைத்து உருட்டி உருட்டி அதன் இதமான சூட்டைத் தோல்களில் ஊடுருவவிட்டு அனுபவிப்பான். ஒவ்வொரு உருட்டலுக்கும் ஒரு மிடற்றுத் தேநீரை உறிஞ்சி உள்ளே இறக்கிக் கொள்வான். உருட்டல்களுக்கிடையில் கை மாற்றி, கை மாற்றி உள்ளங்கையைச் செவிகளிலும் கன்னங்களிலும் அழுந்த வைத்துச் சூட்டின் சவ்வுடு பரவலை நிகழ்த்திக்கொண்டு குதூகலிப்பான். ஒரு தேநீரை அவன் குடித்து முடிக்க குறைந்தபட்சம் பத்து நிமிடங்களாவது ஆகும். அந்தக்

கோலத்தில் அவனைப் பார்த்தால் ஒன்று, தேநீர் குடிப்பதையே மறந்து விடுவோம் அல்லது நாமும் நல்ல தேநீர் வேண்டி வீதி வீதியாய் அலையத் தொடங்கி விடுவோம். கிட்டத்தட்ட தேநீருக்கு அவன் வாழ்நாள் அடிமையாகியிருந்தான்.

சிவாஜி தேநீர் நிலையத்தில் எப்பவும் ஈ மொய்ப்பதைப் போலக் கூட்டம். தேநீர் போடும் சிவந்தியப்பன் அண்ணனை உள்ளூர அவன் மிகவும் நேசித்தான். அவர் ஒரு தீவிர சிவாஜி ரசிகர். 'வசந்த மாளிகை' திரைப்படத்தில் வரும் யாருக்காக இது யாருக்காகப் பாடலை முணுமுணுத்துக் கொண்டேயிருப்பார். அவருக்கு ஏதும் காதல் தோல்வியோ என்னவோ தெரியவில்லை. சிவாஜி மீது கொண்ட பற்றில் அவரின் விதவிதமான புகைப்படங்களைக் கடை முழுவதும் ஒட்டி வைத்திருந்தார். நாளடைவில் மக்களே சிவாஜி பெயரைக் கடைக்கு அடையாளமாய்ச் சூட்டிவிட்டார்கள்.

சிவந்தியப்பன் இவனைக் கண்டதும் ஒரு சிறிய புன்னகையை உதிர்ப்பார். அவ்வளவுதான். அவன் உச்சி குளிர்ந்து போவான். மற்றபடி சிவந்தியப்பனுக்கும் அவனுக்கும் பெரிதாக உரையாடல்கள் நிகழ்ந்ததில்லை. கடைக்குத் தொடர்ந்து வருகை தரும் ஒரு வாடிக்கையாளரென்பதால் அவனைத் தெரியும். அவருக்கு யாருடனும் உரையாட நேரமிருப்பதில்லை. அதிகாலை ஐந்து மணிக்கு அடுப்பைப் பற்ற வைத்தால் இரவு எட்டு மணிக்கு அணைக்கும் வரையும் வேலையிருக்கும். பாத்திரங்கள் கழுவிக் கவிழ்க்க இரண்டு பெண்கள் வந்துகொண்டிருந்தனர். திருமணம் செய்துகொள்ளாமல் ஒண்டிக்கட்டையாகவே ஐம்பதை நெருங்கியிருந்தார் சிவந்தியப்பன். பாத்திரம் கழுவும் பெண்களில் தினமும் ஒருத்தி இரவுச் சாப்பாடு கொண்டுவந்து தருவார்கள். அதற்கு மாதந்தவறாமல் ஒரு விலை போட்டுக் கொடுத்துக் கொண்டிருந்தார் சிவந்தியப்பன். குளித்து முடித்துச் சாப்பிட்டுப் படுத்தால் பிணம் தான். பிரக்ஞை இல்லாமல் கிடப்பார்.

ஒரு நல்ல தேநீர் சிவந்தியப்பன் மீதான மரியாதையைக் கோவிந்தின் மனத்தில் உயர்த்தியிருந்தது. இராஜகோபாலசுவாமி கோயில், பாமணியாறு, ஹரித்ராநதி, தெப்பக்குளம் போன்ற அவ்வூரின் பல அடையாளங்களுள் ஒன்றாக அவரின் கடையையும் மனத்திற்குள் வரித்துக் கொண்டிருந்தான் கோவிந்து. நெருங்கிப் பழகாத ஒருவருக்காக அவன்

நண்பர்களிடம் விட்டுக்கொடுக்காமல் பேசினான். அவனை வெறுப்பேற்றுவதற்காக நெருங்கிய சிநேகிதர்கள் சிவந்தியப்பனையும் அவரின் தேநீரையும் பலவாறாக விளையாட்டாக கீழ்மைப்படுத்திப் பேசுவார்கள். ஆனாலும் சிவாஜி கடை தேநீர்தான் ஊரின் அக்மார்க் என்பதில் அவன் உறுதியாக இருந்தான்.

காலையும் மாலையும் இவ்வாறு சிவாஜி தேநீர் நிலையத்தில் நாக்கை அடிமைப்படுத்தி வைத்திருந்த கோவிந்துவிற்கு கோதை வடிவில் ஒரு பெரும் சோதனை வந்தது. ஆம். வீட்டில் அவனுக்குப் பெண் பார்க்கத் தொடங்கியிருந்தார்கள். அங்கே இங்கேயென்று பெண் தேடி கடைசியில் விக்கிரபாண்டியத்திற்கு அருகில் திருவாரூர் செல்லும் உட்சாலையில் பேருந்து வாசம்கூட இன்னும் அதிகம் எட்டிப் பார்க்காத இராமபாதபுரம் என்னும் ஒரு குக்கிராமத்தில் கோதை அவனுக்காகக் காத்துக் கொண்டிருந்தாள்.

வீட்டிற்கு ஒரே பெண் கோதை. நிலபுலன்கள் அதிகமிருந்தன. படித்து வேலையில்லாமலிருந்த கோவிந்துவை வீட்டோடு மாப்பிள்ளையாகப் பேசி முடிப்பது என்பது முடிவாகியிருந்தது. கோவிந்துவும் அதற்கு ஒத்துக்கொள்ளும் நெருக்கடியில் இருந்தான். தாத்தா காலத்தில் கொடி கட்டி வாழ்ந்த குடும்பம். தற்சமயம் வீட்டு நிலைமை சொல்லிக் கொள்ளும்படியில்லை. மரபுவழிச் சொத்தாய் அமைந்த ஒரு பழைய ஓட்டு வீடு இருந்தது. அந்தக் காலத்துச் சுத்துக்கட்டு வீடு. அதிலிருந்த ஏழெட்டு அறைகளை தனித்தனி வீடுகளாக்கி வாடகைக்கு விட்டிருந்தனர். முன்னிருந்த அறையில் இவர்கள் தங்கியிருந்தனர். ஒரு விபத்தில் கால் ஊனமான அப்பாவுடன் திருமணத்திற்குக் காத்திருந்த அக்கா நரைமுடியை நெருங்கியிருந்தாள். இந்தக் கவலையே அம்மாவுக்குத் தீராத நோயாகியிருந்தது. இவன் திருமண ஏற்பாடுகள் எல்லாவற்றையும் கணக்கிட்டுத்தான் நடந்துகொண்டிருக்கிறது.

குக்கிராமம் என்பதைத் தவிர இராமபாதபுரத்திற்கு வேறு குறைச்சலில்லை. பேருந்து வசதிகள் அதிகம் இல்லாமல் இருந்தாலென்ன? இப்போது இருசக்கர வாகனத்திற்குக் குறைச்சலில்லை. வண்டியை எடுத்து சுழற்றினால் இருபது நிமிடத்தில் திருவாரூர் பிரதான சாலை. பாரதி மூலங்குடி

பேருந்து நிறுத்தத்தில் நின்றால் போதும். அங்கிருந்து மன்னார்குடி வர எந்நேரமும் பேருந்து உண்டு. ஆனால் அதிலும் ஒரு பெரும் சோதனை. கோவிந்துவிற்கு மிதிவண்டியைத் தவிர வேறு மோட்டார் வாகனங்களை இயக்கத் தெரியாது.

திருமணத்தின் போதே நண்பர்கள் கிண்டலும் கேலியும் செய்யத் தொடங்கியிருந்தனர். மாப்பிள்ளை வசமா மாட்டிக் கிட்டான்டா என்றனர். மாப்பிள்ளைக்கு அரக்கு மாதிரி டீ குடிச்சாகனும். இந்த ஊர்ல அரப்புத்தூள் கூட கிடைக்காது போலருக்கு. என்ன செய்யப் போறானோ என்று அவன் காது படவே பேசினர். அது அவனுக்கு மேலும் கிலியை உண்டாக்கி யிருந்தது. இருந்தும் காட்டிக் கொள்ளாமல் சமாளித்தான்.

திருமணம் முடிந்து முதல் அழைப்பிற்கு இராமபாதபுரம் சென்றவன் தெருவின் முன்னும் பின்னும் கண்ணுக்கெட்டிய தூரம் வரை தெரிந்த வெட்டவெளியைக் கண்டு மிரண்டு போனான். நல்ல வெயிலில் குடை பிடித்து நிற்கும் கருவேல மரங்களைத் தவிர எதுவும் பார்ப்பதற்கில்லை. கடலில் மிதக்கும் ஒற்றை இறாலைப் போலத் தெரு வளைந்து கிடந்தது. மொத்தமே முப்பது வீடுகள் இருக்கலாம். முதலிரவு முடிந்த மறுநாள் காலையில் கோவிந்து பின்புறமுள்ள வேப்பமரத்தடியில் உட்கார்ந்திருந்தான். தேநீர் குவளையோடு வந்த கோதை கேட்டாள்...

"எங்க ஊரு பிடிச்சிருக்கா?"

"ம்" என்றான் ஒற்றை எழுத்தில். மறு வார்த்தை பேசவில்லை.

தேநீரைப் பார்த்தான். பார்த்த மாத்திரத்தில் அது தீநீர் என்பதை அடையாளம் கண்டுகொண்டு உள்ளுக்குள் பதறினான். கோதை அவனையே பார்த்துக் கொண்டிருந்தாள். அவன் தேநீரையே பார்த்துக் கொண்டிருந்தான்.

"குடிங்க" என்றாள் கோதை.

"ம்" என்றவன் குவளையை எடுத்து உதட்டினருகில் கொண்டு சென்றான். பால் கவுச்சி குப்பென்று அடித்தது. அதைவிடச் சுத்தமாகப் பராமரிக்காத பாலூட்டிகள் மீதான மொச்சை நாற்றம் தாங்க முடியவில்லை. தேநீரில் மணக்கும் தேயிலைப் புகையில் வாடையேயில்லை. 'ஊரையே பழித்ததற்குக் கடவுள் கொடுத்த தண்டனையா?' என்று நினைத்துக் கொண்டான்.

"ஏன் குடிக்காம வச்சிட்டீங்க?" என்றாள் கோதை.

அவனுக்குக் கோபம் துருத்திக்கொண்டு வந்தது. இருந்தும் கோதை மீதான புது மாப்பிள்ளை மயக்கத்தில் அவன் சிரித்துச் சமாளித்தான். நல்லவேளை நண்பர்கள் அருகில் இல்லையென்பது அவனுக்கு பெரும் ஆறுதலைத் தந்தது.

“புடிக்கலையா?” என்றாள் கோதை.

“யாரு டீ போட்டது?” என்றான் கோவிந்து

“நான்தான். நான் போட்டாதான் எல்லாருக்கும் புடிக்கும்ன்னு சொல்லுவாங்க” என்றாள் கோதை.

“பசும்பால்தான? நல்லா முருகலா காய்ச்சினா என்ன?”

“இல்ல… இது ஆட்டுப்பாலு… நாங்க பசு வளக்கலை. கொட்டில்ல நிக்கற ஐம்பது ஆடுகள்ல எப்பவும் பத்து பால் கறந்துக்கிட்டு இருக்கும்” என்றாள் கோதை.

அதுவரை பசும்பாலைத் தவிர வேறொன்றையறிந்திராத அவனுக்குக் குமட்டிக்கொண்டு வந்தது. சிரமப்பட்டுச் சமாளித்தான்.

“அது கெடந்திட்டுப் போகுது. டீத்தூளாவது நல்லதா பயன்படுத்தக் கூடாதா?”

“ஏன் இந்தத் தூளுக்கென்ன குறைச்சல்?”

“டீ போட்டா கும்முன்னு மணம் வரணும்.”

“ஏன் இதுல வரலையா?”

கோதை அப்பாவியாகக் கேட்டாள்.

அவனுக்கு அழுவதா, சிரிப்பதா என்று தெரியவில்லை.

“வருது… வருது…” என்று விரக்தியாய்ச் சிரித்தபடி அப்போதைக்கு அதற்கொரு முற்றுப்புள்ளி வைத்தான்.

ஒரு மாதம் ஓடிற்று. முதல் வாரம் மிகக் கடினமாக இருந்தது. பிறகு பழகிக் கொண்டான். நாட்கள் நகர அடம் பிடித்தன. மற்ற எல்லாவற்றையும் தாங்கிக்கொண்டான். நிம்மதியாக ஒரு தேநீர் குடிக்காத ஏக்கம்தான் அவனைப் படுத்திற்று. இராமபாதபுர ஊரின் நுழைவாயிலில் ஒரு கீற்றுக்குடிசையில் தேநீர்க் கடை இருந்தது. எப்பவும் அங்கு நாலைந்து பேர் அமர்ந்து எதையாவது பேசிக் கொண்டிருந்தனர். ஒரு நாள் மெல்ல அந்தப் பக்கமாய் நகர்ந்தான் கோவிந்து. புது மாப்பிள்ளை என்பதால் அவனுக்கு

ஏகப்பட்ட வரவேற்பு. கடையில் ஒரு நடுத்தர வயதுப் பெண்தான் தேநீர் தயாரித்துக் கொடுத்துக் கொண்டிருந்தார்.

கோவிந்துவைப் பார்த்ததும் "வாங்க தம்பி" என்று வாயெல்லாம் பல்லாக வரவேற்றாள் பேச்சி. "கோதை எப்படி இருக்கா? தங்கமான பொண்ணு. நீங்க கொடுத்து வச்சிருக்கணும்" என்று கோதைப் புகழ் பாடிக் கொண்டே டமராசெட்டில் தேநீரைக் கொண்டுவந்து தந்தாள். அதைப் பார்த்ததும் கோவிந்துவின் முகம் மாறிவிட்டது. இதை எப்படிக் குடித்து முடிப்பது என்ற பயம் கலந்த தயக்கம் அவனை ஆட்கொண்டது. தேநீர் அவன் நினைத்தது போலவே தீநீராக வதைத்தது. வேறு வழியில்லை. புதிய ஊர். புதிய மனிதர்கள். எடுத்துக் கீழே ஊற்ற முடியாது. ஆற்றி முகத்திற்குக் கொண்டு சென்றபோது மாட்டு மொச்சை அடிக்குடலை அறுத்தது. அவன் தயங்கித் தயங்கி வாயைத் திறந்தான்.

"நான் அரை டம்ளர் அளவுக்குத் தான் டீ குடிச்சிப் பழக்கம். இது போதும்" என்று கொஞ்சமாய் எடுத்துக் கொண்டுத் தள்ளி வைத்தான். பேச்சி முறுவலித்தாள். "ஒண்ணும் வெட்கப்படாதிங்க. நாங்கெல்லாம் உங்களுக்கு உறவுதான். இன்னும் கொஞ்சம் குடிங்க" என்று தேநீர்க் குவளையுடன் திரும்பவும் அருகில் வந்தாள். இவன் பதறியபடி "எனக்குப் பித்தம். ரொம்ப குடிக்கப்புடாதுன்னு டாக்டர் சொல்லிருக்காரு" என்றதும்தான் கொஞ்சம் அடங்கினாள் பேச்சி. அத்தோடு அந்தக் கடையிருக்கும் திசையையே மறந்து விட்டான். பேச்சி குரல் கேட்டாலே பதுங்கிவிடுவான்.

எப்பவும் பேருந்து சத்தத்திலேயே இருந்து பழகியவன் இங்கு அந்த வாடையே இல்லாமல் இருந்தது ஒரு புதிய அனுபவமாக இருந்தது. கிளிகளும் குயில்களும் குருவிகளும் ஆடு, மாடு, கோழிச் சத்தங்களும் எப்பவும் நிறைந்திருந்தன. கோதையின் சேர்க்கை அவனை அதீதக் கிறக்கத்தில் ஆழ்த்தியிருந்தது. பெண் வாடையில் அவன் மனத்தைக் கோதையிடம் முழுவதுமாகப் பறி கொடுத்திருந்தான். அவளுடன் கூடிக் களிக்கும் நினைவுகள் இந்தத் துயரங்களை மறக்கச் செய்திருந்தன.

அவன் பழைய வாழ்க்கையை மறந்து புதிய தடத்தில் பயணிக்கத் தொடங்கியிருந்தாலும் மனம் என்னவோ சிவாஜிக் கடைத் தேநீருக்காக ஏங்கத் தொடங்கியிருந்தது. 'ஆட்டு

மொச்சையடிக்கும் இந்தத் தேநீரை எப்படித்தான் கோதையும் அவள் குடும்பமும் குடிக்கிறார்களோ?' என்று தனக்குள் கேட்டுக் கொண்டேயிருந்தான். கோதையிடம் கேட்க முடியாதல்லவா?! அவனுக்கு ஊரின் நினைவுகள் படுத்தத் தொடங்கிவிட்டன. அம்மாவையும் அப்பாவையும் லெட்சுமியையும் நினைத்துக் கொண்டான். அவர்கள் கையில் அல்லது சிவாஜி கடையில் ஒரு தேநீர் வாங்கிக் குடிக்கும் பொழுதிற்காக அவன் தவம் கிடக்கத் தொடங்கினான்.

இரவில் கோதையுடன் இணைந்திருந்த பொழுதில் மெதுவாக தொடங்கினான் கோவிந்து.

"நாளைக்கு ஊருக்குப் போயிட்டு வரலான்னு நெனக்கிறன்".

"ஏன், என்ன திடீர்ன்னு?"

"அன்னிக்கு வந்தான்ல விநாயகம். அவனுக்குப் பொண்ணு பார்க்கப் போறாங்களாம். வரச் சொல்லிருக்கான்".

"உடனே வந்திடுவீங்களா?"

"ஆமா... சாயந்திரம் திரும்பிடுறன்".

"அப்ப சரி" என்றதும் அவள் முகத்தின் மேல் முகத்தை வைத்தான்.

விடிந்ததும் விடியாததுமாக பொடி நடையாகவே நடக்கத் தொடங்கி விட்டான். யாரையோ பைக்கில் கொண்டு வந்து விட ஏற்பாடு செய்வதாகக் கோதை சொன்னாள். அதற்கெல்லாம் காத்திருக்க மனமில்லை கோவிந்துவிற்கு. வேகுவேகுவென்று இரைக்க இரைக்க நடப்பதைப் பார்க்கையில் பரிதாபமாக இருந்தது. அரை மணி நேரத்தில் பாரதிமூலங்குடி வந்துவிட்டான். அடுத்த ஐந்து நிமிடத்தில் மன்னார்குடி பேருந்து வந்து நின்றது. ஏறியதும் அவனுக்கு மனம் பறக்கத் தொடங்கிவிட்டது. அவன் வீட்டிற்குப் போகும் நினைவுகூட இல்லாமல் பழைய பேருந்து நிலையத்திற்கு ஒரு சீட்டு வாங்கினான்.

சிவாஜி தேநீர்க் கடையில் அதே கூட்டம். ஈ மொய்ப்பதைப் போல தேநீர் அடிமைகள் மொய்த்துக் கிடந்தார்கள். இவன் அகத்திலும் முகத்திலும் அப்படியொரு துள்ளல். பேரானந்தம். மனம் குதூகலிக்கிறது. இங்கிருந்தே சிவந்தியப்பனைப் பார்க்கிறான். அவர் கடையின் தேநீர் வாசனை காற்றில்

மீனா சுந்தர் ✤ 123

மிதந்து நாசியை அடைந்து வருக வருக என்று வரவேற்கிறது. சிவந்தியப்பன் தேநீரைத் தூக்கி ஆற்றுவது தெரிகிறது. பார்த்தபடியே அருகில் வந்து நிற்கிறான்.

"ரெண்டு டீ" என்றதும் சிவந்தியப்பன் நிமிர்ந்து பார்க்கிறார். இவனைக் கண்டதும் அவரையுமறியாமல் புன்னகைக்கிறார். அவன் கண்களில் தவிப்பு.

"எங்க தம்பி! ரொம்ப நாளா காணலயே?"

அன்றுதான் அவனிடம் முதலாய்ப் பேச்சு கொடுக்கிறார்.

"கல்யாணம் முடிச்சி வேற ஊருக்குப் பொயிட்டன்".

"அப்படியா? ரொம்ப சந்தோசம். உங்க நண்பர்ங்க கூடச் சொல்லலையே?"

அவர் ஒரு தேநீரை ஆற்றி அவன் கையில் கொடுக்கிறார்.

"இன்னொரு டீ யாருக்கு தம்பி?"

"அதுவும் எனக்குத் தான்ணே" என்றபடி உள்ளே சென்று நாற்காலியில் அமர்ந்துகொள்கிறான். எதிரே இருந்த சிறு மேசையைக் காட்டி மற்றொரு தேநீரை அதில் வைக்கச் சொல்லும் கோவிந்துவை குழப்பமாய்ப் பார்க்கிறார் சிவந்தியப்பன்.

தேநீரின் முதல் மிடற்றை உறிஞ்சி அப்படியே கண்களை மூடிக் கொள்கிறான். மூடிய கண்களைத் திறக்காமலேயே அடுத்தடுத்த மிடறுகளை இறக்கி அனுபவிப்பது தெரிகிறது. குடித்து முடித்த குவளையை வைத்துவிட்டு அடுத்த குவளைத் தேநீரை அனிச்சையாய் எடுத்து உறிஞ்சுகிறான். மனம் தேநீரில் லயித்து ஆனந்தக் கூத்தாடுகிறது.

வேலையில் மும்மரவாகிவிட்ட சிவந்தியப்பனிடம் காசு கொடுக்கும் போது அவரது வலது கையைப் பிடித்து ஒரு முத்தம் கொடுக்கிறான். அதில் கொஞ்சம் கண்களின் ஈரம் ஒட்டியிருந்தது.

- உயிர் எழுத்து - ஏப்ரல் 2021.

★ ★ ★

11

தவிப்பின் மலர்கள்

அப்பா, மகனுக்கான உறவு ஒரு நொடியில் அறுந்து போகக் கூடியதா? அது ஜென்ம சாபல்யமல்லவா? இதை ஏன் மந்திரமூர்த்தி புரிந்துகொள்ள மறுக்கிறான்? எப்படி இவனுக்கு மனம் கல்லாய் சமைந்ததென விளங்கிக்கொள்ள முடியவில்லை. இரத்த உறவுகளுக்கிடை நிகழ்வன யாவும் கானல் வருத்தங்கள். அவைப் பொய்மையின் உருவகங்கள். அதீத உரிமையின் பேரினாலவை என்பதை வகுப்பெடுக்கவா முடியும்? வெறுத்து ஒதுக்கினாலும் அற்றுப் போகக்கூடியதா அந்தப் பந்தங்கள்?. எத்தனை தீராச் சினமெனினும் ஓர் ஆபத்தில் அவர்கள் துடிக்கும் துடிப்பு அடுத்தவர்களுக்கு வருவதில்லை. தானாடாவிட்டாலும் தன் தசையாடும். அது மரபுக்குருதியின் ஊற்றில் துளிர்த்து வளர்ந்த உறவுக் கொடியின் அனிச்சையாட்டம். அது வருத்தத்தில் பிரிவது ஒருவகைக் காட்சிப்பிழை. உண்மையில் பிரிந்து போவதில்லை. பிரிந்து போகவும் முடியாது.

மந்திரமூர்த்தியும் அப்பா ஜெகநாதனும் இந்த நிமிடம் வரை பேசிக் கொள்வதில்லை. அந்த இடைவெளி விழுந்து ஐந்து ஆண்டுகள் கடந்தோடி விட்டன. எப்படி இங்ஙனம் நடந்துகொண்டார்களென நம்பமுடியவில்லை. அப்பாவுடன் கோபித்துக்கொண்டு வீட்டை விட்டு வெளியேறி செம்மாலைப் பொழுதொன்றில் வெறுங்கையுடன் தனிக் குடித்தனம் வந்த நினைவுகள்

அவனைப் படுத்திக் கொண்டிருந்தன. அதை நினைத்தால் கண்கள் கரை கட்டிவிடும்.

மந்திரமூர்த்திக்காக அப்பா நிறைய தியாகங்கள் செய்திருந்தார். தன்னைக் கரைத்து மகனை ஒரு மாமனிதனாகச் செதுக்க அவர் எதிர்கொண்ட கடினப் பொழுதுகள் மிகவும் துயரமானவை. நினைத்தால் நெஞ்சடைக்கும் அனல் அதில் கனன்று கிடந்தது. எல்லாவற்றையும் மந்திரமூர்த்தி துளியும் மிச்சமின்றி துடைத்தெறிந்து விட்டான். அப்பா அப்பாவென்று உருகியவன் அன்றிலிருந்து அப்படியொரு உறவே தனக்கில்லையென வெளிப்படையாகப் பேசத் தொடங்கியிருந்தான். அவர் மீது அத்தனை சினம் பொங்கிற்று.

அடிப்படையில் ஜெகநாதன் ஓர் அற்புதமான ரசனைமிகு மனிதர். சொக்கவைக்கும் அழகான நாதஸ்வர இசைக் கலைஞர். திராட்சைக் கொத்தைப்போலத் தொங்கிக்கொண்டிருக்கும் சீவாளியிலொன்றை எடுத்து உதட்டு நுனியில் வைத்தால் ஓடிக் கொண்டிருக்கும் காற்றும் உட்கார்ந்து விடும். அதில் கருப்புத் திராட்சை சதையின் ருசி. அவரின் நாத லயத்திற்கு மரம், செடி, கொடி, ஊர்வன, பறப்பன அத்தனையும் கிறங்கி நிற்கும். மனிதர்களுக்குச் சொல்லவா வேண்டும்? அவரின் ஒவ்வோர் அசைவிலும் அத்தனை லயம். அவ்வளவு நயம். பிசிறடிக்காத ஒழுங்கு. அட்சரம் பிசகா ஓசைத் துகள்கள் காற்றில் பரவிக் கொண்டேயிருக்கும்.

அவருக்கு எப்பவும் காவிரிக் கரை நாணலின் சீவாளிதான் வேண்டும். அலைந்து திரிந்து வாங்கி வருவார். இன்று வரை அதில் மாற்றமில்லை. இதன் பொருட்டு ஆண்டுக்கொரு முறை அவர் தஞ்சை மாவட்டம், திருவாவடுதுறைக்குச் சென்று வருவதுண்டு. அங்குதான் காவிரிக்கரை நாணல்கள் செழித்து வளர்ந்தன. அதைப் புடம் போட்டுப் பக்குவம் செய்து சீவாளியாக உருமாற்றும் தொழிலாளர்கள் அங்குதான் நிறைந்து காணப் பெற்றனர்.

திருவாவடுதுறை சீவாளிக்கும் இரண்டரையடியுள்ள நாதஸ்வர உலவுக் குழலுக்கும் அப்படியொரு ஜோடிப் பொருத்தம். உலவு ஆச்சா மரத்தைக் குடைந்து செய்வது வழக்கம். பழைய ஆச்சா மரங்களில் உலவு குடைந்தால் அழகு

மிளிரும். மினுமினுப்பு கூடுதலாக இருக்கும். நல்ல விலைக்குப் போகும். ஆகவே காரைக்குடிப் பக்கம் இடிக்கும் தருவாயிலுள்ள பழைய செட்டிநாட்டு அரண்மனை வீடுகளை நோக்கி உலவு தயாரிப்போர் படையெடுப்பார்கள். அங்கு உத்திரங்களுக்கு ஆச்சா மரங்கள் நிறைய பயன்படுத்தும் வழக்கமிருந்தது. தரமான ஆச்சா மரத்து உலவுக் குழலைத் தேடி வாங்கி வருவார் ஜெகநாதன்.

அவர் நாதஸ்வரக் குழலை இரண்டு கைகளிலும் தாங்கி வாய்க்கு நேராக வைத்திருக்கும் காட்சி கோயில் மாடத்தின் தத்ரூபச் சிலையை ஒத்து அழகு மிளிரும். அவரின் விரல்கள் காற்றிலாடும் அவரைப் பிஞ்சைப்போலத் துளைகளில் தாழ்ந்தும் எழுந்தும் செய்யும் பாவனை ஒரு மந்திர வித்தையை நினைவுறுத்தும். உதடுகள் குவிந்து குவிந்து பெரும் நர்த்தனமாடும். விழிகளில் கட்டிப் போட்ட இமைப் பறவைகள் மேலும் கீழுமாய் எழுந்து அடங்கும். அதில் தேர்ந்த நாட்டியத் தாரகையின் நாட்டிய பாவனைகள்.

எதிரில் அமர்ந்திருக்கும் சக கலைஞனுடன் கண்களால் உரையாடிக் கொண்டேயிருப்பார். கோபமெனில் பல்லைக் கடிப்பார். கடுமையெனில் கண்கள் விரியும். இனிமையெனில் சாந்தமாய் மூடித் திறக்கும். வேண்டாமெனில் இடமும் வலமும் அசைந்தாடும். உற்சாகமெனில் இமைகள் சடசடவென அடித்துக் கொள்ளும். எல்லையற்ற மகிழ்வெனில் கண்களை ஒரு சுழட்டு சுழட்டி உதடுகள் மெலிந்த புன்னகையில் விரியும். இங்கிருந்து வினாக்கள் பறக்கும். அங்கிருந்து விடைகள். நான்கு கண்கள் வாய்களாகவும் இமைகள் நாவுகளாகவும் உருமாறி நிற்கும். மூச்செடுக்கும் பொழுதில் இடைவெளி தெரியாமல் இசை நிரப்புவதிலிருந்து அடுத்த பாடல் என்னவென்று கேட்பது வரை அதில் ஊடாடும். இடையிடையே கிண்டலுக்கும் கேலிக்கும் பஞ்சமிருக்காது. அதற்கும் கண்கள்தான் வாய்விட்டுச் சிரிக்கும்.

பாட்டில் உற்சாகம் கூடி விட்டால் இடையிடையே தொடையைத் தட்டிக் கொள்வார். கண்களை மூடி தவில் இசைக்குத் தக்க தலையை ஆட்டிக்கொள்வார். இடது கையில் நாதஸ்வரத்தைச் செங்குத்தாகத் தாங்கி வலது கை விரல்களால் சொடுக்குப் போடுவார். அத்தனையிலும் அவருக்கென்று ஒரு

தனி பாணி. அவரிசைக்கும் காற்றின் கீதங்களுக்கு இந்தப் பகுதியில் நிறைய செவிகள் அடிமையாகியிருந்தன.

அவரைப் பார்க்க ஒரு நடுத்தர வர்க்க ஆளாய் தெரியாது. நெடுநெடுவென்ற உயர்ந்த ஆகிருதி. மேனியின் நெருப்பு நிறமும், சுருள் முடிக் கற்றையும், நெற்றியில் தவழும் திருநீற்றுப்பட்டையும், மீசையில்லா உதடுகளும், மணக்கும் ஜவ்வாதும், தும்பைப்பூ வேட்டி சட்டையும், ஊறி நிற்கும் வாசனைச் சுண்ணாம்பு எச்சிலும் அவரின் அடையாளங்கள். "பிராமணாள் தோத்துப் போயிடுவான் நம்ம ஜெகநாதன்கிட்ட. அவன் நிறமும் அழகும் முகராசியும் தான் அவனுக்கு எப்பவும் கச்சேரியா வந்து குமியுது. நாதஸ்வரம் வாசிச்சா ஜெகநாதன் வாசிச்சிக் கேட்கணும்யா. அவன் உதட்டுல சரஸ்வதி குடியிருக்கா" என்று பெரியவர்கள் பெருமைபடப் பேசிக் கொள்வதுண்டு.

ஜெகநாதனின் மனைவி குந்தவை. அடக்கமே உருவான தோரணை. வயது ஆக ஆக சிலருக்கு முகத்தில் மினுக்கம் ஏறி நிற்கும். குந்தைவைக்கு அப்படியொரு வசீகரம். வாழ்விலும் தாழ்விலும் புன்னகை மாறாத பேரழகி. 'பெண்மை வாழ்கவென்று கூத்திடுவோமடா!'வெனக் குந்தவை போன்றதொரு பெண்ணைப் பார்த்துத் தான் அந்தக் காலத்தில் பாரதி பாடியிருக்கக் கூடும். அத்தனையிலும் அவள் அத்தனை கச்சிதம்.

குந்தவையின் அப்பா, அண்ணன்கள் அத்தனை பேருக்கும் இசைதான் உயிர். அவர்கள் தலைமுறை தலைமுறையாக இசைப்பவர்கள். அவளின் அப்பா அந்தப் பகுதியில் பிரபலமான நாதஸ்வரக் கலைஞர். மன்னார்குடி மணிகண்டபூபதி என்றால் அழுத பிள்ளையும் வாய் மூடும். குந்தவையின் அண்ணன்கள் அப்பாவின் பெயருக்குப் பங்கமின்றி இசைப் பணியாற்றி வருவதை உலகு அறியும்.

ஜெகநாதன் குந்தவைக்கு திருமணம் நிகழ்ந்து ஐந்தாண்டுகள் வரை குழந்தையில்லை. வேண்டாத தெய்வமில்லை. போகாத கோயிலில்லை. ஆறாம் ஆண்டின் தொடக்கத்தில்தான் மந்திரமூர்த்தி வயிற்றில் உதிக்கத் தொடங்கியிருந்தான். குடும்பமே அதைக் கொண்டாடித் தீர்த்தது. மந்திரமூர்த்தி பிறந்தபோது குடும்பத்திற்கு ஆண் வாரிசு வந்து விட்ட மகிழ்ச்சியில் ஜெகந்நாதன் பழனி மலைக்கோயிலில் இடுப்புத் துண்டுடன்

அங்கப்பிரதட்சணம் செய்து வேண்டுதலை நிறைவேற்றிக் கொண்டார். குந்தவையும் முடிக்காணிக்கைச் செலுத்தி மொட்டைத் தலையுடன் வலம் வந்தாள்.

ஜெகநாதனும் குந்தவையும் பிள்ளையைத் தாங்கு தாங்கென்று தாங்கினார்கள். "இப்படிச் செல்லங் குடுத்து வளர்த்தா அந்தப் பிள்ளை என்னத்துக்கு ஆகும்?" என்று உறவினர்கள் கடிந்து கொள்ளுமளவிற்கு அவர்கள் மந்திரமூர்த்தியைத் தரையில் விடாமல் எப்பவும் தோளிலும் இடுப்பிலும் தாங்கிக் கொண்டு நடந்தார்கள். பிள்ளை வளர வளர ஒவ்வொரு நிலையிலும் அவர்கள் அகமகிழ்ந்து அனுபவித்தார்கள்.

மந்திரமூர்த்திக்கு ஆறு வயதாகும்போது குந்தவை மீண்டும் கருவுற்றாள். ஜெகநாதனுக்கு இந்த முறை பெண் குழந்தை ஆசை பாடாய்ப் படுத்திற்று. அவன் போகிற கோயில் எல்லாம் வேண்டுதல் செய்தான். குறிப்பாகப் பெண் தெய்வங் களுக்கு அவன் சிறப்பு வழிபாடுகளை நிறைவேற்றி மிகவும் கரிசனத்துடன் வேண்டிக் கொண்டான். குந்தவைக்கும் மனத்தில் ஆசையிருந்தாலும் ஆண் பிள்ளை பிறந்தாலும் பரவாயில்லை என்ற மனநிலையில் இருந்தாள். அவளுக்கு மந்திரமூர்த்தி ஒண்டிக்கட்டையாய் வளரக் கூடாது என்பதே எண்ணம்.

பத்தாம் மாத நிறைவில் ஜெகநாதனின் வேண்டுதல் தான் நிறைவேறிற்று. அவன் வணங்கிய தெய்வங்கள் கைவிடவில்லை. குடும்பத்தின் மொத்த அழகையும் வாரிக்கொண்டு வந்து மண்ணில் விழுந்தாள் செந்தாமரை. ஜெகநாதனுக்குத் தாயே புதிதாய் வந்து பிறந்தது போன்ற பிரமை. இறந்து போன தன் தாயின் முகச்சாயலைச் செந்தாமரை அட்சரம் பிசகாமல் வாங்கி வந்திருப்பதாக ஜெகநாதன் மனத்தில் வரித்துக் கொண்டார். மகளாக மறுபிறவி எடுத்திருக்கும் தாயை அவன் உலகின் வேறு யாவற்றையும்விட அதிகமாக நேசித்தார்.

பிள்ளைகள் வளர வளர ஜெகநாதனும் குந்தவையும் மனத்தளவில் செழித்தார்கள். மந்திரமூர்த்தி, தங்கை செந்தாமரை மீது அளவில்லா பாசம் வைத்திருந்தான். எல்லாவற்றிலும் அவளுக்கு விட்டுக் கொடுத்துப் பழகிக் கொண்டான். விளையாட்டில் சண்டை வந்தால் கூடக் கடைசியில் விட்டுக் கொடுப்பவன் இவனாகத்தானிருந்தான். அவள் கண்ணில் ஒரு

மீனா சுந்தர் ✤ 129

சொட்டு நீர் திரண்டால் போதும், வெற்றி பெறும் நிலையில் இருக்குமவன் வேண்டுமென்றே தன்னைத் தோற்கடித்துக் கொண்டான்.

மந்திரமூர்த்தி ஆறாம் வகுப்பு வந்தபோதே நாதஸ்வரம் பயிலத் தொடங்கி விட்டான். இசையின் ராஜபோதையில் லயித்து இசைக்கும் அப்பாவையும் அவரை மெய்சிலிர்த்துக் கேட்கும் ரசிகர்களையும் பார்த்து அவனுக்கு அந்த ஆசை துளிர்விட்டு விட்டது. படுத்தாலும் எழுந்தாலும் அவனுக்கு நாதஸ்வரக் கனவுதான். அவனை விடாத கருப்பாய் அது துரத்தத் தொடங்கி விட்டது. நாதஸ்வரமே சரணம் என்ற நிலையில், ஜெகநாதன் அவன் மனவோட்டத்தைப் புரிந்து கொண்டார். மகன் இசை மரபைக் காக்கத் துணிகிறான் என்பது அவருக்கு மகிழ்ச்சி தந்தாலும் அவருக்கு அதில் முழு உடன்பாடில்லை. மகன் நன்கு படித்து ஊரும் உலகும் மதிக்க ஓர் அரசுப் பணிக்குச் செல்ல வேண்டுமென்பதே அவரின் இலட்சியமாகவிருந்தது. தொழில் குறித்த எந்தக் கீழ்மை எண்ணமும் அவரிடம் இல்லையென்றாலும் சமூகம் இன்னமும் பார்க்கும் மேளக்காரன் பார்வை தன் பிள்ளைக்கு வேண்டுமா என்று அவர் எண்ணினார்.

இசை ஓர் உன்னதக் கலை. இசைப்பவர் தெய்வீக அனுக்கிரகம் பெற்றவர். அதனால்தான் அவர்களால் கல் மனத்தைக் கரைக்க முடிகிறது. ஒருவரின் பழைய நினைவுகளைக் கிளறி ஆனந்தம் கொள்ளச்செய்யவும் நிம்மதியாய்க் கரைந்து அழச் செய்யவும் இசையால் முடிகிறதென்றால் அது தெய்வத்தின் அனுக்கிரகமன்றி வேறென்ன? மனப்போராட்டத்தில் இருக்கும் ஒருவனை இசை நிமிடத்தில் சாந்தப் படுத்துகிறது. அழுது தேம்பும் ஒருவனை நொடியில் கொண்டாட்டத்தின் உச்சியில் தூக்கிவைத்துத் துள்ளச் செய்கிறது.

எல்லாம் சரிதான். ஆனால் அப்படிப்பட்ட இசைக் கலைஞர்களை இவர்கள் எந்தப் பார்வையில் பார்க்கிறார்கள்? பட்டது போதும். கலையைக் கற்றுக்கொள்ளட்டும். தவறில்லை. எக்காரணம் கொண்டும் நம்மைப் போல் இந்த குழலைத் துக்கிக்கொண்டு ஊர் ஊராக, தெருத் தெருவாக ஊர்வலம் போக அனுமதிக்கக் கூடாது. பிராணனைக் கொடுத்து ஊதி

முடித்து வந்து சோர்ந்து அமர்கையில் ‘எல்லாம் நீ ஊதிக் கிழிச்சத்துக்குப் போதும் பிடி’யென ஒருமையில் பேசி தொகையில் பாதி குறைத்து மூஞ்சியைத் தூக்கி வைத்துக் கொடுக்கும் கல்மனசுக்காரர்களிடம் கலையுணர்வை எங்கிருந்து எதிர்பார்க்க முடியும்?

வேண்டாம். இந்தக் கொடுமை என்னோடு மடியட்டும். என் பிள்ளைக்கு ஒருபோதும் வேண்டாம் எனத் தீர்மானமாக முடிவு செய்திருந்தார் ஜெகநாதன். ஆனால் மந்திரமூர்த்தியின் எண்ணம் நாதஸ்வரத்தையே சுற்றிச் சுற்றி வந்தது. நாதஸ்வரம் கற்றுக் கொள்ள விரும்பும் தன் உறவுக்காரப் பிள்ளைகளுக்கு ஜெகநாதன் அவ்வப்போது சிறு சிறு பயிற்சிகள் கொடுத்துக் கொண்டிருந்தார். அவர்களுடன் நாளடைவில் மந்திரமூர்த்தியும் இணைந்து கொண்டான். மற்றவர்களை விட மகனின் ஆர்வமும் அவன் நாதஸ்வரத்தைக் கையாளும் விதமும் மூச்சடக்கி அவன் மெல்ல மெல்ல வெளிப்படுத்தும் ராகத் தெளிவும் ஓர் இசைக் கலைஞர் என்ற அளவில் அவரை எல்லையில்லா மகிழ்ச்சியில் ஆழ்த்திக் கொண்டிருந்தது.

மந்திரமூர்த்தி பத்தாம் வகுப்பு வந்தபோது நன்கு தேறியிருந்தான். அவன் வயது முதிர்ந்த கலைஞர்களுக்கு இணையாக ஈடுகொடுத்து இசைக்கத் தொடங்கி விட்டான். ஒவ்வொரு முறையும் ஒவ்வொரு நுட்பத்தைக் கற்றுத் தேர்பவனாக அவன் இருந்தான். எப்போது தொடங்க வேண்டும், எப்போது மூச்செடுக்க வேண்டும், எங்கு மூச்சு வாங்க வேண்டும், கூட இசைப்பவர் மூச்செடுக்கும் சமயம் அவரின் இடைவெளியை எவ்வாறு சமன் செய்ய வேண்டும், கேட்பவர்களுக்கு எந்த இடையுறுமின்றி எங்ஙனம் கொண்டு சேர்க்க வேண்டும் என யாவற்றிலும் அவன் விரைவிலேயே கரை கண்டுவிட்டான்.

மந்திரமூர்த்திக்கு அப்பாவோடு கச்சேரிகளுக்குச் சென்று அவருக்கு இணையாக அமர்ந்து இசைக்க வேண்டும் என்ற கனவு வளரத் தொடங்கியிருந்தது. அவன் அம்மாவிடம் தன் ஆசையை எடுத்துச் சொன்னான். குந்தவை ஜெகநாதனிடம் மகனின் ஆசையை எடுத்துச் சொன்னாள். ஜெகநாதனுக்கு தொடக்கத்தில் தயக்கமாக இருந்தது. ஆனால் ‘இவன் சரியாகிவிட்டால் எந்தக் கச்சேரிக்கும் துணிச்சலாய் ஒத்துக் கொள்ளலாம்’ என்ற

எண்ணம் ஓடியது. சில நேரங்களில் வருகிறேன் என்று ஒத்துக் கொண்டவர்கள் வராமல் படுகிற அவஸ்தைக்கு மகன் தயாராகி விட்டால் முற்றுப்புள்ளி வைத்துவிடலாம் என்று தொழிற்புத்தி வேலை செய்தது. 'ஆனால் கச்சேரிகளில் சொதப்பி விட்டால் என்ன செய்வது?' என்ற கேள்வியும் ஆழ்மனத்தில் அவரைத் துளைக்காமலில்லை.

குந்தவை விடாமல் மகனின் புகழ் பாடினாள்.

"எனக்கே ஆச்சரியமா இருக்குங்க. அவன்கிட்ட எங்க அப்பாவோட தொழில் நேர்த்தி அப்படியே இருக்கு. அவன் காலையில எழுந்து பயிற்சி பண்றப்போ எங்கப்பா ஞாபகம் தன்னால வந்திடுது. அதிகாலையில எழுந்து குளிக்கறது, ஈரத்துண்டோட தெய்வத்துக்கிட்ட விளக்கேத்தி வணங்குறது, தடுக்கை போட்டு உட்கார்றது, பயபக்தியா நாதஸ்வரத்தை எடுத்து மடியில வச்சிக்கறது, சீவாளியை எடுத்து செருகி ஊதத் தொடங்குறதுன்னு ஒவ்வொண்ணுலயும் நான் எங்க அப்பாவைப் பார்க்கறேன்" என்று விடாமல் பேசிக்கொண்டிருந்தாள் குந்தவை.

தகுந்தாற்போல் திருச்சியில் ஒத்துக்கொண்ட கச்சேரி ஒன்றிற்கு கலைஞர் சேர்வராயன் வந்து சேரவில்லை. பெரிய இடத்துக் கச்சேரி. இவருக்கும் வேறு வழி தெரியவில்லை. மந்திரமூர்த்தியை ஏதோ ஆள் கணக்கிற்கு அழைத்துக்கொண்டு சென்று விட்டார். அவனிடம் சில நுட்பங்களைச் சொல்லிக்கொண்டே போனார். அவன் கவனமாகக் கேட்டுக் கொண்டான். பயமின்றி தன்னால் கச்சேரியில் ஜொலிக்க முடியும் என்று எண்ணினான்.

தவில் கலைஞர்களுடன் அவன் நன்றாக ஒட்டிக்கொண்டான். அண்ணன் போட்டு அழைப்பதில் அவர்கள் நெக்குருகி நின்றார்கள். கச்சேரியில் பட்டையைக் கிளப்பிக் கொண்டிருந்தான் மந்திரமூர்த்தி. ஜெகநாதனே எதிர்பார்க்கவில்லை. குந்தவை சொன்னதுபோல அவன் தாத்தாவைத் தொழிலில் அப்படியே உரித்து வைத்திருந்தான். அப்போது தான் கவனித்தார். அவன் தனியே நோட்டில் ஒவ்வொரு பாடலுக்கும் குறிப்பெழுதி வைத்து அட்சரம் பிசகாமல் இசைத்துக் கொண்டிருந்தான்.

கச்சேரி முடிந்ததும் மகனைக் கண்களில் நீர் திரளக் கட்டிக் கொண்டார். 'மகன் பிழைத்துக் கொள்வான்' என்று

அவர் மனத்தில் ஒரு திடம் வந்தது. ஆனால் 'இத்தொழிலை நம்பி படிப்பை விட்டுவிடுவானோ?' என்ற பயமும் வந்தது. நாளடைவில் கச்சேரிக்கு செல்லும் சமயம் அவனுக்குக் கல்வியின் சிறப்பைப் போதிக்கத் தொடங்கினார். "இது கேவலமில்ல மூர்த்தி! ஆனாலும் நீ படிச்சி பெரிய ஆபீசரா வரணும்டா தம்பி. அப்பன் ஆசை அதுதான்யா. அதையும் பாரு" என்று அவனைத் தேற்றத் தொடங்கினார்.

மந்திரமூர்த்தி படிப்பிலும் ஒன்றும் குறை வைக்கவில்லை. பன்னிரண்டாம் வகுப்பில் தேறி கல்லூரிக்குக் காலடி வைத்த போது அவன் வேறொரு உலகத்தைக் கண்டான். ஜெகநாதனும் குந்தவையும் மகனின் திறமையை எண்ணி நெஞ்சு நிமிர்த்தி நடந்தனர். ஊரார் மத்தியிலும் உறவுகள் மத்தியிலும் அவர்களுக்குத் தன் பிள்ளைகளின் வளர்ச்சியில் ஒரு மிடுக்கு உண்டாகியிருந்தது. செந்தாமரை ஏழாவதைத் தாண்டியிருந்தாள். அவள் மந்திமூர்த்தியை விடப் படிப்பில் சுட்டியாகவிருந்தாள்.

கச்சேரிகளுக்குத் தொடர்ந்து சென்றுகொண்டிருந்த மந்திரமூர்த்தியை சிலவிடங்களில் தவிர்க்கத் தொடங்கினார் ஜெகநாதன். படிப்பைக் காரணம் காட்டித் தவிர்க்கிறார் என்று தன்னளவில் சமாதானம் செய்து கொண்டான் மந்திரமூர்த்தி. அவனுக்கு ஓர் ஆசையிருந்தது. சித்திரையில் தொடர்ந்து நடைபெற்று வந்தது கோயில் திருவிழா. உச்சிப் பகலில் தினமும் கோயிலைச் சுற்றியுள்ள வீதிகளில் உற்சவர் உலா நடைபெறும். அச்சமயம் உற்சவரைச் சிறு தேரில் வைத்து சுமந்து செல்வார்கள். வீதி மக்கள் தினமும் கூடி தேங்காய், பூ, பழம் படைத்து வழிபாடு செய்வர்.

அங்கு தன்னுடன் படிக்கும் பையன்களும் பெண்களும் பெரிய எண்ணிக்கையில் கூடி நிற்பர். அவர்கள் பார்க்க தந்தையுடன் மிடுக்கோடு நாதஸ்வரத்தை இசைத்தபடி ராஜதோரணையில் செல்ல வேண்டும் என்பது அவனின் பெருந்தாகமாக இருந்தது. ஆனால் எல்லா நிகழ்விற்கும் அழைத்துச் செல்லும் அப்பா இதற்கு மட்டும் தவிர்த்தே வந்தது ஏனென்று தெரியாமல் தவித்தான். அப்பா மீதிருந்த கோபத்தில் அன்றைய பகல் உணவைத் தவிர்த்துத் தன் கோபத்தைக் காட்டிக் கொண்டான்.

வெளியில் சென்று விட்டு வேண்டுமென்றே அன்று இரவு தாமதமாக வந்தான். வீட்டில் நுழையும் சமயம் அம்மாவும்

அப்பாவும் காரசாரமாகப் பேசிக்கொண்டிருந்தார்கள். பேச்சு தன்னைப் பற்றி இருந்ததை உணர்ந்து செவியைத் தீட்டிக்கொண்டு அப்படியே நின்றான்.

"அவன்தான் பெரியாளு கணக்கா நல்லா ஊதறானே. அவனை அழைச்சிட்டுத்தான் போனா என்ன?"

"எல்லாத்துக்கும் ஒரு கணக்கு இருக்குடி!"

"என்னதான் உங்க கணக்கோ போங்க. அவன் உங்களைவிட நல்லா ஊதிடுவான்னு பயமா இருக்கோ?"

ஜெகநாதன் கலகலவெனச் சிரித்தார்.

"அப்பனைவிடச் சிறந்தவன்னு ஊரு பேசறதைக் கேட்டு எந்த அப்பனாவது மனம் குமுறுவானா? குமுறுனா அவன் அப்பனா?"

"பின்ன எதுக்கு அவனை வேண்டாங்கறீங்க?"

"இங்க பாருடி குந்தவை!"

கொப்பளித்துப் போயிருந்த தன் பாதங்களைத் திருப்பிக் காட்டினார்.

குந்தவைக்கு சுரீர் என்றது.

"உச்சிவெயில்ல புள்ள தாங்குவானா?"

அவரின் கேள்வியில் அத்தனை கரிசனம்.

"நான் ஒரு மடச்சி. புத்தியில்லாம பேசிட்டன்" என்றாள் வருத்தம் தொனிக்க.

"அது இல்லம்மா! இந்தப் பாதம் கல்லுலயும் முள்ளுலயும் நடந்து காய்ச்சிக் கெடக்கு. வெயிலா, மழையா எல்லாம் ஒன்னு தான் நமக்கு. உச்சி வெயில்ல செருப்புப் போட்டுக்கிட்டு சாமிக்கு வாசிக்கப்படாது. சுத்திவர மூணு கிலோமீட்டர் இருக்கும். புள்ள சுருண்டுருவான்"

"இதை அவன்கிட்ட சொன்னாத்தான் என்ன?"

"சொன்னா கேட்கற வயசா? நான் தாங்கிப்பேன். எனக்கு ஒன்னும் செய்யாதுன்னு அடம் புடிப்பான். அவன் துவள்றதைப் பார்த்து என்னால நிம்மதியா வாசிக்க முடியுமா?"

மந்திரமூர்த்திக்குக் கண்கள் பொலபொலவென்று உதிர்ந்தன. அவன் சிறிது நேரம் கழித்து வரலாமென வந்த இடம் தெரியாமல் திரும்ப நடந்தான்.

கல்லூரி முடித்த கையோடு இரண்டாண்டுகள் கழித்து அவனுக்கு கல்வித்துறையில் உதவியாளர் பணி கிடைத்தது. ஜெகநாதன் நிம்மதிப் பெருமூச்சு விட்டார். திருச்சிக்கு அருகில் சமயபுரத்தில் பணியில் இணைய ஆணை வந்ததும் உண்மையில் இது மாரியம்மனின் அருள் என்று குந்தவை ஆனந்தக் கண்ணீர் விட்டாள். குடும்பத்துடன் சமயபுரம் மாரியம்மன் கோயிலுக்குச் சென்று வர வேண்டுமென்று குந்தவை நினைத்துக் கொண்டாள்.

ஜெகநாதனுக்கு உடம்பில் புதிய தெம்பு வந்திருந்தது. 'இனி மகன் யாரிடமும் கைகட்டி சேவகம் செய்ய வேண்டியதில்லை. கால் காசானாலும் கவர்மெண்டு காசு என்பது உறுதியாகி விட்டது. தன்னைப் போல கச்சேரி வராத நாட்களில் செலவுக்கு என்ன செய்வது என்று முழி பிதுங்கும் நிலை மகனுக்கு இல்லை'யென்பதை நினைத்து அவர் புளகாங்கிதம் அடைந்தார். மந்திரமூர்த்தி வேலைக்குப் போன பிறகு சுற்றத்தாரிடம் முன்பில்லாத பாசமும் மரியாதையும் கூடுதலாகக் கிடைத்ததை ஜெகந்நாதன் நன்றாகவே உணர்ந்தார்.

மந்திரமூர்த்தியின் ஊதியத்தில் கொஞ்சம் கொஞ்சமாக வீட்டின் தேவைகளை நிறைவு செய்துகொண்டாள் குந்தவை. இன்னும் சில ஆண்டுகளில் செந்தாமரைக்கு வரன் தேடும் படலம் தொடங்கி விடும் என்ற நினைவும் ஓடிற்று. 'மகளை ஓரிடத்தில் கொடுத்து விட்டால் மந்திரமூர்த்திக்குப் பெண் பார்ப்பது ஒன்றும் பெரிய வேலையில்லை' என்று எண்ணிக் கொண்டாள்.

மந்திரமூர்த்தி வேலைக்குச் சென்ற ஐந்தாமாண்டில் செந்தாமரைக்குத் திருமணம் ஆயிற்று. மாப்பிள்ளை தஞ்சைக்கருகில் வல்லம் கிராமம். தனியார் நிறுவனத்தில் சென்னையில் உயர் பதவியிலிருந்தார். ஆகவே திருமணம் முடிந்த கையோடு சென்னைக்குக் குடியேறிவிட்டார்கள். மாதம் ஒருமுறை செந்தாமரையைப் பார்ப்பது கடமையும் வழக்கமுமாகிவிட்டது குந்தவைக்கும் ஜெகநாதனுக்கும்.

அடுத்த ஆண்டில் மந்திரமூர்த்திக்கும் திருமணம் நடந்தேறியது. பெண் தொடக்கப் பள்ளியில் ஆசிரியராகப் பணி

புரிந்து கொண்டிருந்தாள். ஒரு வகையில் அது காதல் திருமணம் போலத்தான். சமயபுரத்தில் மந்திரமூர்த்தி பணியில் இணைந்த இரண்டாம் மாதத்திலேயே மாலினியைக் கண்டு கொண்டு விட்டான். மாலினியின் தந்தை கோவிந்தராசு. மந்திரமூர்த்தி பணி புரியும் பள்ளியின் தலைமையாசிரியர். மாலினி பணி முடிந்து பேருந்தேறி அப்பாவின் பள்ளிக்கு வந்து விடுவாள். அங்கிருந்து இருவரும் வண்டியில் வீட்டிற்குச் செல்வது வழக்கம்.

சாதி வேறு என்றாலும் மந்திரமூர்த்தியின் நடத்தை கோவிந்தராசுவுக்கு மிகவும் பிடித்து விட்டது. மாலினியும் அவனும் சந்திக்கும் நேரங்களில் அவர்கள் கண்களால் பேசிக் கொண்டதையும் கவனித்தார். இந்தக் காலத்தில் நல்ல நடத்தையுடைய பையனைக் கண்டறிவதே பெரிய வேலை என்பதை உணர்ந்தவர் மந்திரமூர்த்தி மாலினியின் திருமண ஏற்பாடுகளை முன்னின்று செய்யத் தொடங்கி விட்டார். ஜெகநாதனும் குந்தவையும் தொடக்கத்தில் சிறிது தயங்கி பிறகு மகனின் ஆசைக்கிணங்கி ஒத்துக்கொண்டார்கள்.

செந்தாமரை கரு தரிக்காத கவலை குந்தவையை மிகவும் வாட்டியது. அவள் வேண்டாத தெய்வமில்லை. ஜெகநாதனுக்கும் பிள்ளைகளுக்கு வாரிசுகள் பலுவ வேண்டுமென்ற கவலை யிருந்தாலும் வெளியில் காட்டிக் கொள்வதில்லை. ஒரே நேரத்தில் மாலினியும் செந்தாமரையும் இரண்டு மாத இடைவெளியில் கருவுற்றார்கள். அதற்காக குந்தவை வேண்டுதல்படி பழனிக்குப் பாதயாத்திரை சென்று முருகனுக்கு முடி காணிக்கையைச் செலுத்தி வந்தாள். முன்பு மகனுக்காகப் பழனி வந்த நினைவுகள் பேரனுக்காக வருகையில் எழுந்தது.

செந்தாமரைக்குக் குழந்தை பிறந்த பின் ஜெகநாதனும் குந்தவையும் சென்னையே குடியெனக் கிடக்கத் தொடங்கினர். இது மந்திரமூர்த்திக்கு பெரும் மனப் புகைச்சலை ஏற்படுத்தியிருந்தது. மாமனார் வீட்டிலும் சாடை மாடையாகக் குத்திப் பேசினார்கள். "மக வீட்டுப் புள்ள மட்டும்தான் அவங்களுக்கு வாரிசு போலருக்கு" என்றார் மாமியார். மாலினி உச்சக்கட்ட கோபத்தில் இருந்தாள்.

பிள்ளைகள் வளர வளர இருவருக்கும் ஆட்கள் தேவைப் பட்டனர். மந்திரமூர்த்தியும் மாலினியும் வேலைக்குச் செல்ல

வேண்டிய கட்டாயமிருந்ததால் அந்நேரம் யாராவது வந்து உதவுவார்கள் என்ற நினைப்பு வெறும் நினைப்பாகவே போய்விட்டது. இரண்டு மூன்று முறை வந்து பார்த்தார்களே யொழிய அவர்கள் மந்திரமூர்த்தியோடு தங்கும் மனநிலையில் இல்லை. எல்லாமும் சுற்றி வளைத்து ஒரு நாள் பெரும் குடும்பக் கலவரமாக வெடித்தது. ஜெகநாதனுக்கும் மந்திரமூர்த்திக்கும் பெரும் வார்த்தைப் போர் நடந்தது. அத்தோடு குடும்பத்தை அழைத்துக்கொண்டு கிளம்பிப் போனவன்தான். அப்பாவை உறவினர் விழாக்களில் இரண்டு முறை பார்த்ததோடு சரி.

பணி நெருக்கடியில் இசையும் கலையும் காணாமல் போயிருந்தன. எந்த நாதஸ்வரத்தை விரும்பி விரும்பி கைக் கொண்டானோ அந்த நினைப்பே இல்லாமல் போய்விட்டது. எப்பவாவது மனத்திற்கு கஷ்டமாக இருந்தால் சில சோகப் பாடல்களை இசைத்துப் பார்ப்பதோடு சரி. வெளிக் கச்சேரி என்றால் என்ன என்று கேட்கும் நிலைக்கு ஜெகநாதன், மந்திரமூர்த்தி இருவருமே ஆட்பட்டிருந்தனர். இருப்பினும் கோபால் செட்டியார் வடிவில் அவர்களுக்கு திரும்பவும் நாதஸ்வரத்தை எடுத்தே ஆக வேண்டிய சுழல் வந்தது.

வேறு யாரென்றாலும் மறுத்துவிடலாம். கோபால் செட்டியார் கஷ்டமனைத்திற்கும் கை கொடுத்தவர். குறிப்பாக மந்திரமூர்த்தியின் படிப்பிற்கென்று வாங்கிய பணத்தில் குறிப்பிட்ட தொகையை இன்னமும்கூட கொடுத்தடைக்கவில்லை. அது குறித்து அவரும் ஒருநாளும் சுட்டிப் பேசியதில்லை. அவரின் பெயர்த்தித் திருமணத்திற்கு இப்போது அப்பனும் பிள்ளையும் சேர்ந்து இசைக்க வர வேண்டும் என்ற அன்பின் கட்டளை. ஏற்கெனவே அவரின் கடைக்குட்டிப் பெண்ணிற்கு இவர்கள் இருவரும் இசைத்ததை அத்தனை ரசித்துக் கேட்டு வாயாரப் புகழ்ந்து நெடுநாட்கள் பேசிக் கொண்டிருந்தார். ஆகவே இருவராலும் மறுக்க முடியவில்லை.

திருமண மண்டபம் களை கட்டி நின்றது. ஜெகநாதனும் மந்திரமூர்த்தியும் நாதஸ்வரத்தைத் தொடுகையில் கைகள் நடுங்கின. இருந்தாலும் சமாளித்துக்கொண்டு அமர்ந்திருந்தனர். சுற்றிலும் தவில், ஒத்தூதுவோர் அமர்ந்திருந்து அப்பாவையும் மகனையும் வைத்த கண் வாங்காமல் பார்த்துக் கொண்டிருந்தனர்.

ஜெகநாதனுக்கு எப்படியோ தன் பிள்ளையைப் பார்த்த மனநிறைவு. அவர் கண்கள் தவித்தன. மந்திரமூர்த்தி அவ்வளவாகக் கண்டு கொள்ளாமல் முகத்தை உம்மென்று வைத்திருந்தான்.

கச்சேரி தொடங்கியது. ஜெகநாதனும் மந்திரமூர்த்தியும் எதிரெதிரே அமர்ந்திருந்தனர். ஒரு குழந்தையைத் தூக்கிக் கொஞ் சுவதைப்போல ஜெகநாதன் மெல்ல இசைக்கத் தொடங்குகிறார். மந்திரமூர்த்தி இணைந்து கொள்கிறான். ஜெகநாதனுக்கு நெடுநாள் பசி. நாதஸ்வரம் இசைக்காத வறட்சியில் இசைவெறி உச்சத்தில் ஏறி நிற்கிறது. அவர் தன்னை மறந்து இசைக்கிறார். எதிரே அமர்ந்திருப்பது தன் மகன் என்ற நினைப்பும் அற்றுப் போகிறது. வழக்கம் போல் சீவாளியில் அவரின் உதடுகள் நர்த்தனம் ஆடிக் களிக்கின்றன. இமைகள் கொண்டாட்டத்தில் ஏறி இறங்குகின்றன.

அவர் மந்திரமூர்த்தியை நேருக்கு நேராய்ப் பார்க்கிறார். மகிழ்ச்சியும் ஆத்திரமும் கூடிக் கும்மாளமிட இசை உச்சக்கட்ட வேகமெடுக்கிறது. மந்திரமூர்த்திக்கு அப்பாவை நேருக்கு நேராய் பார்க்க முடியவில்லை. ஏனோ அவனுக்குத் தொண்டை அடைக்கிறது. சமாளித்துப் பார்க்கிறான். கோயில் விழாவில் அப்பாவின் பாதங்கள் கொப்பளித்துக் கிடந்ததைப்போல வியர்வை மொட்டுகள் அரும்புகின்றன. எல்லாமும் நினைவில் வந்து அவனை உருக்குலைக்கிறது.

ஜெகநாதன் இயல்பாய் இருப்பதைப்போல நடிக்கிறார். மந்திரமூர்த்தி உள்ளுக்குள்ளாக உடைகிறான். நாதஸ்வரத்திலிருந்து இசை நில்லாமல் உதிர்கிறது. இருவர் உதடுகளும் ஆத்திரத்தைத் தொண்டையில் இருத்தி அபிநயிக்கின்றன. மண்டபம் முழுவதும் இசையின் ராஜகீதம் ஒலித்துக் கொண்டேயிருக்கிறது. மந்திரமூர்த்தி அப்பாவை மட்டுமே நோக்கியவாறு அமர்ந்திருக்கிறான்.

அவன் கண்கள் கரைந்து விடுமோவென அஞ்சும்படிக்குப் பொலபொலவென்று கொட்டிக் கொண்டிருக்கின்றன.

- **கணையாழி - ஜூலை 2021.**

★ ★ ★

12

பாத்தியம்

மதுமதி குழப்பத்தின் உச்சியில் நின்று தவித்துக் கொண்டிருந்தாள். திக்குத் தெரியாமல் தேங்கி, குழம்பி நிற்கும் கார்கால மேகத்திரள் போல அவள் மனம் இருளடைந்து சஞ்சலத்தில் வதங்கிக் கொண்டிருந்தது. இன்று நேற்றல்ல. சில நாட்களாகவே அவளுக்கு உள் மனத்தில் அப்படியொரு தீராத வாதை. தாத்தாவை விவரம் தெரிந்த நாள் முதலாய் இந்த வீட்டில் பார்த்து வருகிறாள். அவரின் நடவடிக்கைகளில் அண்மைக் காலமாக ஏன் இத்தனை முரண்பாடுகள்? விளங்கிக்கொள்ள முடியவில்லை. இப்போது அந்தக் குழப்பம் இன்னும் உச்சம் தொட்டு நின்றது. நேற்று காலை நடந்த நிகழ்வுகள் அவள் மனத்தில் ஒரு நிழற்படம்போலத் திரும்ப ஓடின.

மதுமதிக்கு அரசுப் பள்ளியில் ஆசிரியர் பணிக்கான கடிதம் வந்திருந்தது. கடிதத்தைக் கண்டதும் அப்பா நந்தகோபாலன் ஆனந்தக் கூத்தாடி மகளைத் தழுவிக்கொண்டு உச்சி முகர்ந்தார். அம்மா ராஜலட்சுமி கண்களில் ஆனந்தம் நீராய் படர்ந்திருந்தது. கடிதத்தை வாங்கி சாமிப் படத்தின் முன் வைத்து கண்மூடி நின்றாள்.

அவளை நந்தகோபால் கிண்டலும் கேலியும் செய்தார். "கஷ்டப்பட்டுக் கண் முழிச்சிப் படிச்ச புள்ளக்கி ஒரு முத்தம் கொடுத்து வாழ்த்துறதை

மீனா சுந்தர் ✠ 139

விட்டுட்டு என்ன வேலை செய்யிறா பாரேன்" என்றார் நந்து. மதுமதி எல்லாவற்றையும் பார்த்துக்கொண்டு சிரித்தபடியே நின்றாள். "விடுங்கப்பா அவங்களுக்கு அதுதான் நிம்மதின்னா செய்யட்டுமே. நீங்க தொந்தரவு பண்ணாதீங்க" என்றாள். இதுதான் சமயமென்று "உங்க கொள்கை கொட்டத்தையெல்லாம் வீட்டுக்கு வெளில வச்சிக்கிடுங்க. கடைக்குப் போயி சர்க்கரை வாங்கிட்டு வாங்க. பாயசம் வைக்கணும்" என்றாள் ராஜலட்சுமி.

நந்தகோபாலை விரட்டுவதிலேயே குறியாய் இருந்தாள் ராஜலட்சுமி. நந்தகேபால் நாத்திக வாசம் வீசும் மனிதர். கடவுள் நம்பிக்கை இல்லாதவர். வாழ்வில் அவர் பட்ட துயரங்கள் எதற்கும் எந்தக் கடவுளும் துணை நின்று தடுக்கவில்லை என்ற கோபம் அவருக்கு. ஆதியில் வழிபாட்டில் கரைந்து கிடந்தவர் இப்போது கிண்டல் செய்யும் அளவிற்கு நாத்திகத்தில் முன்னேறி இருந்தார்.

ராஜலட்சுமி பயபக்தியாய் சாமி படத்திலிருந்து கடிதத்தை எடுத்துத் திரும்பவும் மதுமதி கையில் கொடுத்தாள்.

"கொண்டு தாத்தாகிட்ட காட்டி ஆசிர்வாதம் வாங்கிக்க" என்றாள்.

மதுமதி தாத்தா படுத்திருந்த அறைக்குள் கதவிடுக்கில் நுழையும் காற்றைப்போல அரவமில்லாமல் பிரவேசித்தாள். பின்னாலேயே ராசலட்சுமியும் போய் நின்றாள்.

சந்திரகாந்தன் கண்களை மூடிப் படுத்திருந்தார். வயதின் களைப்பு உடலில் படர்ந்திருந்தது. உச்சி வெயிலில் கிள்ளிப் போட்டக் கொழுந்தைப் போல முகம் வாடித் துவண்டு போயிருந்தது. கண்கள் உள்வாங்கிப் புதைந்திருந்தன. கன்னங்களில் வெள்ளி முட்கள். மீசை முடிகள் தாறுமாறாய்க் ஒழுங்கின்றி கிடந்தன. வழுக்கைத் தலையில் எண்ணெய் தடவியது போன்ற மினுமினுப்பு. கழுத்துக்குக் கீழே எலும்புகள் நாங்களும் இருக்கிறோம் என்பது போல் துருத்திக் கொண்டு தெரிந்தன. தோல்களில் சலவை செய்யாத கதராடைச் சுருக்கங்கள்.

அவரால் முன்போல அதிகமாக நடமாட முடியவில்லை. கொஞ்சம் நடந்தாலும் மேல்மூச்சு, கீழ்மூச்சு வாங்குகிறது. அண்மைத் தோழனாகக் கை, கால்களில் மெலிதான நடுக்கம் வந்து கூடுதலாய்ச் சேர்ந்திருந்தது.

“தாத்தா!” என்றாள் மதுமதி.

எந்தச் சலனமுமில்லை. சந்திரகாந்தன் அப்படியே படுத்திருந்தார். போர்த்தியிருந்த போர்வை நெஞ்சுப் பகுதியில் ஏறி இறங்கிற்று. அதன் மேல் ஈ ஒன்று விளையாடிக் கொண்டிருந்தது.

ராஜலட்சுமி போர்வையை விலக்கி மெல்ல கன்னத்தில் கை வைத்தாள். அவளின் சில்லிட்ட கரங்களின் குளுமை அலையிலாடி மிதக்கும் இலையைப்போல அவருக்குள் ஊடுருவிப் பரவிற்று. சந்திரகாந்தன் மெல்ல நெளிந்தார்.

“அப்பா!” என்றாள் ராஜலட்சுமி.

கண்ணை அசைத்து மெல்லத் திறக்க முயன்றார். இமைகளின் மேல் யாரோ பாறாங்கல்லைத் தூக்கி வைத்ததைப்போலக் கனத்தது. கண்கள் கூசின. மிகுந்த சிரமத்திற்கிடையே இமைகளைப் பிரித்த போது நிழல்களாய் உருவங்கள் அலைந்தன.

என்ன என்பதுபோலப் பார்த்தார்.

“அப்பா! மதுமதிக்கு வேலை கிடைச்சிடுச்சிப்பா”

சந்திரகாந்தன் பேத்தியைப் பார்த்தார். அவர் முகத்தில் மகிழ்வின் தளும்பல்.

அழைப்புக் கடிதத்துடன் புன்னகை ததும்ப நின்றிருந்தாள் மதுமதி.

கடிதத்தை அவர் கையில் கொடுத்தாள். அவர் கரங்கள் நடுங்கின. கடிதத்தை வாங்கி கண்களில் ஒத்திக் கொண்டார். அந்தக் கண்களில் தலைமுறையின் ஏக்கங்கள். கடிதத்தை நெஞ் சோடு வைத்து அணைத்துக் கொண்டார். அவர் முகத்தில் நோய்மையைத் தாண்டி அப்படியொரு மினுக்கம்.

மதுமதி காலில் குனிந்து தாத்தாவின் பாதங்களைப் பற்றினாள்.

சந்திரகாந்தன் வலது கையை எடுத்து மதுமதி தலையில் வைத்து ஆசிர்வாதம் செய்தார். அடுத்த நொடி தனக்கு நேரில் சுவரில் புகைப்படமாய் தொங்கும் மனைவி முத்துலெட்சுமியைப் பார்த்தார். முத்துலட்சுமியின் கண்கள் சந்திரகாந்தனையே வெறித்துக் கொண்டிருந்தன. சந்திரகாந்தன் பார்வையில் அப்படியொரு கம்பீரம்.

அவருக்குக் கண்கள் கலங்கின. ராஜலட்சுமிக்கு அந்தக் காட்சியைப் பார்க்க முடியவில்லை. அவளுக்குத் தானாய் கண்கள் உதிர்ந்தன. ராஜலட்சுமி தாயை உயிருடன் பார்த்ததில்லை. இவளுக்கு விவரம் தெரியும் முன்பே அவள் போய் சேர்ந்திருந்தாள். அப்பா தான் தாய்க்குத் தாயாய் நின்று வளர்த்து ஆளாக்கி திருமணம் முடித்துக் குடும்பமாக்கினார். இப்போது மதுமதியும் வளர்ந்து ஆளாகி நிற்பதில் சந்திரகாந்தன் பூரித்துப் போனார்.

கடிதத்தைப் பாட்டியின் புகைப்படத்தின் கீழே வைக்கப் போனாள் மதுமதி. படுத்திருந்த சந்திரகாந்தன் பதறுவதைப் போலக் கையை ஆட்டி வேண்டாம் என்று சைகை செய்தார். அவரின் மெலிந்த குரலில் “அங்க வக்காதே” என்று தடுத்தார். அப்போது அவர் கண்களில் கனன்று எரியும் இரண்டு நெருப்புத் துண்டங்களைக் கண்டாள் மதுமதி.

மதுமதி மிகுந்த குழப்பத்துடன் வெளியே வந்தாள். அவள் பணியில் சேர இன்னும் ஒரு வாரக்காலம் இருந்தது. மதுமதிக்குத் தாத்தா, பாட்டியின் எண்ணங்கள் படுத்தத் தொடங்கி விட்டன. பாட்டியை அம்மாவே பார்க்கவில்லை. மதுமதி பார்க்க வழி? ஆனால் தாத்தாவை சிறு வயதிலிருந்தே பார்த்து வளர்ந்தவள். அவரின் நடவடிக்கைகள் பாட்டியின் விசயத்தில் வித்தியாசமாகவே இருந்திருக்கின்றன. இது பாட்டியின் மீது வைத்திருக்கும் அதீத அன்பின் வெளிப்பாடா?

பொதுவாக இறந்தவர்கள் அந்த வீட்டின் தெய்வங்கள். தமிழ்க் குடும்பங்களில் அப்படித்தான் பெரும்பாலும் பார்க்கப் படுகிறார்கள். அது தொன்று தொட்டு தொடரும் வழக்கம். புகைப்படங்களில் ‘எங்களின் இதய தெய்வம்’ என்று இறந்தவர் பெயரெழுதி பிறப்பு, இறப்பு நாட்களைக் குறித்து வைத்திருப்பது மரபு. அவர்களுக்குக் கீழே ஒரு விளக்கு எந்நேரமும் சுடரும்.

பாட்டியின் புகைப்படத்தை வீட்டில் பெரிதாக சட்டமிட்டு மாட்டி வைத்திருக்கிறார். அதில் ஒரு மங்கலம் இல்லை. கறைபட்டு பொலிவிழந்து தூக்கில் தொங்குவதுபோல அஃது ஆணியில் தொங்கிக் கொண்டிருந்தது. அதில் ஒட்டடைகள் படிந்து சிலந்திகள் நடனமாடிக் கொண்டிருந்தன. தாத்தா நடையோட்டமாய் இருந்த போது கூட அதைத் துடைத்துச்

சுத்தப்படுத்த முனைந்ததில்லை. அழுக்கின் உறைவிடமாய் ஆகியிருந்தாள் பாட்டி.

இந்த வீட்டில் தனக்குத் தெரிந்ததிலிருந்த இந்தப் புகைப்படம் இருக்கின்றது. அதில் ஒரு சந்தன மாலையில்லை. அது போகட்டும். ஒரு நல்ல நாள், கெட்ட நாளில் கூட அந்தப் புகைப்படம் ஒரு மாலையைப் பார்த்ததில்லை. ஒரு துண்டுப் பூச்சரம் அந்தப் புகைப்படத்தில் கிடந்து தனக்கு நினைவில் இல்லை. ஒரு ஊது பத்தி புகைந்ததில்லை. ஒரு விளக்கு ஏற்றி நானறியேன். இப்படி அடுக்கிக்கொண்டே போகலாம். ஓர் இதய தெய்வத்தை இப்படிக் கையாண்டு யாரும் பார்த்திருக்க வாய்ப்பில்லை.

தாத்தாவை விடுங்கள். அந்தப் புகைப்படத்திற்கு எங்களைக் கூட எதையும் செய்ய விட்டதில்லை. தொடக்கத்தில் அம்மா சில முறை பூ நறுக்கி வைப்பதற்கே பலவாறாகத் திட்டியிருக்கிறார். அதில் ஊதுபத்தி இத்யாதிகள் எதுவென்றாலும் அவர் முகம் மாறிவிடும். அத்தனை கடுகடுப்பார். ‘அதை எடுங்க முதல்ல’ என்று சண்டை கட்டுவார். இதன் உச்சமாக அம்மா சில வருடங்களுக்கு முன்பு வருடப் பிறப்பன்று தான் செய்த பண்டங்களை வைத்துப் படைத்திருக்கிறார். எங்கோ வெளியில் சென்று வந்த தாத்தா அதைக் கண்டதும் உக்கிரமாகி விட்டாராம். அதை இலையோடு இழுத்துப்போய் தெரு நாய்க்கு வைத்துவிட்டு வந்தாராம். இது மாதிரி சமயங்களில்அவர் இயல்பாவதற்கு வெகு நேரமாகும்.

‘ஒரு வேளை பாட்டியை இந்தக் கோலத்தில் பார்ப்பதற்கு அவருக்கு மனமில்லையோ என்று மதுமதி எண்ணினாள். அத்தனை அளவு அவர் மீது காதல் கொண்டு வாழந்திருப்பாரோ?!’ அவர் இன்னும் உயிரோடு இருப்பதாக எண்ணிக் கொள்கிறாரென்று மதுமதிக்குத் தோன்றிற்று. அவரின் வித்தியாசமான இந்த நடவடிக்கைகளுக்குப் பிறகு அவரை மதுமதி கூர்ந்து நோக்கத் தொடங்கியிருந்தாள்.

இது மாதிரி சமயங்களில் அவர் பாட்டியை எப்படிப் பார்க்கிறார் என்பதை அவருக்குத் தெரியாமல் நோக்கத் தொடங்கியிருந்தாள். வீட்டில் எப்போதும் அவர் கண்பட புகைப்படத்தை வைத்தவர் அதை நாங்கள் இருக்கும்போது

அவர் பார்க்கும் பார்வைக்கும் நாங்கள் இல்லாச் சமயங்களில் அவர் பார்க்கும் பார்வைக்கும் வேறுபாடுகள் இருந்ததை மதுமதி கண்டறிந்தாள்.

சில நேரங்களில் இவள் மறைந்து நின்று தாத்தாவை நோக்கத் தொடங்கினாள். அந்தச் சமயங்களில் அவர் பாட்டியைச் சாதாரணப் பார்வையுடன் பார்ப்பதுபோலத் தோன்றவில்லை. அந்தப் பார்வையில் ஒரு கடுமை இருந்தது. காதுகளின் கீழ்கதுப்புகளில் அவர் பற்களைக் கடிப்பதைக் கண்டாள். ஏதோ செய்தி சொல்வதைப் போலத் தலை மேலும் கீழுமாய் ஆடிற்று. ஒரு எதிரியைச் சமர்க் களத்தில் சந்திப்பதைப்போல நாசித் துவாரங்கள் விடைத்து நின்றன. சாதித்த பிறகு வெளிப்படும் மலர்ச்சி அவர் முகத்தில் அரும்பி படர்ந்திருந்தது. எல்லாவற்றிற்கும் உச்சமாய் ஒரு நாள் காறித் துப்பியபோது மதுமதி உடல் அதிர்ந்து நடுங்கிற்று. அவரின் எச்சில், பாட்டியின் புகைப்படத்தில் ஓர் ஓரமாய் துணுக்காய் வழிந்து கொண்டிருந்தது.

மதுமதி "தாத்தா" என்று குரல் நடுங்க அழைத்தாள். சந்திரகாந்தன் இயல்பாய்ப் படுத்திருப்பதைப் போலத் துண்டை எடுத்து வாயைத் துடைத்துக் கொண்டு "வாடா கண்ணு!" என்றார். "ஏன் தாத்தா ஜலதோசம் பிடிச்சிருக்கா?" என்றாள். சட்டென அவர் முகம் கலவரமடைந்ததைக் கண்டாள். "அப்படியெல்லாம் ஒன்னுமில்ல" என்றார். "இல்ல காறித் துப்பின மாதிரி தெரிஞ்சது" என்றாள். "அதுவா?" என்றவர் சற்று மௌனித்து "தொண்டைய கரகரன்னு இருந்திச்சி. அது உன் காதுல விழுந்திடுச்சா?" என்று சிரித்தார். அதில் இயல்பைக் காண முடியவில்லை. ஒரு வகை வன்மம் ஊடாடிக் கிடந்தது.

மதுமதி பலமுறை பாட்டியைப் பற்றிக் கேட்க முயன்றிருக்கிறாள். அப்போதெல்லாம் சந்திரகாந்தன் பெரிதாக அலட்டிக் கொள்ள மாட்டார். "சொல்றம்மா ஒரு நாளைக்கி எல்லாத்தையும்" என்று முடித்துக் கொள்வார். மீறிப் போனால் "அவ ஒரு புண்ணியவதிம்மா... கொடுத்து வைக்கலை" என்று முடிப்பார் அந்த உரையாடலை. அதற்கு மேல் பேச மாட்டார். ஏதாவது சாக்கு போக்குக் காட்டி நகர்ந்து விடுவது வழக்கம்.

தன் தாய் ராஜலட்சுமியிடம்கூட இதுபற்றி கேட்டிருக்கிறாள் மதுமதி. அவளுக்கும் பெரிதாக விவரம் தெரியலவில்லையென்றே

சொல்லியிருக்கிறாள். அவளுக்குத் தாயின் முகத்தைப் பார்த்த நினைவில்லையென்பாள். தன்னை மட்டும் தனியாய் அழைத்துக் கொண்டு சிறுவயதிலேயே இந்தப் பொள்ளாச்சிக்கு வந்து விட்டதை தாத்தா சொல்லித் தெரியும். வேறு விவரங்கள் எதுவும் அவர் பகிர்ந்ததில்லை என்பாள். சில முறை அம்மாவும் சொந்த ஊர் குறித்துக் கேட்டிருக்கிறாள். அப்போதெல்லாம் பொத்தாம் பொதுவாக கீழத்தஞ்சை மாவட்டம் மன்னார்குடிக்குப் பக்கத்துல ஒரு கிராமம் என்பாராம்.

பாட்டி ஒரு பெரும் வியாதியில் படுக்கையாய்க் கிடந்து இறந்ததாகவும் அச்சமயம் உறவினர்கள் யாரும் உதவவில்லையென்றும் அந்த வெறுப்பில் அவர் இரண்டு வயது ராஜலட்சுமியை அழைத்துக்கொண்டு இரவோடு இரவாகக் கிளம்பி விட்டதாகவும் சொல்லியிருக்கிறார். இங்கு வந்ததும் ஒரு தோட்டத்தில் வேலைக்குச் சேர்ந்து வாடகைக்குக் குடியிருந்திருக்கிறார். பிறகு இந்தக் குடியிருப்பு மனை வாங்கி அதில் வீட்டைக் கட்டியதெல்லாம் தாத்தா சொல்லித்தான் தனக்குத் தெரியுமென்றாள் ராஜலட்சுமி. அம்மாவைச் படிக்க அனுப்பியிருக்கிறார் தாத்தா. ஏழாம் வகுப்பு வரை படித்திருக்கிறாள். அவள் பெரியவளானதும் அதற்கு முழுக்குப் போட்டு விட்டாள். தாத்தா எவ்வளவோ சொல்லிப் பார்த்திருக்கிறார். அவளுக்குப் படிப்பு ஏறவில்லை.

தாத்தா வேலை பார்த்த தோட்டத்தில் வேலை பார்த்தவர் தான் அப்பா. அவருக்கு அம்மாவைப் பிடித்துப் போனது. அம்மாவிற்கும் ஆசைதான். தாத்தாவிற்குப் பெரிய எதிர்பார்ப்பு எதுவுமில்லை. மகள் எப்படியோ தன் காலத்திலேயே பிடிமானம் கொண்டு குடும்பமாகி விடவேண்டும் என்பதே அவரின் பெரிய இலட்சியம். திருமணம் செய்து வைத்திருக்கிறார். அப்பாவின் பெற்றோர் சில காலத்திற்கு முன்பு போய் சேர்ந்திருந்தார்கள். அதன் பிறகு அப்பாவிற்கும் எல்லாமே தாத்தாதான் என்றாகி விட்டது.

மதுமதி பிறந்து வளர்ந்ததில் சந்திரகாந்தனுக்கு அத்தனை பேரானந்தம். மதுமதியின் மீது எல்லையில்லா அன்பு செலுத்தினார். காலைக்கும் மாலைக்கும் பேத்தியே அவருக்கு உலகமாகியிருந்தது. அம்மாவின் படிப்பு அறுந்து போனதில்

இருந்த வேதனையை மதுமதியைக் கொண்டு நிறைவு செய்ய விரும்பினார். அதன் விளைவு தான் மதுமதி இத்தனையளவு படித்து ஆசிரியர் பணி வரை வந்து விட்டாள்.

திருச்சி மாவட்டம் மணப்பாறைக்கருகில் ஒரு கிராமத்தில் தொடக்கப் பள்ளியில் மதுமதி பணியில் இணைந்திருந்தாள். தன்னுடன் பணியில் இணைந்த பிரியங்காவும் அவளும் மணப்பாறையில் ஒரு பெண்கள் விடுதியில் தங்கியிருந்தனர். ஓய்வு நேரங்களில் அவளுக்குத் தாத்தாவின் சிந்தனையாகவே இருந்தது. அதுவும் மணப்பாறை வந்த பிறகு அதன் தீவிரம் பெருமளவு கூடியிருந்தது. அவளுக்குப் பாட்டியைப் பற்றிய குழப்பம் நாளுக்கு நாள் பெருகிய வண்ணம் இருந்தது.

சில நாள்களுக்கு முன்பு தாத்தா அயர்ந்து உறங்கிய ஒரு நாளில் அவர் பயன்படுத்தும் தகரப் பெட்டியைத் திறந்து பார்த்தாள். அதில் அவர் ஊரில் இருந்தபோது யாரோ அவருக்கு எழுதிய கடிதம் ஒன்று இருந்தது. முதலில் முகவரியைத்தான் பார்த்தாள். அதில் மன்னார்குடி, ஆதிச்சபுரம் என்ற ஊரும் அவரின் தந்தை ராஜலிங்க பாண்டியன் என்பதும் இருந்தது. பெட்டியில் அடுத்து கண்ட ஒன்று அவளை அதிர்ச்சியின் உசசத்திற்குக் கொண்டு சென்றது.

அதில் புகைப்படம் ஒன்று இருந்தது. அது மிகவும் சின்னா பின்னவாக்கப்பட்டிருந்தது. அட்டையில் ஒட்டப்பட்டிருந்த அந்தப் படம் முழுவதும் ஓர் கூரான ஆயுதத்தால் முகமே தெரியா வண்ணம் தாறுமாறாகக் குத்தப்பட்டிருந்தது. குறுக்கும் நெடுக்குமாய் நிறைய ஊசியால் இழுத்தது போன்ற கோடுகள். படத்தில் இருப்பது ஆணா, பெண்ணா யாரென்று அடையாளம் காணமுடியா வண்ணம் ஆணியின் கோடுகள் அடர்த்தியாய்ப் பாய்ந்திருந்தன. கூர்ந்து பார்த்ததில் அது பெண் என்பதும் பாட்டியின் படம் என்பதும் தெரிய வந்தது மதுமதிக்கு.

அவளால் எதையும் புரிந்துகொள்ள முடியவில்லை. ஒரு துண்டு பூவைக்கூடப் வீட்டுப் புகைப்படத்தில் போட அனுமதிக்காதவர் தாத்தா. அவரை இறந்தவர் பட்டியலில் கூட வைக்கத் தயங்கும் அவர் இப்படிப்பட்ட ஒரு புகைப்படத்தை இத்தனை ஆண்டுகள் தன் பெட்டியில் வைத்துப் பாதுகாக்க வேண்டிய அவசியமென்ன? இதை யார் செய்திருக்க முடியும்?

ஒரு குரூர மனமும் தாங்க முடியாத வேதனையும் கொண்ட ஒருவரே இதைச் செய்ய முடியும். எனில் தாத்தா ஒரு மன நோயாளியா?

தாத்தாவுக்கும் பாட்டிக்கும் அப்படியென்ன பிரச்சினை? தாங்க முடியாப் பிரச்சனை கொடுத்தவளை நடு வீட்டில் தெய்வம்போல் வைக்க வேண்டிய தேவையென்ன? தாத்தாவைத் தவிர அந்தப் பெட்டியை இதுவரை யாரும் தொட்டதில்லை, மதுமதிக்குத் தலை சுற்றியது. பல கோணங்களில் தீராக் குழப்பத்தில் ஆழ்ந்தாள். தாத்தா ஒரு புரியாத புதிராக இருந்தார். ஒரு பக்கம் புண்ணியவதி என்கிறார். மறுபக்கம் இவ்வளவு குழப்பங்கள். கொடுமைகள். அவள் சுழலில் சிக்கிய துரும்பானாள்.

ஆதிச்சபுரம் வந்திருந்தாள் மதுமதி. இதுவரை அந்தப் பகுதிக்கே வராதவள். பிரியங்காவின் சொந்த ஊர் திருத்துறைப்பூண்டி. அவளுடன் தைரியமாகக் கிளம்பி வந்து விட்டாள். அங்கிருந்து ஆதிச்சபுரம் பக்கம்தான். அவளிடம் எதற்காக என்ற விவரத்தை மட்டும் கூறாமல் மாற்றி எதையோ சொல்லி வைத்திருந்தாள்.

ஆதிச்சபுரம் நால்ரோடு ஆர்ச் பேருந்து நிலையத்தில் இறங்கி "தெற்குத்தெரு ராஜலிங்க பாண்டியன் வீட்டிற்குப் போகணும்" என்று அருகில் இருந்த தேநீர்க் கடையில் விசாரித்தாள். அவர்கள் அவர்களை ஒரு மாதிரியாகப் பார்த்தார்கள். பிறகு "சித்த வைத்தியர் வீடா?" என்று வினவிய பின், அங்கிருந்த ஆட்டோ நிலையத்தைக் கை காட்டினார்கள்.

ஆட்டோக்காரரர் குழப்பமில்லாமல் வழியைச் சொல்லி அழைத்துப் போனார். ஆட்டோ தெற்குத் திசையில் உருண்டு கொண்டிருந்தது. சாலையின் ஏற்ற இறக்கங்களில் வண்டியைச் சீராக்கி ஓட்டிக் கொண்டிருந்தார். அவருக்கு நடுத்தர வயதை விடக் கொஞ்சம் கூடுதலாக இருக்கலாம். விவரமான ஆளாகவும் தெரிந்தார். அவராகவே பேச்சுக் கொடுத்தார்.

"ராஜலிங்கம் ஐயா வீட்டுலதான் யாருமில்லையே, நீங்க யாரைப் பார்க்கப் போறீங்க?"

"ஏன் அவங்க எங்க போனாங்க?"

“அவரு இறந்து ரொம்ப நாளாகுதும்மா”

“அவருக்கு குழந்தைங்க இல்லையா?”

“ஏன் இல்லை.? ராஜா மாதிரி இருந்தாரே”

“அவரு எங்க?”

“அது ஒரு பெரிய கதைம்மா”

“ஆட்டோவை நிறுத்துங்க”

“ஏன்மா?”

“அவங்க வீட்டுலதான் யாருமில்லேங்கறீங்களே”

அங்கிருந்த வாகை மரத்தடி நிழலில் நிறுத்தினார்.

“நீங்க யாருன்னு முதல்ல சொல்லுங்க?”

தோளில் கிடந்த சிவப்புத் துண்டால் வியர்வையைத் துடைத்துக் கொண்டார் ஆட்டோகாரர். அந்தக் கேள்வியை அவள் சிறிதும் எதிர்பார்க்கவில்லை. ஆயினும் சமயோசிதமாகச் சமாளித்தாள்.

“நாங்க சித்தா சம்பந்தப்பட்ட ஒரு பத்திரிகை நடத்தறோம். ஐயாவைப் பத்திக் கேள்விப்பட்டோம்”

அருகிலிருந்த பிரியங்கா வாயடைத்துப் போனாள். ஆட்டோக்காரர் பேசத் தொடங்கினார்.

“ராஜலிங்கம் ஐயா செத்துப் போனப்ப அவரோட ஒரே பையன் ரொம்பவும் இடிஞ்சி போயிட்டாரு. அவரு பேரு சந்திரகாந்தன். சந்திரகாந்தனுக்கு ஒரு பொண்ணு இருந்தா. அதுக்கு ரெண்டு வயசிருக்கும். அப்பாவை இழந்த துக்கத்துல மனசொடிஞ்சிப் போயிருந்தப்பவே அவரு பொஞ்சாதி முத்துலட்சுமின்னு பேரு. அவ ஒரு கேடுகெட்ட சிறுக்கி. இங்க சாலை விரிவாக்கம் செய்ய கப்பி ஏத்திக்கிட்டு வந்த பயலோட ஓடிப் போயிட்டா. ரெண்டு வயசுப் புள்ளய வச்சிக்கிட்டு சந்திரகாந்தன் தவிச்சப்ப ஊரே அழுதிச்சி. அந்த அவமானம் தாங்காம ராத்திரியோட ராத்திரியா கிளம்பிப் போனவரு தான். இருக்காரா, போய் சேந்திட்டாராான்னு கூடத் தெரியலை” என்றார்.

மதுமதிக்குக் கண்கள் கலங்கி வழிந்தோடின.

அவளுக்குத் தன் தாத்தா சந்திரகாந்தனை உடனே பார்க்க வேண்டும் போலிருந்தது. இத்தனை துக்கங்களை மனத்திற்குள் புதைத்துக் கொண்டு பெற்ற பிள்ளைக்கும் தகவல் தெரியக் கூடாது என்று வாழ்ந்திருக்கிறார் அவர். பாட்டி இறந்து விட்டாள் என்று நம்ப வைத்து, மகளை ஆளாக்கிக் குடும்பமாக்கி மீண்டும் தழைக்கச் செய்த அவரின் கண்ணியம், பொறுமை அவளை நெஞ்சுருகச் செய்தது. அவர் எவ்வளவு பெரிய மகானாக வாழ்ந்திருக்கிறார்.

இப்போது அவளுக்குப் புரிந்தது. புகைப்படத்திற்கு ஏன் எந்த மரியாதையும் இல்லை என்பது. 'தன் தாய் ஓடிப் போன கேடு கெட்டவள் என்று தெரிந்தால் தன் பிள்ளை என்ன பாடுபடுமோ என்பதைத் தவிர்ப்பதற்காகவே படத்தை ஆணியில் மாட்டி நடித்திருக்கிறார். தாய் என்பது புனித உறவு. அது தன் மகள் மனத்தில் எந்தச் சஞ்சலத்தையும் ஏற்படுத்திவிடக் கூடாது என்பதில் தாத்தாவுக்கு எத்தனை தெளிவு. படத்தைப் பார்க்கும் சமயம் தனக்குள்ளும் ஓர் அணையாத் தீயை எரியச் செய்திருக்கிறார் தாத்தா. ஓடிப் போனவளை நினைத்து பெற்ற மகளை வீணடிக்காமல் வளர்த்து ஆளாக்கி இப்போது அவளின் வாரிசும் தழைத்து ஆசிரியர் ஆனதில் அவருக்கு எல்லையில்லா மகிழ்ச்சி.'

தாத்தா அதிக நடை ஓட்டமில்லாமல் முடங்கியதிலிருந்து அந்தப் புகைப்படத்தைப் பார்த்து நொந்து போவதை இப்போது உணர்ந்தாள் மதுமதி. அதைக் கண்ணுறும் போதெல்லாம் அவர் துயரங்களின் பெருவனமாய் காட்சி தந்தார். முன் போல நடையுடையிருந்தால் இப்போது அந்தப் புகைப்படம் அங்கிருக்குமா என்பது ஐயம் தான்.

சில நாட்களுக்கு முன் தங்கள் குடும்ப மருத்துவர் பகிர்ந்து கொண்ட தகவல்கள் மதுமதி நினைவில் ஆடின.

'பெரியவங்க சில விசயங்களைக் கடைசி வரை பிள்ளைங்கள்ட்ட பகிர்ந்துக்கறது இல்ல. புள்ளங்க வேதனைப்படுவாங்கன்னு மறைச்சிடுவாங்க. நடை உடையா இருக்கற வரை பிரச்சனையில்லை. அப்பப்ப வெளில போய் வர்றப்ப மறந்திடுவாங்க. மனசு சமனாயிடும். முடங்கி ஒரு இடத்துல நகர முடியாம படுக்கறப்ப தான் அந்தப் பிரச்சனை விசுவரூபம்

எடுக்கும். அதையே நினைச்சி நினைச்சி வேதனையாட உச்சத்துக்குப் போயிடுவாங்க. அந்த நேரத்துல அந்தப் பிரச்சினை ஞாபகத்துக்கு வராம பாத்துக்கிடணும். அது நினைவுக்கு வர்ற மாதிரி சம்பவங்களைப் பேசறதோ அல்லது அதைத் தூண்டி விடுற மாதிரி வீட்டுல இருக்கற பொருளையோ அவங்களுக்குத் தெரியாம ஒளிச்சி வைக்கிறது நல்லது'

மதுமதி அப்போதே பொள்ளாச்சிக்குப் பேருந்து ஏறி விட்டாள்.

'அம்மாவிடம் அப்பாவிடம் இந்த உண்மையைச் சொல்லப் போவதில்லை. அதில் பயனேதும் இல்லை. மன வேதனைதான் மிஞ்சும். அவர்கள் மனத்தில் பாட்டி நல்லவளாக சிறு வயதில் இறந்து போனவளாகவே இருக்கட்டும்' என முடிவு செய்து கொண்டாள்.

பொள்ளாச்சி வீட்டில் ஒரு நாள் தாத்தா நன்றாக அயர்ந்து தூங்கிக் கொண்டிருந்தார். மதுமதி அவரையே வைத்த கண் வாங்காமல் பார்த்தாள். அவளையுமறியாமல் கண்கள் பொங்கின. அவரின் நெற்றியில் நன்றியுணர்ச்சியோடு ஒரு முத்தம் பதித்தாள். அங்கிருந்தபடியே பாட்டியின் புகைப்படத்தை வெறித்தாள் மதுமதி. அவளுக்குக் காறி உமிழத் தோன்றியது. நாற்காலியில் ஏறி கழுத்தைப் பிடித்துக் கீழே தள்ளி விட்டாள் மதுமதி.

கண்ணாடி பல கோணங்களில் தாறுமாறாய் உடைந்து சில்லுகளாக நொறுங்கிக் கிடந்தன. சத்தம் கேட்டு தாத்தா கண் விழித்துப் பார்த்தார். மதுமதி மறைந்து நின்று தாத்தாவின் முகத்தையே கூர்ந்து நோக்கினாள். அவர் முகத்தில் பதட்டமில்லை. மெலிந்த பரவசம். சிறு புன்னகை ஒன்று மெல்லிய கீற்றாய் பூ விரிவதைப் போல மலர்ந்து மிளிர்ந்தது. மறுநாள் காலையில் அங்குள்ள ஆற்றில் பாட்டி மிதந்து மூழ்கிக்கொண்டிருந்தாள்.

- பொதினி - பிப்ரவரி 2020.

★ ★ ★

13

தருணம்

அடர் மழைச் சாரல் உச்சித் தென்னையில் பட்டுத் தெறித்துச் சிதறும் இரைச்சலை ஒத்திருந்தது சாந்தியின் குரல். அம்மணக் குளிரில் நடுங்கும் தொனி. எதிலும் தெளிவில்லை. தடுமாற்ற வார்த்தைகள் கிழிபட்டு ரணமாய்ப் பிசிறடித்தன. அவை தொடர்ச்சியின்றி இடையிடையே அறுந்து வீழ்கின்ற சப்தங்கள் கேட்டன. மனம் முகிழ்க்கும் வார்த்தைகளைக் கையேந்தி வெளித் தள்ளும் திறனின்றி நா திக்கித் துவண்டது. முதுவேனில் கால நீரற்றக் கால்வாயின் வெடிப்புகளென உதடுகளில் காங்கலடித்தது. வறட்சியின் பிசுக்கில் அவை ஒட்டிக்கொண்டு இதழ்களைப் பிரிக்கையில் நூலாம் படையிழுத்து விளையாடின. அலைபேசியைச் சரியாக வைத்துக் கேட்டும் பலனில்லை. எதுவும் புரியவில்லை.

காலை பல் துலக்கும்போதே அலைபேசி ஒலித்தது. யாரெனக் கேட்க எதிர் முனையில் சொல் பிசிறல்கள். "சா...ந்....தி..."என்னும் குரல் அரைகுறையாய் அலையலையாய்க் கேட்டது. "எந்தச் சாந்தி?"யெனக் கேட்டது தான் தாமதம். "மறந்திட்டீங்களாண்ணா?" விசிறியடித்து விசும்பும் குரல்.

சங்கரதீபன் மிகவும் குழம்பிப் போயிருந்தான். வெகு சிரமங்களுக்கிடையே பழக்கப்பட்டக்

குரலை நினைவில் கொண்டு வந்து விட்டான். "சாந்திம்மா... சாந்திம்மா..." பாசமாக அழைத்தான். அவள் அழுவதிலேயே குறியாய் இருந்தாள். அதற்குள் சங்கரதீபன் மனைவி திரவியநாயகி வந்து "யாருங்க?" என்றாள். அமைதியாக இருக்கும்படி சைகை செய்துவிட்டு திரும்பவும் "சாந்திம்மா!" என்றான். இப்போது அழைப்பது யாரென்று திரவியத்தால் புரிந்து கொள்ள முடிந்தது.

திருப்பூரில் தங்களோடு பதினைந்து ஆண்டுகள் பக்கத்து வீட்டில் தங்கியிருந்தவர்கள் சாந்தியும் கந்தனும். சில ஆண்டுகளுக்கு முன் சொந்த ஊருக்குச் சென்றவர்கள் திரும்பி வரவில்லை. நிரந்தரமாக அங்கேயே தங்கி விட்டார்கள். அவ்வப்போது அலைபேசியில் உரையாடிக் கொள்பவர்கள். என்ன காரணத்தாலோ இரண்டு ஆண்டுகளாய் சுத்தமாய் தொடர்பற்றுப் போனார்கள். சங்கரதீபன் சிலமுறை தொடர்பு கொண்டு பார்த்தான். எண் அணைத்து வைக்கப்பட்டிப்பதாகப் பதில் வந்தது. அதன் பிறகு அவர்களும் தொடர்பு கொள்ளவில்லை. நட்பின் கண்ணி அத்துடன் சுத்தமாய் அறுந்து போயிற்று.

"சாந்திம்மா!" என்றான் சங்கரதீபன் மறுபடியும்.

அழுகையைத் தொண்டைக்குள் இழுத்துக் கட்டிப்போட்டு கொண்டு "அண்ணா!" என்றாள் சாந்தி.

"என்னம்மா? ரொம்ப நாளா தொடர்பிலயே இல்லை. அதான் யாருன்னு கேட்டேன்".

"நீங்க மறந்திட்டிங்கன்னு நெனச்சதும் எனக்கு அடக்க முடியலைண்ணா! அண்ணி எப்படி இருக்காங்க?"

"அவளுக்கென்ன! நல்லாருக்கா? கந்தன் எப்படி இருக்காரு?"

"இருக்காருண்ணா!"

சொல்லிக் கொண்டிருக்கும் போதே அவளுக்குக் குரல் கட்டியது.

"ஏம்மா எதுவும் பிரச்சனையா?"

"புள்ளக்கி ரொம்ப முடியலைண்ணா. ஆறு மாசமா சென்னையில ஆசுவத்திரியே வாழ்க்கையாப் போச்சி".

"என்ன சாந்தி சொல்லுற? ஏன்? என்னாச்சி?"

சங்கரதீபன் குரலில் அதிர்ச்சியின் சவ்வுடு பரவல்கள். யாருக்கோ ஏதோ பெரிய உடல்நோவு என்பதைப் புரிந்து கொள்ள முடிந்தது. அவள் பதட்டமும் அழுகையும் நிலைமையைச் சொல்லாமல் சொல்லின. இருந்தும் விரிவாகத் தெரிந்துகொள்ள சாந்தியின் குரலுக்காகக் காத்திருந்தான் அவன்.

சாந்தி விலாவாரியாகச் சொல்லத் தொடங்கினாள். அவள் முடித்ததும் சங்கரதீபனின் கண்களில் அலையடித்தது. அவன் தலையிலடித்துக்கொண்டு,

"அடக்கொடுமையே... அந்தப் பச்ச மண்ணுக்கா இப்படியொரு கெதி? ஆண்டவனுக்குக் கண்ணுருக்கா? பத்து வயசுப் புள்ளைக்கி இரத்தப் புத்துன்னா என்னான்னு தெரியுமா? அதைத் தாங்கறதுக்கு அதுக்குச் சக்தியிருக்கா?" புலம்பினான் சங்கரதீபன்.

"ஊசியிலயே எம்புள்ளயக் கொன்னுடுவாங்கெ போலிருக்கு. எல்லாமும் முதுகுத் தண்டுலியே போடுறாங்கெ. எத்தனை ஊசிய அந்தப் பிஞ்சு தாங்கும்? ஏன்தான் எங்களுக்கு இப்படியொரு சோதனியோ?"

தேம்பினாள் சாந்தி.

அலைபேசியைப் பிடித்திருந்த சங்கரதீபனின் கை விரல்களும் அழுதன. விரலிடுக்கில் வியர்வை பிசுபிசுத்தது. அவர் என்ன சொல்வதென்று தெரியாமல் மருகினான். ஆறுதல் மொழி கிடைக்காமல் தடுமாறினான். அவசரத்திற்குக் கிடைத்த இரண்டு வார்த்தைகளை எடுத்து அப்போதைக்கு அலைபேசியில் அனுப்பி அவளைச் சாந்தப் படுத்தினார்.

"சரியாயிடும் சாந்தி. மனச உட்றாதே. எங்க கந்தங்கிட்ட கொடு".

கந்தனால் பேச முடியவில்லை. துக்கத்தை மென்று விழுங்குவது நன்றாகத் தெரிந்தது. தான் உடைந்து விட்டால் மனைவி, பிள்ளை ரொம்பவும் கலங்கி விடுவார்களென அவர்களுக்கு முன்பு தைரியமாகக் காட்டிக் கொண்டாலும் தனியே இருக்கும் நேரங்களில் கதறி விடுவான். சங்கரதீபனிடம் அவன் கலங்காதவன் போலக் காட்டிக் கொண்டான். அவரும் நிலைமை புரிந்து தைரியமாய் இருக்கும்படி வேண்டிக்

கொண்டான். கந்தன் தனியாகப் பேசுவதாக முடித்துக் கொண்டான்.

சங்கரதீபன் இடிந்து போயிருந்தான். அவன் திரவியத்திடம் சொல்லிக் கொண்டிருக்கும்போதே அவள் வாய் விட்டுக் கதறினாள்.

'என்ன செய்வது? யாரை நோவது? ஒன்றுமில்லாதவர்கள், அன்றாட வாழ்க்கைத் தேவைகளுக்கே போராடுபவர்கள். ஒரே பிள்ளை. அவர்களுக்கா இப்படியொரு நிலைமை வர வேண்டும்? யார் என்று கேட்டதற்காக மட்டுமா சாந்தி கதறினாள்?' அடக்கி வைத்திருந்த மொத்தத் துக்கமும் பீறிட்ட தாய்மையின் பிரளயம் அதுவென்று இப்போது புரிந்து கொண்டான்.

மன்னார்குடிக்குத் தெற்கில் ஒரு குக்கிராமம் அவர்கள் சொந்த ஊர். கீழப்பாலத்திலிருந்து கண்ணகி அவிழ்கூந்தலென வலமாய் விரியும் முத்துப்பேட்டைச் சாலை. அருகில் நிதானமாய் சுழித்தோடும் பாமணிநதி. தோளில் கைப் போட்டுக் கதை பேசி நடக்கும் தோழர்களென ஆறும் சாலையும் இணை பிரியா ஓட்டம். சித்தமல்லி ஏ.கே.எஸ். நகரிலிறங்கி கிழக்கில் தடிக்கம்பைப் போல ஒல்லியாய் நீண்டிருக்கும் கப்பிச் சாலையில் இரண்டு கிலோமீட்டர் செல்ல வேண்டும். கிளார்வெளி வந்து விடும்.

கிளார்வெளி என்றால் யாருக்குத் தெரியும்? பத்து ஊர் தள்ளி இருப்பவருக்கே சந்தேகம்தான். பெண் தலையில் செருகும் கொண்டை ஊசியைப்போல வளைந்து உள் புதைந்த இடுக்குக் கிராமம். இன்றும் கிளார்வெளிக்கு நேரடிப் பேருந்தில்லை. நேரடிப் பேருந்து செல்லும் பிரதான சாலையிலும் அக்கிராமம் அமைந்திருக்கவில்லை. சாலையிலிருந்து மண்புழுவைப்போல நெளிந்து கிடக்கும் தெருக்கள். மண்பாதையில் நடந்தாக வேண்டும்.

கந்தனும் சாந்தியும் ஒரே பள்ளியில் படித்தவர்கள். இரண்டும் இரண்டு சுட்டிகள். படிப்பிலும் கலையிலும் இணையாய்ச் சுழலும் விசிறித் தகடுகளாய் விளங்கியவர்கள். படிப்பில் இணைந்தவர் காலச்சுழற்சியில் வாழ்க்கையிலும் இணைந்து விட்டார்கள். இருவரும் தூரத்து உறவுகள். ஆகவே பகையில்லை. எந்தப் பிரச்சனையுமில்லை. இனித்த வாழ்க்கைக்குச் சாட்சியாகப் பிறந்தவன்தான் இந்த மகன் கோகுல்.

திருமணம் முடிந்ததும் திருப்பூர் வந்து விட்டார்கள். அங்கு இருக்கும்போதே கோகுல் பிறந்து விட்டான். ஒரு வயதுக் குழந்தையாக இருந்தபோது கந்தனின் அப்பா இறந்து விட ஊருக்கு வந்தவர்கள் அப்படியே தங்கிவிட்டார்கள். திருப்பூரில் பக்கத்து வீட்டிலிருந்தாலும் சங்கரதீபன் குடும்பத்துடன் உறவுக்காரர்களைப் போல அவ்வளவு அன்னியோன்யம். சங்கரதீபன் சாந்தியை தங்கை முறை சொல்லித்தான் அழைப்பான். கந்தனை மாப்பிள்ளை என்பான். சாந்தியும் அண்ணன், அண்ணி முறை சொல்லி அவர்களை அழைத்துக் கொண்டாடுவாள். அவர்களின் நெருக்கத்திற்குச் சாட்சி சொல்லும் வார்த்தைகள் இவை.

இப்போது கந்தனும் சாந்தியும் ஆறு மாதக் காலமாய் படாத பாடு பட்டு விட்டார்கள். மருத்துவர்கள் சொன்ன கணக்கின்படி இன்னும் ஆறு மாத காலம் படவேண்டியிருக்கிறது. இரத்தப்புற்று கொடும் வியாதி. இரத்தத்தை முழுவதுமாக வெளியேற்றி அதிலுள்ள புற்றுச் செல்களை அழிக்க வேண்டும். புதிதாக இரத்தம் பாய்ச்ச வேண்டும். தொடர்ந்து மருந்து செலுத்தப்பட வேண்டும். தோன்றும் புதிய செல்களில் பழைய செல்கள் இருக்கின்றனவாவெனக் கண்காணிக்க வேண்டும்.

இந்தச் சுழற்சி குறைந்தபட்சம் ஒரு வருட காலத்திற்கென்று மருத்துவர்கள் தெரிவித்திருந்தார்கள். ஆகவே சென்னை அவர்களின் தற்காலிக வாசமானது. நல்ல உணவில்லை. பசியில்லை. உடையில்லை. இருந்தாலும் அணிந்து பார்க்கும் நிதானமில்லை. இப்படி நிறைய இல்லைகளுக்குச் சொந்தக்காரர்களாய் ஆகியிருந்தனர்.

மனம் பிறழ்ந்தவர்கள்போலக் கந்தனும் சாந்தியும் நிலைகுலைந்து விட்டார்கள். காதலித்து ரசித்து வாழ்ந்த வாழ்வில் மகனுக்கு இந்த நிலை வரும் வரை அவர்கள் காதலர்களைப் போலத்தான் சுற்றித் திரிந்தார்கள். ஈருடல் ஓருயிராய் மகிழ்ந்து சிலிர்த்தார்கள். வாயிற்கும் வயிற்றிற்கும் சம்பாதித்து வாழ்ந்தாலும் செல்வச் சீமான்களைப் போலக் களித்தார்கள். இருப்பதை வைத்து நிறையும் மனத்தில் குறைகளுக்கு வழியேது?

சாந்தி எப்பவும் அலங்கரித்துக் கொண்டு சிரித்த முகமாய் வளைய வருவாள். ஆறுமாத காலமாய் அவளின் துடுக்குத்தனம்

எங்கே போனதென்று தெரியவில்லை. கலகலவெனக் கொட்டும் அவளின் பேச்சு அவளை விட்டு ஓடி நெடுநாட்கள் ஆகியிருந்தன. முகத்தில் எப்பவும் அடர்ந்த சோகம். பரட்டைத்தலையில் எண்ணெய் வைத்துக்கொள்ளும் நிதானம்கூட அவளுக்கு எழவில்லை. கந்தனின் நிலைமை இன்னும் மோசம். ஆண்களுக்கு மழிக்காத தாடி ஒன்று போதும். அது எல்லாவற்றையும் ஒப்பி விடும். அதிலும் கந்தன் நீளத்தாடி வளர்த்திருந்தான். ஒவ்வொரு தாடி முடியிலும் நீள வாக்கிலும் சுருள் வடிவிலும் சோகம் பதுங்கி உட்கார்ந்திருந்தது.

"இந்தப் பிள்ளையை ஆண்டவன் கொடுக்கவும் வேண்டியதில்லை. இப்படிச் சோதிக்கவும் வேண்டியதில்லை" அடிக்கடி சாந்தி அப்படித்தான் நொந்துகொண்டு அழுவாள். கேட்காதவர்களிடமெல்லாம் கேட்டாகி விட்டது. நண்பர்கள், உறவினர்கள் என தெரிந்தவர்கள் ஆன உதவிகளைச் செய்து விட்டார்கள். அரசு மருத்துவமனை என்றாலும் பிற செலவுக்குத் தடுமாறினார்கள். இருவரும் வேலைக்குச் செல்ல முடியாமல் முடங்கி விட்டனர். அவசரத்திற்குச் சில வேளைகளில் சில மருந்துகள் கையிலிருந்து வாங்க வேண்டியிருந்தது.

யார் யாரையோ நினைவுக்குக்கொண்டு வந்தவர்கள் சங்கரதீபன் குடும்பத்தினரை எப்படித் தொடர்புகொள்வது என்று தெரியாமல் தவித்தனர். காசு பணத்திற்காக இல்லை. சங்கரதீபன் பேசும் வார்த்தைகளில் அத்தனை ஆறுதல் தடவப்பட்டிருக்கும். மனம் வலிமை அடையும். எதையும் சமாளிக்கலாம் என்று வீறு கொள்ளும். இடையில் தொடர்பறுந்து போயிருந்ததால் அவர்களின் தொடர்பு எண்ணும் கிடைத்தபாடில்லை. இந்நிலையில் தினசரி ஒன்றில் வெளியாகியிருந்த குறுக்கெழுத்துப் போட்டி முடிவுகளை எதேச்சையாகக் காண நேர்ந்தாள் சாந்தி. அதில் சங்கரதீபன் மகள் காவியா முதல் பரிசு பெற்றிருந்ததும் அவர்கள் முகவரி, அலைபேசி எண்ணுடன் வெளியாகியிருந்ததும் கண்ட சாந்தி உடனே அவர்களைத் தொடர்புகொண்டு விட்டாள்.

இரவு கந்தன் தனியாகப் பேசினான். அவன் மொத்தத் துக்கமும் அப்போதுதான் கொட்டித் தீர்ந்தது. அவனால் தொடர்ச்சியாகப் பேச முடியவில்லை. விட்டு விட்டு அழுதான். சங்கரதீபன் எவ்வளவோ ஆறுதலாகப் பேசியும்

அவன் துக்கம் அடங்கியபாடில்லை. எவ்வளவு நிம்மதியாக வாழ்ந்தேனோ அவ்வளவும் பாவத்தின் சம்பளமாகிவிட்டதென்று கதறினான். யாருக்கு எப்போது என்ன நேரும் என்பதைச் சொல்ல முடியவில்லையென்றும் தன் மகன் குறித்துத்தான் எப்படியெல்லாம் கற்பனை செய்து, வைத்திருந்தேன் என்றும் அவன் சொன்னபோது சங்கரதீபனின் கண் முட்டைகள் பொத்துக் கொண்டன. அதைக் குரலில் காட்டிக் கொள்ளாமல் சமாளித்தான்.

“எதோ இந்த அளவாவது ஆச்சேன்னு நெனச்சிக்க கந்தா. மனத் தைரியம்தான் இந்த நேரம் முக்கியம். நீ இருக்கற துணிச்சல்ல தான் அவங்க இருக்காங்க. ஒன்னும் கலங்காதே. எல்லாம் சீக்கிரம் சரியாயிடும். உன் அக்கவுண்ட் நம்பரை அனுப்பு. சம்பளம் போட்டதும் கொஞ்சம் பணம் போட்டு விடுறேன். உனக்குத் தெரியாதா? இன்னும் வாயிக்கும் வயித்துக்கும் போராடத் தான் வேண்டியிருக்கு. இந்த வீட்டுக்காரம்மா வருசந் தவறாம வாடகைய ஏத்தி இப்ப நாலாயிரத்துல வந்து நிக்கிது. நாம அன்னாடங் காய்ச்சிங்க. கடைசி வரைக்கும் கஷ்டப்பட்டுத்தான் ஆகணும். இந்தக் கொரானோ முடியட்டும். நான் வந்து பாத்திட்டு வர்றேன்.”

“காசு பணம் கிடந்திட்டுப் போவுது. உங்க வார்த்தைக்காகத் தான் நானும் சாந்தியும் ஏங்கினோம். இப்ப எங்களுக்கு கொஞ்சம் தெம்பா இருக்கு”

“திரவியம் ரொம்ப மனசொடிஞ்சி போய் கெடக்கறா. அவளைப் பேச விட்டா ஒரேயடியா கத்தி கலவரம் பண்ணிடுவா. நாளைக்கிப் பேசச் சொல்லுறன்.”

“சரி”யென்று ஆமோதித்தான் கந்தன்.

அன்றிலிருந்து தினமும் அல்லது ஒரு நாள்விட்டு ஒரு நாள் சங்கரதீபன் பேசத் தவறுவதில்லை. இரண்டாம் நாள் பேச்சின் போது திரவியமும் சாந்தியும் அலைபேசியிலேயே கதறித் தீர்த்தார்கள். இருவரையும் சமாதானப்படுத்துவதற்குள் போதும் போதும் என்றாகி விட்டது. பின் நாட்களில் சற்று இயல்பாய்ப் பேசத் தொடங்கினாள் சாந்தி.

ஒரு நாள் பேசிக் கொண்டிருக்கையில் பின்னொலியாக கோகுலின் அழுகுரல் கேட்டுக் கொண்டேயிருந்தது. சாந்தி

இடையிடையே “தங்கம்ல்லடி! கொஞ்சம் மாமாகிட்ட பேசிட்டு வந்திடுறன்டி!” என்று கெஞ்சிக் கொண்டிருந்தாள். அவன் அடங்கினபாடில்லை. எதையோ கேட்டு அடம் பிடிப்பது போலிருந்தது. அவனைத் அந்தப் பக்கம் தூக்கிச் செல்ல கந்தனிடம் வேண்டினாள் சாந்தி. அவன் விடாமல் சிணுங்கிக் கொண்டிருந்தான்.

“சாந்தி சொல்லுங்கண்ணா!” என்றாள்.

“ஏம்மா.. தம்பி ரொம்ப அழுறான் போலருக்கே. நான் நாளைக்கிப் பேசட்டுமா?” என்றான் சங்கரதீபன்.

“இல்லண்ணா! அவன் அப்படித்தான். இன்னிக்கு ஊசி வலி தாங்க முடியலை. அதுவுமில்லாம பக்கத்துல இவனை மாதிரி உள்ள பையன் ஒரு எலெட்ரிக் கார் வச்சிருக்கான். அதைக் கேட்டு அழுறான். அந்தப் பையன் கொடுக்க மாட்டேங்கறான். சரி, ஒண்ணு வாங்கித் தரலாம்ன்னு விசாரிச்சா ரெண்டாயிரமாம். ரெண்டாயிரம் இருந்தா ஒரு வாரம் பல்லைக் கடிச்சி ஓட்டிடுவன்ணே! இவன் புரிஞ்சிக்கவே மாட்டேங்குறான். அப்படியும் நுறு ரூபாயில ஒண்ணு வாங்கி வந்து கொடுத்தாங்க. அதுதான் வேணும்ன்னு அடம் புடிச்சா என்ன பண்றது?”

சாந்தி நொந்து கொண்டாள்.

“சின்னப் புள்ளக்கி நம்ம கஷ்டம் தெரியுமா? இப்ப அவனுக்கு அந்தக் காருதான் உலகத்துலயே உசத்தி. பெரிசு. அந்தக் காரைக் கொடுத்துப் பத்து நாளைக்கி பட்டினியா கெடன்னாகூட சந்தோசமா கெடப்பான்.”

சாந்தி சிரித்தாள்.

சங்கரதீபனும் பதிலுக்குச் சிரித்தான்.

“நாளைக்குப் பேசறேம்மா!”

சங்கரதீபன் அலைபேசியை வைத்துவிட்டான்.

மூன்று நாள்கள் கழித்து மருத்துவமனைக்குக் கந்தன் பெயரில் வந்திருந்தது ஒரு பார்சல். சங்கரதீபன்தான் அனுப்பியிருந்தார். அட்டைப் பெட்டியைப் பிரித்ததும் கோகுலுக்கு இன்ப அதிர்ச்சியாக இருந்தது. எலெட்ரிக் காரைப் பார்த்ததும் கோகுல் துள்ளிக் குதித்தான். காலையிலிருந்து முனகிக்கொண்டு

வலி தாங்க முடியவில்லை என்று இடைவிடாது அழுதவன் முகத்தில் கற்றையாய் மின்னல். காரைத் தூக்கிக் கொண்டு சந்தோஷக் கூச்சல் போட்டபடி ஓடினான். அவன் தன் வலியை முற்றிலுமாக மறந்திருந்தான். அவனுக்குள் எதையோ வெற்றி கொண்ட குதூகலம். கந்தனும் சாந்தியும் ஒருவரையொருவர் பார்த்துக்கொண்டு கலங்கி நின்றனர்.

மகளுக்குத் தீபாவளித் துணியெடுக்கையில் சங்கரதீபனின் கைகள் நடுங்கின. இந்த முறையும் எடுத்துத் தருவதாகச் சொல்லியிருந்த பட்டுப் பாவாடையை அவன் ஏக்கமாகப் பார்த்துக் கொண்டிருந்தான்.

அவன் கண்கள் இயலாமையில் கலங்கின.

வீட்டிற்கு வந்ததும் அவன் எடுத்து வந்திருந்த சாதாரணத் துணியை எடுத்துப் பார்த்துக்கொண்டிருந்த மகளை அவன் ஏக்கமாய்ப் பார்த்தான். அவள் என்ன சொல்வாளோ என்ற பதட்டம் நெஞ்சில் வெட்டியது. அவள் தனக்கு மிகவும் பிடித்திருக்கிறது என்பதன் அடையாளமாக சங்கரதீபனின் கன்னத்தில் பக்கத்திற்கொன்றாக இரண்டு முத்தங்களைப் பதித்தாள். பின் அவள் கண்களில் மகிழ்வின் கதிர்கள் பளிச்சிட்டுத் ததும்பின. ஒரு தேவதையைப்போல அவள் சொற்களை உதிர்த்துக் கொண்டிருந்தாள்.

"அப்பா நாம அனுப்பின காரைப் பார்த்து கோகுல் எவ்வளவு சந்தோசமா இருக்கான்னு பாருங்களேன். அவன் விளையாடுறதை அவங்க அம்மா செல்லுல பதிவு செஞ்சி அனுப்பிருக்காங்கப்பா."

அவள் பேசிக்கொண்டேயிருந்தாள். மகளை சங்கரதீபன் நெஞ்சோடு அணைத்துக் கொண்டான்.

- தினமணிக் கதிர் - நவம்பர் 2020.

★ ★ ★

ஆசிரியரின் பிற படைப்புகள்

- தீக்குள் மனதை வைத்தால்
- மௌனங்களால் மொழி நெய்து
- திமிர் பிடித்தலையும் சொற்கள்
- அப்பா வாசம்
- மருதத்திணை
- ஆய்வுத் தடங்கள் நடப்பும் நகர்வும்
- சமூகமும் கவிதைப் புனைவும்
- நித்திலப்பாவை
- உளவியல் காப்பியம்
- கவின் நிமித்தம் இசைமகள் பெறாத முத்தங்கள்
- படைப்பு வெளியில் பதியும் பார்வைகள்
- குரூரத்தின் வாசனை